கலை அறிவியல் மேதை
மன்னர் சரபோஜி

கலைமாமணி
முனைவர் டாக்டர் **சு. நரேந்திரன்**
MS., Ph.D., F.I.C.S., F.R.C.S. (glesg) F.A.C.S (USA).
சிறப்பு நிலைப் பேராசிரியர்
தமிழ்நாடு டாக்டர் எம்.ஜி.ஆர். மருத்துவப் பல்கலைக்கழகம்.

நியூ செஞ்சுரி புக் ஹவுஸ் (பி) லிட்.,
41-பி, சிட்கோ இண்டஸ்டிரியல் எஸ்டேட்,
அம்பத்தூர், சென்னை - 600 050.
☎ : 044 - 26251968, 26258410, 48601884

Language: Tamil
Kalai Ariviyal Medhai Mannar Saraboji
Author: **Dr. S. Narendran**
First Edition: June, 2022
Copyright: Author
No. of Pages: 304
Publisher:
New Century Book House Pvt. Ltd.,
41-B, SIDCO Industrial Estate,
Ambattur, Chennai - 600 050.
Tamilnadu State, India.
email: info@ncbh.in
Online: www.ncbhpublisher.in

ISBN: 978-81-2344-269-3
Code No. A 4622
₹ 380/-

Branches

Ambattur (H.O.) 044 - 26359906, Spenzer Plaza (Chennai) 044-28490027
Trichy 0431-2700885 **Pudukkottai** 04322- 227773 **Thanjavur** 04362-231371
Tirunelveli 0462-4210990, 2323990, **Madurai** 0452-2344106, 4374106
Dindigul 0451-2432172 **Coimbatore** 0422-2380554 **Erode** 0424-2256667
Salem 0427-2450817 **Hosur** 04344-245726 **Krishnagiri** 04343-234387
Ooty 0423-2441743 **Vellore** 0416-2234495 **Villupuram** 04146-227800
Pondicherry 0413-2280101 Nagercoil 04652-234990

கலை அறிவியல் மேதை மன்னர் சரபோஜி
ஆசிரியர்: டாக்டர் சு.நரேந்திரன்
முதல் பதிப்பு : ஜூன், 2022

அச்சிட்டோர்: **பாவை பிரிண்டர்ஸ் (பி) லிட்.,**
16 (142), ஜானி ஜான் கான் சாலை, இராயப்பேட்டை, சென்னை - 14
☎: 044-28482441

All rights reserved. No part of this book may be reprinted or reproduced or utilised in any form or by any electronic, mechanical, or other means, now known or hereafter invented, including photocopying and recording, or in any information storage or retrieval system, without permission in writing from the publishers.

நன்றி மறப்பது நன்றன்று

- வாழ்த்துரை வழங்கிய மூத்த இளவரசர் சி. பாபாஜி ராஜா பான்ஸ்லே.
- வாழ்த்துரை வழங்கிய இளவரசர் சிவாஜி ராஜா பான்ஸ்லே.
- அணிந்துரை வழங்கிய தொல்லியல் அறிஞர் புலவர் செ.இராசு.
- நூல் கட்டுரை கொடுத்து உதவி, நூலை சீர்தூக்கிய முனைவர் ப.பெருமாள்.
- மெய்ப்புத் திருத்திய புலவர் கந்தசாமி, முனைவர் குருநாதன்.
- படங்கள் சேகரித்துக் கொடுத்த டாக்டர் ந.பத்மபிரியா, கிஷன் ரிஷிவந்.
- நூல் அச்சிட்டு வெளிவரக் காரணமான கவிஞர் சரவணன் சண்முகம்.
- செம்மையாகக் கணினி அச்சு செய்து கொடுத்த திருமதி சுமதி சுப்பு.

பொருளடக்கம்

வாழ்த்துரை	7
வாழ்த்துரை	11
அணிந்துரை	13
முன்மொழிவு	19
தஞ்சையில் மராட்டியர் வரலாறு	25

I. சரித்திர நாயகன் சரபோஜி

1. சரித்திர நாயகன் — 49
2. அமர்சிங் ஆட்சி (கி.பி.1787-1789) — 51
3. கும்பினி ஆட்சிக்கு எதிர்ப்பு — 55
4. சரபோஜியின் இளமைக்காலம் - சரபோஜிக்கு இருட்டறை — 61
5. ஐரோப்பியக் கல்வி - சென்னை சென்றார் சரபோஜி — 63
6. தஞ்சையில் சரபோஜி — 68
7. ஆட்சிக் கட்டிலில் இரண்டாம் சரபோஜி (கி.பி.1798-1832) — 71
8. கும்பினி அலுவலர் தொடர்பு — 77
9. ஐரோப்பியர் தொடர்பு — 84

II. மருத்துவமும் மன்னர் சரபோஜியும்

1. எதிலும் நவீனம் — 107
2. மருத்துவப்பணி — 112
3. உடற்கூறு ஆர்வலர் — 120
4. கண் மருத்துவம் — 128

III. சரபோஜி ஓர் தொழில்நுட்ப அறிஞர்

1. சரபோஜி கால கட்டடக்கலை — 135
2. சரபேந்திரராஜப் பட்டினம் - கப்பல் கட்டப்பட்டது — 139
3. தஞ்சையில் அச்சகம் — 145

IV. கலை வளர்த்த கலைவேந்தன் சரபோஜி

1. இசை — 148
2. நாட்டியம் — 156
3. கதாகாலட்சேபம் - லாவணி — 165
4. பாகவதமேளா — 169

V.	**சரபோஜியின் பொழுதுபோக்கு**	
	1. ஓவியம்	171
	2. வேட்டையாடுதல்	181
	3. தோட்டக்கலை	185
	4. மற்போர்	186
	5. மாட்டு வண்டி பந்தயம் (ரேக்லாரேஸ்)	187
VI.	**சரபோஜியின் சமயப்பணிகள்**	
	1. சோழநாடு புனிதப்பயணம்	189
	2. காசிப் புனிதப் பயணம்	194
	3. இந்து மதம்	207
	4. கிறித்தவம்	214
	5. இஸ்லாம்	215
	6. சமய ஒருமைப்பாடு	216
	7. காஞ்சி சங்கராச்சாரியார்	219
	8. உடன்கட்டை ஏறுதல்	220
VII.	**மக்களுக்கான மன்னர் சரபோஜி**	
	1. சத்திரங்கள்	226
	2. நவவித்ய கலாசாலை	236
	3. நீதி மன்றம்	238
	4. வேதநாயக சாஸ்திரிகள்	244
	5. அரண்மனை சமையல் கூடத்தில் மூன்றுவித சமையல்	246
VIII.	**சரபோஜியின் இறுதி நாட்கள்**	249
IX.	**இரண்டாம் சிவாஜி**	
	1. இரண்டாம் சிவாஜிக்கு ஏற்பட்ட தடைகள்	260
X.	**மராட்டிய அரசு முடிவுக்கு வந்தது**	
	1. காமாட்சி பாய்க்குக் காலனி அரசின் இடையூறுகள்	275
	2. அசரகுடும்பத்தைக் காப்பாற்ற நார்டனின் செயல்பாடுகள்	280
	வரலாற்றுச் சிறப்பு மிக்க சரஸ்வதி மகால் நூலகம்	284
	தஞ்சாவூர் அரண்மனை வரலாறு	294
	துணைநூல் பட்டியல்	300

தஞ்சை மூத்த இளவரசர்
வாழ்த்துரை

"கலை அறிவியல் மாமேதை சரபோஜி" என்ற நூல் தஞ்சை மராட்டியர் ஆட்சியின் சிறப்பை விளக்குவதாக அமைந்துள்ளது.

இந்நூலாசிரியர் மருத்துவர் சு. நரேந்திரன் அவர்கள் தனது சீரிய முயற்சியால் பல தமிழ் நூல்கள், மோடி ஆவணக் குறிப்புகள், கருத்தரங்கக் கட்டுரைகள், மற்றும் ஆய்வறிஞர்களின் ஆய்வேடுகள் ஆகியவற்றின் துணை கொண்டு சிறப்பாகக் "கலை அறிவியல் மாமேதை சரபோஜி" என்ற நூலைத் தொகுத்து வழங்கி உள்ளார்.

மருத்துவர் நரேந்திரன் அவர்கள் Ph.d., M.S., F.A.C.S., F.R.C.S., பட்டம் பெற்றவர். இரைப்பை குடல் அறுவை சிகிச்சையில் சிறப்பு மருத்துவராக நம் தஞ்சை மாநகரத்தில் சிறப்பாக தொண்டாற்றி வருபவர். மேலும், சென்னை M.G.R. மருத்துவப் பல்கலைக் கழகத்தில் சிறப்பு நிலைப் பேராசிரியராகப் பணியாற்றி வருபவர்.

தமிழ் இலக்கியத்திலும் மருத்துவத் துறையிலும் மிகுந்த ஈடுபாடு கொண்டவர். "நலவாழ்வு நம் கையில்" என்ற நூல் வழியாக மனிதகுல நல்வாழ்வுக்குத் தேவையான அடிப்படைத் தேவைகளை எளிதில் புரிந்து கொண்டு கடைப்பிடிப்பதற்கு உரிய வழிமுறைகளைத் தொகுத்துக் வழங்கியுள்ளார். சிறந்த தமிழ்ப்பற்றாளர். திருவையாறு அவ்வைக் கோட்டத்தின் மதிப்பியல் தலைவராக இருந்து பெருமை சேர்க்கிறார். பழகுவதற்கு மிகவும் எளிமையானவர். தினமலர், தினமணி ஆகிய நாளேடுகளில் தொடர்ந்து மருத்துவம் சார்ந்த கட்டுரைகளைப் படைத்து வருபவர்.

இந்நூலாசிரியர் தஞ்சை மராட்டியர் கால ஆட்சி தோன்றிய விதம், மராட்டிய ஆட்சி காலத்தில் சிறந்து விளங்கிய இரண்டாம் சரபோஜி மன்னர் பற்றிய அறிய பல செய்திகளைத் தொகுத்து வழங்கி இருப்பது பாராட்டுக்குரியது.

தஞ்சைப் பகுதியை ஆண்ட மராட்டிய மன்னர்களில் இரண்டாம் சரபோஜி மன்னர் "மக்களுக்குச் செய்கின்ற தொண்டே மகேசனுக்குச்

செய்கின்ற தொண்டு" என்ற வகையில் மருத்துவம், கலை, கலாச்சாரம், நீதி, நிர்வாகம், பிற மத அறிஞர்களைப் போற்றும் விதம், நாட்டியம், நாடகம், இசைத் துறை, சிலம்பம், விற்போர், மற்போர், ஓவியம், கப்பல் கட்டும் துறை, வானவியல் மற்றும் மிருக வைத்தியம் போன்ற பல்வகை கலைகளில் சிறந்து விளங்கியதையும் குறிப்பிட்டுள்ள விதம் சிறப்புடையது.

சரபோஜி மன்னர் ஆங்கிலம், இலத்தீன், பிரெஞ்சு, சமஸ்கிருதம் மற்றும் பாரசீகம் முதலிய பன்மொழி வித்தகராத் திகழ்ந்துள்ளார் எனக் குறிப்பிட்டுள்ளது சிறப்புடையது. மன்னர் சரபோஜி கண்புரை அறுவை சிகிச்சை மக்கள் அனைவருக்கும் கிடைக்க ஆற்றிய பணிகள் மற்றும் தாம் அறிந்த பல அரிய செய்திகளைத் தமிழ் மக்கள் உணர வேண்டும் என்னும் உயரிய நோக்கில் பல மொழி நூல்கள், சுவடிகளைத் தொகுத்து உலகப்புகழ் பெற்று "சரஸ்வதி மகால்" நூலகத்தினை அமைத்த அரும்பணி நன்கு பதிவு செய்யப்பட்டுள்ளது.

மக்கள் நோய் நொடி இல்லாமல் வாழ மருத்துவச் சாலைகளையும், மக்கள் கல்வியறிவு பெற வேண்டி பல கலா சாலைகளையும் அமைத்தும், மக்கள் உணவின்றி தவிக்கக்கூடாது என்ற நோக்கில் தம் முன்னோர் ஏற்படுத்திய சத்திரங்களைப் பாதுகாத்தும், புதிய அன்னசத்திரங்களை ஏற்படுத்தி அதற்குத் தேவையான நிலங்களைத் தஞ்சையைச் சுற்றியுள்ள பல ஊர்களில் ஏற்படுத்தி எழுதி வைத்த சிறப்புகளையும் நூலாசிரியர் எடுத்துக் கூறியுள்ளார்.

ஆலயங்களின் அன்றாடத் தேவையான நிலங்கள், விலையுயர்ந்த அணிகலன்கள் மற்றும் பல பொருட்களை மானியமாக அளித்த செய்தி களையும், அனைத்து சமயங்களையும் குறிப்பாக இந்து, முகமதியம், கிறித்துவம் ஆகிய சமயங்களை ஆதரித்தவர் பற்றி குறிப்பிட்டுள்ளது பாராட்டத் தகுந்தது ஆகும்.

மராட்டிய மன்னர் சரபோஜி ஆய்வாளராக, கல்வியாளராக, அறிவியலாளராக, பிறமொழி நூல்களைச் சேகரிப்பவராகத் திகழ்ந்தது பற்றிக் குறிப்பிட்டுள்ளது போற்றுதலுக்குரியது.

இந்நூல் தற்கால இளைஞர்களுக்கும் மற்றும் ஆய்வாளர்களுக்கும் மராட்டியர் ஆட்சி காலம் சிறந்த எடுத்துக்காட்டாகவும் பலப்பல புதிய செய்திகளைத் தெரிந்து கொள்வதற்கு ஒரு வழிகாட்டியாகவும் அமையும் என்பதில் எந்தவித ஐயமுமில்லை.

இந்நூலாசிரியர் மருத்துவர் சு. நரேந்திரன் அவர்கள் பணி மென்மேலும் சிறப்படைய வேண்டும். இன்னும் இதுபோன்ற பல

நூல்களை இத்தமிழ் கூறும் நல்லுலகத்திற்கு நல்க வேண்டும் என்ற வேண்டுகோளை வைத்து ஆசிரியர் பணி சிறக்க எல்லாம் வல்ல பெருவுடையார் திருவருளை வேண்டி எனது இதயம் கனிந்த பாராட்டுகளை உரித்தாக்குகிறேன்.

நன்றி!

இங்ஙனம்
சி. பாபாஜி ராஜா பான்ஸ்லே
தஞ்சாவூர் அரண்மனை,
தஞ்சாவூர்

தஞ்சை இளவரசர்
வாழ்த்துரை

'கலை அறிவுலக மேதை மன்னர் சரபோஜி' என்ற இந்நூல், மன்னர் சரபோஜியின் மாண்புகளை மக்களுக்கு எடுத்துரைக்கும் விதத்தில் எழுதப் பட்டுள்ளது. மன்னர் முடிசூடிய 225-ஆம் ஆண்டுத் தொடக்க விழா நிகழும் இந்நேரத்தில் தஞ்சை வாழ் மருத்துவர் சு. நரேந்திரன் அவர்கள் தமது எளிமையான நடையில் - இன்னும் சொல்லப் போனால் - மருத்துவத் தமிழில் வழங்கியுள்ள அருமையான நூலாகும் எனில் மிகையில்லை. பல ஆண்டுகளாக நூலாசிரியர் அரண்மனையின் எதிரிலுள்ள வீட்டில் வசிப்பதால், அந்த அரண்மனையில் வாழ்ந்த மன்னர்களைப் பற்றிய தகவல்களை அறியும் ஆர்வத்தின் காரணமாக - அறிவுத் தேடலின் உந்துதலால், நூல்கள் பல கற்று அவற்றின் சாரத்தைத் தான் மட்டும் கொள்ளாமல், தரணியிலுள்ள அனைவருக்கும் தரும் பாங்கு பாராட்டத் தக்கது. மருத்துவர் ஒருவர் மன்னர்களின் வரலாற்றை - மாண்பை ஒரு நெடுங்கதை சொல்வதைப் போல - வழங்கியுள்ளார் எனில் அவரது எழுத்துத் திறத்தை என்னவென்று சொல்வது?

தஞ்சையில் மராட்டியர் ஆட்சியைச் சுருங்கச் சொல்லும் அவர், சரித்திர நாயகன் சரபோஜி என்ற பகுதியில் அமரசிங் ஆட்சி, கும்பினி ஆட்சிக்கு எதிர்ப்பு, சரபோஜியின் இளமைக் காலம், ஐரோப்பியர் கல்வி, தஞ்சையில் சரபோஜி, ஆட்சிக் கட்டிலில் சரபோஜி, கும்பினி அலுவலர் தொடர்பு, ஐரோப்பியர் தொடர்பு மருத்துவமும் மன்னர் சரபோஜியும் என்ற பகுதியில், எதிலும் நவீனம், மருத்துவப் பணி, உடற்கூறு ஆய்வாளர், கண் மருத்துவம், சரபோஜி ஓர் தொழில்நுட்ப அறிஞர் என்ற பகுதியில் கட்டடக் கலை, கப்பல் கட்டப்பட்டது, தஞ்சையினை அச்சகம், கலை வளர்த்த கலைவேந்தன் என்ற பகுதியில் இசை, நாட்டியம், கதாகாலாட்சேபம், இலாவணி, பாகவதமேளா. சரபோஜியின் பொழுதுபோக்கு என்ற பகுதியில், ஓவியம், வேட்டையாடுதல், மற்போர், ரேக்ளா ரேஸ். சரபோஜியின் சமயப் பணிகள் என்ற பகுதியில், சோழநாட்டுப் புனிதப் பயணம், காசிப் பயணம், இந்து மதம், கிறித்தவ மதம், இசுலாம், சமய ஒருமைப்பாடு,

சங்கராச்சாரியார், உடன்கட்டை ஏறுதல் - சர்போஜி மக்களுக்கான மன்னர் என்ற பகுதியில் சத்திரங்கள், நவ்வித்யாசாலை, நீதிமன்றம், வேதநாயக சாஸ்திரிகள், மூன்றுவித சமையல், சரபோஜியின் இறுதி நாட்கள் என்றவாறு அனைத்துச் செய்திகளையும் ஒருங்கே தொகுத்துத் தந்துள்ள பாங்கு இனியொரு நூலைப் படிக்க வேண்டியதில்லை என்ற உணர்வை ஏற்படுத்துகிறது. சரியான நேரத்தில் இந்நூலை உருவாக்கிய ஆசிரியருக்கு என் வாழ்த்துகள்!

தஞ்சாவூர்
29-05-2022

(சிவாஜி ராஜா து. பான்ஸ்லே)
தஞ்சை இளவரசர்

கல்வெட்டு தொல்லியல் அறிஞர்
அணிந்துரை

தஞ்சாவூரை மிகச் சிறந்த அறிவொளி மையமாக மாற்றிய மராட்டிய மாமன்னர் சரபோஜி 1798 முதல் 1832 வரை ஆட்சி புரிந்தார். அவருடைய சிறப்புக் களைத் தனித்தனியாக, கட்டுரையாக, நூலாகப் பலர் எழுதியிருந்தாலும் முழுமையான அவருடைய பண்புகளை, மாட்சிகளை ஒரே இடத்தில் தொகுத்துக் கூறுவது இந்நூல். ஆசிரியர் இம்முறையில் வெற்றியும் பெற்றுள்ளார்.

ஏகோஜி முதல் இரண்டாம் சிவாஜி வரை தஞ்சையை ஆட்சி புரிந்த மராட்டிய மன்னர்களில் சரபோஜியைத் தவிர மற்ற மன்னர்கள் ஆட்சி மக்கள் நலம் பேணும் நல்லாட்சி அல்ல என்று கே.கே.பிள்ளை கூறுவது பற்றி இந்நூலில் ஆசிரியர் டாக்டர் சு.நரேந்திரன் ஐயத்தை எழுப்பியுள்ளார். நூலின் முதல் பகுதியில் பதிலும் உள்ளது. கே.கே.பிள்ளை மேற்கண்டவாறு கூறிய காலத்தில் மராட்டியர் செப்பேடுகள் கல்வெட்டுகள் தொகுக்கப்படவில்லை. மோடி ஆவண மொழிபெயர்ப்பும் முழுமையாக இல்லை. (இப்போதும் அதே நிலையே) அக்காலகட்டத்தில் கே.கே.பிள்ளை அவர்களுக்கு தரவுகள் கிடைக்கவில்லை

மராட்டிய மன்னர் துளஜாவுக்கு வாரிசு இல்லாத காரணத்தால் சாதாரா மராட்டிய மாநில மன்னர் மகன் சரபோஜியைத் தத்தெடுத்தார். தஞ்சாவூருக்கு சரபோஜியை அழைத்து வந்து மன்னர் துளஜா சுவீகாரம் செய்து கொண்டார். துளஜா காலமாகும்போது ஆட்சிக் கட்டிலில் அமர சரபோஜிக்கு போதிய வயது இல்லாததால் அவர் தம்பி அமர்சிங்கிடம் சரபோஜியை ஒப்படைத்து, சரபோஜிக்கு கல்வி மற்றும் கலையைக் கற்றுக் கொடுத்து மேஜர் ஆனவுடன் தஞ்சைக்கு அரசர் ஆக்குமாறு கூறினார். ஆனால் அமர்சிங் சரபோஜிக்கு கல்வி மற்றும் கலையைக் கற்றுக் கொடுக்காதது மட்டுமல்ல; சரபோஜியை இருட்டு அறையில் அடைத்து வைத்து பல துன்பங்களையும் தந்தார். அமைச்சர் சரபோஜியை துளஜா தத்தெடுத்தது செல்லாது என்றும், துளஜாவின் உயில் தன்னைக் கட்டுப்படுத்தாது என்றும் கூறி தாமே தொடர்ந்து அரசராக விரும்பினார். ஆசிரியரும் பாதுகாவலருமான சுவார்ட்ஸ்

பாதிரியார் வற்புறுத்தலில் சரபோஜி சென்னை சென்று கல்வி கற்றுத் தேர்ந்ததோடு ஆங்கிலப் புலமையும் பெற்றார்.

அமர்சிங் கம்பெனிக்கு எதிராகச் செயல்பட்டதை ஆங்கிலேயர் அறிந்தனர். கம்பெனி அதிகாரிகள் சரபோஜி பற்றிய உண்மை நிலையையும் அறிந்து மீண்டும் விசாரணை நடத்திய 12 பார்ப்பனர்களும் தங்களுக்கு சாஸ்திரம் எதுவும் தெரியாது, நாங்கள் பொய்சாட்சி சொன்னோம் என்று ஒப்புக் கொண்டனர். கம்பெனியார் சரபோஜியை அரசராக்கினார். மாதம் 25ஆயிரம் வராகன் ஓய்வூதியம் கொடுத்து அமர்சிங்கைத் திருவிடைமருதூரில் தங்கவைத்தனர். சரபோஜி கற்றுத் தேர்ந்து தஞ்சை மன்னராவதற்கு ஸ்வார்ட்ஸ் எடுத்துக் கொண்ட முயற்சி மிகப் பலவாகும்.

ஸ்வார்ட்ஸ் இல்லையேல் சரபோஜியின் உயிர் இளவயதினிலேயே பறிக்கப்பட்டு அறிவுலக சரித்திரத்தில் மன்னர் பெயர் இடம் பெறாமலேயே போயிருக்கும். உண்மையில் ஸ்வார்ட்ஸ் இல்லையேல் மன்னர் சரபோஜிக்கு வரலாறு இல்லை என்று நூலாசிரியர் டாக்டர் சு.நரேந்திரன் கூறியிருப்பது மிகப் பொருத்தமுடையதாகும். இந்நூலின் முதல் பகுதியில் தஞ்சை மராட்டியர் ஆட்சி விவரம் முழுவதும் பருந்துப் பார்வையாகக் கூறப்பட்டுள்ளது. மன்னர்களில் சாஜி போன்றோரின் இசை, நாட்டியம், கலைப்பணி விரிவாகக் கூறப்பட்டு ஏகோஜி மனைவி தீபாம்பாள், ஏகோஜி ஆட்சிக்குக் கூறிய அறிவுரையும் இரண்டாம் ஏகோஜி மனைவி சுஜான்பாய் 1737-1739 வரை தஞ்சையை ஆட்சிபுரிந்த விவரம் மானோஜியப்பா, தாதாஜியப்பா, டபீர் பண்டிதர் போன்ற உயர் அலுவலர் விவரமும், முத்துப்பழனி என்ற நாட்டியப் பெண்ணின் கலைத்திறனும், கிரிராஜ கவி போன்றோர் செய்தியும் நன்கு விளக்கப்பட்டுள்ளன.

1798இல் அரசு கட்டில் ஏறிய சரபோஜி 1799இல் நாடு முழுவதையும் கம்பெனிக்கு ஒப்படைத்துவிட்டு மாதம் 1 லட்சம் வராகன் ஓய்வூதியம் பெற்று தஞ்சை கோட்டைக்கு மட்டுமே அரசரானார். நாட்டின் நீதி நிர்வாகப் பெரும் பணிச்சுமை இன்மையால் சரபோஜி உலகம் போற்றும் உன்னத செயல்கள் பலவற்றைச் செய்ய முடிந்தது.

சரபோஜி நாட்டில் சித்த வைத்தியம், யுனானி, ஆயுர்வேதம் மருத்துவ முறைகள் இருந்தாலும் சரபோஜி நவீன முறைகள் பலவற்றை மருத்துவப் பணியில் புகுத்தினார். அவர் பணிகளில் தலையானது மருத்துவப் பணியே. சித்த வைத்தியம் சரபோஜி காலத்தில் செழித்தது. அலோபதி என்னும் மேனாட்டு ஆங்கில மருத்துவம் கால்கொண்டது. சரபோஜியே மருத்துவராக, மருத்துவ ஆய்வாளராகத் திகழ்ந்தார்.

தன்வந்திரி மகாலில் மருத்துவ ஆய்விற்கு உதவியாக மூலிகைத் தோட்டமும், மருந்து தயாரிக்கும் தொழிற்கூடமும் இருந்தது. மருந்துகள் தன்வந்திரி மகாலில் உள்ள 'ஔஷத கொட்டடியில்' வைக்கப்பட்டது. நோயாளிகள் வந்து வாங்கிச் சென்றனர். அங்கு இன்று போலவே தனித்தனி நோய்க்குரிய மருத்துவர்கள் இருந்தனர்.

வைத்தியசாலை, ஆரோக்கிய சாலைகள் ஆகியவற்றில் மருத்துவம் பார்த்தனர். நாட்டில் உள்ள 5783 கிராமங்களிலும் சித்த மருத்துவர் நியமிக்கப்பட்டனர். பெண் வைத்தியர்களும் இருந்தனர். மனிதர்கட்கு மட்டுமல்ல யானை, குதிரை, மாடு, ஒட்டகம், நாய், பூனைகட்கும் பறவைகட்கும் மருத்துவம் பார்க்கப்பட்டன. அதற்குரிய நூல்களும் இருந்தன.

நடைமுறையில் உள்ள மருத்துவ முறைகளைத் தமிழ்ப் புலவர்கள் பாடல்களாக இயற்றினர். 'சரபேந்திரர் வைத்திய முறைகள்' என்ற பெயரில் 18 தொகுதிகள் உள்ளன. இவற்றில் சிலவற்றை சரபோஜி மராத்தி மொழியில் உரைநடையாக எழுதினார்.

இந்தக் காலகட்டத்தில் ஆங்கில மருத்துவர்களும் பணிபுரிந்தனர். ஒரு ஆங்கில மருத்துவருக்கு மாதம் 900 ரூபாயும், தமிழ் மருத்துவருக்கு 20 ரூபாயும் கொடுக்கப்பட்டன. ஆங்கில மருத்துவரிடம் சரபோஜி மருத்துவம் கற்றார். கண் மருத்துவம் புரிந்த ஒரு ஆங்கில மருத்துவர் 4000 ரூபாய் பெற்றார்.

கண்நோய், உடற்கூறு பற்றி சரபோஜி ஆர்வமுடன் கற்றார். அவரிடம் 2 எலும்புக் கூடுகள் (மரம், தந்தம்) இருந்தன. தரங்கம்பாடியிலிருந்து மனித உடலும் பெற்றார். காசிப் பயணத்தின் போது பெரிய 8 பெட்டிகளில் மருந்தும், அறுவைச் சிகிச்சை கருவிகளும் உடன் சென்றன.

புகைப்படத் தொழில்நுட்பம் இல்லாததால் கண்நோய் பற்றி அறிய ஓவியம் தீட்டப்பட்டது. சரபோஜி உடற்கூறு முறையில் சவப் பரிசோதனை செய்தார். கல்கத்தாவில் முதல் உடற்கூறு சவப் பரிசோதனை செய்தது இதற்குப் பின் என்பது குறிப்பிடத்தக்கது. சத்திரங்களிலும் மருத்துவம் பார்க்கப்பட்டது.

மருத்துவமனை போலவே மருத்துவம் கற்க 'நவ வைத்திய கலாநிதி சாலை'யையும் சரபோஜி தொடங்கினார். ஆண்டுக்கு 30 மாணவர்கட்கு மருத்துவம் கற்பிக்கப்பட்டது.

சரஸ்வதி மகால் நூலகத்தைப் பாதுகாத்து வளர்ப்பதில் சரபோஜி உரிய கவனம் செலுத்தினார். புதிய நூல்கள் பல வாங்கப்பட்டன.

பழைய நூல்கள் பழுது பார்க்கப்பட்டன. நூல் பட்டியல் தயாரிக்கப் பட்டது.

மேல்நாட்டாருடன் துவிபாஷி துணையில்லாமல் ஆங்கிலத்தில் உரையாடிய இந்திய சுதேசி மன்னர் சரபோஜி ஒருவரே. அவரால் நூலகத்திற்கு 4500 ஆங்கில நூல்கள் சேகரிக்கப்பட்டன. லண்டன் ஆசியாட்டிக் சொசைட்டி அவரை கவுரவ உறுப்பினராக்கியது.

கட்டடக் கலையில் ஆர்வம் செலுத்திய சரபோஜியால் ஒரத்தநாடு, முத்தம்மாள் சத்திரம், மனோரா கோட்டையும் மிக அழகாகக் கட்டப் பட்டன. கப்பல்கள் கட்டியதும் தஞ்சையில் அச்சகம் நிறுவியதும் வேறு சுதேச மன்னர்கள் யாரும் செய்யாதவை. கலைகளில் மிக ஆர்வம் கொண்ட சரபோஜி, கதாகாலட்சேபம், பாகவத மேளா, லாவணி முதலியவற்றை தஞ்சைக்கு அறிமுகப்படுத்தினார். தஞ்சைக் கலைத்தட்டு, ஓவியம் வரைவது அவர் பொழுதுபோக்கு. நாள்தோறும் இரவு அரண்மனையில் கலைநிகழ்ச்சிகள் நடத்தப்பட்டன. அவர் வேட்டையாட நாட்டில் 4 காடுகள் ஒதுக்கப்பட்டுள்ளன. காசிப் புனிதப் பயணம், சோழநாட்டு தல யாத்திரை, இராமேஸ்வரப் பயணம் ஆகியவை ஆவணப்படுத்தப்பட்டன. காசிப் பயணம் வழிபட மட்டுமல்ல செடி, கொடி, மரங்கள், அரிய விதைகள் சேகரிக்கவும் பறவை, நாணயங்கள் சேகரிக்கவும் புதிய நூல்கள் வாங்கவும் பயன்பட்டது. கிறித்தவம், இஸ்லாம் சமய ஒருமைப்பாட்டுடன் பேணப்பட்டன. காஞ்சிபுரத்தில் இருந்த சங்கராச்சாரியார் மடம் கும்பகோணத்தில் அமைக்க உதவிகள் பல செய்தார். இராசாராம் மோகன்ராய்க்கு முன்பே, பெண்கள் உடன்கட்டை ஏறுவதைக் கண்டித்தார். பல சத்திரங்களைக் கட்டி அவற்றில் உணவு மட்டுமல்ல கல்வி, மருத்துவப்பணி செய்தார். நவவித்யா சாலை என்ற கல்விக்கூடங்களை தொடங்கினார். வேத நாயக சாஸ்திரிகளை ஆதரித்தார்.

தன் மகன் கல்வி, கலை முதலியன கற்கவும் அரசு விதிகளை நன்கு அறியவும் ஏற்பாடு செய்து அவர் வாழ்க்கையைச் செம்மைப் படுத்தினார். அவரைத் தன் வாரிசாக ஏற்றுக் கொள்ள பெரிதும் முயன்றார். சரபோஜி மறைவுக்குப் பின்னர் ஆட்சிக்கு வந்த இரண்டாம் சரபோஜி வாழ்க்கை அமைதியாக அமையவில்லை. கம்பெனி பல வகைகளில் அவருக்கு தொல்லை கொடுத்தது, கண்டித்தது. இரண்டாம் சரபோஜி மறைவுக்குப் பின்னர் அரண்மனை சொத்துக்களையும், சரஸ்வதி மகால் நூலகத்தையும் வாரிசு இல்லை என்று கூறி கம்பெனி கைப்பற்ற முயன்றபோது சிவாஜியின் மனைவி காமாட்சியம்மா பாய் நார்ட்டன் துறை மூலமாக அவற்றைக் காப்பாற்றினார். அதனால் தான்

உலகப் புகழ் பெற்ற சரஸ்வதி மகால் நூலகம், இன்றும் மக்களுக்குப் பயன்படுகிறது.

சரபோஜி நாட்டை இழந்து கோட்டையில் வாழ்ந்தாலும் தான் ஒரு மாமன்னர் என்பதில் கண்ணும் கருத்துமாக இருந்தார். இது ஒரு நிகழ்ச்சி மூலம் புலப்படுகிறது. காசிப் பயணத்தின் போது சரபோஜி தான் அரச அந்தஸ்தில் காளகஸ்தி கோயிலில் வழிபட அப்பகுதி மன்னர் அனுமதிக்கவில்லை. பயணத்தின் போதே பல சாஸ்திரங்களை ஆய்ந்து காசிப் பயணத்திலிருந்து திரும்பும்போது காளகஸ்தி சென்று அரசர் முறையோடு வழிபட்டார்.

நூல் ஆய்வில் சரபோஜி மிகத் தேர்ந்தவர். ஒரு ஆசிரியரின் நூலில் உள்ள பல பிழைகளை சுட்டிக்காட்டி சரியான முறையில் பதிப்பிக்கச் செய்தார்.

மேல்நாட்டு கல்வியை முறையாகக் கற்று, ஆங்கிலப் புலமையோடு பல நூறு மேல்நாட்டுத் தொடர்பு கொண்டு நவீன அறிவியல் முயற்சி களைப் புகுத்தி தஞ்சையை அறிவுலக மையமாக்கி புகழ் பெற்ற சரபோஜியின் சாதனை வாழ்வைக் கூறும் இந்நூல் சரபோஜி பற்றிய ஒரு பெரும் கலைக்களஞ்சியம் ஆகும். சரபோஜியை இந்நூல் மிகச் சிறப்பாக அறிமுகப்படுத்துகிறது. இந்த அரிய பணிக்காக நூலாசிரியர் டாக்டர் சு.நரேந்திரன் அவர்களை வரலாற்று அறிவுலகம் என்றென்றும் நினைவில் கொண்டு பாராட்டும் என்பதில் ஐயமில்லை.

ஆழ்கடல் மூழ்கி முத்தெடுப்பது போன்றும் மண்ணைக் குடைந்து பொன் எடுப்பது போன்றும் நேற்றைய மருத்துவம், முயற்சி, மருத்துவ முறைகளைத் தொடர்ந்து நமக்கு அறிவித்துக் கொண்டிருக்கும் மருத்துவர்களின் மருத்துவர் டாக்டர் சு.நரேந்திரன் அவர்கள் இவ்வரிய படைப்பைத் தமிழ் கூறும் நல்லுலகத்திற்கு அளித்துள்ளார். அவருக்கு நல்வாழ்த்துக்கள்.

மேலும் இந்த அரிய பணியை மீண்டும் பாராட்டி வாழ்த்தி மகிழ்கின்றேன்.

மிக்க அன்புடன்
புலவர் செ.இராசு எம்.ஏ., பிஎச்.டி.,
முன்னாள் தலைவர், கல்வெட்டு - தொல்லியல் துறை
தமிழ்ப் பல்கலைக்கழகம், தஞ்சாவூர்
முன்னாள் தலைவர், தமிழகத் தொல்லியல் கழகம், தஞ்சாவூர்
ஈரோடு - 638 011
தொலைபேசி: 0424-2262664

முன்மொழிவு

தஞ்சையில் கீழவீதியில் அரண்மனை வாசலுக்கு நேர் எதிரே எனது இல்லம். சன்னலைத் திறந்தாலே அந்த அகண்ட அரண்மனை வாயிலைத் தான் நான் காணவேண்டும். அதனுள்ளே தான் பல நூற்றாண்டைக் கடந்த அரண்மனை, சரஸ்வதி மகால் நூலகம், இதைப் பார்க்க நூற்றுக்கணக்கானோர் காலையிலிருந்து மாலை வரை கூடியிருப்பார்கள். அங்கே மாலையில் திறந்தவெளி மாடியில் ஒளிஒலிக் காட்சிகள். இப்படிப்பட்ட ஓர் அபூர்வமான இடத்திற்கு முன்னே சுமார் நாற்பது ஆண்டுகளுக்கு மேலாகக் குடியிருந்து அதை அனுபவித்துக் கொண்டிருக்கும்போது அப்படி என்னதான் அங்கு நடந்துவிட்டது? என்ற கேள்விகள் தினமும் என்னுள்ளே எழும். அதற்கான விடைகளை அறிய என்னிடம் வரும் முதிய நோயாளிகளிலிருந்து சரஸ்வதி மகால் நூலகர் வரை அவ்வப்போது கேட்டுத் தெரிந்து கொள்வது என் வழக்கம்.

கடந்த ஆண்டு இதை அறிந்து கொள்ளும் வேட்கை சற்றுக் கூடுதலான போது சரஸ்வதி மகால் நூலகர், சுவடிப் பாதுகாப்பில் தேசிய அளவில் பெயர் பெற்ற முனைவர் பெருமாளிடம் இதைத் தெரிவித்த போது அவர் நான் கேட்டதெல்லாம் கொடுத்தார் என்பதை விட கேட்காததையும், நேரடியாகவும் இணையதளத்தின் மூலமும் அள்ளிக் கொட்டினார். அதில் தமிழ் நூல்களைத் தாண்டி, ஆங்கில மேலைநாட்டு நூல்களும், கட்டுரைகளும் அடங்கும். அவை சரபோஜியின் மீது நான் வைத்திருந்த கருத்துக்களைத் தாண்டி நான் பார்த்திராத கேட்டிராத புதிய புதிய கருத்துக்களை செய்திகளை வெளிச்சம் போட்டுக் காட்டின. அவர் கொடுத்த வரலாற்றுச் செய்திகளின் வழியாகவும், மற்றும் சேகரித்த பல நூல்கள் மூலமும் மராட்டியர்களைப் பற்றி குறிப்பாக மன்னர் சரபோஜியைக் குறித்து நான் அறிந்து கொண்ட வரலாற்றுச் சுருக்கமே இந்நூல் என்றால் அது மிகையில்லை.

"மராட்டியர்கள் முதன்முதல் தஞ்சாவூரில் அடியெடுத்து வைத்தார்கள். நாயக்க இளவரசன் செங்கமலதாசுக்குத் துரோகம் புரிந்த ஏகோஜி தஞ்சை மராட்டிய அரசு பரம்பரையைத் தொடங்கி விட்டான். அது தொடங்கி சரபோஜி மன்னரின் ஆட்சிக்காலம் வரையில் மராட்டியரால் தமிழகத்தைப் பொறுத்த வரையில் நன்மை ஏதும் விளைந்ததாகத் தெரியவில்லை. விசய நகரப் பேரரசர்களுடன், நாயக்கர்களுடன்

ஒப்பிடும் போது மராட்டியர்கள் நாட்டில் குழப்பமும், குடிகளுக்குச் சௌத் முதலிய வரித் தொல்லைகளையும் வளர்த்து விட்டனர். அவர்களுடைய காலமெல்லாம் மைசூர் ஹைதருடன் போராடித் தம் போர்த் திறனைக் காட்டிக் கொள்வதிலேயே கழிந்து வந்தது. மராட்டியர்கள் வடமொழி சார்புடையவர்கள் ஆதலால் தமிழகத்துக்கும் தமிழுக்கும் நாயக்கர்கள் செய்தவற்றைப் போன்ற அழியாத கலைப்பணிகளைச் செய்யத் தவறி விட்டார்கள். சரபோஜி மன்னர் ஒருவர் மட்டும் அரியணையை அணி செய்யாமற் போயிருப்பின் தமிழகம் மராட்டியர் படையெடுப்புகளையும், படுகொலைகளையும் கொடிய வரிகளையுமே சிந்தித்துக் கொண்டிருக்கும்" *(கே.கே.பிள்ளை, தமிழக வரலாறும் மக்களும் பண்பாடும், தமிழ்நாட்டு பாட நூல் நிறுவனம், சென்னை, 1972, ப.401).*

புகழ்பெற்ற வரலாற்று ஆசிரியர் கே.கே.பிள்ளையின் இக்கருத்து முற்றிலும் ஏற்றுக்கொள்ளக்கூடியதா? மறுதலிக்கக் கூடியதா? என்று சிந்தித்துப் பார்க்க வேண்டியவர்களாக உள்ளோம். மராட்டியர் இலக்கியங்கள் கிட்டத்தட்ட எல்லாமே தெலுங்கினிலும், சமஸ்கிருதத்திலும் எழுதப்பட்டுள்ளது. மராட்டியர்களின் இறுதிக்கால ஆட்சிவரை தெலுங்கிசை வளர்ந்தது. நாடகம் தெலுங்கில் எழுதப்பட்டன. தமிழில் எழுதப்பட்ட சில நாடகங்கள் தெலுங்கு எழுத்துக்களில் எழுதப் பட்டன. ஊரின் இடங்களின் பெயர்கள் மராத்தியில் மாற்றப்பட்டன. ஆட்சியின் பொழுது தேவிபட்டினத்தைக் கும்பினி அரசிற்குப் பிரதாபசிம்மன் தாரை வார்த்ததின் காரணமாக ஒரு நூற்றாண்டுக்குள் ஆங்கிலேயர் தஞ்சை அரசையே துடைத்துப் போக்கும் நிலை என்பதனைத் தாண்டி, வணிகம் செய்ய வந்த கும்பினி இந்தியாவை ஆட்சி செய்வதற்கான கால்கோள் விழாவை நிகழ்ந்தினர். இது போலவே காரைக்கால் பிரெஞ்சுகாரர்களின் வசமானது.

நாள்தோறும் கோவில் திருப்பணி, சமய மடங்களுக்கு ஆதரவு, ஆட்சியைத் தவிர்த்து சுமார் மூன்று ஆண்டுகள் புனிதப் பயணங்கள் மற்றும் நாட்டியம், இசை நாடகங்கள், வேட்டையாடுதல், உல்லாச வாழ்விற்குச் கல்யாண மஹால், மங்கள மஹால் மங்கலவிலாசம், அரண்மனையில் ஐந்தடுக்கு சதிர் மாடி என்று சொல்லிக் கொண்டே செல்வது என்பது எல்லா இந்திய சுதேசி மன்னர்கள் அனுபவத்தை ஒத்ததாகவே கொள்ளலாம்.

ஆய்வுக்குட்படவேண்டிய பல ஆயிரம் மோடி ஆவணங்கள் சரஸ்வதி மகால் நூலகத்திலும், அரசு ஆவணக் காப்பகம் ஆகிய இடங்களில் கட்டி வைக்கப்பட்டன. மராட்டிய வரலாறு முழுதும் வெளிச்சத்துக்கு வராத நிலையில் அண்மைக்கால வெளிநாட்டார்

ஆய்வுகள் மற்றும் ஸ்வார்ட்ஸ், தஞ்சை ரெசிடெண்ட் டோரின், வில்லியம் பிளாக் பர்ன் போன்றோரின் கடிதங்கள் மூலம் சரபோஜி காலத்தின் ஏராளமான செய்திகளை அறியமுடிகிறது.

சரபோஜி மன்னர் 1786இல் இறந்த துளஜாவின் வளர்ப்பு மகன். அவர் டேனிஷ் ஸ்வார்ட்ஸ் பாதிரியார் மற்றும் சில கிறித்தவர்களிடம் கல்வி பயின்ற போதிலும் பிராமணியத்தின் கோட்பாடுகளுடன் வாழ்ந்தார். ஆனாலும் தாராளமான உணர்வுகளைக் கொண்ட மனிதராகத் தனது நாட்டில் வசிக்கும் டேனிஷ் மிஷினரி பாதிரியார்களிடம் மிகுந்த மரியாதை கொண்டார். அப்படியே அவர்களும் நடந்து கொண்டனர்.

சரபோஜி ஆங்கிலப் புலமை மிக்கவரானதால் ஆங்கில புத்தகங்களின் நூலகத்தை நிறுவி அதன் மூலம் தனது நாட்களில் பெரும்பகுதியைப் புத்தகம் வாசிப்பதில் செலவிட்டார்.

தரங்கம்பாடி மிஷனரிகள் தஞ்சை, இலண்டனைத் தளமாகக் கொண்ட சொசைட்டி ஆப் ப்ரமோசன் ஆப் கிறிஸ்டியன் நாளெட்ஜ் (SPCK) கிறித்துவ சமய ஹாலே நிறுவனத்துடன் இணைக்கப்பட்டிருந்தது. இவர்களுடன் சரபோஜி நெருங்கிய தொடர்புடன் இருந்ததன் காரணமாக அவர்கள் மூலம் தொழில்நுட்பங்கள், யோசனைகள் பெறப்பட்டன. இத்துடன் பல அரிய பொருட்களும், நூல்களும் சேகரிக்கப்பட்டன.

சென்னை கும்பினியாரின் அறுவை சிகிச்சை நிபுணர்கள், சென்னை ராஜதானி அறிஞர்கள், இயற்கை ஆர்வலர்கள் மூலமும் அறிவியல் பூர்வமான நன்மைகள் கிடைக்கப் பெற்றன. சரபோஜியின் உலகியல் அறிவியலும் கடவுளும் ஒன்றிணைந்திருந்தன. அவர் இந்து மத வாழ்க்கை பாரம்பரியத்தில் உறுதியாக வேரூன்றியவராக இருந்த போதிலும் அறிவியலில் ஆர்வம் மிகுந்தவராகவும் தத்துவ விஷயங்களை அறிவதில் அதிக நேரம் செலவிடுபவராகவும், அறிவியலைப் பல ஆக்கப்பூர்வ செயல்களுக்குப் பயன்படுத்துபவராகவும் இருந்தார்.

சரபோஜியின் மேல்நாட்டு அறிவியல் தொழில்நுட்பத்தை அறிய - ஒரு நிகழ்ச்சி (தமிழ் தாத்தா உ.வே.சா வாயிலாக)

சரபோஜி மன்னர், மேல்நாட்டு அறிஞர்களை இங்கு அழைத்து அறிவு நூல்களை விளங்கிக் கொண்டதுபோலவே நம் நாட்டிலிருந்து அறிவும் ஊக்கமும் மிக்க சில இளைஞரை மேல்நாட்டுக்கு அனுப்பி, அறிவுத் துறைகளிலும், கைத்தொழிலும் தேர்ச்சிபெற்று வரச் செய்தார். அவ்வாறு சென்று வந்தவர்களில், அபிராமி ஆசாரி என்பவர் ஒருவர். இவர் முப்பது ஆண்டுகளுக்குமேல் ஐரோப்பாவில் தங்க நேர்ந்து விட்டபடியால் சரபோஜி மன்னன் காலத்துக்குப் பிறகுதான் தஞ்சைக்குத்

திரும்ப நேர்ந்தது. இவர் தலைசிறந்த மருத்துவராக விளங்கினார். பொருள்களின் சேர்க்கை, பிரிவு, தன்மை முதலியவைகளை நன்கு அறிந்திருந்தார். நீரின் நிலை, இயக்கம், மணிகள், உலோகங்களின் அமைப்பு, மக்கள் உழைப்பைக் குறைக்கவும் எளிதாக்கவும் வல்ல பொறிகளைச் செய்தல் முதலிய துறைகளில் பட விளக்கத்துடன் பல நூல்கள் தமிழில் எழுதி வைத்திருந்தார். ஆதரவின்மையால் இந் நூல்கள் வெளிவராது ஒளிந்து கொண்டன. இவர் மருத்துவமுறை அபிராம ஆசாரி முறை என்ற பெயரில் மருத்துவ உலகில் மிகவும் சிறப்போடு வழங்குவதாகும். இவருடைய கையழுத்துச் சுவடிகளை, எவ்வாறாயினும், எவ்வளவு பொருட்செலவு செய்தாயினும் பெற வேண்டும் என்று தமிழ் வள்ளல் பாஸ்கர சேதுபதி முயன்றதாக மகாவித்துவான் ரா.இராகவையங்கார் என்னிடம் சொல்லியதுண்டு. அபிராமி ஆசாரியாரிடம் நேரில் பழக்கமுடைய அப்பாவு ஆசாரியார் என்பவர் தொண்ணூறு ஆண்டுகளுக்கு முன்பு இவரைப் பார்த்த போது தன்னுடைய முதிய நிலையில் மிகவும் வெறுப்புற்றவராக இருந்தார் என்றும் அவர் இல்லத்தில், அவரே கைப்பட எழுதிய பல ஏடுகள் இருந்ததாகவும் என்னிடம் சொல்லியிருக்கிறார். ஒரு சமயம் தஞ்சை அரசர் சிவாஜி மன்னரிடம், வெளிநாட்டு வணிகர் ஒருவர் பல விலையுயர்ந்த மணிகளைக் கொண்டு வந்து விற்றபோது, அவற்றை மதிப்பிடுவதற்காக அபிராமி ஆசாரியாரை அழைத்தார்களாம். அவர் தான் பார்த்து மதிப்பிடுவதானால் தனக்கு ஆயிரம் ரூபாய் ஊதியம் வேண்டுமெனச் சொல்லி, அந்த மணிகளை நன்கு சோதித்து, அவையனைத்தும் ஐந்து ரூபாய் பெறும் என்றும் அந்த வணிகர் ஐந்து லட்சம் ரூபாய் தண்டம் பெற வேண்டும் என்றும் சொல்லி, மணிகள் என்று காட்டியவையெல்லாம் செயற்கை நிழல் ஊட்டப் பெற்ற கண்ணாடித் துண்டுகள் என்பதைச் செய்நீரில் இட்டுப் பிரித்தும் காட்டினாராம். பின்னர் செய்மணிகள் திறம்பட ஆக்கும் ஆற்றலுடையவர் என்பதறிந்த அரசன், இத்தகைய மணிகள் செய்து தரவேண்டும் எனக் கேட்டபொழுது "அரசே எங்கள் தந்தையார் எனக்கு உண்மையைக் காணும் பயிற்சியைத்தான் கொடுக்க எண்ணினார். உண்மையை மறைத்துப் போலியைச் செய்ய நான் கற்றுக்கொள்ளவில்லை" என்று சொல்லியது நினைக்கத்தக்கது. சரபோஜி மன்னன் எண்ணம் கைகூடி யிருந்தால், தஞ்சை, இந்த நாட்களில், ஆக்ஸ்போர்டு (Oxford) போன்றும் ஹார்வர்டு (Harward) போலவும் நம் நாட்டில் விளக்கமுற்றிருக்கும்.

மன்னர் சரபோஜி பரம்பரையாக மராட்டி, சமஸ்கிருதம் மற்றும் தமிழ் ஆகியவற்றின் இலக்கியம், கலை, மருத்துவம், பொழுதுபோக்கு ஆகிய நூல்களின் பனை, காகிதச் சுவடி சேகரிப்புகளை முன்னோர் களிடமிருந்து பொக்கிஷமாக வைத்துக் கொண்டிருந்தார். இருப்பினும் அவர்களிடமிருந்து வேறுபட்டு நூற்றுக்கணக்கான அறிவொளியூட்டும்

ஐரோப்பிய இலக்கியங்களைச் சேகரித்தார். இந்தச் சேகரிப்பே இந்தியாவிலுள்ளவைகளில் மிகப் பெரிதானதாகும். இவைகள் அனைத்தும் அவருடைய 30 ஆண்டு ஆட்சிக் காலத்தில் சேகரிக்கப் பட்டவை.

இந்நூல் சேகரிப்பில் ஐரோப்பிய கலை மற்றும் அறிவியல் நூல்களைத் தவிர சமையல் முதல் விளையாட்டு வரையிலான பல பாடங்களை உள்ளடக்கிய சுயஉதவி வழிகாட்டிகள் மற்றும் ஆலோசனை கையேடுகள் அடங்கும். இது தவிர சேம்பர்ஸ் கலைக் களஞ்சியம் மற்றும் பிரிட்டானிய கலைக் களஞ்சியம் போன்ற இலக்கியங்கள் மற்றும் குறிப்புப் புத்தகங்கள் ஆகியவைகளும் இடம் பிடித்திருந்தன. சரபோஜி தினசரி நாளிதழ்களான தி கார்டின், தி மதராஸ் கூரியர், குறிப்பிட்ட கால இடைவெளியில் வரும் டேட்லர், தி ஸ்பெக்டேட்டர், ரிவ்யூ மற்றும் தி ராம்பிளர் போன்ற ஆங்கில நாளிதழ்களைச் சென்னையிலிருந்து வரவழைத்து வாசிப்பதோடு அல்லாமல் அவற்றைப் பாதுகாத்தும் வைத்து இருந்தார். இவைகள் 18ஆம் நூற்றாண்டின் அரசியல் செய்திகள், சமீபத்திய போக்குகளைத் தவிர அறிவூட்டுபவைகளாகவும் இருந்தன. சுருங்கச் சொல்ல வேண்டுமெனில் 19ஆம் நூற்றாண்டின் தொடக்கத்தில் வாழ்ந்த மன்னர்களை, மனிதர்களைவிட உற்று நோக்க வேண்டிய ஒரு அசாதாரண மனிதராக சரபோஜி திகழ்ந்தார், வாழ்ந்தார்.

ஒருசமயம் சரபோஜியின் மிகுந்த புஜபல பராக்கிரமத்தைக் கண்ட ரெசிடெண்ட் ப்ளாக் பர்ன் "மன்னவா, இந்த வயதில் இத்துணை பலசாலியாக மற்றும் மக்கள் ஆதரவு இப்படி எல்லாம் இருக்கும் போது தஞ்சை அரசை கும்பினியார்களிடமிருந்து கைப்பற்றி முழுமையாகத் தாங்கள் ஆட்சி செய்யலாமே என்ன தயக்கம்? உங்களைத் தூங்கச் செய்வது எது?" என்று கேட்டார்.

மன்னர் தன் ஆளுகைக்கு உட்பட்ட மக்களின் மேல் கொண்டிருந்த அன்பின் காரணமாகப் போரைத் தவிர்த்தார். பொறுமை காத்தார். மேலும் சரபோஜி மன்னரின் வளர்ப்புத் தந்தை ஒப்படைத்தது தன்னலமற்ற ஸ்வார்ட்ஸ் பாதிரியிடம்; அவர் இல்லையேல் சரபோஜியின் உயிர் இளவயதினிலேயே பறிக்கப்பட்டு, அறிவுலக சரித்திரத்தில் மன்னர் பெயர் இடம் பெயராமலே போயிருக்கும்.

மன்னர் சரபோஜிக்குப் பிறகு கும்பினியார்களால் அனைத்தும் பறிக்கப்பட்டன. நல்லவேளையாக மன்னருடைய மருமகள் காமாட்சி யம்மாள் பாய் (இவர்தான் தஞ்சை ராஜாமிராசுதார் மருத்துவமனை கட்ட 50 ஏக்கர் நிலம் வழங்கியவர்) முயற்சியால் இன்று நமக்கு மன்னர் சரபோஜியின் அறிவொளி மையத்தின் எச்சமான சரஸ்வதி

மகால் நூல் நிலையம் பல ஆயிரம் உள்நாட்டு வெளிநாட்டு ஆய்வாளர் களுக்கு ஆய்வு செய்யும் களமாக இயங்கி வருகிறது. இந்தியாவில் பலநூறு மன்னர்கள் வாழ்ந்திருந்த போதிலும் அவற்றின் சுவடுகளாக அவர்கள் வாழ்ந்த அரண்மனை அல்லது தோட்டங்கள் எஞ்சியுள்ள இந்நிலையில் அறிவொளியூட்டும் இந்நூலகத்தைப் போல் இந்தியாவில் வேறு எங்கும் காணமுடியாது. அதற்காக நாம் மன்னர் சரபோஜியைப் போற்றிப் புகழ வேண்டும், வாழ்த்த வேண்டும். இப்படிப்பட்ட ஓர் அறிவொளி மையத்தை உண்டாக்கி அரும்பெரும் சேகரிப்பு தந்த அந்த அற்புத மனிதனை நன்றாக நினைவூட்டவே இந்நூல்.

இதிலுள்ள செய்திகள் பெரும்பாலும் மோடி ஆவணங்கள் மூலமாகவும், கடிதங்கள் மூலமும் பெறப்பட்டவை. குறிப்பாக மோடி ஆவணங்கள் மூலமாக அரசியல் வரலாறு, பண்பாடு, சமூக நிலை, பொருளாதாரம் ஆகியவற்றினை அறியமுடிகிறது. இந்த ஆவணங்கள் வரலாற்று ஆய்வுக்குப் பயன்படும் மூலச் சான்றுகளாகும். மோடி ஆவணங்கள் சுருக்கெழுத்து முறையில் மராட்டிய மொழியில் எழுதப்பட்டுள்ளன. ஆரம்ப காலத்தில் இவை விரைவாகவும் மறைவாகவும் எழுதுவதற்கு உருவாக்கப்பட்டது முதலில் கற்களிலும் பின்னர் செப்பேடுகளிலும் எழுதப்பட்டன. பின்னர் கையினால், கடுக்காய் மையினால்; காகிதத்தில் சொற்கள் பிரிக்காமல் எழுதப் பட்டன. இவற்றைப் படிப்பது மிகவும் கடினம். இம்முறை மராட்டிய மன்னர்களால் 200 ஆண்டுகள் மராட்டிய ஆட்சி முடிவுக்கு வரும் வரை வழக்கத்திலிருந்தது.

இந்த ஆவணங்கள் மூலம் தமிழ்ப்பல்கலைக்கழகத் துணை வேந்தர் முதுமுனைவர் வ.அய்.சுப்பிரமணியத்தின் முயற்சியால் தஞ்சை மராட்டிய மன்னர் கால அரசியலும், சமுதாய வாழ்க்கையும் என்ற நூல் வெளியிடப்பட்டது. மோடி ஆவணங்கள் சென்னை ஆவணக் காப்பகம், தமிழ்ப் பல்கலைக்கழகம், சரஸ்வதி மகால் நூலகம் போன்ற பல இடங்களில் உள்ளன. இவை அனைத்தையும் மொழிபெயர்த்து வெளியிட்டால் சுமார் 200 ஆண்டுக்கால அறிவியல் உலகத் தலைநகரமான தஞ்சை வரலாற்றினை நாம் முழுமையாக அறிய முடியும். அதற்கான ஆரம்ப முயற்சி என இந்நூலைக் கொள்ளலாம்.

டாக்டர் சு.நரேந்திரன்

தஞ்சாவூர்-613001

அலைபேசி:04362-230366

தஞ்சையில் மராட்டியர் வரலாறு

'சோழநாடு சோறுடைத்து' என்று புகழும் அளவிற்குச் சோழ மன்னர்கள் காலத்தில் நெற்களஞ்சியமாகவும், அனைத்துக் கலைகளும் ஒருங்கே அமைந்த கலைக் களஞ்சியமாகவும், பண்பாட்டின் சிகரமாகவும் தஞ்சை நகரம் விளங்கியது.

பதிவு செய்யப்பட்ட வரலாற்றுக்கு வரும்போது தஞ்சையை ஆட்சி செய்த கரிகாற் சோழனை (50 கி.பி முதல் 95 கி.பி வரை) யாவராலும் அறிய இயலும். அவர் சங்ககாலச் சோழர்களில் ஈடு இணையற்ற சிறந்த மன்னராகவும் பொறியாளராகவும் விளங்கியவர்.

சோழர்கள் ஆறு நூற்றாண்டுகள் வரை வலிமை மிக்கவர்களாக இருந்தனர். களப்பிரர்களின் படையெடுப்பாலும், காஞ்சி பல்லவ மன்னர்களின் எழுச்சியாலும் இவர்களுடைய பலம் குன்றியது. ஒன்பதாம் நூற்றாண்டின் இறுதியில் பல்லவர்களின் வீழ்ச்சி காரணமாகச் சோழர்கள் மீண்டும் தலைதூக்கினர். பாண்டிய, பல்லவர்களின் எல்லைக்கிடையில் வாழ்ந்த சோழர்கள்; பாண்டிய அரசுக்குச் சொந்தமான பகுதிகளைக் கைப்பற்றினர். சோழர்களின் மாபெரும் தலைவராக விளங்கிய விஜயாலயன் முத்தரையர்களிடமிருந்து தஞ்சையைக் கைப்பற்றித் தனது அரசின் தலைநகரமாக்கிக் கொண்டான். சோழர்களின் நாடு வடக்கில் உள்ள வெள்ளாற்றிலிருந்து தெற்கில் உள்ள வெள்ளாறு வரை பரவியது. இவனுடைய வம்சத்தினர் பிற்காலச் சோழர்கள் என அழைக்கப்பட்டனர்.

விஜயாலய சோழன் (850-871) தஞ்சையைத் தனது எதிரிகளிடமிருந்து கைப்பற்றினார். அவரது சந்ததியினர் கி.பி.1279 வரை ஆட்சி செய்தனர். இராஜராஜசோழன் அவர்களில் மிகச்சிறந்த மன்னர் ஆவார். அவரை அடுத்து சிறப்பாக ஆட்சி செய்தவன் அவரது மகன் இராஜேந்திர சோழன்.

கி.பி.1279க்குப் பிறகு சோழர்கள் என்ற மரபிலான தலைவர்கள் ஆட்சியில் இருந்தனர். பின்னர் விஜயநகரப் பேரரசு; சோழமண்டலத்தைத் தன்னுடன் இணைத்துக் கொண்டது. கி.பி.1532இல் தஞ்சையில் ஏற்படுத்தப்பட்ட நாயக்க மரபின் கடைசி மன்னரான விசயராகவ நாயக்கர் தன் மகளை மதுரையை ஆண்ட சொக்கநாத நாயக்கனுக்குக் கொடுக்க மறுத்தார். மதுரை நாயக்கர் தஞ்சையின் மீது படையெடுத்தார். தஞ்சை

நாயக்கராகிய விஜயராகவர் போர்க் களத்தில் இறந்தார். எனினும் விஜயராகவருடைய மனைவியருள் ஒருவர் தன் மகனை ஒரு தாதியிடம் கொடுத்துத் தப்பியோடுமாறு செய்தார்.

தஞ்சை நாயக்கர் இறந்ததும் மதுரை சொக்கநாத நாயக்கர் தனது மாற்றான் தம்பி அழகிரி என்பவரைத் தஞ்சையில் ஆட்சி செய்யுமாறு அனுப்பினார். சில ஆண்டுகள் மதுரைக்கு அடங்கியிருந்த அழகிரி சொக்கநாதருக்கு எதிராகச் செயல்பட்டார். இதற்குக் காரணம் அவருடைய அமைச்சர் ஆகிய ராயசம் வெங்கண்ணா.

இதற்கிடையில் விஜயராகவ நாயக்கருடைய மகன் செங்கமலதாசு என்ற பெயரில் நாகப்பட்டினத்தில் வளர்ந்து வருவதை அறிந்த வெங்கண்ணா அழகிரியை நீக்கிச் செங்கமலத்தை அரசனாக ஆக்க நினைத்தார். நாகப்பட்டினத்திற்குச் சென்று செங்கமலதாசுடன் பீஜப்பூருக்குச் சென்று பீஜப்பூர் சுல்தான் அடில்ஷாவின் உதவியை நாடினார். பீஜப்பூர் சுல்தானும் தன் தானைத் தலைவராக விளங்கிய ஏகோஜியை பெரிய சேனையுடன் அனுப்பினார்.

ஏகோஜி யார்?

மராட்டிய மாநிலத்தில் தோன்றிய மாவீரர்களில் பெருமை மிக்கவர் மாலோஜி, விட்டோஜி என்ற இரு தலைவர்கள். இவர்களை இந்திய நாட்டின் கலாச்சாரத்தைக் காக்க வழிகண்டவர்கள் என்று கூறுவதுண்டு. மாலோஜியின் குமாரர் ஷாஜி குறிப்பிடத்தக்கவர். பீஜப்பூர் சுல்தானிடம் படைத் தலைவராக விளங்கி மைசூர் பிராந்தியத்தை ஆட்சி புரிந்தவர் ஷாஜி போன்ஸ்லே. இவர் போஜலகுல வம்சத்தைச் சார்ந்தவர். இந்த ஷாஜி போன்ஸ்லேக்கும் ஜிஜாபாய்க்கும் பிறந்தவர் தான் புகழ்பெற்ற சிவாஜி. ஷாஜியின் இரண்டாவது மனைவியின் பெயர் துக்காபாய். இவருக்குப் பிறந்தவர்தான் ஏகோஜி.

ஆடு பகை, குட்டி உறவு என்ற பழமொழிக்கு இணங்க பீஜப்பூர் சுல்தானின் முதல் எதிரி சிவாஜி ஆனால் பீஜப்பூரின் தளபதிகளில் ஒருவர் சிவாஜியின் தம்பி ஏகோஜி.

ஏகோஜி தஞ்சைக்குப் படையெடுத்து வரும் வழியில் ஆரணியை வென்று தஞ்சை நோக்கி வந்தார். தஞ்சைக்கு அருகில் அய்யம் பேட்டையில் அழகிரியின் படைகளைத் தோல்வியுறச் செய்தார். அழகிரியும் கோட்டையை விட்டோடி இரவோடு இரவாக ஓடி விட்டார். தஞ்சை செங்கமலதாசுக்குக் கிடைத்தது. ஏகோஜிக்குப் போர்ச் செலவிற்கான துகை பெற்றுக்கொள்ள கும்பகோணத்தில் தங்கியிருந்தார்.

ஏகோஜி தஞ்சையைக் கத்தியின்றி இரத்தமின்றிக் கைப்பற்றினார்

செங்கமலதாசு தன்னை வளர்த்த நாகப்பட்டினத்தாரை அமைச்சராகவும், தானைத் தலைவராகவும் ஆக்கினார். ராயசம் வெங்கண்ணா இது குறித்து வருந்தினார். செங்கமலதாசுக்குப் பாடம் கற்பிக்க நினைத்து ஏகோஜியை அனுப்பித் தஞ்சையைக் கைப்பற்றி அரசு கட்டிலேறுமாறு வேண்டினார். ஏகோஜி முதலில் மறுத்தார். பிறகு சுல்தான் அடில்ஷா இறந்துவிட்டான் என்பதை அறிந்ததும் தஞ்சையைக் கைப்பற்றத் துணிந்தார். வெங்கண்ணாவும் செங்கமலதாசிடம் ஏகோஜி தஞ்சையைக் கைப்பற்ற இருப்பதாகக் கூறி அச்சத்தை உண்டாக்கினார். ஏகோஜி படையுடன் தஞ்சையை நோக்கி வரவே அச்சமுற்றிருந்த செங்கமலதாசன் உயிருக்குப் பயந்து அரண்மனையிலிருந்து வெளியேறி அரியலூருக்கு ஓடிவிட்டான், பிறகு துணிந்து தஞ்சைக்குச் சென்று எந்த எதிர்ப்பும் இன்றி தஞ்சையைக் கைப்பற்றினார். துரோகச் செயலில் ஈடுபட்ட வண்ணமாயிருந்த ராயசம் வெங்கண்ணாவை, ஏகோஜி நம்பாது சிறைப்படுத்த முயன்றார். இதனை அறிந்த வெங்கண்ணா நாட்டை விட்டே ஓடி மறைந்தார்.

மாற்றுக்கருத்து

இது தவிர விஜயராகவ நாயக்கர் மரணம் பற்றி மேலும் ஒரு கருத்து உள்ளது. விஜயராகவ நாயக்கரின் உதவிக்காகப் பீஜப்பூர் சுல்தானால் அனுப்பப்பட்ட படை, திருச்சியில் சொக்கநாதருடன் போரிட்டு அவனைத் தோல்வியுறச் செய்ததால் விஜயராகவ நாயக்கருக்கு மதுரை மன்னனால் ஏற்பட்ட சங்கடங்கள் தீர்ந்தன. மதுரைப் படையை விரட்டிய ஏகோஜி தஞ்சை மன்னர் கொடுக்க வேண்டிய கப்பத்தையும், கூலிப்படையின் ஊதியத்தையும் பெறுவதற்குக் காத்திருந்தான். விஜயராகவ நாயக்கர் கப்பம் கொடுக்காமல் இருந்து விடுவார் என்று எண்ணிய ஏகோஜி நாடு திரும்பாமல் படையுடன் தஞ்சை நகரின் வடக்குவாசல் வழியாக உள்ளே நுழைந்தார். இதை அறிந்த விஜயராகவ நாயக்கர் படைகளுடன் வடக்கு வீதியிலுள்ள இராஜகோபாலசாமி கோயில் அருகே எதிர்த்துக் கடும்போர் புரிந்து வீரமரணம் அடைந்ததாகவும், அவருடன் மகன் மன்னாரு தேவரும் வீர சுவர்க்கம் அடைந்ததாகவும் கூறப் படுகிறது. இதனை வரலாற்று அறிஞர் குடவாயில் பாலசுப்பிரமணியன் உறுதி செய்கிறார். இவர் செங்கமலதாசன், அழகிரி நாயக்கர் முதலியோர் கற்பனைப் பாத்திரங்கள் எனக் கூறுகிறார்.

ஏகோஜி தஞ்சை மன்னரானார்

ஏகோஜி

இந்நிகழ்ச்சியே தஞ்சையில் மராட்டியர் ஆட்சி ஏற்பட வழி வகுத்தது. இது நிகழ்ந்தது 3.2.1675 ஆம் அன்றாகும். கி.பி.1675 மார்ச் 17ஆம் நாளில் ஏகோஜி தனது தமையன் 6.6.1674இல் முடி சூட்டிக் கொண்ட வைபவத்தினால் ஏற்பட்ட ஆசை காரணமாக ஏகோஜியும் முடிசூட்டிக் கொண்டார். ஏகோஜி காலியாக இருந்த இடத்தில் தன்னை தக்கவைத்துக் கொண்டதைத் தவிர திருவாங்கூர் மார்த்தாண்டனைப் போல் ஒரு புது இராஜ்ஜியத்தை நிறுவவில்லை. தந்தை ஷாஜி, ஏகோஜியிடம் மிகுந்த அன்பு கொண்டிருந்தமையால் தான் வென்ற நாடுகளை, ஏகோஜிக்கு அளித்து, அவருக்கு உதவியாக இருக்குமாறு ரகுநாத் நாராயண ஹனுமந்தே என்பவரை அனுப்பி வைத்தார்.

ஏகோஜிக்கும் ரகுநாத் நாராயணனுக்கும் கருத்து வேற்றுமை உண்டாகி சிவாஜியிடம் சென்று அவருக்கு உதவியாக இருக்கத் தொடங்கினார். தென்னாட்டின் மீது படையெடுக்க சிவாஜிக்கு உதவியாக இருந்தார்.

சிவாஜி, ஏகோஜிக்கு உரிய நாடுகளில் சரிபாதி தான் பெற வேண்டும் என்று கருதினார். பலதடவை கேட்டனுப்பினார். தன் குடும்பச் சொத்துக்களில் முறையான பங்கைக் கொடுக்காததாலும் சிவாஜி, ஏகோஜி மீது வெறுப்புற்றார். கி.பி.1676இல் தென்னாட்டின் மீது படையெடுத்து செஞ்சியைக் கைப்பற்றிய சிவாஜி வேலூர், வாலி கண்டபுரம் ஆகிய பகுதி களைத் தனதாக்கிக் கொண்டு கொள்ளிடத்தின் வடபால் உள்ள திருமழபாடியில் முகாமிட்டு, தன்னை வந்து காணுமாறு ஏகோஜிக்கு மடல் எழுதினார். ஏகோஜியும் சென்று பேச்சு வார்த்தை நடத்தினார். சிவாஜி தனக்குரிய பங்கைக் கொடுக்குமாறு கேட்டார். ஏகோஜி மறுத்தார். சிவாஜிக்குரிய சினத்துக்கு இரை யாகாமல் இருக்க ஏகோஜி கொள்ளிடத்தைக் கடந்து தப்பி ஓடிவிட்டார். இச்சமயம் சிவாஜி ஏகோஜியின் அமைச்சரைச் சிறைப்படுத்திய

சத்ரபதி சிவாஜி

பின் விடுதலை செய்தார். பின்னர் கொள்ளிடத்துக்கு வடக்கிலுள்ள பகுதிகளை தனக்குரியதாக்கிக் கொண்டார். ரகுநாத் நாராயண் என்பவரிடம் வென்ற பகுதிகளை ஒப்படைத்தார். அந்நாளில் மராட்டியப் படைக்கும் ஏகோஜிக்கும் போர் நடைபெற்றது. முதலில் ஏகோஜி வென்ற போதிலும் மராட்டியப் படை ஏகோஜியின் படையை முறியடித்தது. இச்செய்திகளை எல்லாம் ரகுநாத் சிவாஜிக்கு தெரிவித்தார். சிவாஜி ஒரு நீண்ட மடலை ஏகோஜிக்கு எழுதினார். "போரில் குதித்துத் துரியோதனனைப் போல் அறிவு கெட்டு மக்களைக் கொல்கிறீர்கள். உங்களுடைய முட்டாள்தனத்தால் முகமதியரின் ஆலோசனைகளின்படி நடந்து கொண்டது தவறு. நடந்தது நடந்து விட்டது. இனியும் பிடிவாதம் பிடிக்க வேண்டாம். பதின்மூன்று ஆண்டுகள் நீங்கள் எல்லாவற்றையும் நுகர்ந்தீர்கள். ஆரணி, பெங்களூர், கோலார், ஹஸ்கோட், கார்கோன் மற்றும் தஞ்சாவூர் போன்ற பகுதிகள் உங்கள் கையில் இருக்கின்றன. அவற்றை மக்கள் கையில் விட்டு விடுவது நல்லது. என்னைக் காண வாய்ப்பு ஏற்படுத்திக் கொள்ளுங்கள். தாங்கள் என்னைக் கண்டு பேச வாய்ப்பு உண்டாக்கிக் கொண்டால் தங்களுக்குத் துங்கபத்திரைப் பக்கத்தில் பான்ஹால் என்ற பகுதியில் மூன்று இலட்சம் ஹொன்னை மதிப்புள்ள நாட்டைக் கொடுப்பேன்" என்று அறிவுரை கூறினார். அக்கடிதத்தில் ரகுநாதரோடு கலந்து கொண்டு உடன்படிக்கை செய்து கொள்ளுமாறும் அறிவுரை கூறினார். (தஞ்சை மராட்டிய மன்னர் கால அரசியலும் சமுதாய வாழ்க்கையும், கே.எம்.வேங்கடராமையா, ப.40)

தீபாம்பாளின் யோசனை கைகொடுத்தது

ஏகோஜி எதற்கும் ஒத்துவராததால் வெறுப்புற்று, சத்பதி சிவாஜி ரகுநாத் நாராயண் தலைமையில் மராட்டியப் படையைத் தஞ்சையைத் தாக்குவதற்கு அனுப்பினார். அய்யம்பேட்டையில் நடந்த சண்டையில் தஞ்சைப்படை தோல்வியைத் தழுவியது. இந்நிலையில் ஏகோஜியின் மனைவி தீபாம்பாள் கணவரிடம் "சிவாஜியுடன் ஓர் உடன்படிக்கை செய்து கொள்ளவேண்டும்" என்று கூறி ஏகோஜியின் இசைவைப் பெற்றார். தீபாம்பாள் சிவாஜி அமைச்சரான இரகுநாத அனுமந்தேயிடம் முறையிட்டு அமைச்சர் கட்டாயம் இதில் தலையிட வேண்டும் என்றும், அப்போது தான் ஓர் உடன்பாடு ஏற்படுமென்றும் கூறி ஏகோஜியை உடன்படச் செய்தார். அதன்படி அமைச்சர் இரகுநாதரிடம் கூறி அவர் மூலம் சத்திரபதி சிவாஜிக்கு ஒரு கடிதம் எழுதினார். அக்கடிதத்தில் மிக சாமர்த்தியமான முறையில் ஏகோஜியின் இரங்கத்தக்க நிலையை எடுத்துக் கூறி "மூத்த சகோதரர் இளைய சகோதரருக்குச் செய்ய வேண்டிய கடமையாக அவருக்கு உதவி செய்ய வேண்டும் என்று

விளக்கினார். சிவாஜி தன் சகோதரனை மன்னிப்பதாக மகிழ்ச்சியுடன் கடிதம் எழுதினார்.

ரகுநாதரை வரச் செய்ததன் பயனாக ஓர் உடன்படிக்கை ஏற்படலாயிற்று. அதன்படி தஞ்சைப்பகுதி மட்டும் ஏகோஜிக்கு உரியது என்றும் அதற்காக 3 லட்சம் பர்தோக்கள் சிவாஜிக்குக் கொடுக்க வேண்டும் என்றும் முடிவு செய்யப்பட்டது. தான் மரணமடைவதற்கு முன்பாக கி.பி.1680இல் தன் கூட்டணிக்கு விலையாக, பீஜப்பூர் சுல்தானிடமிருந்து கர்நாடிக் மற்றும் தஞ்சாவூர் மாவட்டத்தின் மீதிருந்த எல்லா உரிமைகளையும் (Sovereignty) சிவாஜி கட்டாயப்படுத்திப் பெற்றார். இப்படிப் பயங்கரமாகத் தன் சகோதரனால் பெறப்பட்ட மேலதிகாரம் ஏகோஜியை பயமுறுத்தியதால் தன் விவகாரங்களைக் கவனிக்காமல் விட்டுவிட்டு அரசாட்சியில் வெறுப்புற்று பைராகி போல் ஆனார்.

சிவாஜி மீண்டும் கடிதம்

இவ்வண்ணம் வெறுப்புற்று இருப்பது கூடாது என்று சிவாஜி மீண்டும் ஒரு கடிதம் ஏகோஜிக்கு எழுதினார். "நீங்கள் மனம் வெறுப்படைந்து இருக்கின்றீர். நீங்கள் முன் போன்று உடல்நலத்தில் மனம் செலுத்துவதில்லை. தங்களிடம் படைகள் நிறையவுள்ளன. ஆனால் அவற்றைச் செயல்படுத்தவில்லை. பற்றற்ற நிலையைக் கொண்டிருக்கிறீர்கள் ஏதாவது ஒரு தீர்த்தக்கரையில் அமர்ந்து பொழுதை வீணடிக்கிறீர்கள் என்று எனக்குத் தெரிய வருகிறது. காலத்தைப் பயன் உள்ள வழியில் செலுத்த வேண்டிய நேரமிது" என்று எழுதினார். (ஆ.மீனாட்சி, தஞ்சை மராட்டியர் ஆட்சியில் மேலைநாட்டினர் தாக்கம், ப.9)

பின்னர் கி.பி.1680இல் சிவாஜி இறந்தார். அதன்பிறகுதான் ஏகோஜி சுயேட்சையாகச் செயல்படும் நிலையில் கி.பி.1683 வரை ஆட்சி செய்தார். பெரு வீரனாக ஏகோஜி திகழ்ந்த போதிலும் தனது தமையனாரின் தொல்லைக்குட்பட வேண்டியவராக இருந்தார் என்பது குறிப்பிடத்தக்கது.

ஏகோஜி தஞ்சை நீர்ப்பாசனத்தின் முன்னோடி

குடிமக்களின் நல்லெண்ணத்தைப் பெற மக்களுக்குப் பல நன்மைகள் புரிந்தார். காடுகளைத் திருத்தி விளை நிலங்களாக மாற்றி யமைத்தார். தஞ்சைத் தரணியில் இன்றுள்ள நீர்ப்பாசன ஏற்பாடு களுக்கு ஏகோஜி முன்னோடியாகத் திகழ்ந்தார். ஏகோஜியின் வேண்டு கோளுக்கிணங்க சமர்த்த இராமதாசர் தஞ்சைக்கு இருமுறை வருகை

புரிந்தார். இவர் சிவாஜிக்கும் ஏகோஜிக்கும் இராஜகுருவாக இருந்தவர். இவரது சீடர்கள் ஆனந்த மௌரி, பிகாசி ஆகியோர் தஞ்சையில் தங்கி ஆன்மீகப் பணிகளில் ஈடுபட்டனர். இவர்கள் உருவாக்கிய பெரிய மடம் தஞ்சையில் கீழவீதியில் உள்ள சாமந்தான் குளத்தருகில் உள்ளது. இவற்றையெல்லாம் மனதில் கொண்டு தங்கள் முத்திரைகளில் 'ஸ்ரீராம பிரதாப்' என்று தஞ்சை மராட்டிய அரசர்கள் பொறித்துக் கொண்டனர் என்றும் ஊகிக்கலாம்.

மற்றொரு கருத்தாக சாதாரா மாவட்டத்தில் மகாபலேசுவரம் அருகே உள்ளே கோட்டைச் சூழ்ந்த ஓர் உருக்குப் பெயர் 'பிரிதாபகடா' என்பதாகும். அங்குள்ள 'பவானி' கோயில் மராட்டியர்களுக்கு மிகவும் விசேடமான வழிபடு தெய்வம் உறையும் கோயிலாகும். இவ்வூரைக் குறிக்கும் சொல் 'பிரதாப' என்பதாகும் என்று பேராசிரியர் முனைவர் துல்புலே அவர்கள் கருதுகிறார்கள். மேற்கண்ட இரண்டு இடங்களும் மராட்டியர்களுக்கு இன்றியமையாத ஊர்களாதலின் இப்பெயர்களையும், அங்குள்ள வழிபடு தெய்வத்தின் பெயரையும் தஞ்சை மராட்டியர் தம் முத்திரையில் பொறித்துக் கொண்டனர் எனக் கூறுவதுண்டு.

தஞ்சாவூர் மராட்டிய மன்னர்களின் ஓலை, காகித முத்திரைகளில் 'ஸ்ரீ வீரகரவாசினி' அல்லது 'ஸ்ரீராமபிரதாப வீர கரவாசினி' 'ஸ்ரீராமபிரதாப' என்ற தொடர்கள் பொறிக்கப்பட்டிருக்கும்.

ஏகோஜி டச்சுக்காரர்களோடு *30.12.1676*இல் செய்து கொண்ட ஒப்பந்தத்தால் பணம், வராகன் ஆகியவற்றை அச்சிட்டு வழங்கும் உரிமையை, டச்சுக்காரர்களுக்கு அளித்தார் என்றும் இலாபத்தில் பாதி ஏகோஜிக்கு உண்டு என்றும் தெரிகிறது. வெள்ளிப் பட்டயத்திலும், செப்பேடுகளிலும் 'ரகுராஜ மகாராஜா' எனக் குறிப்பிடப்படும். ஏகோஜி ஸ்ரீ சமர்த்தர் இராமதாசரின் நேரடி சீடரான ஸ்ரீ பீமராவ் சுவாமிகள் வழியாக உலக வாழ்க்கையில் பற்றைத் துறந்து இறுதிக் காலத்தில் பற்றின்மை மனத்தினராகி அதிகாரத்தில் இருக்கவேண்டாம் என்ற ஆசையைத் துறந்து, சாதாரணமாக யாரும் கடைப்பிடிக்க முடியாததைக் கடைப்பிடித்து தனது மகனை (ஷாஜி) ஆட்சிப் பொறுப்பை ஏற்று நடத்த அனுமதித்து தேவைப்படும் போது மட்டும் வழிகாட்டினார். இவரது வழிபாட்டிற்குச் சிலைகள் விசேஷமாகச் செய்யப்பட்டு தஞ்சைக்குக் கொண்டு வரப்பட்டது.

ஏகோஜியின் மாண்பு

ஏகோஜி மற்றும் அவரது வாரிசுகளின் குறிப்பிடத்தக்க பண்பு அவர்கள் ஒருபோதும் வென்ற மக்கள் மீது அவர்களின் சிந்தனை வழிகளைத் திணிக்க முயற்சிக்கவில்லை. மேலும் அவர் சுதந்திரமாக வாழும் உள்நாட்டு கலாச்சாரத்துடன் கலந்து வாழ்ந்தனர். இதனால் மக்கள் மன்னரை நேசித்தனர் மேலும் ஏற்றுக்கொள்ள முடியாத நாட்டினர் என்று பார்க்கவில்லை. இதன் காரணமாக மராத்தி கலாச்சாரத்தில் சிறந்தவற்றைத் தஞ்சை உள்வாங்கியது. இவைகளுக்குச் சான்றாக, லாவணி, ஹரிகதா போன்றவைகளைக் குறிப்பிடலாம். தென்நாட்டில் இந்து சாம்ராஜ்யம் சிதறாமல் பாதுகாத்த பெருமை சத்ரபதி சிவாஜிக்கு என்றால் அதில் பெரும் பங்கு ஏகோஜிக்கு உண்டு.

சோழநாட்டில் சோழமன்னர்கள் பாதுகாத்த மரபுகள் அழியா வண்ணம் பாதுகாத்தவர் மன்னர் ஏகோஜி. இம்மன்னர் காலம் முதல் தமிழகத்தில் தமிழ், வடமொழி, தெலுங்கு முதலியவைகளுடன் மராட்டிய மொழியும் வளம் பெறத் தொடங்கியது. ஏகோஜி கி.பி.1683ஆம் ஆண்டு மரணமடைந்தார்.

ஷாஜி (கி.பி.1684-1711)

ஷாஜி

பெங்களூரில் கி.பி.1671இல் ஏகோஜிக்கு பிறந்த ஷாஜி தன் தந்தையுடன் ஐந்து வயதில் தஞ்சைக்கு வந்தார். ஏகோஜியின் காலத்தில் ஷாஜி சாக்கோட்டையிலிருந்து ராஜப் பிரதிநிதியாக ஆண்டு வந்தார். தனது 13ஆவது வயதில் தந்தைக்குப் பின் இரண்டாவது மராட்டிய மன்னனாக முடிசூட்டிக் கொண்டார். அரசு காரியங்களில் இவருடைய குல வழக்கப்படி அன்னை தீபாம்பாள் உடன்கட்டை ஏறாத காரணத்தால் ஷாஜிக்கு உறுதுணையாக இருந்து வந்தார். இவருக்குச் சரபோஜி, துளஜாஜி என்ற சகோதரர்கள் இருந்தனர். தொடக்கக் காலத்தில் ஷாஜி பெயரளவில் மன்னராக இருந்தார். உரிய வயது வரும் வரை தீபாம்பாளே ஆட்சிப் பொறுப்பைத் தன் மகன் சார்பில் ஏற்று நடத்தினார்.

அத்வைத சந்நியாசியின் தொடர்பால் அமைதி கொண்ட ஷாஜி தனது தம்பி சரபோஜியை இளவரசனாக்கி பெயரளவிற்கு மன்னராக இருந்தார். ஏகோஜி தஞ்சை மன்னராக ஆட்சி புரிந்த போது

கும்பகோணத்திற்கு அருகில் உள்ள சாக்கோட்டைச் சுபாக்களை முதலாம் சரபோஜியும், மன்னார்குடி அருகில் உள்ள மகாதேவ பட்டினத்தில் இருந்து கொண்டு அப்பகுதி சுபாக்களைத் துக்கோஜியும் நிர்வகித்து வந்தனர். ஷாஜியின் சிறப்புக்களைத் "தர்ம கூதம்" மற்றும் இவர் காலத்தைச் சார்ந்த நூல்கள் நமக்குத் தெரிவிக்கிறது. ஷாஜிக்கு ஒரே மனைவி ஜிஜாபாய். இவருக்குப் பிள்ளைகள் இல்லை.

ஷாஜி-பன்முகம் கொண்ட பன்மொழிப்புலவர்

ஷாஜி சிறந்த அறிஞர், கலைஞர், தத்துவஞானி, பன்மொழிப் புலவர் எனப் பன்முகம் கொண்டவர். கி.பி.1693இல் திருவிசை நல்லூர், சகஜிராஜபுரம் என்ற ஊர்களை அவருடைய அரசவையில் இருந்த நாற்பத்தாறு புலவர்களுக்குத் தானமாக அளித்தார் (வ.வேணுகோபாலன், தஞ்சை மன்னரும் சரஸ்வதி நூலகமும், ப.122).

நாற்பத்தாறு புலவர்களில் சொக்கநாத தீட்சதர், வேங்கட கிருஷ்ண தீட்சதர், ராமபத்திர தீட்சதர் முதலியோர் குறிப்பிடத்தக்கவர்கள். இம்மன்னருடைய அரசவையில் இசை வித்வான் கிரிராஜகவி என்பவர் வேதாந்த பாடல்களுக்கு இசையமைத்தவர்.

ஷாஜி கர்நாடக இசை, பரதநாட்டியம், கல்வி ஆகியவைகளில் மிகவும் தேர்ச்சி பெற்றிருந்தார். குறிப்பாக 500க்கு மேலான பாடல் களை இயற்றியவர். இசைப்பாடல்களை இயற்றும் தனித்தன்மையைப் பெற்றிருந்தார்.

கர்நாடக இசைக்குத் தமிழ் மரபைப் பின்பற்றி நூற்றுக்கணக்கான இசைப்பாக்களைப் பல ஜன்யராகங்களில் பாடி வழிகாட்டினார். (வ.வேணுகோபாலன், தஞ்சை மன்னரும் சரஸ்வதி நூலகமும், ப.120)

கர்நாடக இசை, பரதநாட்டியம் - பொற்காலம்

இம்மன்னர் தமிழ், சமஸ்கிருதம், தெலுங்கு, மராத்தி, ஹிந்துஸ்தானி ஆகிய ஐந்து மொழிகளில் மேதையாகத் திகழ்ந்தார். இவர் காலம் கர்நாடக இசை, பரதநாட்டியம் ஆகியவைகளின் பொற்காலம் என வரலாற்று ஆசிரியர்கள் புகழ்ந்துரைக்கின்றனர். ஷாஜியின் படைப்புகள் பொதுவாக அத்வைத வளர்ச்சி நாம சங்கீர்த்தனம், பஜனைபந்தி, இசை நாடகம் மற்றும் நாட்டியம் சார்ந்தவைகளாக உள்ளன.

ஷாஜி இசை நாடகம் திருவாரூரில் நடிக்கப்பட்டது

ஷாஜி மன்னர் 'சல்லாம் தரு' என்று பெயரிடப்பட்ட ஒருவகை இசைப்பாட்டில் வல்லவர். கர்நாடக சங்கீதத்தின் முக்கிய மேளகர்த்தா இராகங்கள் இடம்பெறும் 32 சல்லாம் தருக்களை ஷாஜிமன்னர் இயற்றியுள்ளார். மராட்டி மொழியில் பத்து நாட்டிய பதங்களை இயற்றியுள்ளார். விசுவாசித விலாசம், இராதாவம்சிதா விலாசம் ஆகிய இரு இந்திமொழி நாடகங்களை எழுதியுள்ளார். இவை தஞ்சை அரண்மனையில் அரங்கேற்றப்பட்டன. ஷாஜியின் புகழ்பெற்ற படைப்பு, 'சங்கர பல்லகி சேவா பிரபந்தம்' எனும் இசை நாடகம். இது திருவாரூர் கோயிலில் நடிக்கப்பட்டது (The Musical History Journal 14, 2 Indra Viswanathan Peterson, P.285-321).

தெலுங்கு எழுத்தில் தமிழ் நாடகம்

சந்திர சேகர விலாசமும், தமிழில் காவிரி கல்யாணமும் இவர் படைத்த நாடக நூல்களாகும். இத்தமிழ் நாடகங்கள் தெலுங்கு எழுத்தில் ஓலைச் சுவடிகளாக உள்ளன. நாடக நடிகர்கள் தெலுங்கர் களாக இருந்ததால் எழுத்து மாற்றம் செய்யப்பட்டது என்பர். இன்னும் இதற்கு ஆதாரமாகப் பிரதாபசிம்மன் காலத்தில் மராட்டிய இசை நாடகங்கள் பெரும்பாலானவை தெலுங்கு எழுத்தில் படியெடுக்கப் பட்டுள்ளன. இவை மராட்டிய மொழியைத் தெலுங்கு எழுத்தில் பதிப்பித்த ஓலைச் சுவடிகளாகும். தேவநாகரி எழுத்தை ஓலையில் எழுதுவது சிரமம் என்பதால் தெலுங்கு எழுத்தர்களைக் கொண்டு தெலுங்கு எழுத்தில் எழுதப்பட்டது என்றும் கூறுவர் (ஆ.குணசேகரன், ப.91).

தஞ்சை சரசுவதி மகால் நூலக வளர்ச்சி வரலாறு

இவர் 'சர்வாகிய சூடானமணி' என்று போற்றப்பட்டார். இவருடைய படைப்புகள் பல சரஸ்வதி மகால் நூலகத்தில் உள்ளன. இவர் காலத்தில் திருவாரூரில் பெரிய கால்நடை மருத்துவமனை இருந்தது. இவர் 'அபிநவ போஜா' என்றும் எல்லாராலும் அழைக்கப் பட்டார். இவரது ஆட்சியைப் பறைசாற்ற பல தமிழ்நாடகங்கள் உள்ளன. புகழ்பெற்ற துறவி கவிஞர் ஸ்ரீதர அய்யர்வாள் மன்னரை மிகவும் பாராட்டியுள்ளார். ராமபத்ர தீட்சதர் இவரது ஆட்சிக் காலத்தில் நன்கு அறியப்பட்ட மற்றொரு கவிஞர்.

கோட்டையின் நான்கு வாயில்களிலும் சத்திரங்களைக் கட்டினார். ஏழைகளுக்கான சாவடிகளும் மருத்துவ வசதியும் செய்து கொடுத்தார். சிவில் மற்றும் கிரிமினல் நீதிமன்றங்களை நிறுவினார்.

முன்னரே தர்பார் ஹால் இருந்தும் ஏன் புதியது கட்டப்பட்டது?

மராட்டிய தர்பார் ஹால்

தஞ்சையில் மராட்டிய தர்பார் ஹால் இம்மன்னரால் கட்டப்பட்டுச் 'சிவசௌதா' எனப் பெயரிடப் பட்டது. ஆனால் இதற்கு முன்னர் மிகப் பெரிய நாயக்கர்களின் தர்பார் ஹால் இருந்தும் இப்புதிய கட்டடம் ஏன் கட்டப்பட்டது? என்பதற்கான விளக்கம் விஸ்கவுண்ட் வலன்ஷியா என்ற ஐரோப்பியரின் நாட்குறிப்பின் வழியாக விடை கிடைக்கிறது. மராட்டிய முதல் அரசனான ஏகோஜி 'ராமசௌதா' என்ற நாயக்கர் தர்பார் ஹாலைப் பயன்படுத்த ஆரம்பித்த சில நாட்களிலேயே மரணமுற்றதன் காரணமாக அந்த இடம் அதிர்ஷ்ட மற்றதாக நினைத்தே அவருக்குப் பின் ஆட்சிக்கு வந்த அவர் மகன் ஒரு புதிய தர்பார் மஹாலைக் கட்டினார் (Rajah serfoji, II, Tulajendra Raja, P.109).

திருவாரூர் பெரிய கோயிலுக்கு 4500 ஏக்கர் விளைநிலம் கோயிலின் நித்ய பூசைக்குச் சர்வமான்யமாய் வழங்கினார். இது 'ராஜன் கட்டளை' என்று அழைக்கப்பட்டது. 28 ஆண்டுகள் ஆட்சி புரிந்த ஷாஜிக்கு மக்கள் செல்வம் இல்லை. இவர் தன் இறுதி நாட்களில் அரசு பொறுப்புகளிலிருந்து முழுவதுமாக விலகி பூர்ணபிரம்மந்தாவைப் பின்பற்றினார் என்பதை, 'அத்வைத கீர்த்தனா' என்ற படைப்பின் மூலம் அறியவருகிறது. தந்தையைப் போலவே ஷாஜியும் யோகியாக மாறி கி.பி.1712இல் வல்லம் கோட்டையில் உயிர் துறந்தார் (மன்னர் சரபோஜி - ஆய்வுக்கோவை-2, TB.Nagarajan. P.38).

அபிராமி பட்டர்

ஷாஜி மன்னர் மறைவிற்குப் பின் அவருடைய சகோதரர் முதலாம் சரபோஜி ஆட்சிப் பொறுப்பை 1712இல் தனது 38வது வயதில் ஏற்றார். இவர் சிறந்த இசை வல்லுநராகத் திகழ்ந்தார். சரபோஜி ராஜா சாஹித்யம் என்பது இவர் இயற்றியது. இவரால் அவையில் பகவந்த் ராயாவின் 'சச்சிதானந்த விலாசம்', இரகுநாதாவின் 'நாரக வர்ணம்', விட்டலாவின் 'ருக்மணி சுயம்வர சுலோகம்' ஆகிய மூன்று நூல்கள் மராட்டிய மொழியில் அரங்கேற்றப்பட்டன. இம்மன்னர் காலத்தில்

திருக்கடையூரில் அபிராமிபட்டர் என்பவர் வாழ்ந்தார். இவர் மன்னரின் வேண்டுகோளின்படி 'அபிராமி அந்தாதி' என்னும் நூலினை முழுமை செய்து அளித்தார்.

இசைப்புலமை பெற்றிருந்த இவர் மராட்டியில் பதங்களுடன் இயற்றியது 'கோர்வையாஞ்சே சாகித்யாஞ்சே ஜினஸ்' எனும் நூலாகும்.

இவர் அரசவையை அலங்கரித்த கவிஞர்களில் தெலுங்குக் கவிஞர் கிரிராஜாகவி குறிப்பிடத்தக்கவர்.

காட்டுராஜா

சரபோஜி 1

முதலாம் சரபோஜிக்கு மூன்று மனைவியர் இருந்தனர். ஆயினும் இவருக்குச் சந்ததி பாக்கியம் இல்லை. இவருடைய மனைவி அப்ருட்பாய், சதாரா ரூபி என்பவளின் குழந்தையைத் தத்து எடுத்துக் கொண்டாள். ஆனால் மன்னர் இதை ஏற்கவில்லை. குழந்தை வயது வந்த பின்னர் காட்டுராஜா என்ற பெயரில் சிறிது காலம் ஆண்டான். இம்மன்னன் கி.பி.*1728*இல் மரணமடைந்தான்.

துக்கோஜி என்ற முதலாம் துளஜா (கி.பி.1729-1735)

துக்கோஜி

முதலாம் சரபோஜிக்கு வாரிசு இல்லாத காரணத்தால் இவருடைய தம்பி துக்கோஜி தஞ்சைக்கு மன்னரானார். தனது 52ஆவது வயதில் கி.பி.1729இல் அரியணை ஏறிய இவர் எட்டு ஆண்டுகள் ஆட்சி புரிந்தார். ஷாஜி மன்னர் ஆட்சிக் காலத்தில் துக்கோஜி மகாதேவப் பட்டினத்தின் நிர்வாகப் பொறுப்பை ஏற்றிருந்தார். இவரால் இப்பட்டினத்தில் மகாதேவர் கோயிலும், சுவேத வராகர் கோயிலும் கலை நுணுக்கங்களுடன் கட்டப்பட்டன.

மருத்துவ நூல்கள்

துக்கோஜி பன்மொழிப் புலவராகத் திகழ்ந்தார். தமிழ், மராட்டி, தெலுங்கு, சமஸ்கிருதம் ஆகிய மொழிகளில் புலமை பெற்றிருந்தார். இவருடைய இரு மனைவிகளும் புலமை பெற்றிருந்தார்கள். இவரது அரசவைப் புலவர்கள் கன்சியாம் பண்டிதர் எனும் வடமொழிப் புலவரும் மானம்பட்டரும் குறிப்பிடத்தக்கவர்கள். இந்துஸ்தானி சங்கீதம் தஞ்சை மண்ணில் செழிக்க இவர் காரணமாகத் திகழ்ந்தார். இம்மன்னர் தன்வந்திரி விலாசம், தன்வந்திரி சாரநிதி என்ற ஆயுர்வேத மருத்துவ நூல்களை எழுதியுள்ளார். இதே மருத்துவத்தை அடிப்படையாகக் கொண்டு மந்திர சாத்திரத்தை இணைத்து 'மந்திர சாத்திர சங்கிரகம்' எனும் நூலையும் பதித்துள்ளார்.

ஜோதிடத்தில் வல்லவர்

ஜோதிடத் துறையில் இவருக்கு ஆர்வம் இருந்ததால் 'இனகுலராஜ தேஜோநிதி' என்ற நூலையும் 'வாக்ய மிருதம்' என்ற நூலையும் எழுதியுள்ளார். இம்மன்னர் இந்துஸ்தானி இசையில் 'க்யாஸ்' என்னும் சங்கீத முறையில் ஈடுபாடு கொண்டவர். இவர் 'சங்கீத சாராமிருதம்' என்னும் இசை நூலை உருவாக்கினார்.

இவருக்கு பாவா சாயபு என்ற மகன் இருந்தான். துக்கோஜியின் மனைவியர் ஐவர் ஆவர். இவரால் சேர்த்துக் கொள்ளப் பெற்ற மனைவிகள் அறுவரில் ஐவர் நாயக்கர் இனத்தைச் சார்ந்தவர்கள். ஒருவர் மராட்டிய இனத்தவர். இம்மராட்டிய இனப்பெண் அன்னபூர்ணாபாயி கத்தி கல்யாணம் செய்து கொண்டவர். (கத்தி கல்யாணத்தின்போது தாலியை ஒரு சுமங்கலி பிராமணப் பெண் கட்டுவாள். அப்போது ஒரு நாற்காலியில் ஒரு கத்தி வைக்கப்பட்டிருக்கும். இதற்கு மாறாக இலக்கனம் பார்த்து செய்து கொள்ளும் கல்யாணத்தில் தாலியைத் திருமணம் செய்து கொள்ளப் போகும் கணவன் கட்டுவார்) (Deposition for Defendents 1&2 QS.No.26 of 1912 in the subordinate judges court Thanjavur, P.5).

அவள் மூலம் கி.பி.1665இல் பிரதாப சிம்மன் என்பவரையும் பாமா பாயி என்ற பெண்ணையும் பெற்றார். 18ஆம் நூற்றாண்டின் தொடக்கத்தில் ஆற்காட்டு நவாபுக்கு அடங்கி இருக்க வேண்டிய நிலை தஞ்சை மராட்டியருக்கு ஏற்பட்டது. தஞ்சை அரசர் நவாப்புக்குக் கப்பம் செலுத்தினார். கி.பி.1732இல் சந்தா சாகேப் தஞ்சையின் மீது படையெடுத்தார். இச்சமயத்தில் துக்கோஜி பெரும் பொருள் கொடுத்து சமாதானம் செய்து கொண்டார்.

நாளடைவில் முதலாம் சரபோஜி காலத்தில் வென்ற பகுதிகளை எல்லாம் துக்கோஜி இழந்து தனது 59ஆவது வயதில் கி.பி.1735ஆம் ஆண்டு இறுதியில் மரணம் அடைந்தார்.

பாவா சாகிப் என்ற இரண்டாம் ஏகோஜி (கி.பி1736-1737)

துக்கோஜி கி.பி.1735இல் மரணமடையவே அவருடைய மூத்த மகன் பாவா சாகிப் என்று அழைக்கப்பட்ட இரண்டாம் ஏகோஜி மன்னரானார். இவர் திருமணம் செய்து கொண்ட பெண்கள் ஆறுபேர். இவரது மூத்த மனைவி சுசான்பாய். இவர் எவரையும் நம்புவதில்லை. இவர் ஆட்சியின்போது சந்தா சாகிப் பிரெஞ்சுக்காரர்கள் உதவியுடன் தஞ்சை மீது படையெடுத்து வந்தான். பாவா சாகிப் உடல்நலம் குறைவாக இருந்த போதிலும் எதிர்த்துப் போராடி எதிரிகளைப் பின்வாங்கச் செய்துவிட்டார்.

முதலாம் சரபோஜி மற்றும் துக்கோஜி ஆகிய இருவரும் சிறந்ததொரு பாரம்பரியத்தைத் தொடர்ந்து கடைப்பிடித்தனர். மாறாக இரண்டாம் ஏகோஜியின் ஆட்சிக் காலம் சுமார் ஓர் ஆண்டு நீடித்தது. இவருடைய ஆட்சி உரிமைக் கோரல்கள் மற்றும் எதிர் உரிமைக் கோரல்கள் காரணமாக இருண்ட காலமாக இருந்தது. இவர் தமது 41வது வயதில் கி.பி.1737இல் காலமானார்.

சுசான்பாய் (1737-1739)

இரண்டாம் ஏகோஜிக்கு வாரிசு இன்மையால் அவரது மூத்த மனைவி சுசான்பாய் அரசுப் பொறுப்பை ஏற்றார். மன்னர் இறந்ததும் அவரது பட்டத்து அரசி ஆட்சியுரிமை எய்துவதுண்டு என்பதற்கு ஓர் எடுத்துக்காட்டாகும். மராட்டி யர்கள் ஆட்சியில் தஞ்சையை ஆண்ட ஒரே பெண்ணரசி என்ற பெருமை இவருக்கு உண்டு. மன்னர் இறந்ததால் காட்டுராஜா என்ற சாகுஜி (காட்டு ராஜா) தானே முறையான வாரிசு என்று கூறிக் கொண்டு கலகம் ஏற்படுத்தினான்.

சுசான்பாய்

கோட்டையின் இராணுவம் மற்றும் பாதுகாப்புத் தலைவனாகக் கிலேதார் பதவியிலிருந்த சையத், காட்டு ராஜாவிற்கு உதவி அளிப்பது போல் நடித்து சுசான்பாயைக் கைது செய்ய முற்பட்டான். ஆனால் சுசான்பாய் வாளேந்தி சையத்துடன் போரிட்டு மாண்டாள். பின்னர் ஆட்சிக்கு காட்டுராஜா வந்தான். தஞ்சை அரியணைக்குக் காட்டுராஜா முறையான வாரிசு இல்லை என்றறிந்த திருச்சி சந்தாசாஹிப் அவனைக் கைது செய்தான். பிறகு மக்களுடைய விருப்பத்திற்கேற்ப பிரதாப சிம்மன் அரச பதவியை ஏற்றார்.

பிரதாபசிம்மன் (1739-1763)

உள்நாட்டுக் கலகத்தால் சுசான்பாய் இறந்தபிறகு, துக்கோஜியால் கத்தி கல்யாணம் செய்து கொள்ளப்பட்ட மராட்டிய பெண்ணான அன்னபூர்ணபாயின் மகன் பிரதாபசிம்மன், மன்னர் ஆனார். நம் ஆசாரத்திற்குத் தகுதியல்ல என்று அந்நாட்களில் அரசகுடும்பத்தினர் பலர் நினைத்தனர். தஞ்சை மராட்டியர் வரலாற்றில் பிரதாபசிம்மனின் ஆட்சியில்தான் பல போர்க்களங்களைச் சந்திக்கும் நிலை ஏற்பட்டது. பிரதாப சிம்மனின் முன்னவர்களின் ஆட்சி போர் நிகழ்ச்சி இன்றி அமைதியாகவும், பின்னவர்களின் ஆட்சி ஆங்கிலேயர்களுக்குப் பணிந்த அரசாகவும் திகழ்ந்தது. இவரது காலத்தில் தஞ்சை அரசிற்கு நவாப், நிசாம், கும்பினியர், பிரெஞ்சுக்காரர்கள் முதலானவர்களின் பலமுனைத் தாக்குதல்கள் மற்றும் தலையீடுகளைச் சமாளிக்க வேண்டிய நிலை உருவாயிற்று. இதனால் தஞ்சை பல போர்க்களங்களைச் சந்திக்கும் நிலை ஏற்பட்டது.

பிரதாபசிம்மன் தனது 20ஆவது வயதில் தஞ்சை அரியணையில் அமர்ந்தார். பிரதாபசிம்மன் கி.பி.1741இல் 1765 வரை ஆட்சி செய்தார். ஆனால் ஆற்காடு நவாபின் அமைச்சரான சையது சுது (Syd sude) அரசாங்கத்தை முழுவதுமாக நிர்வாகம் செய்தார். அவர் இழைத்த கொடுமைகளால் அகால மரணமடைந்தார். அவர் கொலை செய்யப் பட்டு வடவாற்றின் வடகரையில் புதைக்கப்பட்டார். அங்கு பெரிய மண்டபம் கட்டப்பட்டு இன்றும் சையது கோரி என்ற பெயரால் அழைக்கப்படுகிறது.

ஆங்கிலேயர்களுக்கும் பிரெஞ்சுக்காரர்களுக்கும் நடைபெற்ற போரின் போது தஞ்சாவூரின் அதிகாரம் பிரதாபசிம்மனிடம் இருந்தது. தஞ்சாவூர் எந்தக் காலத்திலும் கர்நாடகத்தோடு சேர்க்கப்படவேயில்லை. நவாபுக்கு எப்பொழுதெல்லாம் பணம் தேவைப்பட்டதோ அப்போதெல்லாம் கப்பம் செலுத்தப்பட்டது. 1762இல் பிரெஞ்சுக் காரர்களோடு போரிட்டதன் விளைவாக நவாபின் நிதி வசதி மிகவும் குறைந்து விட்டது. நிலுவைத் தொகை என்ற வகையில் பெருந்தொகையை நவாப் கேட்டார். தஞ்சாவூர் ராஜாவை இணங்க வைக்க ஆங்கிலேயர் உதவியை நவாப் நாடினார். இராணுவ உதவி மறுக்கப்பட்டது. கும்பினி அரசாங்கம் இதில் தலையிட்டதனால் தஞ்சாவூர் ராஜா நவாபுக்கு நிலுவைத் தொகையாக இருபத்தி இரண்டு இலட்சம் ரூபாய் தர ஒப்புக் கொண்டதோடு தொடர்ந்து ஆண்டொன்றுக்கு நான்கு இலட்சம் ரூபாய் கொடுக்கவும் ஒப்புக் கொண்டார்.

பிரதாபசிம்மன்

மானோஜி அப்பா

பிரதாபசிம்மன் படைத் தலைவரான மானோஜி அப்பா என்பவரின் பெரும் வீரத்தாலும், நுண்ணறிவினாலும் பல வெற்றிகளை அடைய முடிந்தது (தஞ்சையில் மருத்துவக்கல்லூரி அருகில் ஒரு பகுதி இன்றும் மானோஜிப்பட்டி என்ற பெயரால் அழைக்கப் படுவதுடன் நகரத்தின் ஒரு தெருவும் மானோஜியப்பா தெரு என வழங்கப்படுகிறது).

இவரைப் போன்றே டபீர் பண்டிதரின் உறுதுணையும் தஞ்சை அரசுக்குப் பெருங்காப்பாக அமைந்தது. (தஞ்சாவூர், குடவாயில் பாலசுப்ரமணியன், ப.158)

தஞ்சையைச் சுற்றிலும் முகமதியர் ஆதிக்கம் இருந்த சூழலில், பிரதாபசிம்மன் அவர்களிடமிருந்து அரசைக் காக்க வேண்டியதாயிற்று. திருச்சியில் பிரெஞ்சுக்காரர்களுடன் சந்தாசாகிப், தஞ்சையில் காட்டு ராஜாவான சாகுஜி, புரட்சி செய்யும் கில்லேதார் சையத், கிழக்கிந்திய உறவுடன் கருநாடக நவாப் மற்றும் நிசாம் போன்ற பல எதிர்ப்புகளைச் சந்தித்து சமாளித்து ஆட்சி நடத்திய பெருவீரர் பிரதாபசிம்மன். முகமதியர்களின் தாக்குதல் அதிகமான போது தஞ்சை மராட்டியர்களின் உறவினரான சாகு மகாராஜா மராட்டிய மாநிலம் சதாராவிலிருந்து ஏகோஜி என்பவரின் தலைமையில் பத்தாயிரம் போர் வீரர்களை அனுப்பி பிரதாபசிம்மனுக்கு உதவினார். பின்னர் பிரதாபசிம்மன் கி.பி.1740இல் நடந்த போரில் தோஸ்த் அலிகான், சந்தா சாகிப் ஆகிய இருவரும் தோல்வியடைந்து கைதிகளாகச் சதாராவிற்குக் கொண்டு செல்லப்பட்டனர் (The Maratha Rajas of Tanjore, K.R.Subramanian, P.15).

பிரெஞ்சுக்காரர் காரைக்காலைப் பெற்றது எப்படி

சந்தா சாகிபை விடுவித்து வந்தால் தமக்கு அரசியல் ஆதாயம் கிடைக்கக் கூடும் என்று கருதிய பிரெஞ்சு கவர்னர் டூப்ளேயின் சூழ்ச்சிப்படி கி.பி.1748இல் 7 லட்சம் ரூபாய் கொடுத்ததால் சந்தா சாகிப் விடுவிக்கப்பட்டார். சந்தா சாகிப் அன்வருதீனை ஆம்பூரில் 1749இல் தோல்வியுறச் செய்தார். பிறகு ஆற்காட்டுக்குச் சென்று நவாபாகப் பிரகடனம் செய்து கொண்டார். அவரை டூப்ளே திருச்சியின் மீது படையெடுக்குமாறு தூண்டினார். அவரும் 28.10.1749இல் பெரும்படையுடன் திருச்சி நோக்கிச் சென்றார். 12.12.1749இல் இப்படை கொள்ளிடத்தைக் கடந்து சென்று தஞ்சையை முற்றுகையிட்டு, கப்பம் செலுத்துமாறும் அப்படையெடுப்புக்குச் செலவிற்குப் பணம் தருமாறும் கேட்டார். இப்படையை எதிர்க்க முடியாது என்பதை அறிந்த பிரதாபசிம்மன் விரைவில் கப்பம் செலுத்துவதாக உறுதி கூறினார். இச்சமயத்தில் ஆங்கிலேயரின் உதவியை நாடினார்.

காரைக்கால் பிரெஞ்சு வசம் ஆனது

பிரதாப சிம்மனின் சூழ்ச்சியை அறிந்த சந்தா சாகிப் கோட்டையைத் தாக்குமாறு ஆணையிட்டார். இப்போரில் பிரெஞ்சுப்படை தஞ்சையின் ஒரு வாயிலைக் கைப்பற்றியது. மன்னர் அஞ்சினார். பிறகு சமாதானம் செய்து கொண்டு சந்தா சாகிப்புக்கு 7 லட்சம் கொடுப்பதாக ஒப்புக் கொண்டார். பிரெஞ்சுக்காரருக்கு எண்பத்தோரூர்களை அளித்தார். அவர்கள் செலுத்த வேண்டிய கப்பத்தையும் நீக்கினார் (Maratha rule in the carnatic, C.K.Srinivasan, P.255-259). பிரெஞ்சுக்காரர்களுக்குக் கொடுத்த ஊர்கள் காரைக்காலும் அதைச் சுற்றி உள்ளவைகளும் ஆகும்.

தேவிக் கோட்டை கும்பினியார் வசம் ஆனது

1742ஆம் ஆண்டு குடும்பத்தில் புரட்சி செய்து பிரதாப சிம்மன் ஆட்சியைக் கைப்பற்றினார். இந்த நிகழ்ச்சியில் எந்தவித அக்கறையும் காட்டாத கும்பினி அதிகாரபீடம் எந்தத் தயக்கமும் இன்றி புதிய இளவரசை அங்கீகரித்தது. அந்த இளவரசரோடு கடிதப் போக்குவரத்து தொடர்ந்தது. இரண்டு சாராருக்கும் இடையே எந்தத் தடையுமின்றி நம்பிக்கையூட்டும் நடவடிக்கைகளும் தொடர்ந்தன. இது ஏழாண்டு வரை காலம் நீடித்தது - பிரதாபசிம்மன் அரியணை ஏறுவதற்குமுன் அரசிழந்து நாடு கடத்தப்பட்ட காட்டுராஜா என்ற சாகுஜி ஆங்கிலேயரின் உதவியை நாடினான். இதற்குப் பிரதியுபகாரமாகத் தேவிக்கோட்டையின் ஜாகீர் மற்றும் கோட்டையைத் தருவதாகவும் மற்றும் போரால் ஏற்படும் எல்லா செலவையும் ஏற்பதாகவும் அறிவித்தான். ஆங்கிலேய கம்பெனி இதை ஏற்றுக் கொண்டது. இந்நிலையில் பிரதாபசிம்மன் அவர்களுடைய கூட்டணியில் இருந்தார். பிரெஞ்சுப்படைகளுக்கு எதிராகச் சமீபத்தில் அவருடைய உதவியை ஆங்கில கம்பெனி கேட்டிருந்தது. இருந்த போதிலும் அவர்கள் பிரதாபசிம்மனைப் பதவியிலிருந்து இறக்க இராணுவத்தை அனுப்பி வைத்தார்கள். ஆனால் முற்றுகை தோற்றுப் போனது. இரண்டாவது முற்றுகையைத் தொடங்குவதாகத் தீர்மானிக்கப்பட்டது. காட்டுராஜாவைப் பதவியிலமர்த்துவதைவிட தேவிகோட்டையைக் கைப்பற்றுவதே அவர்களின் முதல் நோக்கமாக இருந்தது.

இத்துடன் மற்றொரு காரணமாகச் சொல்லபடுவது கும்பினியார் தஞ்சை மன்னருடன் நட்புடன் இருந்த பொழுது, கும்பினியார் தேவி கோட்டையைக் கைப்பற்ற, இதற்கான காரணத்தை எதிர்நோக்கி இருந்தனர் என்பதாகும். ஆங்கில கம்பெனியின் கப்பல் ஒன்று கடலில் மூழ்கிய சமயம், கப்பலில் இருந்த விலையுயர்ந்த பொருட்களைத் தஞ்சை மன்னரின் ஆட்கள் கொள்ளையிட்டு எடுத்துச் சென்று விட்டதாலும் இரண்டொரு நாய்களை மன்னர் வைத்துக் கொண்டதன் காரணம் கொண்டு ஆங்கிலேயர்களுக்கு அத்துறைமுகம் வேண்டியிருந்த படியாலும் கும்பினியார் தேவிக்கோட்டையைக் கைப்பற்ற உறுதி பூண்டனர் என்பதாகும். தேவிக்கோட்டை கொள்ளிடம் கடலோடு கலக்குமிடத்தில் உள்ள துறைமுகம். அது ஒரு மைல் சுற்றளவுள்ள 18 அடி உயரமுள்ள மதிலையுடையதாயிருந்தது. (தஞ்சை மராட்டிய மன்னர் கால அரசியலும் சமுதாய வாழ்க்கையும், கே.பெ.வேங்கடராமையா, ப.56)

ஆங்கிலப்படை இருமுறை தேவிக்கோட்டையை நோக்கிப் படையெடுத்தது. முதல் தடவை தேவிக்கோட்டையைப் பிடிக்க முடியாது திரும்பியது. நாகாஜிராயர் என்ற மராட்டிய படைத் தலைவன்

தேவிக்கோட்டையை மீண்டும் கைப்பற்றிக் கொண்டான். ஆங்கிலேயர் மீண்டும் போரிடவே தஞ்சைப் படையினர் தாக்குதலைச் சமாளித்து கொள்ளிடத்தைத் தாண்டிச் செல்லுகையில் ஆற்று மணலில் சிக்குண்டனர். பின்னர் தேவிக்கோட்டை கும்பினியார் தளபதிகளான லாரன்ஸ், கிளைவ் மூலமாகப் பிடிபட்டது. அதன்படி தேவிக்கோட்டையை 1749இல் ஆங்கிலேயருக்கு அளித்ததோடு போர்ச் செலவுகளும், காட்டு ராஜாவுக்கு ஆண்டொன்றுக்கு ரூ.4000 ஓய்வூதியம் தருவதாகவும் ஒப்புக் கொண்டார்.

கும்பினியார் அரசுக் கட்டிலில் ஏறக் கால்கோள்விழா

தேவிக்கோட்டை விவகாரம் இந்திய உள்நாட்டு விவகாரங்களில் ஆங்கிலேயர்களின் முதல் தலையீடாகும். இது இந்திய வரலாற்றில் மிகவும் குறிப்பிடத்தக்க நிகழ்ச்சியாகும். (The Maratha Rajas of Tanjore, K.R.Subramanian, P.51) ஒரு நூற்றாண்டுக்குள் ஆங்கிலேயர் தஞ்சை அரசைத் துடைத்துப் போக்கும் நிலை உருவாயிற்று. மேலும் இந் நிகழ்ச்சி தான் கும்பினியார் தென்னாட்டில் வணிகத்தை விடுத்து, அரசு கட்டில் ஏற கால்கோள் விழாவாக அமைந்தது. கிழக்கிந்திய கம்பெனியின் இராபர்ட் கிளைவும் மற்றவர்களும் பிரதாபசிம்மனை 'His Majesty' என்றே தங்கள் கடிதங்களில் குறிப்பிடுகின்றனர் என்றாலும், இவரது ஆட்சிக் காலத்தில் தான் ஆங்கிலேயர்கள் முதன் முதலில் ஆட்சியில் தலையிட்டுக் கேடு விளைவித்தனர்.

சந்தாசாகிப் கொலை செய்யப்பட்டார்

தஞ்சை விவகாரத்தில் தலையிடக்கூடாது என்ற எச்சரிக்கையுடன் சதாராவில் சிறையிலிருந்து விடுவிக்கப்பட்ட சந்தாசாகிப் பிரெஞ்சுக் காரர்களுடைய உதவியுடன் ஆற்காடு நவாப் அன்வருதீனுடன் போரிட்டு அன்வருதீனைக் கொன்றான். அன்வருதீனின் மகன் முகமது அலி நாகப்பட்டினத்திற்கு ஓட்டம் பிடித்தான். பின்னர் தஞ்சையில் அடைக்கலம் புகுந்து மூன்று மாதங்கள் தங்கி இருந்தான். சந்தா சாகிப் திருச்சிப் படையுடன் வந்து தஞ்சை மன்னர் கப்பம் கட்ட வேண்டி தெரிவித்தான். மன்னர் மறுக்கவே தஞ்சையைச் சந்தா சாகிப் முற்றுகை யிட்டான். இந்த முற்றுகை மூன்று மாதம் நீடித்தது. பண நெருக்கடி காரணமாகச் சந்தாசாகிப்பின் தஞ்சைப் படைத்தளபதி மானோஜியிடம் ரகசியமாகத் தஞ்சம் கோரினான். மானோஜி அவனைத் தஞ்சைக்கு அனுப்பி வைத்தார். இதை அறிந்த முகமது அலியும், ஆங்கிலேயர்களும் சந்தா சாகிப்பைத் தங்களிடம் ஒப்படைக்க வேண்டும் எனக் கோரினார்கள். ஆனால் மானோஜி சந்தா சாகிப்பைக் கொன்று விட்டார். சந்தா சாகிப் கொலை செய்யப்பட்ட பின்னர் தஞ்சையில் அமைதி நிலவியது.

பிரதாபசிம்மன் தனது ஆட்சிக்காலம் முழுவதும் திருச்சி மற்றும் ஆற்காடு நவாப்புகளுடன் போரிலேயே ஈடுபட்டுக் கொண்டிருக்க நேர்ந்தது. இதனால் அவர் பிரெஞ்சுக்காரர்களுடனும், டச்சுக்காரர் களுடனும் ஒப்பந்தம் செய்து கொண்டார். போரால் ஏற்படும் இழப்பு களைத் தவிர்த்திட அவர் மேற்கொண்ட தந்திரமாகக் கருதப்பட்டது.

தஞ்சையில் மூலை அனுமார் கோயில், இராமர் கோயில்

பிரதாபசிம்மன் காலத்தில் வலங்கை-இடங்கை சாதித் தகராறுகள் இம்மன்னர் காலத்தில் தீர்த்து வைக்கப்பட்டன. மன்னர் பிரதாப சிம்மன் இராமபக்தர். தஞ்சை புன்னை நல்லூரில் உள்ள இராமர் திருக்கோயில் நேபாள மன்னரால் அன்பளிப்பாகக் கொடுக்கப்பட்ட

கோதண்டர் ராமர் கோவில்
(தஞ்சாவூர் - மாரியம்மன் கோயில் அருகில்)

சாளக் கிராமத்தினால் செய்யப்பட்ட மூலவர் ஸ்ரீகோதண்டராமர், லட்சுமணன், சீதை இங்கு பிரதிஷ்டை செய்யப்பட்டு கட்டப்பட்டது. இங்குள்ள சிறப்பு என்னவெனில் இராமர் சீதை, லெட்சுமணனுடன் சுக்ரீவனுக்கும் சிலை வடிக்கப்பட்டுள்ளது. பொதுவாக அனுமனுக்கே இராமர் கோயில்களில் சிலை வடிக்கப்படுவது மரபு.

தஞ்சாவூர் மேலவீதி மற்றும் வடக்குவீதி கூடும் இடத்தில் பெரிய அனுமார் கோயில் இவரால் கட்டப்பட்டது. இது தற்பொழுது மூலை அனுமார் கோயில் என அழைக்கப்படுகிறது. (தமிழக மராட்டியர் வரலாறு, நா.எத்திராஜ், ப.122). நீடாமங்கலம் சந்தா கிராமசுவாமி

திருக்கோயில், காசி விசுவநாதர் கோயில் மற்றும் யமுனாம்பாள் சத்திரம் முதலியவற்றை இவர் கட்டுவித்தார். நாகூர் தர்காவில் பெரிய ஸ்தூபியைக் கட்டுவித்ததோடு பதினைந்து கிராமங்களை இறையிலி மானியமாக வழங்கினார்.

காஞ்சி காமகோடி பீடம் சங்கராச்சாரியாருக்குப் புகழிடம் கொடுத்து கும்பகோணத்தில் சமயப்பணி புரிய உதவினார். மன்னர் பிரதாபசிம்மன் காலத்தில் பங்காரு காமாட்சியம்மன், பாதுகாப்பின் பொருட்டுக் காஞ்சிபுரத்திலிருந்து தஞ்சாவூரில் கொண்டு வந்து வைக்கப்பட்டது. தஞ்சை வெண்ணாற்றங்கரைக்கு வம்புலாஞ்சோலை என்ற இடத்தில் இருந்த மேலசிங்கப் பெருமாள் கோயில் இவர் காலத்தில் மாற்றப்பட்டது.

நாட்டியக்காரி முத்துப்பழனி

இவர் பல மராத்திய இலக்கியங்களைப் படைத்துள்ளார். பதினோரு நாடகங்களை இயற்றியுள்ளார். பிரதாபசிம்மனின் அவையில் இருந்த இந்த நாட்டிய மங்கை தெலுங்கர் குலப்பெண். சிறந்த கவிஞராகவும் விளங்கினாள். இவள் மன்னரின் வேண்டுகோளின்படி 'ராதிகா ஸ்வாந்தமு' என்ற நூலினை எழுதியுள்ளார் (வ.வேணுகோபாலன், தஞ்சை மன்னரும் சரஸ்வதி நூலகமும், ப.138).

மன்னருக்கு அகல்யாபாய், யமுனாபாய், சக்வார்பாய், துரௌபதி பாய், அன்னபூர்ண பாய் என்று ஐந்து மனைவியர் இருந்தனர். திருமணம் செய்துகொள்ளாத மனைவி அன்னபூர்ணபாயின் மூலம் இவருக்கு இராமசாமி எனும் அமரசிம்மனும், கிருஷ்ணசாமியும் பிறந்தனர். முன்னதாகத் துரௌபதி பாய் மூலம் துளஜாவைப் பெற்றிருந்தார். பிரதாபசிம்மன் கி.பி.1739 முதல் 1763 வரை 24 ஆண்டுகள் ஆட்சி புரிந்து 1763 ஆம் ஆண்டு டிசம்பர் திங்கள் 12ஆம் நாள் மரணமடைந்தார்.

இரண்டாம் துளஜா (கி.பி.1763-1787)

18ஆம் நூற்றாண்டின் இறுதியில் ஆங்கிலேயரும், ஆற்காடு நவாபும், பிரெஞ்சுக்காரர்களும் நாடெங்கும் ஆதிக்கம் செய்தனர். கி.பி.1763இல் துளஜா மன்னரான பின் தனது தந்தை இழந்த இராமநாதபுரம் பகுதிகளைத் திரும்பப் பெறும் எண்ணத்துடன் சேதுபதியுடன் அவர்களிடையே நடந்த வாரிசுப் போட்டியில் தலையிட்டார். இராமநாதபுரம் மன்னர் தஞ்சைக்கு வந்து கொண்டிருந்த யானைகள் நிறைந்த கப்பலை இடைமறித்து யானைகளை அபகரித்துக் கொண்டார். இதனால் ராமநாதபுரத்திற்கு எதிராக ஒரு படையை அனுப்பிப் போரில் வென்று போரினால் ஏற்பட்ட பண நஷ்டத்திற்கு

ஈட்டுத் தொகையைப் பெற்று தஞ்சை திரும்பினார். இராமநாதபுரம் கர்நாடக நவாப்பின் ஆளுகையில் இருந்ததால், இச்செயல் நவாப்பிற்கு வருத்தத்தைத் தந்தது. ஆற்காடு நவாப் தஞ்சை மீது படையெடுக்க எண்ணி 1769 முதல் தஞ்சை மன்னர் தமக்குச் செலுத்த வேண்டிய தொகையைக் கொடுக்கவில்லை என்று கூறலானான். இது உண்மை யன்று. 1762இல் பிரெஞ்சுக்காரர்களோடு போரிட்டதன் விளைவாக நவாப்பின் நிதி உதவி மிகவும் குறைந்து விட்டது என்பதும் இதற்கொரு காரணமாகும். மன்னர் இதை மறுத்த நிலையிலும் ஆற்காடு நவாப் கும்பினியார்களுடன் சேர்ந்து கொண்டு திருச்சியினின்று தஞ்சை நோக்கிப் படையெடுத்தான். நவாப்பின் மூத்த மகன் உம்தத் உல் உமாராவும், ஜெனரல் ஸ்மித்தும் தலைமை தாங்கிப் படைகளை நடத்தினர். துளஜாவிற்கு எதிரிகளின் தாக்குதலைச் சமாளிக்க முடிய வில்லை. ஆகையால் துளஜா ஓர் உடன்படிக்கை செய்து கொண்டார். இதன்படி ஆண்டு ஒன்றுக்கு கப்பம் 4 லட்சமும் அன்பளிப்பாக ரூ.30,000மும் கொடுக்க ஒப்புக் கொண்டார். இத்தொகைக்காக மன்னார்குடிப் பகுதியை அடகு வைத்து மிஸ்தர் ஜாஜியிடம் இருந்து 2½ சதவீதம் வட்டிக்குக் கடன்பெற்று பணம் கொடுத்தார்.

ஒப்பந்தப்படிக் கப்பத்தைச் செலுத்தி வந்த போதிலும் நவாப் முகமது அலிகான் தஞ்சையைக் கைப்பற்ற வேண்டும் என்ற எண்ணம் கொண்டிருந்தமையால் கும்பினியாரைச் சரிகட்டிக் கொண்டு ஜெனரல் ஸ்மித் தலைமையில் தஞ்சை மீது படையெடுத்தான். கடுமையான போருக்குப் பிறகு ஒரு நாள் எதிர்பாராதவிதமாக ஜெனரல் ஸ்மித் கோட்டையைப் பிடித்தார். கி.பி.1773இல் தஞ்சை கோட்டை முகமதியர் வசம் ஆனது. மன்னர் துளஜா மூன்றாண்டுகள் சிறைபடுத்தப் பட்டார் (The Maratha Rajas of Tanjore, K.R.Subramanian, P.61).

நவாப் தஞ்சைக் கோட்டைக்கு உரியவரானார். மானோஜியும் சிறைப்படுத்தப்பட்டார். இச்செயல்கள் சென்னை கவர்னர் விஞ்ச் (Winch) உதவியால் நடந்தேறின. தஞ்சை அரண்மனையிலிருந்து பல லட்சம் பொன் அணிகலன்கள் நவாபினால் கைப்பற்றப்பட்டது.

மீண்டும் துளஜா மன்னரானார்

கும்பினி அதிகாரிகள் நவாப்புக்கு உதவியது இங்கிலாந்து அரசின் ஒப்புதல் இல்லாமலே நடந்த செயலாகும். இங்கிலாந்திற்கு இச்செய்தி எட்டியதும் ஆங்கில கம்பெனி மேல் நிர்வாகம் (Court of Directors of England) நன்கு ஆராய்ந்து துளஜாவை மீண்டும் அரசனாக்குமாறு 1776 ஆம் ஆண்டு ஆணை பிறப்பித்தது (11.4.1776). இதைத் தொடர்ந்து லார்ட் பிகாட் (Lord Pigot) தஞ்சைக் கோட்டையைக் கைப்பற்றித்

துளஜாவை மீண்டும் அரசனாக்கினார். (தமிழக மராட்டிய வரலாறு, நா.எத்திராஜ், ப.130).

அதன் பின்னர் கும்பினி அரசு 1776ஆம் ஆண்டின் தொடக்கத்தில் நவாப்பின் துருப்புக்களை வெளியேற்றி மராட்டிய இராஜா துளஜாவை மன்னராக்கி அங்கு மராட்டிய ராஜ்யத்தை நிறுவினாலும் ஆங்கிலேயர்கள் அதிகாரத்தை தம் கையில் வைத்துக் கொண்டனர். இங்கு நடைபெற்ற ஆக்கிரமிப்பு தவறான, போலியான காரணங்களுக்காகச் செய்யப்பட்டது என்று கம்பெனியின் கோர்ட் ஆப் டைரக்டர்களால் சொல்லப்பட்டது.

கும்பினியார்கள் உதவியால் துளஜா மீண்டும் அரசு கட்டிலில் அமர்ந்த பின்பும் பிறிதொரு தொல்லை வந்தது. 1781இல் ஹைதர் அலி தஞ்சையைத் தாக்கி ஏறத்தாழ ஆறு மாதங்கள் தன் ஆட்சிக்கு உட்படுத்தினான். இதனால் தஞ்சை மிகவும் பாதிக்கப்பட்டது 1782இல் திப்புசுல்தான் ஆங்கிலப் படையைத் தோல்வியுறச் செய்து மாயூரம், சீர்காழி ஆகிய பகுதிகளைச் சூரையாடினான்.

நாகூர் உடன்படிக்கை

ஆட்சியைப் பெற்ற மன்னர் துளஜா கும்பினியோடு வேறொரு உடன்படிக்கை செய்து கொள்ள வேண்டியதாயிற்று. இந்த உடன்படிக்கைக்குப் பெயர் நாகூர் உடன்படிக்கை ஆகும். இதன்படி தஞ்சைக் கோட்டையிலும் ஓர் ஆங்கிலப் படை இருக்கலாயிற்று. அதன் செலவுக்காக நான்கு லட்சம் வராகன் கொடுக்க வேண்டும். துளஜா பிற அரசர்களுடன் நட்புக் கொள்ளக்கூடாது. இந்நிலையில் கம்பெனியாருக்கு 277 கிராமங்கள் எழுதிக் கொடுக்கப்பட்டது. மன்னர் கட்ட வேண்டிய தொகையைப் பணமாக செலுத்த முடியாத போது அதற்குப் பதில் தானியமாகச் குடந்தை, மன்னார்குடியிலிருந்து கொடுக்கப்பட்டது.

துளஜா மீண்டும் மன்னரானாலும் ஆங்கிலேயரின் உதவியுடனே சேனைகள் இல்லாது ஆட்சி நடத்த வேண்டிய சூழல் ஏற்பட்டது. 18ஆம் நூற்றாண்டு மிகவும் ஆபத்தான சூழ்நிலைகள் நிலவிய காலமாகும். மொகலாயப் பேரரசு அழிவை நோக்கி விரைந்து கொண்டிருந்தது. பிரெஞ்சு ஆங்கிலக் கம்பெனிகள் தென்னிந்தியாவில் தங்களுடைய ஆதிக்கத்தை நிலைநாட்ட முயன்று கொண்டிருந்தனர். ஆங்கிலேயர்களும், கர்நாடக நவாபும் மன்னர் துளஜாவிற்கு ஓயாது தொல்லை கொடுத்து மனநிம்மதியைக் குலைத்தனர். இதனால் அரசு பரிபாலனம் இவருக்குச் சுமையாக விளங்கியது. இவர் சுமார் 25 ஆண்டுகள் தஞ்சையை ஆட்சி புரிந்தாலும் அது ஆபத்தான சூழ்நிலை நிலவிய காலம். துளஜா உள்ளத்தாலும் உடலாலும் பலவீனமாகி; கும்பினிக்கு நன்றிக்கடனைச் செலுத்த முடியாமல் இருந்தார்.

வாரிசு இல்லை - ஆண் குழந்தை பிறந்து இறந்தது

மன்னருக்கு மனைவிமார்கள் ஐவர் விரும்பிச் சேர்த்துக் கொண்டவர் நால்வர். ஆனாலும் இவருக்குப் பின் அரியணை ஏற வாரிசு இல்லாது போயிற்று. இவரது முதல் மனைவி மோகனாபாய் இரண்டு ஆண் குழந்தைகளைப் பெற்றெடுத்தாள். முதல் குழந்தை பிறந்தவுடனே இறந்துவிட்டது அடுத்த குழந்தை ஆறு ஆண்டுகள் வரை வாழ்ந்து அம்மை நோய் கண்டு இறந்துவிட்டது. மனைவி மோகனா பாய் 1774இல் பிரசவத்தின் போது இறந்து போனாள்.

பேரக்குழந்தையும் இறந்தது

மன்னருக்கு அப்ருபாபாய் என்ற மகள் இருந்தாள். இவள் ஒரு ஆண் குழந்தையையும், ஒரு பெண் குழந்தையையும் பெற்றெடுத்து விட்டு இறந்துவிட்டாள். இந்தப் பேரக் குழந்தைகளைப் பிரியமுடன் துளஜா வளர்த்தார். இக்குழந்தைகளும் இறந்துவிட்டன. மகன்களும், மனைவியும், மகளும், பேரக் குழந்தைகளும் மரணமடைந்ததால் மன்னர் மனம் உடைந்து நலிவுற்றார்.

சுவீகாரம் தேவைப்பட்டது

சுவீகார மகன் தந்தையின் உடைமைகளை அடையலாம். இதனால் தன் மரணத்திற்குப் பின் தஞ்சை அரசபீடத்தில் அமர ஓர் இளவரசனைச் சுவீகாரம் எடுத்துக் கொள்ள மன்னர் எண்ணினார். இத்துடன் மற்றொரு காரணம் தனது தந்தை (துளஜாவின் தந்தை) பிரதாபசிம்மனுக்குத் திருமணமாகாத பெண்ணிடம் (சேர்த்துக் கொள்ளப்பட்டு கத்தி கல்யாணம் செய்து கொண்டவர்) பிறந்தவர் என்ற குறை ஏற்பட்டு விட்டது. அத்தகைய பேச்சுக்கு இடம் கொடுக்கக் கூடாது என்று தீர்மானித்ததும் ஆகும். இதனால் கத்திக் கல்யாணம் செய்து கொண்ட மராட்டிய பெண் வயிற்றில் பிறந்தவர்கள் வாரிசாக வருவதற்கு உரிமையில்லை என்று அந்நாளில் கருதினர் என்பது தெரியவருகிறது.

இதன் காரணமாகத் தனக்கு நம்பிக்கையானவர்களை மராட்டியத்திற்கு அனுப்பி வைத்ததுடன் புனே, சதாரா கோலாப்பூர், பரோடா போன்ற இடங்களில் உள்ள தன் நண்பர்களுக்கும் கடிதம் எழுதினார். சில நாட்களுக்குப் பின் சதாரா மன்னர் தன் நண்பர் துளஜாவிற்கு நல்ல செய்தியாகத் தனது குடும்பத்தில் வந்த சரபோஜி என்னும் இளவரசனை மன்னர் சுவீகாரம் எடுத்துக் கொள்ள எந்தத் தடையுமில்லை என்று தெரிவித்தார். மகிழ்ச்சியடைந்த மன்னர் சதாரா சென்று அம்மன்னரிடமும், வேறு பலரிடமும் நிகழ்த்திய விசாரணைகளினால் சரபோஜி சரியான தேர்வு என்பதை உணர்ந்தார்.

I. சரித்திர நாயகன் சரபோஜி

1. சரித்திர நாயகன்

சரபோஜியின் நதிமூலம் என்ன?

சரபோஜி சுவீகார புத்திரர் ஆனார்

துளஜா மன்னரின் ஆறு தலைமுறைக்கு முன் மானோஜி, விடோஜி எனும் இரு மராட்டிய தலைவர்கள் இருந்தனர். அவர்கள் பாபாஜி என்பவரின் புதல்வர்கள். இத்தலைமுறையில் ஏழாவதாக ஷாஜி என்பவரிருந்தார் அவரின் புதல்வரே சரபோஜி. சரபோஜிக்கு இரண்டு மூத்த சகோதரிகள் உண்டு. துளஜா தாயாதிகள் வகையில் வந்த பையனை தத்து எடுத்தது சரபோஜிக்கு பின்னர் மிகவும் உதவியது.

தத்து எடுக்கப்பட்டது மூன்று அடிப்படைக் காரணங்களுக்காகச் சச்சரவுக்குள்ளானது. துளஜாவின் திடமில்லாத மனம், பையனுடைய வயது, அவன் ஒரே மகனாக இருந்தது என இந்தச் சூழ்நிலைகள் தத்து எடுப்பதைச் செல்லாததாக ஆக்கிவிடும் எனச் சொல்லப்பட்டது.

*1788*ஆம் ஆண்டில் கிழக்கிந்திய கம்பெனி நடவடிக்கை எவ்வாறிருந்தது என்று பார்க்கையில் துளஜா மரணமடைந்த பிறகு சரபோஜியைத் தத்துப்பிள்ளையாக அங்கீகரிக்கவில்லை. இதற்காகப் பெருமளவு பணமும் நேரமும் செலவு செய்யப்பட்டது.

சுவீகார விழா

மன்னர் இறப்பதற்கு ஐந்து நாட்களுக்கு முன்னர் அரண்மனையில் பிரதாப் ராமசாமி மகாலில் *10* வயதுச் சிறுவன் சரபோஜிக்கு இந்து தர்ம வழக்கப்படி சுவீகாரம் எற்றுக் கொள்ளும் விழா *(22.1.1787)* நடைபெற்றது. அப்போது அரசவையில் சரபோஜியை ஒரு சிம்மாசனத்தில் அமர வைத்து அங்கிருந்தவர்களிடம் சரபோஜிக்குத் தக்க மரியாதை செலுத்துமாறு மன்னர் கேட்டுக் கொண்டார்.

அரசவைக்கு வந்த சபையோர் மன்னரைப் போல் சரபோஜி அரசருக்குச் சன்மானம் செய்வித்ததைக் கண்டு கவலையற்று இச்செய்தியைச் சென்னை கும்பினி அரசுக்குத் தெளிவாய் எழுதி அனுப்பினர். இது நடந்தவுடன் சில கெட்ட நடத்தையுள்ளோர் அமர்சிங்கை மன்னராக்க நினைத்தனர். வயதில் பெரியவராதலால்

அவரை முன் நிறுத்தி, துளஜாவிற்கு மனோபலம் குன்றியிருந்தபோது மகாராஜா கூப்பிட்டனுப்பியதாக அமர்சிங்கை கூப்பிட்டனுப்பி, இதை மன்னர் செய்த எற்பாடு என்று ஒரு வதந்தியைக் கிளப்பிய பிறகு சென்னை கும்பினி அரசுக்குத் தாங்கள் கிளப்பிய வதந்திக்கு ஏற்றபடி ஒரு கடிதம் எழுதி, அதற்கு மகாராஜாவின் முத்திரையிட்டு அதைக் கும்பினி அரசாங்கத்திற்கு அனுப்பி வைத்தார்கள்.

சரபோஜியைச் சுவீகாரம் எடுத்துக் கொண்ட துளஜா 1787இல் இறக்கும் தறுவாயில் ஆங்கிலேய கும்பினி பிரதிநிதி, தஞ்சை கோட்டையின் மாஸ்டர் ஜான் ஹடாலேப்சன், சேனைத் தலைவர்களான கர்னல் இப்ஸ்கி, கமாண்டர் உஷ்டோப் மற்றும் ஸ்வார்ட்ஸ்சிடமும் சரபோஜியை ஒப்புவித்து துளஜா மன்னர், "மகாராஜா சரபோஜிக்கு இந்த

துளஜா சரபோஜியை
ஸ்வார்ட்ஸ் பாதிரியாரிடம் அறிமுகப்படுத்துதல் (1865 - ஓவியம்)

ராஜ்யத்தின் பாத்யதைச் சகஜமாய் இருந்த போதிலும் சட்டமுறையை அனுசரித்து நாங்கள் சுவீகாரம் செய்கிறோம். நமது ராஜ்யத்திற்கும், ஐசுவரியத்துக்கும், வம்சத்திற்கும் இவர்தான் அதிபதி. இவரை உங்கள் கையில் ஒப்புவிக்கிறோம். எங்களுக்குப் பின்னால் சரபோஜி மன்னரோடு ராஜ்யபாரத்தை நடத்தி பிரியத்துடன் இவரைக் காப்பாற்ற வேண்டும் என்று சொல்லி அந்நால்வர் கைகளிலும் சரபோஜியை ஒப்படைத்தார்" (போன்ஸ்லே வம்ச சரித்திரம், ப.128).

அப்பொழுது ஸ்வார்ட்ஸ், சரபோஜி சிறுவனாக உள்ளதால் அரசு நிர்வாகத்தை நன்கு கவனிக்க இயலாது எனவும் ஆகவே மன்னரின் சகோதரர் அமர்சிங்கை சரபோஜிக்கு வயது வரும்வரை பிரதிநிதியாக

இருந்து உதவவேண்டும் எனவும் கேட்டுக் கொண்டார். இதற்கு மன்னரின் மனம் ஒப்பவில்லை என்றாலும் ஸ்வார்ட்ஸ் பாதிரியார் முழு ஒத்துழைப்பையும் நல்குவதாக வாக்குறுதியளித்த பின்னர் இதை ஏற்றுக் கொண்டார். இதன்படி அமர்சிங் சரபோஜியின் பிரதிநிதியாக இருந்து அரசு புரிய வேண்டும், சரபோஜி வயது வந்ததும் அவனிடம் அரசை ஒப்படைக்க வேண்டும் என்ற விபரம் கிழக்கிந்திய கம்பெனிக்கு அறிவிக்கப்பட்டது. இதன் பின் துளஜா தனது 49வது வயதில் காலமானார்.

2. அமர்சிங் ஆட்சி (கி.பி.1787-1789)

துளஜாவின் இறப்பு

அமர்சிங்

மன்னர் துளஜா 1787இல் மரணமுற்றதும் தஞ்சை அரசு உரிமை மீது நீண்ட சர்ச்சை எழுந்தது. துளஜா தனது உயிலில் தனது சுவீகார புத்திரன் சரபோஜி தனக்குப் பின் பட்டம் பெற வேண்டும் என்றும் அவன் தக்க வயது வரும்வரை தனது ஒன்றுவிட்ட சகோதரன் அமர்சிங் அரசின் பிரதிநிதியாக இருக்க வேண்டும் எனவும் தெரிவித்திருந்தார்.

அமர்சிங் - துளஜா உயில் என்னைக் கட்டுப்படுத்தாது

துளஜா மன்னர் இறந்த உடனே அமர்சிங், மன்னர் உயிலை மதிக்காது தானே தஞ்சையின் மன்னர் (7.4.1787) என்று தஞ்சை மற்றும் சென்னை ஆங்கில அதிகாரிகளுக்கு அறிவித்தார். இவர் அரசரானதை அரச குடும்பத்தினர் சிலர் எதிர்த்தனர். சிலர் சரபோஜிக்கு ஆதரவாக இருந்தனர்.

மன்னர் அமர்சிங், துளஜா சுய நினைவு அற்ற நிலையில் ஒரு அந்நியனைச் சுவீகாரம் எடுத்துக் கொண்டார் என்பதால் அவருடைய உயில் தன்னைக் கட்டுப்படுத்தாது எனத் தெரிவித்தார். அத்துடன்

சரபோஜி அவனுடைய தந்தைக்கு ஒரே மகன் என்பதால் இந்து சட்ட விதிமுறைப்படி சுவீகாரம் செல்லாது. மேலும் தத்தெடுக்கும் போது அவருக்கு வயது அதிகம், தத்தெடுக்கும் நேரத்தில் அவரது வளர்ப்புத் தந்தை சுயநினைவில்லாதவராக இருந்தார் என்றார் (தமிழக மராட்டிய வரலாறு, நா.எத்திராஜ், ப.140). தனது அரசுரிமையை உறுதிப்படுத்திக் கொள்ள இது குறித்து கவர்னர் லார்டு கார்ன்வாலிசுக்குக் கடிதம் எழுதினார்.

துளஜா இறந்தார்

துளஜாவின் உத்திரகிரியையை அமர்சிங்கே பாவனைக்கு சரபோஜியைக் கூட வைத்துக் கொண்டு நடத்தினார். பிறகு சென்னை அரசு அதிகாரியாயிருந்த சிராஜ் கமால் என்பவரை அணுக வேண்டியதற்காக முதலில் லேடி கமாலுக்கு தெரிவித்து அவள் மூலமாய் சிராஜ் கமாலுக்குத் தெரியப்படுத்தினார். சிராஜ் கமால் அமர்சிங்கே அரசாளத் தகுந்தவர். அரசுக்கு மடல் எழுதினார். அதை ஆமோதித்து கவர்னர் ஜெனரலும் அரசுக்குப் பரிந்துரைத்தார். பிறகு அவர்களின் ஆணையை வரவழைத்துக் கொண்டு தான் தஞ்சாவூருக்கு வந்து நடுநிலைமையாய் உள்ளவர்களை விசாரித்து தெரிந்து கொள்ளுவதாக, மத்யஸ்த முறையைக் கடைப்பிடிப்பதாக மன்னர் பாவனை செய்தார் (போன்ஸ்லே வம்ச சரித்திரம், ப.130) அமர்சிங்கை அரசு கட்டிலில் அமர்த்த கும்பினி அரசு பெரிதும் துணை நின்றது.

சுவீகாரம் செல்லாது - 12 தர்ம சாஸ்திரிகள்

1787 பிப்ரவரி 26ஆம் தேதி கவர்னர் ஜெனரல் பெர்ட் கார்ன் வாலிசின் குறிப்புப்படி, இந்து சட்டப்படி வளர்ப்பு மகனுக்கு வளர்ப்பு தந்தைக்குப் பின் அரசு பீடத்தில் அமர உரிமை மகனுக்கு உள்ளது என்பதாகும். தனிப்பட்ட சொத்துக்களை அனுபவிக்க வளர்ப்பு மகனுக்கு உள்ள உரிமை வேறு; அரச உரிமை வேறு என்ற கொள்கையை ஆங்கிலேயர்கள் ஆதரித்து வந்தனர். இதனை நடைமுறைப்படுத்த கும்பினியார் கவர்னர் சர் ஆர்ச்சிபால்டு காம்பெல் என்பவரைத் தலைமையாகக் கொண்ட குழு தஞ்சைக்கு வருகை தந்து சரஸ்வதி மஹாலில் இருந்த 12 தர்ம சாஸ்திரிகளை விசாரணை செய்து சாஸ்திரங்களின் கூற்றுப்படி சுவீகாரபுத்திரனுக்கு மன்னனாக முடிசூட்டுவது தவறு என்றனர். துளஜா மன்னரின் மனைவியரால் அங்கீகரிக்கப்பட்ட சரபோஜி சுவீகாரம் செல்லாது என கும்பினி அறிவித்தது.

இதனால் அமர்சிங் அரசை ஏற்றுக் கொண்டார். இவருக்கு மூன்று மனைவியர். சரபோஜி சார்பில் அரசை ஏற்றுக் கொண்ட போது

கவர்னராகவும் சேனைத் தலைவராகவும் இருந்த ஆர்ச்சி காம்பெல் (Sir Archibalad Campbell) அமர்சிங் ஆடம்பரச் செலவு செய்கிறார் என்று கேள்விப்பட்டு அங்ஙனம் செய்தல் கூடாது என்று கடிதம் எழுதினார். அதற்கு மறுமொழி யாகத் தாம் தம் முன்னவரைக் காட்டிலும் தான் குறைவாகவும், சிக்கனமாகவும் செலவு செய்வ தாகவும் ராஜ்யத்தைப் பாதுகாக்காமல் வீணாகச் சுற்றுவதில்லை என்றும் அந்தந்தச் சுபா(நாடு) களுக்குச் சென்று ராயத்துக்களைக் கொண்டு வருமானத்தை மிகுத்து வருவதாகவும் வேடிக்கை பார்ப்பதற்கும், விளையாடுவதற்கும் இராஜ்ஜியத்தை சுற்றவில்லை என்றும் இரவில் தீவட்டிகளுடனும், வாணவேடிக்கைகளுடனும் பெண்களுடனும் ஊர்வலம் போகும் போது தான் முன்னவர் போலக் கூடச் செலவு செய்வதில்லையென்றும், தாம் நன்றியை மறக்கவில்லை என்றும் உதவி புரிந்து தமக்குப் பட்டாபிஷேகம் செய்வித்தால் கவர்னருக்குப் புகழ்வருமாறு தாம் நடந்து கொள்வதாகவும் கடிதம் எழுதினார்.

ஆர்ச்சிபால்டு காம்பெல்

1787இல் ஏற்பட்ட உடன்படிக்கையைக் கம்பெனியார் மாற்றி அமைக்க நினைத்தனர். இங்ஙனம் அடமானம் செய்யப்பெற்ற சுபாக்களைத் தம் வசப்படுத்திக் கொள்ள ஆங்கிலேயர் முனைந்தனர். ஆகவே சிவராவை ஸர்கேலாக (அமைச்சர்) நியமித்தது முதலிய செயல்களைப் பற்றி ஆங்கிலேயர்கள் அமர்சிங்கைக் குறை கூறினர். அமர்சிங் சிவராவை விட்டுக் கொடுப்பதாக இல்லை. இதுபற்றி கேட்டறிய மக்லோட் என்பவர் ஒரு இரவில் அமர்சிங்கைப் பார்த்தார். அதில் 7ஆவது ஷரத்து அரசர் கொடுக்க வேண்டிய தொகையைக் கொடுக்காவிடில் மன்னார்குடி, திருவையாறு, மாயவரம், பட்டுக்கோட்டை ஆகிய சுபாக்களில் வசூலைக் கம்பெனியாரே ஏற்றுக் கொள்ளலாம் என்பதாகும். இதன்படி அந்த சுபாக்களைத் தம் வசம் ஒப்புவிக்க வேண்டும் என்று ரெசிடெண்ட் மக்லோட் அமர்சிங்கை கேட்டதுடன் புது உடன்படிக்கையின் மாதிரிப் படிவத்தையும் கொடுத்தார். அமர்சிங் கையெழுத்திட மறுத்தார். மக்லோட் கம்பெனித் துருப்புக்களைக் கொணர்ந்து நிறுத்தி அச்சுறுத்திக் கையொப்பம் பெற்றார். ஆனால் அரசர் சம்மதத்துடனும், மகிழ்வுடனும் கையொப்பம் இட்டதாக மேலிடத்திற்கு எழுதினார். இவ்வாறு தஞ்சை கோட்டைக்குள் கம்பெனிப் படையை சூழச் செய்து அச்சுறுத்தி அமர்சிங்கிடமிருந்து நாட்டைப் பகுதி பகுதியாக ஆங்கிலேயர் பறித்தனர். இங்ஙனம்

அச்சுறுத்தி தன் சுயநிலை இழந்த பிறகு கையெழுத்துப் பெறப்பட்ட போதிலும் மக்லோட் அமர்சிங் சுயவுணர்வுடன் மகிழ்ச்சியுடன் கையெப்பம் இட்டார் என்று எழுதியது அரசியல் சூழ்ச்சியாகக் கருதத்தக்கது (தஞ்சை மராட்டிய மன்னர் கால அரசியலும் சமுதாய வாழ்க்கையும், கே.எம்.வேங்கட ராமைய்யா, ப.59).

கும்பினியாருடன் ஒப்பந்தம் போடப்பட்டது

அமைதி காலத்தில் பராமரிக்கக்கூடிய இராணுவ செலவுக்காக அவருடைய மொத்த வருவாயில் ஐந்தில் இரண்டு பாகத்தைக் கொடுப்பதோடு காலத்தே செலுத்தும் வகையில் பிணையாக நிலத்தையும் காட்ட வேண்டும் என்றும் போர்க் காலங்களில் இந்தத் தொகை இரண்டு மடங்காகும் என்றும் நவாபு மற்றும் தனிப்பட்டவர் களுக்குக் கொடுக்க வேண்டிய கடனுக்காக, ஆண்டொன்றுக்கு மூன்று இலட்சம் பக்கோடாக்களைக் கொடுக்க வேண்டுமென்றும் நவாபு தன் பங்காக எந்த அளவுக்குப் பிரிட்டிஷ் அரசிற்குக் கொடுக்க வேண்டிய கப்பத்தைத் தஞ்சாவூர் ராஜாவுக்கு விட்டுக் கொடுத்துள்ளாரோ அந்தத் தொகையைப் பிரிட்டிஷ் அரசாங்கத்துக்கு ராஜா கொடுக்க வேண்டும் என்றும் உடன்படிக்கை செய்து கொள்ளப்பட்டது.

திப்பு சுல்தானோடு நடந்த போருக்குப் பிறகு வேறு ஓர் ஒப்பந்தம் 1792ஆம் ஆண்டு ஜுலை மாதம் 12ஆம் தேதி செய்து கொள்ளப்பட்டது. கர்நாடக நவாபோடு செய்து கொள்ளப்பட்ட ஒப்பந்தத்தைப் போன்றதே இந்த ஒப்பந்தம்.

மக்லோட் அமர்சிங்கை மிரட்டினார்

இரவில் மக்லோட் (Macleod Aiexander) ஒரு கும்பினி சோல்ஜர் ஆபீசர் ஆகிய இருவரையும் 8 மணிக்குக் கீழவாயில் வைத்துத் தான் இராஜாவிடம் பேட்டி வாங்கி ரொம்ப புத்திமதி சொல்லிச் சிவராயருக்காக இராஜ்ஜியத்தை இழக்காதீர் என்று கூறினார். (அதற்கு அமர்சிங்) சிவராயரை ஒப்புவிக்கிறதில்லை என்ன ஆனாலும் ஆகட்டும் என்று கூறினார். நாளைக்கு எல்லாம் பேசிக் கொள்ளலாம் என்று மக்லோட் ஜோல்ஜரை அழைத்துக் கொண்டு வீட்டுக்குப் போனார்.

அமர்சிங்கை அடக்க கும்பினி முயற்சி

இதனால் அமர்சிங்கை தமக்கு அடங்கியிருக்குமாறு செய்வதற்கு மேற்கொள்ள வேண்டிய முயற்சிகளை எல்லாம் மக்லோட் மேற் கொண்டார் என்பது தெரியவருகிறது. துளஜா மனைவி திரௌதாம்பாள் இறந்தபொழுது சரபோஜியை அங்கு விடாது தானே ஈமச் சடங்கு களைத் தன் சிப்பாய்கள் துணையுடன் செய்து முடித்தார். இவைகள் எல்லாம் கவர்னர் அறிந்தநிலையில் கவர்னர் ஹேபர்ட் அமர்சிங்கை

கடிதத்தின் மூலம் "சரபோஜியையும் அவரது குடும்பத்தையும் மனிதத் தன்மையுடன் நடத்துமாறு கேட்டுக் கொண்டார். இத்துடன் சரபோஜிக்குக் காற்று வரும்படியான அறையைக் கொடுத்து கம்பெனி சிப்பாய்களைக் காவல் செய்யவும் கடிதம் எழுதினார். மேலும் துளஜாவின் எண்ணத்திற்கு மாறாது அவர்கள் நிலத்தையும் சொத்துடைமை களையும் பறிக்கக்கூடாது என்று பலதடவை எச்சரிக்கை செய்தார்.

இது தொடர்ந்து நீடித்தால் உங்கள் பதவியையும் அரசையும் இழக்க நேரிடும் எனவும் எச்சரித்தார். ஆனால் அமர்சிங்கும் அவர் மந்திரி சிவராவும் இவைகளுக்கிடையில் வரப்போகும் ஆபத்தைக் கண்டு கொள்ளாது அவர்கள் வழியிலேயே சென்றனர்.

இச்சமயத்தில் ஸ்வார்ட்ஸ் அமர்சிங் சரபோஜியின் மீது எடுக்கும் கொடுமையான செயல்களைக் கவர்னருக்குத் தெரிவித்ததோடு, கவர்னரின் கடிதத்திற்கு எந்தவித மாற்று நடவடிக்கைகளையும் எடுக்க வில்லை, எனவும் அமர்சிங் மன்னர், அமைச்சர் சிவராயரின் பிடியில் உள்ளதாகவும் எழுதினார். இதனால் கவர்னர் 1789இல் மெட்ராஸ் கவுன்சில் மெம்பரை அனுப்பி சிவராவ் அமைச்சரை நீக்கி அரசை நல்ல நிலைக்குக் கொணர அமர்சிங்கிடம் கேட்டுவர அனுப்பியபோது அரசர் இதனை ஏற்கவில்லை. பிறகு சிவராவை தன்னிடம் சரணடையும் படி மன்னருக்கு கடிதம் எழுதினார். இதற்கும் அமர்சிங் காது கொடுக்கவில்லை. (20.1.1796) ஏனெனில் இம்மந்திரியே 12 பண்டிதர்களுக்கு கையூட்டுக் கொடுத்தும் அதிகாரத்தைப் பயன்படுத்தியும் அமர்சிங்கிற்கு ஆதரவாக அரியணை ஏற "இந்து சட்டத்தில் உள்ளது" என பொய் சொல்ல வைத்தவர்.

3. கும்பினி ஆட்சிக்கு எதிர்ப்பு

மன்னர் அமர்சிங், கும்பினியாரை எதிர்க்கத் தொடங்கினார் இரகசியமாகத் திருப்பனந்தாள் காசிமட தபோநிதி மூலம் மராட்டிய மாநிலத்திற்குச் செய்தி அனுப்பி ஆங்கிலேய ஆதிக்கத்தை எதிர்க்கப் படை திரட்ட முற்பட்டார்.

ஆங்கில அரசுக்கு எதிராகச் செயல்பட்ட அமர்சிங்

அமர்சிங் இந்தியாவில் பல பிரதேசங்களில் அப்போது நிர்வாகப் பொறுப்பு (Country Powers) வைத்திருந்த நாநாபத்னாவிஸ், மாதவராவ், அகில்யாபாய், மகதாஜி சிந்தியா, சகாரா சத்திரபதி சிவாஜி, துக்கோஜி ஹோல்கார் முதலியவர்களுக்கு ஒரு நெருக்கடியான நிலையில் உதவி கேட்டுக் கடிதங்கள் அனுப்பியுள்ளார். இக்கடிதங்களில் தபோநிதி காசிவாசி குமரகுருபர கோஸ்வாமி என்பவர் மன்னர் அமர்சிங் சார்பில்

மேலே குறிப்பிட்டவர்களைச் சந்தித்து மன்னருக்காகப் பேச்சு வார்த்தை நடத்தியதாக மோடி ஆவணத்தின் மூலம் தெரிகிறது.

காசிமட அதிபர் குமரகுருபரர் - அமர்சிங்குடன் படித்தவர்

காசிமடம் பெருமை வாய்ந்த குமரகுருபரரால் நிறுவப்பட்டது. அவருக்குப் பின் அதே பெயர்கொண்ட இரண்டாம் குமரகுருபரர் காசி மடத்துத் தலைவராகச் சிறந்து விளங்கினார். இவர் மன்னர் அமர்சிங்குடன் சிறுவயதில் ஒன்றாகப் படித்தவர். இந்த மோடிச் சுவடிகளில் சொல்லப்படும் குமரகுருபரர் காசிமடத்துத் தலைவரான இரண்டாம் குமரகுருபரர். கி.பி.1789ஆம் ஆண்டில் எழுதப்பட்ட மோடிக் கடிதங்கள் தஞ்சை சரசுவதி மகால் நூல்நிலையத்தில் உள்ளன. இவைகள் யாவும் தஞ்சையிலிருந்து எழுதப்பட்ட கடிதங்கள் (நகல்கள்). ஆனால் இக்கடிதங்களுக்குப் பெறப்பட்ட பதில்கள் ஏதும் இதுவரை நமக்குக் கிடைக்கவில்லை.

அமர்சிங் கிழக்கிந்தியக் கம்பெனியாரின் உதவியுடன் ஆட்சியைக் கைப்பற்றிய போதிலும், அவர் ஆட்சிக்காலம் முழுவதும் கிட்டத்தட்ட கம்பெனியாரின் ஆதிக்கத்தை எதிர்த்தே வாழ்ந்தார் எனலாம். ஆகவே தான் ஆங்கிலேயர்கள் சரபோஜி சுவீகார விஷயத்தில் மீண்டும் குறுக்கீடு செய்து தங்கள் கருத்தை மாற்றிக் கொண்டனர்.

அமர்சிங் தன் ஆட்சியில் தொடக்கம் முதல் வெள்ளையர்களை நாட்டைவிட்டு வெளியேற்ற மராத்திய சாம்ராஜ்யத்தின் உதவியைத் திரட்டுவதில் முனைந்தார்.

நவாப் பெருந்தொகையைக் கேட்டுக் கொண்டே இருந்தார். இதற்குச் சென்னையில் இருந்த ஆங்கில நிர்வாகம் துணை செய்தது.

அமர்சிங் ஆங்கிலேய ஆட்சியை இந்தியாவிலிருந்து முழுமையாக விரட்ட முடியாவிட்டாலும், தஞ்சையை விட்டாவது விரட்டுவது என்று உறுதி பூண்டு ஒரு பெரிய படையைத் திரட்டுவது எனத் திட்டமிட்டார். அதன் பொருட்டுச் சில முக்கிய ஆட்சியாளர்களான நாநாபத்னாவிஸ், மாதவராவ், அகல்யாபாய், மகதாஜி சிந்தியா, சகாரா சத்ரபதி சிவாஜி, துக்கோஜி ஹோல்கார் முதலியவர்களுடன் பேச்சு வார்த்தை நடத்தினார். இவருடைய தூதராகக் காசிவாசி தபோநிதி குமரகுருபர கோஸ்வாமி என்பவரும், நரசிங்கராவ் போன்ஸ்லே என்பவரும் இருந்தனர்.

அமர்சிங் ஆட்சியில் தொல்லை ஏற்பட்ட போது காசிமடத்துத் தலைவர் ஆங்கிலேயர்களுடனும், படையெடுத்துவந்த முகமதியர் களுடனும் பேச்சு நடத்தி உதவி வந்தார். தற்போது கிடைத்துள்ள

சில கடிதங்களைக் கொண்டு இந்நிகழ்ச்சிகள் கி.பி.1789ஆம் ஆண்டைச் சார்ந்தவை என அறியமுடிகின்றன. அக்காலத்திய சில கடிதங்கள் நமக்குக் கிடைக்காமல் போய்விட்டன. சவாய் சதாசிவராவ் என்பவரிடமிருந்து வந்த பதிலைத் தவிர மற்றவர்களிடமிருந்து வந்த பதில் ஏதும் நமக்குக் கிடைக்கவில்லை. தஞ்சைக்கு ஏற்பட்ட நெருக்கடி நிலையைத் தவிர்த்து ஆங்கிலேயரிடமிருந்து விடுதலைபெற உதவிக்காக மன்றாடி எழுதப்பட்ட கடிதங்களே இவைகள்.

இக்கடிதங்கள் சிலவற்றின் சுருக்கம் கீழே கொடுக்கப்பட்டுள்ளன.

அமர்சிங்கிடமிருந்து நாநாபத்னாவிஸ்க்கு அனுப்பியது – தேதி இல்லை

வெள்ளையர்களிடமிருந்து தஞ்சையை விடுவிக்க அவசர நடவடிக்கை எடுக்குமாறு நாநாபத்னாவிஸ் அவர்களை வேண்டுகிறார். அதன்பொருட்டு நரசிங்கராவ், தபோநிதி கோஸ்வாமி இருவரும் நேரில் சந்தித்து விவரங்கள் கூறுவார்கள் என்று தெரிவிக்கிறது.

அமர்சிங்கிடமிருந்து பூனாவிலுள்ள மாதவராவ் அவர்களுக்கு அனுப்பியது (தேதி இல்லை)

பேஷ்வா குடும்பத்தவர்கள் கைலாசம் முதல் கன்னியாகுமரி வரை சீரும், சிறப்புமாக வாழ்கின்றனர். அவர்களால்தான் தஞ்சையைக் காப்பாற்ற முடியும். இக்கடிதத்திலும் நரசிங்கராவ், தபோநிதி ஆகிய இருவரும் குறிப்பிடப்படுகின்றனர்.

அமர்சிங்கிடமிருந்து அகல்யாபாய்க்கு அனுப்பியது (கி.பி.1789)

இவருடைய குடும்பம் தஞ்சையை முன்பு பலசமயங்களில் காப்பாற்ற உதவியுள்ளது. தற்பொழுதும் தஞ்சை விடுதலைக்கு உதவி செய்யவேண்டும். குறிப்பிட்ட இரண்டு தூதர்கள் இங்குக் குறிப்பிடப் பட்டுள்ளனர்.

நரசிங்கராவ் போன்ஸ்லே, லிங்கோஜிராவ் போன்ஸ்லே இவர்களிடமிருந்து மகதாஜி சிந்தியாவிற்கு எழுதப்பட்டது.

மகாராஜா (அமர்சிங்) அவர்கள் ஒரு சுருக்கமான கடிதம் தங்களுக்கு எழுதியுள்ளார். தாங்கள் தஞ்சைக்கு முன்பு பலசமயங்களில் உதவி செய்துள்ளீர்கள். ஆங்கிலேய உதவியுடன் தாக்கிய ரகோபராவ் என்ற தங்கள் எதிரியைத் தால்காவன் (Dhalgaon) என்னுமிடத்தில் தோற்கடித்து அவனைச் சிறைபிடித்தபோது நாம் இருவரும் கடைசியாகப் பூனாவில் சந்தித்தோம். அதன் விளைவாக ஏற்பட்ட உடன்படிக்கையில் மாதவராவ், சதாசிவராவ் இருவரும் தஞ்சையை இனிமேல் இடையூறு

செய்வதில்லை என்று ஷரா கண்டு எழுதிக் கொடுத்துள்ளனர். ஆனால் தஞ்சை தற்பொழுது மீண்டும் தொல்லைக்கு ஆட்பட்டுள்ளது. தாங்கள் இப்போது அலட்சியமாக இருக்கவேண்டாம். காசிவாசி தபோநிதி குமரகுருபர கோஸ்வாமிகள் தங்களைப் பார்க்க வருகிறார். அவர் நேரில் எல்லாவற்றையும் கூறுவார். தயவுசெய்து ரகசியமாக ஆவன செய்யுங்கள்.

அமர்சிங்கிடமிருந்து மகதாஜி சிந்தியாவுக்கு அனுப்பியது (கி.பி.1789)

தாங்கள் என் அரசுக்கு முன்பு உதவிகள் பல செய்துள்ளீர்கள். தற்பொழுது இது ஆங்கிலேயர்களால் அறிவிக்கப்பட்டு வருகிறது. கோஸ்வாமியைத் தங்களிடம் அனுப்பி உள்ளேன். இது குறித்து நரசிங்க ராவ் போன்ஸ்லே தங்களுக்கு எழுதுவார். தயவுசெய்து வெற்றிபெற உதவுங்கள்

நரசிங்கராவ் போன்ஸ்லே நாநாபத்னாவிஸ்க்கு எழுதியது (மிருக சீரிஷ சுதா, ஆண்டு குறிக்கவில்லை)

துளஜாவை மன்னராக மீண்டும் சிம்மாசனத்தில் பிகாட் பிரபுவால் அமர்த்தப்பட்டபோது, அவர் நான்கு படைப்பிரிவைத் தஞ்சையில் ஆண்டுக்கு ரூ.14,00,000 செலவில் நிறுவி அரசாங்கத்தால் அச்செலவை மேற்கொள்ள உத்தரவிட்டுள்ளார். ஆனால் பிறகு இதற்கு மாறாக ஆங்கிலேயர்கள் கர்நாடக நவாப் கேட்ட பெருந்தொகையை அமர்சிங் கட்டவேண்டுமெனத் தொல்லை கொடுத்தார்கள். துளஜா மன்னர் அதை எதிர்த்து பிகாட்பிரபுவிடம் நவாப் தஞ்சையை முற்றுகையிட்ட சமயம் பல லட்சம் பெறுமானமுள்ள பொருட்களைத் தஞ்சையிலிருந்து கொள்ளை கொண்டு போய்விட்டார் என்று ஆட்சேபனை தெரிவித்தார். ஆகையால் பிகாட்பிரபு நவாபிற்குத் துளஜா மன்னர் செலுத்தவேண்டிய தொகையைச் செலுத்த வேண்டியதில்லை என்று கூறிவிட்டார். அமர்சிங் அரியணை ஏறியதும், கும்பினி அரசின் கவர்னர் ஜெனரல் உத்தரவுப்படி இவரை ரூ.24,50,000/- கப்பம் கட்டுமாறு வற்புறுத்தியது. அவரால் இவ்வளவு பெருந்தொகையைச் செலுத்த முடியவில்லை. இன்னும் கட்டவேண்டிய பாக்கி ரூ.12,25,000 ஆங்கில அரசு அவர்களிடம் இத்தொகையைச் செலுத்திவிடுங்கள் அல்லது அரசாட்சியை விட்டு விடுங்கள் என்று கூறுகிறது. மன்னர் தன் சொத்துக்களை எல்லாம் ஒப்படைத்து விட்டார். தன்னுடைய சகாக்கள், நம்பிக்கையுள்ளவர்கள் அனைவரிடமும் உள்ளவற்றையும் ஒப்படைத்து இன்னும் ரூ.3,50,000/- பாக்கியுள்ளது. இதனை மூன்று தவணைகளில் கட்டிவிடுவதாக ஒப்புக் கொண்டுள்ளார். இந்த ஆண்டு என்ன நடக்குமென்று? தெரியவில்லை. ஆங்கிலேயர்கள் நாட்டை இணைத்துக் கொள்வதாகப்

பயமுறுத்துகின்றனர். ஆகவே மன்னர் (அமர்சிங்) தங்களுக்கு எழுதச் சொல்லியுள்ளார். அவரும் தங்களுக்கு நேரிடையாக உதவி கேட்டு எழுதுவார். நானும் தங்களைச் சென்றமுறை சந்தித்த போது உதவி செய்வதாக வாக்களித்தீர்கள். தபோநிதி கோஸ்வாமி எல்லாவற்றையும் பற்றி நேரில் சொல்வார்கள்.

சகாரா சத்திரபதி சிவாஜி மன்னர் அமர்சிங்குக்கு எழுதியது
(சரவண சுதா, பிரதமை ஆண்டு குறிக்கவில்லை)

தங்கள் கடிதத்தில் ஐரோப்பியர்கள் (நிவாதகவசர்கள்) நாளுக்கு நாள் வலுவடைந்து வருகின்றனர் என்றும், அல்லும் பகலும் அவர்களை விரட்டியடிக்கத் தாங்கள் ஆவனசெய்து கொண்டிருப்பதாகவும் எழுதப்பட்டுள்ளது. இது சம்பந்தமான திட்டங்கள் பற்றி விவாதிக்க ராஜதூதர்களை அனுப்புமாறு நான் எழுதியுள்ளேன். இதுவரை ஒருவரும் வரவில்லை. சாஸ்திரிகள் இருவரும் ஆலோசிக்கப் பூனாவிற்கு வந்து கொண்டிருப்பதாகக் கேள்விப்பட்டேன். இன்னும் சிறிது நாட்களில் நான் ஆங்கிலேயர்களை விரட்டியடிக்கத் தீட்டியுள்ள திட்டம் பற்றி நீங்கள் அறிவீர்கள். ராஜஸ்ரீ காண்டிகேஜுன்ஜார் ராவ் நான் சொல்லி அனுப்பிய விவரங்களைக் கூறுவார். (இக்கடிதம் 'மரியதேயம் விரஜதே" என்ற வார்த்தைகள் எழுதப்பட்ட சத்தாரா சீலுடன் உள்ளது)

துக்கோஜி ஹோல்கருக்கு அனுப்பியது
(ஜில்ஹேஜ் மாதம், புத வாரம், ஆண்டு இல்லை)

நீண்ட நாட்களாகத் தங்களிடமிருந்து கடிதம் ஏதும் வராதது வியப்பாக உள்ளது. குல்லாய்க்காரர்கள் (Toppiwalas) மிகவும் அதிகமாகத் தொல்லை கொடுக்கின்றனர். சென்னையிலுள்ள ஹோபார்ட் பிரபு நான் வார்த்தையில் சொல்ல இயலா வண்ணம் நிர்பந்தம் உண்டாக்குகின்ற முறைகளைக் கையாளுகின்றார். ஆகவே குல்லாய்க்காரர்களிடமிருந்து எங்களை விடுவியுங்கள்.

நாநா பத்னாவிஸ்க்கு எழுதியது
(ஜில்ஹேஜ் மாதம், புதவாரம், ஆண்டு இல்லை)

தங்களிடமிருந்து நீண்ட நாட்களாகக் கடிதம் ஏதும் வராமைக்கு வருந்துகிறோம். தயவுசெய்து எழுதுங்கள். சவாய் பாஜிராவைச் சிம்மாசனத்தில் ஏற்றிவைத்துத் தாங்கள் புகழ் பெற்று விட்டீர்கள். தங்களுக்குத் தஞ்சையின் மீதுள்ள பற்றை நாங்கள் அறிவோம். தொப்பிக்காரர்களிடமிருந்து எங்களைக் காப்பாற்றுங்கள். ஹோபர்ட் பிரபு, தொல்லைகளுக்குக் காரணமாக உள்ளார். அவர் எங்கள் சர்கிள்

சிவராயரைக் கைது செய்து விட்டார். பின்பு வங்காள கவர்னர் ஜெனரல் தலையிட்டு விடுதலை செய்துள்ளார். அதனால் ஹோபர்ட் பிரபு மிகவும் கோபமாக உள்ளார். சவாய் பாஜிராவ் அவர்களிடம் இது விவரங்கள் யாவையும் எடுத்துக் கூறி எங்களைத் தொல்லையி லிருந்து காப்பாற்றுங்கள். மேலும் விவரங்களை வாசுதேவ தீட்சிதர் மூலமாகவும், சர்கேல் சிவராவ் கடிதம் வாயிலாகவும் அறிந்து கொள்ளுங்கள்.

இச்செயல்கள் ஆங்கில அரசுக்கு எட்டியது அமர்சிங் எதிர்ப்பு கைகூடவில்லை (தஞ்சை மராட்டிய மன்னரும் காசி மடமும் எஸ்.கோபாலன்).

துளஜாவிற்குக் கொடுத்த வாக்கை நிறைவேற்றும் விதமாக ஸ்வார்ட்ஸ் பாதிரியார் சரபோஜியை எப்படியும் தஞ்சை மன்னராக்க வேண்டும் என்று சமாதானத்தை நாடும் பாதிரியார், அரசு உரிமைச் சச்சரவில் தன்னை ஈடுபடுத்திக் கொண்டார். சென்னையில் உள்ள ஆங்கில அதிகாரிகளுக்குச் சரபோஜியே நியாயமான அரியணை ஏறத் தகுதி உள்ளவர் என சரபோஜியின் சார்பில் பல கடிதங்கள் எழுதினார்.

பிறகு கும்பினி அரசு தாங்கள் செய்த விசாரணையில் எல்லா விதத்திலும் சரபோஜி மன்னராவதற்கு தகுதி உள்ளவராக உரியவராக இருப்பதை அறிந்தார்கள். தவிரவும் அமர்சிங் ஆண்ட 11 ஆண்டு காலத்தில் குடிகளுக்கு எந்தவித நன்மைகளும் கிடைக்கவில்லை. சரியான முறையில் பணம் வசூலாகவில்லை. அப்படி வசூலான பணமும் அரசுக்கு வந்து சேரவில்லை. சிப்பந்திகளுக்கும் ஊதியம் சரியாய் கிடைக்கவில்லை. கம்பெனி அரசிற்கும் செலவுகளுக்குச் சரியானபடி பணம் செலுத்தவில்லை. அரசாங்கத்திற்குக் கடன் ஏற்பட்டது. சிலர் பொய் பத்திரங்களையும் எழுதிக் கொண்டார்கள் (போன்ஸ்லே சரித்திரம், ப.133).

அமர்சிங்கின் மற்றொரு முகம்

இப்படிப்பட்ட அமர்சிங் தன் ஆட்சியில் குடிவார முறையை முதன்முதலாக அமல்படுத்தினார். இதனால் விவசாயிகள் நன்மை அடைந்தனர். தஞ்சை மாவட்டத்தில் உள்ள திருப்புவனத்தில் ஆயிரம் சௌராஷ்டிரர்களைக் குடியமர்த்தி சரிகை பட்டு நூல் தறிவேலையில் ஈடுபடச் செய்தார். உதவித் தொகையும், வரிச்சலுகையும் அளித்து பட்டுநூல் தறிவேலை வளர்ச்சி அடைய வழிவகுத்தார். திருப்புவனத்தில் பட்டுச் சரிகைத் தொழில் இன்றும் சிறப்புடன் நடைபெற்று வருவதற்கு அமர்சிங்கே காரணம் என்றால் மிகையாகாது.

4. சரபோஜியின் இளமைக்காலம் - சரபோஜிக்கு இருட்டறை

வழக்கறிஞர் வெங்கோஜி

தஞ்சையில் 1792இல் ஆரம்பத்தில் ஸ்வார்ட்ஸுன் அறிவுரைப்படி சரபோஜி புதிதாக நியமிக்கப்பட்ட தனது வழக்கறிஞர் கோபால் வெங்கோஜியைச் சென்னைக்கு அமர்சிங்கினால் ஏற்பட்ட துன்புறுத்தல் களை அரசாங்கத்திற்குத் தெரிவிக்க ஒரு கடிதத்தை கவர்னர் வில்லியம் மெடோசுக்கு அனுப்பினார். அதில் குறிப்பாக "என் பாட்டி (திரௌதாம்பாள் பாய்) உடல்நிலை சரியில்லாது இருக்கிறார். நான் உங்களை என் பெற்றோர் போல் பார்க்கிறேன். எங்கள் குடும்பம் இனியும் துன்புறுவதைத் தயவு கூர்ந்து மாற்றி எங்களுக்கு நீதியைத் தயவு செய்து உறுதி செய்க. எங்கள் சாஸ்திரம் மற்றும் ஜாதி மரபு களுக்கு உட்பட்டுள்ளது என்று அறிந்த பின்னரே நான் என் பாட்டிக்கு இறுதிச் சடங்குகளைச் செய்வேன். ஆனால் இதற்கு அமர்சிங்குக்கு எந்த உரிமையும் இல்லை. அதனால் அவரால் கடைசிச் சடங்குகளைச் செய்ய முடியாது" என்று குறிப்பிட்டிருந்தார்.

வெங்கோஜி சென்னையிலிருந்து சரபோஜிக்குச் செயின்ட் ஜார்ஜ் கோட்டையில் உள்ள ஐரோப்பிய நண்பர்களைச் சந்தித்ததாகவும் ஆனால் ஜெனரல் மெடோஸ் உத்தியோக பூர்வமான கடமைகளால் சுமையாக உள்ளதால் நம்முடைய பிரச்சனைகளுக்குச் செவி சாய்ப்பது சாத்தியமில்லை என்றும் வெங்கோஜி அமர்சிங்கிற்குச் சொந்தமான சிவகங்கை தபால் சேவையை பயன்படுத்த வேண்டாம் என சென்னை ஐரோப்பிய நண்பர்கள் எச்சரித்துக் கும்பினியாரின் தபால் சேவையைப் பரிந்துரை செய்ததாகவும் தெரிவித்தார்.

இரண்டாவது கடிதத்தில் வழக்கறிஞர் தாதரேயின் மகன் மற்றும் தத்தோஜி அப்பாவிடம் அமர்சிங் துரோகத்தைக் குறித்து ஒரு மனு ஆங்கிலத்தில் எழுதி ஆன்ட்ருரோஸ்க்கு முன் வைக்கப்பட்டது. அவர் கவர்னர் ஜெனரல் மெடேசுக்குப் பரிந்துரைப்பதாக உறுதியளித்தார். இக்கடிதத்தில் தர்ம சாஸ்திரம் மற்றும் மராட்டிய வம்சத்தின் வம்சாவளியைப் பற்றிய குறிப்பும் இருந்தது. இதை ஆன்ட்ருரோஸ் மிகக் கவனமாகப் படித்தார். இந்நிலையில் கார்ன்வாலிஸ் அரசாங்கத்தின் பிணைக் கைதிகளாக இருந்த திப்பு சுல்தானின் மகன்களான அப்துல் மற்றும் முல்ஸ்-உத்-தின் விவகாரங்களில் பரபரப்பாக இருந்தார். இந்நிலையில் வழக்கறிஞர், சரபோஜியானவர் தன்னுடைய பிரச்சனைகளை நேரில் பிரதிநிதித்துவப்படுத்தினால் விஷயங்களை விரைவுபடுத்த முடியும்

என நம்பினார். ஆனால் இதைச் செய்ய அவருக்கு ஆங்கிலத்தில் பேசவும் எழுதவும் தெரிந்திருக்க வேண்டும் என கவலையுற்றார்.

சென்னையிலிருந்து இவர் இரகசிய கடிதங்கள் வாயிலாக ஐரோப்பிய நண்பர்கள் உதவியுடன் சரபோஜியின் மனுவின் ஆங்கில வடிவத்தைத் தயாரித்தார். இம்முயற்சிகள் சரபோஜியின் வாதத்தைப் பரிந்துரைப்பதற்கானதாக, அரசிற்குத் தெரிவிக்கப்பட்டன. ஆனால் இச்செயல்கள் எவையும் பலனளிக்கவில்லை.

கும்பினியார் நிதி நெருக்கடி காரணமாகத் தஞ்சையின் உள்நாட்டு விவகாரங்களில் தலையிட வசதியாக இருந்தது. சரபோஜி மற்றும் துளஜா இராணி விதவைகளுக்கு ஒதுக்கிய 25,000 பகோடாக்கள் ஆண்டுக்குக் கும்பினியார் கணக்கு மூலம் அமர்சிங்கினால் கொடுக்கப் படவேண்டும். இது தஞ்சை அரசுக்குப் பெரும் சுமையாக இருந்தது. இதன் பொருட்டுக் கும்பினிக்குத் தஞ்சை அரசு கடன்பட்டது. 1787ஆம் ஆண்டு சென்னை கும்பினி அரசால் பழைய ஒப்பந்தம் ரத்து செய்யப் பட்டு புது ஒப்பந்தம் போடப்பட்டது. இம்மாதிரியான கடுமையான அரசியல் அழுத்தங்கள் இருந்த போதிலும் மன்னர் அமர்சிங் பணம் கொடுக்க மறுத்துவிட்டார். ஆகவே கும்பினியார் இளமையான மற்றும் அனுபவமற்ற சரபோஜியை அமர்சிங்குக்குப் போட்டியாளராகக் காட்ட வேண்டிய கட்டாயம் ஏற்பட்டது. இது இளவரசருக்கு மேலும் துயரத்தை உண்டாக்கியது. இதனால் மகிழ்ச்சியற்று விரக்தியடைந்த சரபோஜி ஸ்வார்ட்சிடம் முறையிட்டார். "அமர்சிங் மன்னரிடம் நான் இதுவரை அனுபவித்த பல்வேறு துன்பங்களை நான் மீண்டும் மீண்டும் விளக்க மாட்டேன். ஏனெனில் அது உங்களுக்குத் தெரியும். அவர் (அமர்சிங்) தொடர்ந்து நம்மைத் துன்புறுத்துகிறார். என் ஆசிரியர்களை என்னிடம் வருவதைத் தடுக்கிறார். என் வேலைக்காரர்களுக்குக் கட்டுப்பாடு விதிக்கிறார். அதனால் யாரும் என்னுடன் தங்குவதற்கு மறுக்கின்றனர்" என்று கூறினார்.

ஸ்வார்ட்ஸ் சரபோஜிக்குப் பாதுகாப்பாளராக மன்னர் துளஜா வினால் நியமிக்கப்பட்டிருந்ததால் சரபோஜி எளிதாக அணுகிப் பேச முடிந்தது என்றாலும் அமர்சிங் அதை எளிதாக்கவில்லை. ஒருமுறை ஸ்வார்ட்ஸ் பாதிரியார் சரபோஜியைச் சந்தித்த போது இளம் இளவரசன் சரபோஜி மகிழ்ச்சியற்றவனாய் இருந்தான். கல்வியை மட்டுமல்லாது புதிய காற்று, உடற்பயிற்சி மற்றும் விளையாட்டையும் இழந்துவிட்டான் என்பதை அறிந்து வருத்தப்பட்டார். மேலும் "எனக்குக் கல்வி கற்பிக்க யாரும் இல்லை. எனவே எனக்கு எந்தவொரு கடிதமும் எழுதத் தெரியாது" என்று கூறியதும் மிஷனரிக்கு வருத்தத்தை அளித்தது.

இந்தப் பரிதாபநிலை ஆகஸ்ட் 1989 ரெசிடெண்ட் அலெக்சாண்டர் மக்லோட் மூலம் சென்னை கவர்னருக்குத் தெரிவிக்கப்பட்டது.

அமர்சிங், சரபோஜியை அரண்மனையில் அடைத்து வைத்தார். அத்துடன் இளவரசைக் கொல்லவும் தந்திரங்களை மேற்கொண்டார். அக்காலகட்டத்தில் மன்னர்கள் உணவில் விஷம் கலக்கும் வழக்கம் இருந்தது. இதைத் தடுக்க சரபோஜி தனது உறவினருடன், அய்யாப் பிள்ளை என்ற சிறந்த சித்த மருத்துவரையும் அமர்த்தியிருந்தார்.

அமர்சிங்கின் மிரட்டல்

சரபோஜி இருட்டறையில் அடைத்து வைக்கப்பட்டு எழுதப் படிக்க தகுந்த ஆசிரியர்களை நியமிக்கவில்லை. அமர்சிங் சரபோஜியின் பணி ஆட்களைக் கொன்று விடுவதாகவும் மிரட்டினார். இவற்றை எல்லாம் ஸ்வார்ட்ஸ் பாதிரியார் கும்பினியாருக்குத் தெரிவித்தார். அச்சமயத்தில் கம்பெனி ரெசிடெண்ட் மாஸ்டர் ராம், ஸ்வார்ட்ஸ் கும்பினியாருக்குத் தெரிவித்த விடயங்களை இங்கிலாந்து அதிகாரிகளுக்குத் (Court of Directors) தெரிவித்து சரபோஜிக்கு அரண்மனையிலேயே வேறு இடத்தைக் கொடுத்து, அவருக்குக் கும்பினி அலுவலர்களை நியமித்தார். பிறகு உண்மையான சரபோஜியின் பாத்யதையை அறிந்து அவருக்கும் அவர் குடும்பத்துக்கும் வேண்டிய செலவுகளுக்குக் கொடுக்கும்படி செய்தார். அதன் பின்னர் சரபோஜி ஆங்கிலமும், தமிழும் கற்றுக் கொண்டார். இச்செயல்களுக்குப் பிறகும் அமர்சிங் சரபோஜிக்கு ஒவ்வொரு சமயமும் தொந்தரவு செய்து கொண்டு வந்தார்.

5. ஐரோப்பியக் கல்வி - சென்னை சென்றார் சரபோஜி

இவைகள் கும்பினியாருக்குத் தெரிவிக்கப்பட்ட வகையில் சரபோஜிக்குத் தனிப்பட்ட பாதுகாப்பு தேவை என்ற அடிப்படையில் சரபோஜி தஞ்சையிலிருந்து, துளஜாவின் விதவை மனைவிகளுடன் சென்னைக்குச் சென்று அங்கு செயின்ட் ஜார்ஜ் கோட்டை அருகில் ஒரு நாகரிகமான தோட்டம் உள்ள வீட்டில் தங்க உத்தரவிடப்பட்டது. இந்நிலையில் வழக்கறிஞர் வெங்காஜி சென்னை நகரத்தின் வாழ்க்கை செலவு குறித்து துபாஷி பச்சையப்ப முதலியாரிடம் எழுதிக் கேட்டபொழுது 60,000 வராகன் தேவைப்படும் என்று கூறியதோடு, இளவரசருக்கு இவற்றிற்கு மேலும் தேவைப்படலாம் என்று கூறினார்.

சரபோஜியின் சென்னை வாழ்க்கை

1793 ஜனவரி 10ஆம் தேதி இளவரசன் சரபோஜி சென்னைக்கு வந்தடைந்தார். அவருடன் ஸ்வார்ட்ஸ், மராட்டிய பண்டிதர் ததரோ,

தத்தோஜி அப்பா மற்றும் குறைந்தது அறுபத்தைந்து உறவினர்கள் வந்தனர். ஒவ்வொருவருக்கும் சலுகைப் படியாக 1311 சக்கரங்கள் வழங்கப்பட்டன.

சென்னையில் சரபோஜிக்குக் கல்வி

சரபோஜியின் ஆரம்ப இளமைக் கல்வியைப் பொருத்தவரையில் வரலாற்று அறிஞர்கள் கணக்குப்படி ஹாலோ பாடத்திட்டத்தின்படி கல்வியை 1793 முதல் 1797 வரை வில்லியம் ஜெரிக்கினால் சென்னை, 'சிவிலியன் அனாதை புகலிடத்தில்', பெற்றார் என்பதே ஆகும். இக்கூற்று தவறானது என்று சரபோஜி குறித்து லண்டனில் ஆய்வு செய்துவரும் சாவித்திரி பிரித்தா நாயர் மறுத்து ஸ்வார்ட்ஸ் மற்றும் சில ஐரோப்பியர்களின் கடிதங்களை ஆதாரமாகக் கொண்டு நிரூபணம் செய்கின்றார்.

சரபோஜியின் ஆசிரியர்கள்

சரபோஜி தான் கல்வி கற்ற ஐந்து ஆண்டுகளில் ஹாலே கல்வி முறைப்படி சோதனை அடிப்படையிலான அறிவியலைப் பாதிரியார் ஜெரிக் மற்றும் ஸ்வார்ட்ஸ் ஆகியோரின் கீழ் ஐரோப்பிய முறை பள்ளிப் படிப்பின் ஒரு பகுதியாக மேற்கத்திய அறிவியல் கல்வியைப் பெற்ற ஆரம்பகால இந்தியர்கள் வரிசையில், இவர் தனது கல்வியைக் கற்றார். இத்துடன் இளம் இளவரசர் ஜெரிக், ஸ்வார்ட்ஸ் ஆகியோரால் மட்டுமின்றி ஒரு மராட்டிய பிராமணர் மற்றும் இரண்டு ஐரோப்பிய ஆசிரியர்களால் பயிற்றுவிக்கப்பட்டார். ஆரம்பகால ஆண்டுகளில் தரங்கம்பாடி மிஷனரிகளிடமிருந்து மேற்கத்திய அறிவியல் கல்வியை முறையாகப் பெற்றாலும் விஞ்ஞானம் மற்றும் பிற விஷயங்கள் குறித்தும் முறையான கல்வியைப் பெற்றார். இவை தவிர சென்னையில் கழித்த மூன்று ஆண்டுகளில் அவர் கற்றது ஆங்கிலம், மராத்தி, தமிழ், எண்கணிதம், புவியியல் ஆகியவைகளும் அடங்கும். ஸ்வார்ட்ஸ் பரிந்துரையின் பேரில் ரெசிடெண்ட் வில்லியம் பிளாக்பர்னுக்கு மராத்தி கற்பித்த பிராமணர் தாதரே சரபோஜியின் மராத்தி ஆசிரியராக நியமிக்கப்பட்டார்.

வேப்பரி மிஷினைச் சேர்ந்த ரெவரெண்ட் கிருஷ்டியன் வில்ஹெம் ஜெரிக், ஸ்வார்ட்சால் இளவரசருக்கு ஆசிரியராகத் தேர்ந்தெடுக்கப் பட்டார். ஜெரிக் வாரத்திற்கு மூன்று நாட்கள் சரபோஜியின் தோட்ட வீட்டில் ஆங்கிலம், எண்கணிதம், புவியியல் ஆகியவற்றைக் கற்பிக்க வருகை புரிந்தார். இவருடன் ஒரு பள்ளி ஆசிரியர் திரு ரோஸ் ஒவ்வொரு சனிக்கிழமையும் சரபோஜியின் முன்னேற்றத்தை அறிய வருகை தந்தார். இது தவிர தத்தோஜி அப்பா சரபோஜியின் உதவியாளர், எழுத்தாளர் ஆகியோர் நண்பர்களாகச் செயல்பட்டனர்.

டாக்டர் சு.நரேந்திரன்

தத்தோஜிக்கு அப்பா அடைமொழி ஏன்?

படைத்தளபதி மானோஜியப்பா பிரதாப சிம்மனுக்கு எவ்வளவு முக்கியமோ அதே போல் சரபோஜிக்குத் தத்தோஜி அப்பா நண்பனான பிறகு அமைச்சராகப் பணிபுரிந்தார். இவர்கள் ஏன் 'அப்பா' என்று அழைக்கப்பட்டார்? என்றால் தஞ்சையில் வந்து குடியேறிய இருபிரிவு மராட்டியர் 1) அரச குடும்பத்தினரும் அவரது உறவின் முறையாகும். 2) இராணுவத்தில் சேர்ந்த மராட்டியரும் அவர்களைச் சார்ந்தவர்களும். இரு பிரிவினருக்குள் கொள்வினை கொடுப்பினை மறுக்கப்பட்டது. இதனால் இவர்கள் நாட்டுப் பெண்களைத் தமக்குத் துணைவியராக்கிக் கொண்ட பொழுது மக்கள் மராட்டிய குடும்பத்தைச் சேர்ந்தவராகக் கருதப்பெறவில்லை. ஆனால் மராட்டிய மொழியைப் பேசினர். இவர்களே அப்பா அல்லது அண்ணா என்ற பட்டம் உடையவர்களாய் வாழ்ந்தனர்.

தத்தோஜிக்குச் சுரேத்திரியம்

சரபோஜி அரசு பட்டம் பெற்ற பின் நன்றியைக் காட்ட தத்தோஜி அப்பாவுக்கு 1805இல் கும்பகோணத்தில் 50 வேலி நிலத்தைச் சுரோத்திரியம் செய்து கொடுத்து அதற்குச் சரபோஜிராஜபுரம் என்று பெயரிட்டார். தஞ்சையில் அரண்மனைக்கு அண்மையில் தத்தோஜி அப்பாசந்து உள்ளது என்பதும் தத்தாஜேயின் பெருமையைப் போற்றுகிறது.

ஸ்வார்ட்ஸ் பாதிரியாரும், சரபோஜியும்

சென்னையில் தங்கியிருந்த மூன்று ஆண்டுகளில் ஸ்வார்ட்ஸ் மற்றும் சரபோஜி நேரடியாகவும், ஜெரிக், தத்தோஜி அப்பா மூலமாகவும் தொடர்பில் இருந்தனர். இவர்களின் மூன்று ஆண்டு கடிதங்கள் ஏராளமான தகவல்களை நமக்கு வெளிச்சம் போட்டுக் காட்டுகின்றன.

தத்தோஜி அப்பா ஸ்வார்ட்சுக்கு கடிதம்

ஸ்வார்ட்சுக்கு எழுதிய ஆரம்பகால கடிதத்தில் தத்தோஜி "ஜெரிக் எங்களது இளவரசருக்குச் சிறிதளவு கற்பித்தார். சரபோஜி இளவரசருக்குச் செப்டம்பர் 24ஆம் தேதி பிறந்த நாள். இதன் மூலம் அவரது பதினாறு ஆண்டுகால வாழ்க்கை கழிந்தது. இளவரசர் தனது கல்வியில் மிகக் கவனம் செலுத்துகிறார். நீங்கள் கட்டளையிட்டபடியே நடந்து கொள்கிறார். ஒவ்வொரு இரண்டு நாட்களுக்கு ஒருமுறை அவர் குதிரையேற்றமும், இரண்டு நாட்களுக்கு ஒருமுறை உடற்பயிற்சியும் செய்வது அவருக்கு மகிழ்ச்சியைத் தருகிறது. ஆனால் அவர் தினமும்

ஸ்வார்ட்ஸ் பாதிரியார்

இருமுறை குதிரையேற்றம் செய்ய விரும்புகிறார். ஆனால் குதிரை பலவீனமான நிலையில் உள்ளது" என்று எழுதியிருந்தார்.

ஸ்வார்ட்ஸ் தனது கடிதங்களின் வழியாக இளவரசருக்கு அறிவுரை

ஸ்வார்ட்ஸ் குறிப்பாக ஆங்கிலம், மராத்தியில் வாசிப்பது எழுதுவது எண் கணிதத்தில் தேர்ச்சி ஆகியவைகளுடன் பயனுள்ள அறிவைப் பெறுவதன் முக்கியத்துவத்தையும் உணர்த்தினார்.

சரபோஜி சென்னையில் வாழ்ந்த ஆறுமாதங்களுக்குள் ஜெரிக் மற்றும் கடிகாசலம் பிள்ளை ஆகியோரின் உதவியால் புதிய ஆளுநர் லார்ட் ராயர்ட் ஹேர்பட்டுடன் ஆங்கிலத்தில் உரையாடக்கூடிய அளவு தேர்ச்சி பெற்று பிறகு ஜெரிக் வீடு மற்றும் வணிகர் டேனியல் இன்ஸ், கவர்னர் பிரத்வெட் ஆகியோருடனான வெளியுலகத் தொடர்புடனும் இருந்தார்.

சரபோஜியின் கடிதங்கள் ஸ்வார்ட்சுக்கு வழக்கமாக ஜெரிக்கினால் படிக்கப்பட்டுத் திருத்தப்பட்டு அனுப்பப்பட்டன. ஆனால் ஸ்வார்ட்ஸ் அதை விரும்பாது சரபோஜியைத் தானே ஆங்கிலக் கடிதத்தை யார் உதவியும் இன்றி எழுதி முன்னேற வேண்டுமென அறிவுறுத்தினார். ஆங்கில உரையாடலுக்கு யாரையாவது தன்னுடன் வைத்துக் கொள்ளாமல் தான் அதில் முன்னேற்றம் காணமுடியாது என்று கூறிய பின்னர் இளவரசரைப் புவியியலைப் பற்றியும் கற்றுக் கொள்ள ஊக்குவித்தார்.

நட்பாக மட்டும் இருக்கவேண்டும்

"ஸ்வார்ட்ஸ் மேலும் சர்ஹேபர்ட் (ஆளுநர்) மற்றும் அவர் மனைவி உங்களுக்கு மட்டும் மரியாதை காட்டுவது மிக மகிழ்ச்சியை

அளிக்கிறது. யாரும் அதை வெறுக்க மாட்டார்கள். இருப்பினும் அதற்கு வலிந்து அதிக செயலாக்கம் தரவேண்டாம். உலகின் நட்பு மிகவும் ஆபத்தானது. ஆனால் கடவுளின் மேல் செலுத்தும் அன்பு நிரந்தரமானது மற்றும் மாறாதது?" என்றார் (Raja Serfoji-II, Savithri Preetha Nair. P.6).

உறவுகள் சரபோஜியைச் சோம்பேறியாக்குகிறது

இதைத் தொடர்ந்து தத்தோஜி தெரிவித்தபடி ஆங்கில மொழியில் குறிப்பிடத்தக்க முன்னேற்றத்தை எப்படியிருப்பதாக ஸ்வார்ட்ஸ் மகிழ்ச்சி அடைந்தாலும் சரபோஜியின் முன்னேற்றம் அவர் எதிர்பார்ப்புகளுக்கு ஏற்றதாக இல்லை என்பது அவரை ஆழமாக வருத்தமுறச் செய்தது. ஸ்வார்ட்ஸ் தத்தோஜியை இளவரசர் மீது தகுந்த அறிவுரை கூறி தனது செல்வாக்கைச் செலுத்தாதற்குக் கண்டித்தார். மேலும் வீண்பொழுது போக்கும் இளவரசரின் உறவுகள் அவரைச் சுற்றி அமர்ந்து சோம்பேறியாக்குகிறார்கள் என்றும் குற்றம் சாட்டினார்.

சரபோஜிக்கு எழுதிய நீண்ட கடிதத்தில் ஸ்வார்ட்ஸ் பழம் தரும் மரத்தினை உதாரணம் காட்டி பயனுள்ள அறிவைப் பெறுவதற்கான தார்மீகத் தேவையை மீண்டும் வலியுறுத்தினார். "நாம் கடவுளால் மரங்களாக நடப்படுகிறோம். நாம் என்ன பழங்களைத் தாங்கினோம் என்று நம் மனதைக் கேட்கவேண்டும். நாம் நல்ல பலன் தரும் பழங்களைத் தரவில்லை என்றால் நாம் வெட்டப்படுவோம். ஆகவே சரபோஜி ஒரு நல்ல பழம் தரும் மரமாக மாற வேண்டிய அவசியத்தை உணரவேண்டுமென்றும் மேலும் சிம்மாசனத்தின் வாரிசான இளவரசருக்குப் பிரதான அக்கறையாக ஆன்மாக்களின் நலன்தான் இருக்கவேண்டும் என்றும் சோம்பலும் செயலற்ற தன்மையும் எதிரிகள் என்றார். "பல்வேறு நல்ல இளவரசர்களின் விடாமுயற்சி, நீதி, நேர்மை ஆகியவைகளினால் அவர்கள் எவ்வாறு நாட்டை மகிழ்ச்சியுடன் வைத்திருந்தனர் என்றும் ஆனால் எத்தனை இளவரசர்கள் துன்மார்க்கம் சோம்பல், கொடூரம் ஆகியவைகளால் நாட்டை மட்டுமின்றித் தங்கள் வாழ்க்கையைக் கூட பாழ்படுத்தியிருக்கிறார்கள் என்பதையும் வரலாறு தெரிவிக்கிறது" என்று சுட்டிக் காட்டினார்.

மே 1795இல் சரபோஜிக்கு ஆங்கிலம் கற்பிக்க கர்னல் ப்ரைத்வெய்ட் உதவியுடன் ஒரு ஐரோப்பியரைக் கண்டுபிடித்தார். இதன்பிறகு ஸ்வார்ட்ஸ் சரபோஜியின் முன்னேற்றத்தை அறியவிரும்பினார். இப்புதிய ஏற்பாட்டின்படி சரபோஜி தன் சொந்தக் கைகளால் கடிதம் எழுதி அதில் "இக்கடிதம் நன்றாக எழுதப்பட்டுள்ளது. அடுத்தமுறை நான் இன்னும் சிறப்பாக எழுதுவேன். தினமும் நான் படிக்கிறேன்,

எழுதுகிறேன் உங்களுக்கும் திரு கோல் ஹோாஃபுக்கும் பாராட்டுகள்" என்று குறிப்பிட்டிருந்தார்.

சரபோஜி தமிழையும் கற்றார்

ஸ்வார்ட்ஸ் சனிக்கிழமைகளில் சரபோஜிக்கு வகுப்பெடுத்த பள்ளி ஆசிரியர் திரு ரோசுக்குத் தமிழ் மொழியினைக் கற்பிக்கவும் அறிவுறுத்தினார். இது ஏனெனில் அவருக்குத் தேவையானவைகளில் எதனையும் புறக்கணிக்கக் கூடாது என்பதற்காகவே ஆகும். இவைகள் சோம்பேறியாகச் செயலற்ற அறிவற்றவராகக், கவனக்குறைவால், மக்களை மாற்றி, அவர்களை நல்லொழுக்கம், ஒழுங்கு, வலிமை கொண்டவர்களாக மாற்ற சரபோஜிக்கு உதவக்கூடும் என்று எண்ணினார்.

பரிசுகள் வழங்கப்பட்டன

சரபோஜி சென்னையில் ஒரு பணக்கார மற்றும் ஒரு மாறுபட்ட சமூக வாழ்க்கையை அனுபவித்தார். அவர் பெரும்பாலும் பந்து விளையாடுவதற்கும் வேட்டையாடுவதற்கும் அழைக்கப்பட்டார். மூத்த அரசாங்க அதிகாரிகள் சரபோஜியுடன் நட்புக் கொண்டிருந்ததால் பல நல்ல பரிசுகள் பல சமூக நிகழ்ச்சிகளில் கிடைத்தன. கர்னல் பிரைத்வெய்ட் அவருக்கு உலக உருண்டையும் (Globe) பல புத்தகங் களையும் பரிசளித்தார். தஞ்சை ரெசிடெண்ட் ஜார்ஜ் ஆன்ரூ ராம் சென்னை வருகையின் போது பயன்படுத்தப்பட்ட சிறந்த நான்கு சக்கர வண்டி ஒன்றினைப் பரிசளித்தார். லார்ட் ஹோபர்ட் சாமுவேல் ஜான்சனின் படைப்புகளின் இரண்டு தொகுதிகளை அவரது இல்லத்தில் சந்தித்த பொழுது அவருக்குக் கொடுத்தார்.

ஜேம்ஸ் ஆன்டர்சனை ஜெரிக்குடன் அவருடைய இல்லத்தில் சந்தித்த போது சரபோஜியால் வளர்ப்புத் தந்தையின் துளஜா மன்னரின் படம் வழங்கப்பட்டது. ஆன்டர்சன் தஞ்சை ரெசிடெண்ட் டோரின், ஸ்வார்ட்சின் நண்பராகவும் இருந்தார்.

6. தஞ்சையில் சரபோஜி

மூன்று ஆண்டுகளுக்குப் பிறகு 1796ஆம் ஆண்டு முற்பகுதியில் சரபோஜி தஞ்சைக்குத் திரும்பினார். அங்கு அவர் ரெசிடெண்ட் மக்லோட் மற்றும் ஸ்வார்ட்ஸ் ஆகியோரால் வரவேற்கப்பட்டார். அமர்சிங்கின் கட்டளைக்கு இணங்க ஆரவாரம் இல்லாமல் அரண்மனையில் நுழைந்தார். இளவரசர் தன்னுடன் ஜேம்ஸ் ஆண்டர்சன் வழங்கிய தாவரங்கள் மற்றும் ஐரோப்பிய நண்பர்களிடமிருந்து பெற்ற

ஸத்யநிதி ஆசார்ய என்பவர் அமர்சிங் பக்கம் செல்லுங்கள் என்று தனாதிகாரி சொன்னதாகக் கூறியதாகவும், சொல்லாவிட்டால் தனக்குக் கொடுத்த மான்யம் பறிபோகும் என்று அஞ்சியதாகவும் கூறினார். நரசிம்மச்சாரியார் அமர்சிங்குக்கு அதிகாரம் உண்டு என்றும் அதைக் கையினால் எழுதிக் கொடுக்கமாட்டேன் என்றும் கூறினார். ஜனாசாரியார் பிறர் எழுதியது போல் தானும் எழுதியதாகக் கூறினார். புஜங்கராவ், பாபண்ணா இருவரும் தமக்குச் சாத்திரம் தெரியாதென்றும் 10 பேர் செய்தது போல் தாங்களும் செய்ததாகக் கூறினார்கள் (தஞ்சை மராட்டிய மன்னர் கால அரசியலும் சமுதாய வாழ்க்கையும், கே.எம்.வேங்கடராமையா, ப.53).

இவ்விசாரணையின் போது சரபோஜியின் சார்பில் ஸ்வார்ட்ஸ் 7 கேள்விகளை அங்கிருந்த பண்டிதர்களிடம் கேட்டார். பண்டிதர்கள் தவற்றை ஒப்புக்கொண்டு அழுதனர்.

இங்ஙனம் பண்டிதர்கள் தாம் முன்னர் கூறிய கருத்தை மாற்றி கூறியமையின், இது குறித்து சென்னை கௌன்சில் இலண்டனுக்கு எழுதியது. 1798இல் அக்டோபர் திங்கள் சரபோஜியை அரசராக்குமாறு இலண்டனிலிருந்து ஆணை வந்தது.

7. ஆட்சிக் கட்டிலில் இரண்டாம் சரபோஜி (கி.பி.1798-1832)

கவர்னர் ஜெனரல் லண்டன் ஆணையை நிறைவேற்ற சென்னையி லிருந்த கவர்னருக்கு அமர்சிங்கை, தஞ்சை அரச பீடத்திலிருந்து நீக்க வேண்டும். அவருக்குப் பதிலாக இளவரசர் சரபோஜியைத் தஞ்சை மன்னராக அமர்த்த வேண்டும் என்று ஆணையிட்டார்.

இளவரசர் சரபோஜியின் உதவியுடனும் அவருடைய வளர்ப்புத் தந்தையின் உதவியுடனும் ஸ்வார்ட்ஸ் பாதிரியார் தஞ்சையின் உள்ளேயும் வெளியேயும் தேவாலயங்களைக் கட்ட பெரும் பொருளைத் திரட்ட முடிந்தது. இது அவருடைய மதப் பிரச்சாரத்தின் ஒரு பணியாகும். 1777இல் தஞ்சை மானம்புச் சாவடியில் ஒரு மாதாகோயில் கட்டப்பட்டது. தஞ்சையின் தென்கிழக்கில் இன்றும் இக்கோயிலைக் காணலாம். சரபோஜி தஞ்சையில் மன்னராவதற்கு முன்னர் ஸ்வார்ட்ஸ் நோயுற்றார். மிகவும் நோயுற்ற நிலையில் இருந்ததால் எங்கும் செல்ல இயலாது படுக்கையிலேயே இருந்தார்.

ஸ்வார்ட்ஸ் மரணம்

ஸ்வார்ட்ஸ் பாதிரியார் 1798ஆம் ஆண்டு பிப்ரவரி 13இல் தமது 72வது வயதில் இறந்தார். இது சரபோஜிக்கு மிகுந்த துயரத்தை

அளித்தது. அப்போது இளவரசர், தஞ்சை மானம்புச்சாவடி செயின்ட் பீட்டர் தேவாலயத்தை அடைந்தார். அங்குக் கிடத்தப்பட்டிருந்த ஸ்வார்ட்ஸ் உடலைக் கண்டு கண்ணீர் வடித்தார். ஸ்வார்ட்ஸ் உடல் குழிக்குள் இறக்கி மூடப்படுவதற்கு முன்பு அவரது இறுதிச் சடங்கு சற்று தாமதமானது. ஏனெனில் சரபோஜி அவரை மீண்டும் ஒரு முறை கடைசியாகப் பார்க்க விரும்பினார். இளவரசரின் கண்ணீர் பெருக்கெடுத்தது. உடலை ஒரு தங்கத் துணியால் மூடினார். ஜெரிக் அடக்கம் செய்யும் சேவைகளை மேற்கொண்டார். சரபோஜி, ரெசிடெண்டோரின் முன்னிலையிலும் மற்றும் உள்ளூரின் ஏராளமான மக்கள் முன்னிலையில் நல்லடக்கம் நடைபெற்றது (Raja Serfoji-II, Science Medicine and Enlightment in Tanjore, Savithri Preetha Nair, P.10).

இக்கல்லறையில் சரபோஜி மன்னர் ஓர் உருக்கமான பாடலை எழுதிப் பொறித்தார். இவர் எழுதிய இவ்வாங்கிலப் பாடலே சரபோஜியின் முதல் கல்வெட்டாகும். இக்கவிதை சரபோஜி மன்னர் ஆவதற்கு முன்பு எழுதப்பட்டதாகும் (தஞ்சாவூர் மராட்டிய கல்வெட்டுகள், செ.இராசு, ப.55).

தனது ஆசிரியரிடம் கொண்டிருந்த அன்பின் காரணமாகக் காலத்தால் அழியாத நினைவுச் சின்னத்தைத் தனது ஆசிரியர் உடல் அடக்கம் செய்யப்பட்ட இடத்தில் எழுப்பினார். சமாதிக்கல்லின் மீது தானே புனைந்த ஆங்கிலப் பாடலைப் பொறித்து வைத்தார். அப்பாடலின் வரிகள் "நீர் உறுதியாய் இருந்தீர், எளிமையும் வானமும் உண்மையும், தூய்மையும் மாய்மாலமின்றி அநாதைகளின் தந்தையாய், விதவைகளின் ஆதரவாய், எத்துயருக்கும் ஆறுதலாய் நம்பிக்கை

ஸ்வார்டர்ஸ் பாதிரியார் கல்லறை - சரபோஜியின் இரங்கற் பா.

யின்மையின் நம்பிக்கைக்கு ஒளி தருபவராய், செய்கையிலும், வழிகாட்டலிலும், சரியானதையே காட்டி இளவரசர்களுக்கும், மக்களுக்கும், எனக்கும், ஆசிர்வாதமாய் இருந்தீர் என் தந்தையே! நீர் எம்பால் வைத்த நல்லெண்ணத்திற்கு யான் தகுதியுடையவனாய் யிருப்பேனாக நானும் என் தந்தையும் தங்கள் மதிப்பிற்கு ஏற்றவர்கள் ஆவோம் தங்களை வாழ்த்தி வணங்குகிறேன்" என்று குறிப்பிட்டார்.

இப்பாடலிலிருந்து சரபோஜி தனது ஆசானிடம் எத்தகைய மதிப்பும் மரியாதையும் கொண்டிருந்தார் என்பது விளங்கும்.

தேவாலயத்தில் ஸ்வார்ட்ஸ் சிற்பம்

தஞ்சை சிவகங்கைக் குளத்தை அடுத்து உள்ள தேவாலயத்தில் நோயுற்று மரணப் படுக்கையில் கிடக்கும் ஸ்வார்ட்ஸ் பாதிரியாரை, சரபோஜி சென்று பார்ப்பது போன்ற காட்சி கொண்ட சலவைக்கல்

மரணப்படுக்கையில் ஸ்வார்ட்ஸ் பாதிரியாரைப் பார்க்கும் காட்சி
சிவகங்கை குள தேவாலயச் சிற்பம்)

சிற்பத்தை, 'ஜான் பிளாக்ஸ் மென்' என்ற இங்கிலாந்து நாட்டுச் சிற்பியினால் செதுக்கப்பட்டதை இன்றும் காணலாம். மன்னர் கைப்பட எழுதிய ஆங்கில அஞ்சலி கவிதையையும் காணலாம்.

ஜான் பிளாக்ஸ்மென்

ஜான் பிளாக்ஸ்மென் தயாரித்த இந்த வெண்சலவைக்கல் சிற்பத்தில் பாதிரியாரின் இடக்கரத்தில் மன்னர் தனது இடக்கை வைத்துள்ள வாறு நிற்பதைக் காண்பித்துள்ளது. இடப்புறத்தில் அமைந்துள்ள இதயத்தின் இதயபூர்வமான தனது

எண்ணத்தைத் தனது ஆசானுக்கு எடுத்துரைப்பது போன்று தோன்றுகிறது.

சரபோஜி மிகவும் வருத்தமடைந்து இருந்த நிலையில் ஸ்வார்ட்ஸ் பாதிரியார் இடத்திற்கு, ஜீனிக் என்னும் பாதிரியார் வந்தார். அவர் சரபோஜியின் நடத்தைகளை முன்னரே கவனித்து வந்ததினால் அவருக்கு மன்னனிடம் அதிக பிரியமுண்டாயிற்று. அப்போது ஜீனிக் பாதிரியாரின் நண்பர் டோரின் ரெசிடெண்ட் பதவிக்கு வந்தார். அவரும் மன்னரின் நடவடிக்கைகளில் மீது மிகுந்த மகிழ்ச்சி அடைந்தார். இவர்களால் மன்னரின் கவலைகளுக்கு ஆறுதல் ஏற்பட்டது.

சரபோஜி அரியணை ஏறினார்

ஸ்வார்ட்சின் சோகமான நிகழ்வுக்கு 4 மாதங்களுக்குப் பிறகே (30.06.1798) அமர்சிங்கின் மோசமான ஆட்சி, தலையீட்டிற்குத் தகுந்த காரணம் என்று குறிப்பிட்டு, சத்திரபதி சரபேந்திர பூபாலர் என்று வழங்கப் பெறும் பட்டத்துடன் சரபோஜி சென்னை கும்பினி அரசால் அரியணையில் அமர்த்தப்பட்டார். இதற்கான மூலகாரணம் பண்டிதர்கள் தாங்கள் கூறிய கருத்தை மாற்றிக் கூறியதை, சென்னையிலிருந்து கவுன்சில் இலண்டனுக்கு எழுதியது ஆகும். 1798இல் அக்டோபத் திங்கள் சரபோஜியை அரசாக்குமாறு இலண்டனிலிருந்து ஆணை வந்தது. இதற்கு மற்றொரு காரணம் அமர்சிங் ஆங்கிலேயரிடம் இணங்கிப் போகாததும் ஆகும்.

மன்னர்
இரண்டாம் சரபோஜி

அரியணை ஏறிய பின் திருமணம்

மன்னர் சரபோஜி அரியணை ஏறியது சென்னையில் உள்ளோருக்கு மகிழ்ச்சியை அளித்தது- இந்நல்ல நிகழ்வுக்குப் பின் சரபோஜிக்குத் திருமணம் நடைபெற்றது. திருமணத்தில் கலந்து கொள்ள முடியாத ஜெரிக், "நடந்த திருமணம் உங்களுக்கு மகிழ்ச்சியைத் தரவேண்டும் என்று சர்வ வல்லமையுள்ள கடவுளிடம் நான் எப்போதும் ஜெபிப்பேன். உங்கள் நாட்டிற்கும் மக்களுக்கும் என் வாழ்த்துக்கள்" என்று தனது வாழ்த்தைத் தெரிவித்தார்.

சரபோஜி அமர்சிங் பிடியிலிருந்து விடுபட்டு, சென்னையில் இருந்த போது உதவியாளராக எழுத்தாளராக இருந்த தத்தோஜி அப்பா தஞ்சை ரெசிடெண்டுக்குப் பிடித்தவராக இருப்பதால் சரபோஜி தத்தோஜியை முதல் அமைச்சராகவும் தலைமை ஆலோசகராகவும் நியமித்தார். அதன்பிறகு தத்தோஜி 1806ல் இறந்தார். ரெசிடெண்ட்டோரின் தன் இரங்கல் கடிதத்தில் தத்தோஜியைப் பற்றி மிக உயர்வாக,

சரபோஜியும்
தத்தோஜி அப்பாவும்

"தத்தோஜியின் வாழ்வும் மகிழ்ச்சியும், உங்கள் எதிரிகளின் தீய சக்திகளிடமிருந்து காப்பாற்றி மகிழ்ச்சியுடனும் வளமுடனும் வாழ உதவுவதற் காகவே ஆகும். அரண்மனையில் நீங்கள் உரையாடும் போது எதிரிகளிடமிருந்து உங்களை எப்படி அவர்களின் தாக்குதலிலிருந்து காப்பாற்றுவது? என்பதும் அவருக்கும் தெரியும்" என்று வானளாவ புகழ்ந்து எழுதியிருந்தார்.

சரபோஜியின் உன்னத குணம்

சரபோஜி அரசு பட்டம் பெறுவதற்கு முன்னர் அமர்சிங் மன்னராக இருந்த போது சரபோஜிக்குச் சேரவேண்டிய தொகையை ரெசிடெண்ட் மக்லோட் சரிவர அளிக்கவில்லை. இதனால் சரபோஜி கவர்னரிடம் முறையீடு செய்தார் பிறகு ரெசிடெண்டோரின் மூலமாக அதை விசாரித்த போது ரெசிடெண்டோரினுக்கு 1800 மே 27ஆம் தேதி சரபோஜி எழுதிய கடிதத்திலிருந்தும், பாதிரியார்களின் சாட்சியங்கள் மூலமாகவும், மன்னரின் நேர்மை கும்பினிக்குத் தெரிவிக்கப்பட்டது. பிறகு கும்பினியாரின் விசாரணை முடிவில் மக்லோட் பதவி நீக்கம் செய்யப்பட்டார். அதன் பின்னர் மக்லோட் சரபோஜியிடம் தன் மனைவியுடன் வந்து மன்னிப்புக் கோரினார். சரபோஜி மன்னிப்பை ஏற்றுக் கொண்டு ரூ.10,000/- இனாமாகக் கொடுத்தார்.

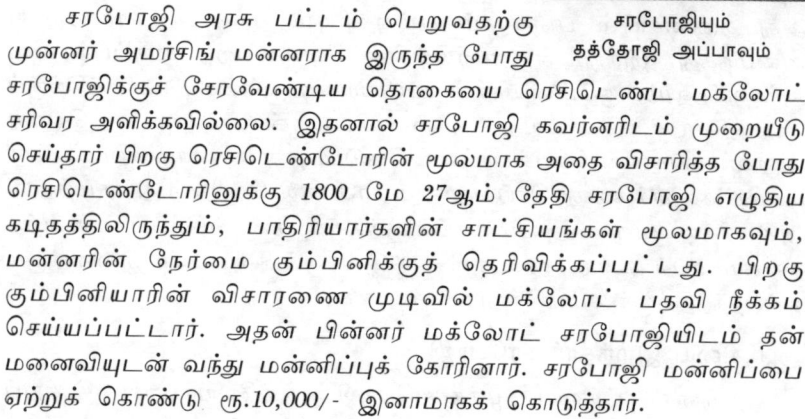

அரசு நிதிநிலை சரியில்லை ஆகவே வசூலிக்கும் உரிமை எங்களுக்கு - கும்பினியார்

ஓர் இளம் ஆட்சியாளரான சரபோஜி விவசாயத்தை மேம்படுத்த விவசாயிகளுக்குக் கடன் வழங்கினார். இது தவிர சிறு நிலவுடைமைக் காரர்களுக்கு ஆதரவாக வரிவிதிப்பை மாற்றியமைத்தார். ஆனாலும் தஞ்சையின் நிதிநிலை குழப்பமாக உள்ளது என்று கம்பெனி நினைத்தது. எனவே 1798ஆம் ஆண்டு ஜுலை மாதம் பெஞ்சமின் டோரின், சார்லஸ் ஹாரிஸ், ஜார்ஜ் ஸ்ட்ராட்டன் ஆகியோரை உறுப்பினராகக் கொண்டு ஒரு குழுவைக் கும்பினி அமைத்தது. இக்குழுவின் நோக்கம் தஞ்சையின் வளம், வருவாய், நீதி நிர்வாகம், விவசாயம் உற்பத்தி நிலை ஆகியவைகளைக் குறித்து துல்லியமான தகவல்களைப் பெறுவதே ஆகும். மக்களுக்கு அச்சுறுத்தல் காவல்காரர் களால் இருந்தமையால் சரியான கணக்கு இல்லாததால் வருவாயை வசூலிக்க கிராம ஒப்பந்தத்தை (Village Settlement) மீண்டும் அறிமுகப்படுத்த கும்பினியாரின் குழு பரிந்துரைத்தது. இதன் நோக்கம் கும்பினியார்களின் கண்காணிப்பாளரால் சரிபார்க்கப்பட்ட நிர்வாகத்தின் கீழ் நாட்டை

மீட்டெடுப்பது ஆகும். குழு அறிக்கையின் பேரில் கவர்னர் ஜெனரல் வெல்லஸ்லி அனைத்து இறையாண்மை அதிகாரங்களையும் பிரிட்டிஷாரிடம் ஒப்படைக்கும்படி கட்டாயப்படுத்தினார்.

நிதி இல்லாவிட்டாலும் இராணுவத்திற்கு வேண்டியதை அனுப்பு-கும்பினியார்

மைசூரில் வெல்லஸ்லியால் போர் அறிவிக்கப்பட்ட போது, சரபோஜி இராணுவத்திற்கு வழக்கமான உணவு விநியோகம் மற்றும் போக்குவரத்துக்குக் காளைகளையும் வழங்கினார். அதனால் நிதிநிலை நெல் போன்ற முக்கியப் பண்டங்களின் இருப்பு மிகவும் குறைந்தது. அது தஞ்சையில் பஞ்சமும் பட்டினியும் ஏற்படக் காரணமாய் அமைந்தது. இத்துடன் அமர்சிங்கின் வேலையற்ற துருப்புக்களின் அச்சுறுத்தலும், கும்பினியாரின் ஊழியர்கள், தஞ்சை நிர்வாகத்திற்குப் பொதுவான இடையூறு விளைவிப்பதன் மூலமும், பொது அலுவலகங்களின் செயல்பாட்டைத் தடுப்பதன் காரணமாகவும், அரசு ஊழியர்களைக் கைது செய்வதாலும் சரபோஜி பெரிதும் துயரமுற்றார். அதிகரித்து வரும் அவமானங்களுக்கான தன் எதிர்ப்பு பயனற்ற தன்மையைக் கண்ட சரபோஜி 1799இல் கும்பினியுடன் இணைக்கும் ஒப்பந்தத்திற்குச் சம்மதித்தார்.

ஆட்சியை இழந்தார் சரபோஜி

தஞ்சை ஆட்சியை இழந்த சரபோஜி ஆங்கிலேயர்களை எதிர்த்துப் பயனில்லை என்பதை நன்குணர்ந்து அவர்களுடன் ஓர் ஒப்பந்தம் செய்து கொண்டார். தஞ்சை அரசருக்கும் கும்பினிக்காரர்களுக்கும் உள்ள நட்பையும் தொடர்பையும் வலியுறுத்தவும் தஞ்சை ஆட்சியை நிலையான அடிப்படையில் அமைதியான முறையில் அமையவும் இந்த ஒப்பந்தம் செய்து கொள்ளப்பட்டது. இந்த ஒப்பந்தம் 25.10.1799இல் கையெழுத்தாயிற்று. இதில் 15 ஷரத்துக்கள் இருந்தன. இவ்வொப்பந்தப்படி வரி வசூல் செய்யும் உரிமை கும்பினியாருக்கு உரியதாயிற்று. 7வது ஷரத்துப்படி ஒவ்வொரு மாதமும் சரபோஜி மன்னருக்கு ஒரு லட்சம் வராகனும் அமர்சிங்குக்கு 25,000 வராகனும் கொடுக்கப்படும் என்பதாகும்.

சரபோஜிக்குக் கோட்டை மட்டும்

சரபோஜி தன் கோட்டையை மட்டும் வைத்திருந்த நிலையில் அங்கு முழுக் கட்டுப்பாடு அவரால் செலுத்த முடிந்தது. தஞ்சாவூருக்குப் பயணமாக வருகை தரும் பெரும் பதவி வகித்தவர்களை வரவேற்க அதாவது மற்ற நாடு அல்லது அரசாங்கங்களின் தலைவர்கள் வந்தாலும் ராஜாவையே சந்தித்தனர்.

டேனிஷ் அரசிடமிருந்து கப்பம் வாங்குவதற்கான தூதுவர்களைத் தரங்கம்பாடிக்கு அனுப்பி, அரசுரிமை பெற்ற அரசகுமாரன் என்ற தகுதியின் அடிப்படையில் அனுப்பி வைத்தார். உடன்படிக்கை எழுதுவதற்கு முன்பு இருந்தது போலவே தசரா விழாக் காலங்களில் அரசாங்க அலுவலர்கள் தர்பாரில் நாஸா பரிசுகளை அளித்தார்கள். அதாவது ஐரோப்பிய மற்றும் உள்ளூர் அதிகாரிகள் அரியணையில் மன்னர் அமர்ந்திருந்த போது பரிசுகளை வழங்கினார்கள். இந்த வழக்கம் இதற்கு முன்பிருந்த மன்னர் பதவி ஏற்கும் வரை தொடர்ந்தது. ஆனால் இந்த வழக்கத்தை அரசு தடை செய்தது.

அறிவு உற்பத்தியின் தலைமை மையமானது

இவ்விதமாகச் சரபோஜி வெற்று கிரீடம் தாங்கிய மன்னரானார். ஆனால் அடுத்தடுத்த ஆண்டுகளில் காலனித்துவ சுற்றளவில் ஒரு தலைமையகமாகத் தஞ்சை உயிர்த்தெழுந்தது. இது எவ்வாறு நிறைவேற்றப்பட்டது? அறிவின் உற்பத்திக்கான ஒரு கட்டமைப்புடன் மக்கள் பொருட்கள் மற்றும் இலட்சியங்களின் உதவியுடன், உள்ளூர் மற்றும் உலகளாவிய இணைப்புகளுடன் தஞ்சை மன்னர் சரபோஜியின் வழிகாட்டுதலின்படி அறிவு உற்பத்தியின் தலைமையகமாக 19ஆம் நூற்றாண்டின் முற்பகுதியில் தஞ்சை உருவெடுத்தது.

8. கும்பினி அலுவலர் தொடர்பு

தஞ்சாவூர் ரெசிடெண்சி மருத்துவர்களான வில்லியம் சோமர்செல் மிச்செல், தாமஸ் செவஸ்டிரி, வங்காள சர்ஜனான மாக்லியாய்டு ஆகியோர் சரபோஜிக்கு அதிகாரபூர்வமற்ற முகவர்களாக இருந்தனர். மாக்லியாட் வங்காளத்திலிருந்து பல பொருட்களை வண்டி, தட்டு முட்டுச் சாமான்கள், புத்தகம் முதலியவைகளைச் சேகரித்து அனுப்பினார். மிச்செல் என்பவர் சரபோஜியின் உடல்கூறியல் பயிற்றுவிப்பாளராக இருந்தார். அவர் பெரும்பாலும் மன்னரின் உள்ளூர் முகவராகச் செயல்பட்டு மருத்துவம். பிற அறிவியல் புத்தகங்கள், அறுவை சிகிச்சை கருவிகள், இயற்கையின் வரலாறு, கலை மற்றும் இசை நூல்களைச் சேகரித்து வழங்கினார். தஞ்சை வாசிகளாக இருந்த அறுவை சிகிக்சை நிபுணர் ஜேம்ஸ் எச்.பெல் மற்றும் கிளாட் கியூரி மன்னரை அவரின் கடைசி நாட்களில் கவனித்துக் கொண்டவர்கள். டாக்டர் பெல் தன்னுடைய மாமா சார்லஸ் பெல் எழுதிய சில புத்தகங்களை அனுப்பினார். மேலும் அவர் 'வாட்டர் லூவில் காயமடைந்த படையினர்'' எனும் நூலை மருத்துவத்தில் ஆர்வம் இருப்பதை அறிந்து மன்னருக்கு அளித்து மகிழ்வித்தார்.

1814இல் சென்னைக்குச் சரபோஜி சென்றபொழுது "Observations on the Nature and Treatment of consumption" எனும் நூலாசிரியராகிய அறுவை சிகிச்சை நிபுணர் சார்லஸ் பியர்ஸ் தன்னுடைய நூலை அன்பளிப்பாக அளித்தார் (Raja Serfoji-II, Science, Medicine and Enlightment in Tanjore, Savithri Preetha Nair, P.xxvii).

இவர் மன்னருக்கு ஸ்வார்ட்ஸ் மற்றும் ஜெரிக் மூலம் அறிமுக மானவர். மிகச்சிறந்த அறுவை சிகிச்சை வல்லுநர்கள் தஞ்சையைக் கடக்கும் போது கும்பினி சார்ஜன் வைட்லா அன்சிலி போன்றோர் சரபோஜியைக் காண தங்கள் விருப்பத்தைத் தெரிவித்தனர்.

ரெசிடெண்ட் பெஞ்சமின் டோரின் (1762-1839)

ரெசிடெண்ட் என்பவர்கள் கும்பினியாரின் பிரதிநிதியாகத் தஞ்சை முதலிய சிற்றரசர்களின் தலைநகர்களில் மேற்பார்வை செய்யும் அரசியல் தந்திரிகளாக விளங்கினர். மன்னர் அவருடைய ஆட்சிக்குட்பட்ட இடங்களைத் தவிர மற்ற இடங்களைத் தொடர்பு கொள்ளவும், கலெக்டரிலிருந்து கவர்னர் வரை தொடர்பு கொள்ளவும், ரெசிடெண்ட் மூலமாகவே தொடர்பு கொள்ள வேண்டும். கும்பினியாரின் அதிகாரம் நாளும் மன்னருக்குப் பல வழிகளில் உணர்த்தப்பட்டது. ரெசிடெண்ட் வில்லியம் பிளாக்பர்ன்க்குப் பின்னர் பொறுப்பேற்ற ஜான் ஃபைப் (John Fyfe) நெறிமுறைகளுக்கு உட்பட்டே (Protocol) மன்னர் நடக்க வேண்டுமென வற்புறுத்தினார். இவருக்கு எழுதி வரும் கடிதங்கள் கூட சரியான முறையில் மராத்தியிலிருந்து மொழிபெயர்த்து சிறந்த ஆங்கில நடையில் இருக்க வேண்டும் என அரசரை வற்புறுத்தினார்.

மன்னர் சரபோஜி தனது இராஜ்ஜியம் முழுதும் பறிபோகாமல் இருக்க ரெசிடெண்ட் ஒரு காப்புறுதியாக உள்ளதாக நினைத்து தான் இறந்த பிறகு கூட ரெசிடெண்ட் தஞ்சாவூரில் நிரந்தரமாக இருக்க வேண்டும். நேராகப் பிரிட்டிஷ் அதிகாரத்திற்குக் கீழ் வரக்கூடாது என்று கும்பினி அரசிடம் முறையிட்டார். ஜான் ஃபைப் (J.Fyfe) பிளாக்பர்னும் 1828-1839 வரை தஞ்சையில் ரெசிடெண்ட் ஆக பணிபுரிந்தவர்கள்.

இப்படி இருந்தவர்களில் முக்கியப் பங்கு வகித்தவர்களில் ஒருவர் தஞ்சை ரெசிடெண்ட் பெஞ்சமின் டோரின் ஆகும். டோரின் அமர்சிங்கும், சரபோஜியும் மன்னராக இருந்த பொழுது தஞ்சையில் ரெசிடெண்டாகப் பணிபுரிந்தவர். தஞ்சை அரசியலை முழுமையாக அறிந்த இவருக்குத் தஞ்சை மராட்டிய அரசு ஊதியமாக 1000 பவுண்டுகள் கொடுத்தது (Raja Serfoji-II, Science, Medicine and Enlightment in Tanjore, Savithri Preetha Nair, P.xxiv).

இவரும் சார்லஸ் ஹாரிஸ் ஜியார்ஜ், ஸ்ட்ராட்டன் ஆகிய மூவரும் தஞ்சையின் ஆட்சி நிலையையும் மக்கள் வாழ்க்கை நிலையையும் பற்றி ஆய்ந்து அறிக்கை சமர்ப்பிக்குமாறு சென்னைக் கவர்னர் குழுவால் நியமிக்கப் பெற்றனர். இக்குழு தன் கருத்துக்களைக் கூறியதும் தஞ்சையைத் தமக்குரியதாக ஆக்குவதற்குரிய முயற்சிகளை மேற்கொள்ளுமாறு ரெசிடெண்ட் டோரினுக்குச் சென்னையிலிருந்து ஆணை வந்தது (A History of British Diplomacy in Tanjore, K.Rajayyan, P.108) அதன்படி அவர் முயற்சி செய்து வென்றார்.

சரபோஜிக்கு டோரின் ஐரோப்பிய முகவர்

இவர் 1801இல் ஓய்வு பெற்ற பின்னர் ஐரோப்பாவின் தனிப்பட்ட முகவராகச் சரபோஜிக்காகப் பணியாற்றினார். அப்போது பொருட்களை வாங்கி லண்டனிலிருந்து தஞ்சைக்கு அனுப்புவதுடன் அரசுக்கு வேண்டிய தகுந்த அரசியல் ஆலோசனைகளையும் வழங்கி வந்தார். இதற்கு முன்னாள் சென்னை கவர்னர் லார்ட் ஹொபர்ட்டும் ஜான் ஹடில்ஸ்டனும் (சென்னை ரிக்கார்டர்) உதவினர். இப்பணியை டோரின் 20 ஆண்டுகளுக்கு மேல் ஜெரிக் மற்றும் கேல் ஹோப், மன்னரின் உண்மை ஊழியர் தத்தோஜி அப்பா உதவியுடன் மேற்கொண்டிருந்தார்.

சரபோஜிக்கு லண்டனிலிருந்து பளிங்குச்சிலை, ஸ்வார்ட்ஸ் நினைவுச்சின்னம். தேவநாகரி அச்சு இயந்திரம், மரத்திலான மனித உயரம் அளவிலான மனித எலும்புக்கூடு, விலையுயர்ந்த நகைகளையும் விலங்குகளையும் அனுப்பிய வழிவகைகள் செய்தார். இத்துடன் மருத்துவ சிகிச்சைக்கான கருவிகள் மருந்து, குதிரை, வேட்டை நாய்கள், பூனை, உயர்ரக மாடுகள் ஆகியவைகளும் லண்டனிலிருந்து வாங்கப்பட்டு, தஞ்சைக்கு அனுப்பி வைக்கப்பட்டன. டோரின் ஆலோசனைக்கும் அவர் மன்னரிடம் காட்டும் அக்கறைக்கும் ஈடாகச் சரபோஜி வண்ண உருவப்படங்கள், விலையுயர்ந்த நகைகள் மதுபானங்கள் முதலியவைகளை அனுப்பி வைத்தார். 1811இல் சரபோஜி, தன் விருப்பத்தை வெளிப்படுத்தி டோரினை இங்கிலாந்தில் தனது வழக்கறிஞராக மாற்றினார். ஒரு தனியார் முகவராக டோரின் பணியும் சேவையும் தனக்குப் பயன்படும் என்று நம்பியதால் ஆண்டுக்கு 1000 பவுண்டுகள் ஊதியத்திற்கு அவர் பணியமர்த்தப்பட்டு ஊதியம் ஹாரிங்டன் & கோ மூலம் செலுத்தப்பட்டது (Raja Serfoji-II, Science, Medicine and Enlightment in Tanjore, Savithri Preetha Nair, P. XXIV).

வில்லியம் பிளாக்பர்ன் (1764-1839)

சரபோஜியின் நெருங்கிய தொடர்புடையவர்களில் மற்றொருவர் ரெசிடெண்ட் வில்லியம் பிளாக்பர்ன். தஞ்சையில் அவர் நீண்ட காலம்

வசித்தவர். (1801-1823) அவர் 1783இல் சென்னைக்கு வந்த பின்னர் இரண்டு ஆண்டுகள் இராணுவ சேவையில் இருந்த போது ஹிந்துஸ்தானியிலும், மராத்தியிலும் பேசவும் எழுதவும் செய்தார். இதனால் அவர் அமர்சிங் கும்பினியாருடன் ஒப்பந்தம் செய்ய சர் ஆர்ச் காம்பெலுக்கு உதவியாக இருந்தார். பிறகு ஸ்வார்ட்ஸ் இறந்த பிறகு அவர் இடத்தில் 100 பக்கோடா ஊதியத்திற்கு (1787) மராத்திய மொழிபெயர்ப்பாளராக நியமிக்கப்பட்டார். இந்நிலையில் பிளாக்பர்ன் கும்பினி அலுவலகத்திற்கு உத்யோகபூர்வமான கடிதம் எழுத சரபோஜிக்கு உதவினார். 1798ஆம் ஆண்டில் தஞ்சையில் மன்னருக்கும் உள்நாட்டு அதிகாரிகளுக்கும் இடையிலான கடுமையான மோதலைத் தவிர்க்க சென்னையிலிருந்து பிளாக்பர்ன் அனுப்பப்பட்டார். இதே போல 1799இல் கும்பினியாருக்கும் தஞ்சை மன்னருக்கும் இடையிலான ஒப்பந்தம் போடுவதற்கு முன் பேச்சுவார்த்தை நடத்தியதற்கு, ரெசிடெண்டோரின் மற்றும் சென்னை கவர்னரிடமிருந்து பாராட்டுதலைப் பெற்றார். அதன் பிறகு டோரின் பதவி விலகியபின் அவர் பரிந்துரையின் பேரில் தஞ்சை ரெசிடெண்டாக 1801இல் பிளாக்பர்ன் நியமிக்கப்பட்டார். அவர் மருது சகோதரர்களால் வரவிருக்கும் கிளர்ச்சி குறித்த முதல் தகவலைக் கும்பினிக்கு அளித்தார். 1804இல் வருவாய் துறையில் நடைபெறும் மோசடிகளைக் கண்டுபிடித்து நிரூபித்தார். இதனால் சரபோஜியும் அவர் அமைச்சர் தத்தோஜி அப்பாவும் வருத்த முற்றனர். இவர் எப்பொழுதும் இருமுக உணர்ச்சிப் போக்குடனே சரபோஜியுடனும் அரச குடும்பத்தினருடன் உறவு கொண்டிருந்தார்.

மன்னர் படை, கும்பினி ராணுவத்துடன் வில்லியம் பிளாக்பர்ன் 1801 மருதுபாண்டியரின் புரட்சியைத் தடுத்து ராமநாதபுரத்தை மீட்டார். 1808 ஆம் ஆண்டில் திருவாங்கூரில் நிலவிய நட்பில் ஏற்பட்ட பிணக்கிற்குத் தீர்வு காணுமாறு அரசு அனுப்பி வைத்தது. அப்பணியை வெற்றிகரமாகப் பிளாக்பர்ன் முடித்தார். பிறகு அச்சங்கோயிலில் உள்ள தொழிற்சாலையில் துஷ்பிரயோகம் குறித்த குற்றச்சாட்டை விசாரிக்க கமிஷனராக நியமிக்கப்பட்டார். இவற்றிற்கெல்லாம் மேலாக மன்னர் தொண்டைமான் பகதூரின் ஆட்சியின் போது புதுக்கோட்டை மாவட்டம் முழுவதையும் பன்னிரெண்டு ஆண்டு நிர்வகித்து அரசரின் அன்பையும் நன்றியையும் பெற்றார் (Raja Serfoji-II, Science, Medicine and Enlightment in Tanjore, Savithri Preetha Nair, P.xxvi).

1823இல் வில்லியம் பிளாக்பர்ன் ஓய்வுக்குப் பின் இங்கிலாந்து புறப்படுவதற்கு முன் ஆளுநர் தாமஸ் மன்றோ குறிப்பிடுகையில் “இருபத்திரண்டு ஆண்டு பணியில் அவரது நியாயமான, மிதமான, நேர்மையான நடத்தைகள் பல்வேறு அரச குடும்பத்தில் நம்பிக்கையைப் பெற்றது. இதனால் மக்களுக்கு அரசாங்கத்தின் மேல் பற்றும்

மரியாதையையும் ஏற்படச் செய்தது என்பது போற்றுதலுக்குரியது" என்றார். மன்னருக்கும் கும்பினிக்கும் ஒப்பந்தம் ஏற்பட்ட போது மன்னருக்கு தன் ராஜ்ஜியத்தில் எவ்வித மரியாதை நடக்குமோ அவ்விதமே கும்பெனிக்கு, ஸ்வாதீனம் உள்ள தேசத்திலும் மரியாதை கொடுக்க ஒப்புக்கொள்ளப்பட்டிருந்தது. அந்த ஏற்பாட்டை, பிளாக்பர்ன் ஒழுங்காகச் சரபோஜியின் காசி போன்ற பயணங்களில் அமலுக்குக் கொண்டுவந்தார்.

நீதிபரிபாலனம் கும்பினியாரிடம் சென்றபோது சில ஷரத்துக்களைக் கும்பினி அரசு ஒப்புக்கொள்ளும்படி செய்தார். பல படையெடுப்புகளின் போது ராணுவம் தஞ்சையில் முகாம் இட்டபோது மன்னர் காட்டிய விசுவாசத்தைக் கும்பினி அரசுக்குத் தெரிவித்தார்.

வில்லியம் பிளாக்பர்னும் சரபோஜி நூலகமும்

சரபோஜி தன்னுடைய நூலகத்தில் உள்ள நூற்களை, ஐரோப்பிய நண்பர்கள் பயன்படுத்திக்கொள்ள, விரும்பியவரைப் புத்தகங்களை வைத்துக் கொள்ள அனுமதித்தார். ஒரு சந்தர்ப்பத்தில் பிளாக்பர்ன் பைபிள் மற்றும் ஜேம்ஸ் பெய்லிஃப்ரேசரின் 'கல்கத்தா மற்றும் அதன் சுற்றுப்புறங்களின் பார்வை' என்ற நூலை நூலகத்திலிருந்து எடுத்துச் சென்ற பிறகு பைபிளை மட்டும் திருப்பி அளித்துவிட்டு மற்றொரு நூலைச் சில நாட்கள் படிக்க அனுமதிக்குமாறு கேட்டுக் கொண்டார். ஏனெனில் பயணங்கள் மீது ஆர்வம் கொண்ட அவருக்கு அந்நூலில் விரும்பியவை எல்லாம் எழுதப்பட்டிருந்தது. அவர் மன்னருடைய நூலகத்திலிருந்து விரும்பி வாங்கிச் சென்று படித்த நூல்கள் வில்லியம் ராக்ஸ்பர்கின் Plants of the coromandel, Van Rhede's Hortus Malabaricus மற்றும் ஜார்ஜ் இடர்ஹார்டு ரிம்புலசின் "Flora Ambonensis" டோனியல் அகுவான்டின், பிரேசர்ரின் "Views and Book of Explanation of the views of the caves of Ellora" என்பதாகும்.

His Highness என்று அழைக்கவும் -பிளாக்பர்ன் மிகையான அறிவைப் பாராட்டி பரிந்துரைத்தார்

சரபோஜிக்கு நன்றாகத் தெரிந்தது பிரிட்டிஷ் மேலாண்மையில் தன்னுடைய தகுதி (Status) சுதேச மன்னர்களைப் போல் இருக்க வேண்டியதாய் இருந்தது. இவருக்கு அளித்த ஓய்வுத் தொகை மொகலாய பேரரசர்களுக்கு அளிக்கப்பட்டது போல் இருந்தது. கும்பினியார்களால் கொடுக்கப்பட்ட மதிப்புறு நிலை His Excellency என்பது ஆகும். இது சிவகங்கை, இராமநாதபுரம் போன்ற ஜமீன்தார்களை அழைக்கப் பட்டதை ஒத்ததாகும். மாறாகப் புதுக்கோட்டை மன்னர் தொண்டைமான் His Highness என அழைக்கப்பட்டார். இது முந்தையதைவிட கூடுதலான

மதிப்புறு நிலை ஆகும். His Highness என அழைக்கப்படும் இம்மன்னர்களுக்கு மரியாதை செலுத்த 21 குண்டுகள் வெடிக்கப்படும். ஆனால் இதுவே His Excellency என அழைக்கப்படும் ஜமீன்தார்களுக்கு மரியாதை செலுத்த 17 குண்டுகளே வெடிக்கப்படும்.

பிரதாபசிம்மன் காலத்தில் His Megesty என்று அழைக்கப்பட்டார். துளஜா காலத்தில் His Excellency என்று அழைக்கப்பட்டார். ஆனால் இதை விரும்பாத சரபோஜி தன்னை His Highness என்றே அழைக்கப்பட வேண்டும் என எண்ணினார். இதன் காரணமாக, ரெசிடெண்ட் வில்லியம் பிளாக்பர்ன் சென்னை அரசிற்கு மன்னரின் நிறை குறைகளை எழுதி His Excellencyலிருந்து His Highness என அழைக்க பரிந்துரை செய்தார். அப்போது மன்னருடைய குணாதிசயங்கள் இருமனப் போக்காக விமர்சிக்கப்பட்டது. இது குறித்து வில்லியம் பிளாக்பர்ன் "மன்னர் 12-18 வயது வரை ஐரோப்பியர்களிடம் கல்வி கற்றார். அப்போது அது பெருமையாக இருந்தாலும் மறுபுறம் பேராசையுடன் தீராத கோபத்தில் இருந்தார். பிறகு அநீதி, அடக்குமுறை தீமைகளுக்கு வழி வகுத்தார்" என்றார். எனினும் மன்னரின் உன்னதமான உணர்ச்சிகளையும் நல்லொழுக்கத்தையும் புகழ்ந்தார்.

வி.பிளாக்பர்ன் மன்னரைக் குறித்து கவர்னர் Bentinckக்கு எழுதுகையில் "மன்னர் இருமாப்புடையவர், பேராசைக்காரர், தகாத முறையில் நடத்துபவர், அவமதிப்பு செய்பவர்" என்று கூறினாலும் அவரின் மிகையான அறிவுத்திறனைப் பாராட்டினார்.

மன்னரும் ஆங்கிலம் பேசுவதில் எழுதுவதில் வல்லவராகத் திகழ்ந்தார். ஆங்கில நூல்கள் உள்ள தன் நூலகத்தைத் தினமும் பயன் படுத்தி வந்தார். பல ஆங்கிலம் செய்தித்தாள்களையும் படித்ததனால் His Excellencyக்கும் His Highnessக்கும் உள்ள மதிப்பின் வித்தியாசத்தை நன்கு உணர்ந்து செயல்பட்டார்.

கும்பினி அரசு 1812 பிப்ரவரி 29 மன்னரை His Highness என்று அழைத்துக் கொள்ள அனுமதித்தது. இது சரபோஜிக்கு மிக்க மகிழ்ச்சியை அளித்தது. இதைக் குறித்து அவர் தனது கருத்தைக் கூறும்போது "இது என்னுடைய அதிர்ஷ்டம். பிரிட்டிஷ் அரசு மார்பகத்திலிருந்து பாலை சேகரித்து விட்டேன்" என்று கூறினார். இதன்பிறகு சரபோஜி தன்னை அரசர் என அழைக்க அனுமதித்தார்.

வழக்கத்தின்படி பிரிட்டிஷ் அரசு (Court Directors) தனக்கு மதிப்புறு பட்டம் His Highness என்று வழங்கியமைக்கு நன்றி கூறி கடிதம் எழுதினார்.

முகலாயர் அரசினர் கடைப்பிடித்தபடியே பிரிட்டிஷ் அரசிற்கும் மன்னர் சரபோஜிக்கும் நடைமுறையில் உள்ள நெறிமுறைப்படி ரெசிடெண்ட் கிண்டர்ஸ்லி தசரா தர்பார்க்குக் கலந்து கொள்வதை 1831இல் தவிர்த்தார். அன்றைய தினம் ஞாயிறு ஆகும். சரபோஜி என்.டபிள்யூ. கிண்டர்ஸ்லி தசரா பண்டிகையின் போது கலந்து கொள்ளாததைக் கவர்னருக்குத் தன் கண்டனத்தைத் தெரிவித்தார். அதற்குக் கவர்னர் "கிறித்தவர்களின் வழக்கமான சம்பிரதாயத்திற்கு மரியாதை கொடுக்க வேண்டும்" என பதிலளித்தார்.

சரபோஜி தனக்குப் பிரதிநிதியாக ஒரு வக்கீலை நியமிக்க வேண்டியபோது பிளாக்பர்ன் நிராகரித்தார். காசி புனிதப் பயணம் செல்லும் போது இளவரசர் சிவாஜி இரண்டு மகள்களையும் ரெசிடெண்ட் வில்லியம் பிளாக்பர்னைக் கவனித்துக் கொள்ளச் சொல்லி விட்டுத் தன் மனைவியுடன் இரண்டு ஆண்டுகள் சென்றார். இக்காலத்தில் அரச குடும்பத்தினருடன் ரெசிடெண்ட் மனைவிக்குப் பெரும் சிக்கல் ஏற்பட்டது. அதாவது 1814இல் சரபோஜியின் தாயார் ஆஷாசாகேபிடம் ரெசிடெண்ட் மனைவி பூக்கொத்துக்களுடன் வாழ்த்துக்களைத் தெரிவித்த போது அதை அவர் ஏற்றுக் கொள்ளாது மறுத்தார். 1823இல் பிளாக்பர்ன் ரெசிடெண்ட் பதவியை விட்டுச் செல்லுவதற்கு முன் சரபோஜியுடன் ஒரு தகராறு (Fight) ஏற்பட்டது. இதன் காரணமாகப் பிளாக்பர்ன் எழுதியதாவது "நீங்கள் என்னிடம் நடந்து கொண்ட விதத்தினாலும், அவமதிப்பினாலும் நமக்குள் ஏற்பட்ட விரிசலைச் சரி செய்ய முடியாது" என்றார்.

இதன் தொடர்ச்சியாக ஒருமுறை சரபோஜியும் அரச குடும்பத் தினரும் அரசு நெறிமுறைகளை (Procedure) மீறி ரெசிடெண்டுக்கும் அவர் மனைவிக்கும் வாழ்த்துத் தெரிவிக்கும் முன்னரே அறுவை மருத்துவர் தாமஸ் செபஸ்டிரிக்கு வாழ்த்துக்களுடன் பரிசுகளை வழங்கினார்கள். இதற்கு ரெசிடெண்டிடம் சரபோஜி மன்னிப்புக் கோரி நல்லிணக்கத்தோடு இருப்பதாக நடந்து கொண்டாலும், இருமுக உணர்ச்சிப் போக்குடன் அரசியல் முறையில் மோசடி செய்யும் விதியாக வில்லியம் பிளாக்பர்னுடன் இருந்தார். ஆனால் இதற்கு மாறாகப் பிளாக்பர்னுக்கு முன் ரெசிடெண்டாக இருந்த பெஞ்சமின் டோரின் உறவு மிகவும் சிறப்பாக இருந்தது. இவைகளைப் பார்க்கும் போது சரபோஜி மிகுந்த திறமையுடன் நெறிமுறைகளைப் பின்பற்றுதல், விழாக்களை நடத்துதல் ஆகியவைகளில் பிரிட்டிஷாருடன் இருமுக உணர்ச்சியுடன் நடந்து கொண்டார் என அறிகிறோம்.

ரெசிடெண்ட் பதவி ஒழிக்கப்பட்டது - ஜான் பிளாக்பர்ன் 1832இல் சரபோஜி-II இறக்கும்போது ஆக்டிங் ரெசிடெண்ட் ஆக இருந்தவர்.

1829 இல் தஞ்சையில் ரெசிடெண்சி பதவி ஒழிக்கப்பட்டது. ஆனால் ஜான்பிளாக்பர்ன் ரெசிடெண்சி தஞ்சையில் இருக்க வேண்டும் என அரசிடம் கேட்டுக் கொண்டார். அதன்படி கவர்னர் பெண்டிக் (Bentinck) *இந்த ஆணையை நிறுத்தி வைத்தார். ஆனால் 1841இல் ரெசிடெண்ட் பதவி முழுவதுமாக ஒழிக்கப்பட்டது. இதன்பின் அரசியல் முகவராகக் கும்பினிக்கு மதுரை கலெக்டர்* John Blackburn *பணிபுரிந்தார்.*

9. ஐரோப்பியர் தொடர்பு

ஆய்வாளராக, கல்வியாளராக, அறிவியலாளராக,
சேகரிப்பவராகத் தரங்கை மிஷனரிகளுடன் சரபோஜி

கோல் ஹோப் (Kohlhoffs)

அறிவுத் திறனுடைய சுற்று வட்டத்தில் கும்பினி அலுவலர்களைத் தவிர்த்து சரபோஜியுடன் இரண்டு தரங்கம்பாடி மிஷனரிகள் முக்கிய பங்கு வகித்தார்கள். இவர்களில் மிக முக்கியமானவர்கள் தஞ்சாவூர் மிஷனை நிறுவிய ஸ்வார்ட்ஸ் (1778) அவருடைய உதவியாளர் ஜான் கோல்ஹோப்பும் ஆகும். இந்தக் கட்டத்தில் தஞ்சையில் உள்ள தமிழ்ப் பள்ளியில் 26 மாணவர்கள் கல்வி கற்றனர். இவர்களுக்குப் பைபிள் வாசிப்பு, எழுதுதல், எண்கணிதமும், சொந்த வேண்டுகோளின்படி ஆங்கிலமும் கற்பிக்கப்பட்டன. மற்றொரு இலவச ஆங்கிலப் பள்ளியில் ஜான் கோல்ஹோப், அவர் சகோதரர் டேனிஸ் கோல்ஹோப் உதவியுடன் அவர்கள் பராமரிப்பில் ஏழைக் குடும்பங்களைச் சேர்ந்த நாற்பது சிறுவர்கள் கல்வி கற்றனர். இவர்களுக்கு ஆங்கிலம் தவிர பாரசீகமும், தமிழும் கற்றுக் கொடுக்கப்பட்டன. ஸ்வார்ட்ஸ் தஞ்சை மிஷனுக்காகக் கணிசமான சொத்தை வாங்கியிருந்தார். இதற்குக் கொடை அளித்தவர்கள் மன்னர் துளஜாவும் மன்னர் சரபோஜியும் ஆவர்.

சரபோஜியின் தமிழ் மொழி பெயர்ப்பாளர்

ஜான் கோல்ஹோப் என்பவர் 1798இல் ஸ்வார்ட்ஸ் பாதிரி இறந்த பிறகு தஞ்சை மிஷின் தலைவரானார். அவரது குடும்பத்தினர் சரபோஜியால் வாழ்நாள் முழுவதும் நிதியுடன் ஆதரிக்கப்பட்டனர். கோல்ஹோப் தனது எட்டாம் வயது முதல் இருபத்தி ஐந்தாவது ஆண்டு வரை ஸ்வார்ட்ஸிடம் கல்வி கற்றார். இவர் தமிழில் மிகவும் சிறப்பாக அவையில் உரை நிகழ்த்துவதுடன் ஆங்கிலம் ஜெர்மன் மொழிகளைச் சரளமாகப் பேசுவார். கோல்ஹோப் மிஷன் தலைவராக நியமிக்கப்பட்ட பொழுது சரபோஜி 1000 நட்சத்திர பகோடாக்களை மிஷன் பராமரிப்புக்குக் கொடுத்து உதவினார். கோல்ஹோப் பெரும் பாலும் சரபோஜியின் தமிழ் மொழிபெயர்ப்பாளராகச் செயல்பட்டார்.

மேலும் மன்னரின் செய்திகளை தி மெட்ராஸ் கூரியரிலிருந்து தொடர்ந்து நகலெடுத்து சேகரித்தார். இவர் கருவிகள் மற்றும் வரைபடங்கள் உதவியுடன் வானியல் மற்றும் புவியியலை மன்னருக்குப் போதித்தார். அன்பைத் தெரிவிக்கும் வண்ணம் சரபோஜி தனது பல்லக்குடன் விளக்குப் பிடிப்பவர்களையும் ஜான் கோல் ஹோப்பிற்கு எங்கு சென்றாலும் பயணத்திற்கு உதவுமாறு அனுப்பி வைத்தார் (Raja Serfoji-II, Science, Medicine and Enlightment in Tanjore, Savithri Preetha Nair, P.xxvii).

டேனிஷ் மிஷனரிகள்

டேனிஷ் லுத்திரன் மிஷன் தரங்கம்பாடியில் 1702இல் ஆரம்பிக்கப் பட்டது. இதுவே இந்தியாவில் புராட்டஸ்டெண்ட் மிஷன் பிரிவின் முதன் முதலான நிறுவனமாகும். இதில் பங்காற்றியவர்களில் கிருஷ்டோபர் சாமுவேல் ஜான் (1749-1813) சரபோஜியுடன் மிகவும் நெருக்கமாகத் தொடர்பு கொண்டிருந்தார். இவருக்குக் கும்பினி அறுவை சிகிச்சை நிபுணரும் செடி கொடி இயல் ஆராய்ச்சியாளருமான ராக்ஸ்பர்க் நண்பர் ஆவார். இவர்கள் சரபோஜிக்கு உடல்கூறு கற்பிக்கும் மிச்செல்லுடனும் நெருங்கிய நண்பர்களாக இருந்தனர்.

ஓர் ஆய்வாக, சி.எஸ்.ஜான் தமிழர்கள் உதவியுடன் முத்துச் சிப்பிகளைச் சேகரித்தார். இத்துடன் புதிய கடல் உயிரினங்களையும் கண்டுபிடித்தார். ஒரு நேர்மையான நண்பராக, சரபோஜி தன் வேலைக் காரர்களை அவருக்கு உதவி புரிய அனுப்பினார். சி.எஸ்.ஜான் பார்வை இழந்தபிறகு வரதய்யங்கார் என்பவரை வாசிப்பதற்கும் எழுதுவதற்கும் அவர் இறக்கும் வரை (1813) தொடர்ந்து பணியாற்ற அனுப்பி உதவினார்.

கிழக்கிந்திய கம்பெனி 1770 லிருந்து 1820 வரை ஜோசப் பாங்கை ஆலோசகராகக் கொண்டு இந்திய துணைக்கண்டம் முதற்கொண்டு மற்றைய காலனிய நாடுகளிலும் இயற்கைப் பொருட்களைச் சேகரிக்கத் தொடங்கியது. சரபோஜி இந்தச் சமகால நடவடிக்கைகளில் தன்னையும் இணைத்துக் கொண்டார். தரங்கம்பாடி மிஷனரிகளும் ஜோசப் பாங்கைப் போல் பெருநகரங்களில் சேகரிக்கும் மையமாகச் செயல் பட்டனர். சரபோஜியுடன் சி.எஸ்.ஜான் ஜெகாஸ், பீட்டர் ரோட்லர், ஜெ காஸ் கோட்பினாட் க்ளெடப்ன் ஆகியோரும் இணைந்து ஜோசப் பாங்குடன் பணிபுரிந்தனர். இவர்கள் கும்பினி அரசு இயற்கை ஆய்வாளர் களான ஜெம்ஸ் ஆன்டர்சன், ஸ்வார்ட்ஸ் ராக்ஸ்பர்க் போன்றோர் களுடன் இணைந்து பங்காற்றினர். சேகரிக்கும் பணியின் மூலம் கும்பினி மருத்துவர்கள், தரங்கை மிஷனரிகள், பயிற்சி பெற்ற பணியாளர்கள், வல்லுநர்கள், அறிஞர்களுடன் சரபோஜி தன்னையும்

இணைத்துக் கொள்ளும் வாய்ப்பு அமைந்தது. தனது அரசவையில் எல்லா சமூகத்தினரையும் கட்டி இணைக்கும் வண்ணம் பெரிய அளவில் திறமையான யூரேசியன், ஐரோப்பியர், தமிழ் கிறிஸ்தவர், இந்து, முஸ்லிம் ஆகியோர்களை அரசவையில் பணியமர்த்தியதால் அவர்கள் அனைவரும் தங்களைத் தக்கவைத்துக் கொள்ள குறிப்பிடத்தக்க பங்காற்றினர்.

அறிவொளி மையமாகத் தஞ்சையைச் சரபோஜி மாற்றியது எப்படி?

சரபோஜிக்கு அரசியல் மற்றும் இராணுவ பலம் இல்லாதிருந்தும் ஒரு காலனித்துவ அமைப்பில் எப்படி மீண்டும் தன்னை முக்கிய புள்ளியாகத், தஞ்சையை அறிவொளி மின்னும் தலைமையகமாக மாற்றினார்? என்பது லட்சத்தில் ஒரு கேள்வி எனலாம்.

சரபோஜி ஓர் அறிவியல் உள்கட்டமைப்பை உருவாக்கி அதற்கான ஒரு மையத்தை உருவாக்கினார். அதில் சுதேசி மற்றும் வெளிநாடுகளில் பயிற்சி பெற்ற பணியாளர்கள், வல்லுநர்கள், அறிஞர்கள், கலைஞர்கள், கைவினைஞர்கள் மற்றும் இசைக்கலைஞர்களுடன் ஐரோப்பிய, சுதேச இலக்கிய சேகரிப்பு, அச்சகம் போன்ற புதிய தொழில்நுட்பம் பெறுதல் பாட புத்தகங்களைத் தயாரித்தல், கல்வி நிறுவனங்களை நிறுவுதல், தோட்டங்களை உருவாக்குதல் மற்றும் விலங்குகளை பராமரித்தல், மருந்தகத்தை அமைத்தல், ரெசிடெண்ட், காலனி அறுவை சிகிச்சை நிபுணர்களை நண்பராக்கிக் கொள்ளுதல் போன்றவைகளும் இதில் அங்கம் வகித்தன. இவைகள் பணம், புகழ், அறிவாற்றல் ஆகியவைகளைச் சுற்றி இயங்கியது. இந்த மையம் மன்னருடன் இணைந்து கைகோர்த்துக் கொண்டு அறிவொளியைப் பரப்ப துணை நின்றது. இது உள்ளூர் அளவிலிருந்து உலகளாவிய நிலையில் நீடித்தது.

மன்னரின் அறிவொளி மையம் இயற்கை வரலாற்றின் நடைமுறை, விவசாயம், விலங்கியல், மருத்துவம் விலங்குகளின் மேலாண்மை போன்ற பயனுள்ள துறைகளுடன் நெருக்கமாக இணைக்கப் பட்டிருந்ததால் தஞ்சைக்கு இவ்வேதியல் கலப்பு பொருத்தமாய் இருந்தது.

அரண்மனை மருந்தகத்துடன் சோதனை அறிவியல் நெருக்கமாக இணைக்கப்பட்டிருந்தது. பயன் என்று மட்டும் கருத்தில் இல்லாது அவை ஒவ்வொன்றிலும் பகுத்தறிவு, பொழுது போக்கு என்ற கருத்தும் வெளிப்பட்டது. காற்று விசையியக்கக் குழாய், மின்சார இயந்திரம், வேதியியல் அமைப்புகள் மர எலும்புக்கூடு போன்றவைகள் 18ஆம் நூற்றாண்டில் ஐரோப்பாவிலும் அதன் காலனிகளிலும் அறிவொளியூட்டும் வாழ்க்கை முறையின் ஓர் பகுதியாக அமைந்திருந்தது.

சரபோஜி, ஜான் கோல் ஹோப் உதவியுடன் வானிலையைப் படித்திருந்தாலும் இயற்கை தத்துவம் மற்றும் மருத்துவத்தில் அவர் கொண்டிருந்த ஆர்வத்திற்கு இரண்டாம் நிலையிலேயே இருந்தது.

தஞ்சை, கல்கத்தாவிற்கு ஒரு சவாலாக அமைந்தது

ஐரோப்பிய அறிவியலை வரவேற்பதற்கும் பதிலளிப்பதற்கும் காலனி அரசான இந்தியாவின் நிர்வாக மையமான கல்கத்தாவே இயங்கிக் கொண்டிருந்த வேளையில் தஞ்சையும் கல்கத்தாவிற்கு ஒரு வலுவான சவாலாக அமைந்தது.

சமூக மாற்றத்திற்கு மதம் மாற்றம் அவசியமில்லை

அறிவொளியூட்டும் அறிவியல் செயல்பாடுகள் முற்றிலும் மதம் அல்லது கடவுளர்களால் பாதிக்கப்படாமல் இருக்க வேண்டும். வங்காளத்தில் இராஜாராம் மோகன்ராயின் செயல்பாடுகள் சமூக சீர்திருத்தத்தைக் கொண்டிருந்தாலும் பயனுள்ள அறிவைப் பெறுவதன் முக்கியத்துவத்தை அது போதுமானதாக வலியுறுத்தவில்லை. மேலும் சரபோஜி, மோகன்ராயைப் போலல்லாமல் ஓவியம், இசை, நடனம் இலக்கியம் ஆகிய கலைகளுக்குச் சிறந்த புரவலராக இருந்தார். சமூக மாற்றத்திற்கு மோகன்ராய் மதமாற்றம் அவசியம் என்று உணர்த்தினாலும் சரபோஜி வாழ்நாள் முழுமையும் மிகுந்த பற்றுடன் தன் நெற்றியில் திருநீறுடனும் குங்குமத்துடனும் பக்திப் பழமாக சைவத்தைக் கடைப்பிடிப்பவராகவே இருந்தார். ஆனாலும் சதியை மோகன்ராயைப் போல் தீவிரமாகப் பொதுமுறையில் எதிர்க்காவிட்டாலும் சதியை ஒழிப்பதில் தயக்கம் காட்டவில்லை.

நூல் பட்டியலைத் தயாரித்தார்

சரஸ்வதி மகால் நூலகம் நாயக்க மன்னர்கள் காலத்தில் ஆரம்பிக்கப்பட்டு, தொடர்ந்து மராட்டிய மன்னர்களால் வளர்க்கப் பட்டிருந்தாலும் இந்நூலக அட்டவணை சரபோஜி மன்னர் காலத்தில் தான் ஓலைச்சுவடிகளுக்கு ஓலையிலும் காகிதச் சுவடிகளுக்குக் காகிதத்திலும் அட்டவணை தயாரிக்கப்பட்டது. ஓலைச்சுவடி அட்டவணை தெலுங்கு மொழியில் எழுதப்பட்டுள்ளது. இதன் முதன் ஓலையில் கீழ்க்கண்ட தகவல் தெலுங்கில் உள்ளது "சரபோஜி மகாராஜா பட்டத்திற்கு வருவதற்கு முன்பு இந்தச் சரஸ்வதி மகால் நூல் நிலையத்திற்கு விவரமான பட்டியல் இல்லை. 1720 காள யுத்தி ஆண்டு சரபோஜி மகாராஜாவிற்குப் பட்டம் கட்டியபின் மானியம்பட் என்கிற கங்காதரபட், சதாசிவ பட் ஆகியோருக்கு அதிகாரம் வழங்கிய பின் இந்த சரஸ்வதி மகால் காகித புத்தகங்களுக்கும், ஓலைச்சுவடி களுக்கும் தகுந்தவர்களை நியமித்து புத்தகங்களைப் பரிசீலித்து

பட்டியல் தயாரிக்கப்பட்டது. சக ஆண்டு 1722, ஆங்கில ஆண்டு 1801இல் இந்த அட்டவணை தயாரிக்கப்பட்டது ரௌத்திரி வருஷம்". (சரபோஜி மன்னரும் சரசுவதி மகாலும், ப.பெருமாள், மாமன்னன் சரபோஜியின் 221ஆம் பிறந்தநாள் விழாக் கருத்தரங்கம், ப.4) என குறிப்பிடப்பட்டுள்ளது. இதிலிருந்து பார்க்கும் போது நூல்களை அட்டவணை இடுவதில் ஜான் முர்டாக்கிற்கு சுமார் 67 ஆண்டு முன்பே நூலடைவைத் தயாரித்தது மிகப்பெரிய முயற்சி ஆகும். சுவடிகளுக்கு மட்டுமின்றி அவர் தொகுத்த ஆங்கில நூல்களுக்கும் அகர வரிசை பொருள் பட்டியல் முறையில் அட்டவணை தயாரிக்கப்பட்டுள்ளது. அட்டவணையில் பொருள், தலைப்பு, பதிப்பு விபரம், அளவு போன்ற விபரங்கள் கொடுக்கப்பட்டுள்ளன. இவ்வட்டவணை முதல் பக்கத்தில் கீழ்க்கண்ட விபரம் இருப்பதைக் காணலாம். "His Highness Raja Serfoji Maharaja's General Catalogue of an extensive valuable collection of Books 1830" இவை அனைத்தும் கையினால் எழுதப்பட்டு அனைத்து நூல்களும் பாதுகாக்கப்பட்டுள்ளன (தஞ்சை சரஸ்வதி மகால் நூலக வளர்ச்சி வரலாறு, ஆ.குணசேகரன், பக்.144-145.).

1880இல் இந்நூலக வடமொழிச் சுவடிகளுக்கு அட்டவணை செய்த டாக்டர் ஏ.சி.பர்னல் அவர்கள் இந்நூலகத்தை "உலகிலேயே மிகப்பெரிய மிக முக்கியத்துவம் கொண்ட நூலகம் என்று குறிப்பிடு கிறார். பிற்காலத்தில் இந்நூலகத்தைப் பார்வையிட்ட டாக்டர் பூலர் என்னும் மேனாட்டு வடமொழி அறிஞர், இந்நூலக சுவடிகளையும் நூல்களையும் பார்த்து "மிகவும் பயன் தருபவை, இவைகள் வேறெங்கும் கிடைப்பது அரியதானது" எனக் குறிப்பிடுகிறார்.

தஞ்சை - அறிவொளியின் தலைமையகம்

தஞ்சையில் சரபோஜி மன்னர் ஆட்சி செய்த காலத்தில் திப்பு சுல்தான் மைசூரை ஆட்சி செய்தார். திப்புவும் ஒரு நல்ல நூலகத்தைத் தமது அரண்மனையில் ஏற்படுத்தியிருந்தார். ஆனால் ஆங்கிலேயருடன் இவருக்கு ஏற்பட்ட போரின் காரணமாக இவருடைய நூலகம் அழிக்கப் பட்டு விட்டது. இந்நூலகம் இருந்ததற்கு அட்டவணை ஆதாரமாக உள்ள "Descriptive Catalogue of the Oriental Library of the late Tipu Sultan of Mysore to which are prefixed of Hyder Ali and His son Tipu Sultan by Charles Stewart, Cambridge, 1809 என்பதாகும். (மன்னர் தொகுப்பு நூல் எண்.2748) இந்நூலினை மன்னர் சரபோஜி 1827இல் தொகுத்து வைத்து பாதுகாத்தார். ஆனால் மன்னர் சரபோஜி ஆங்கிலேயருடன் சண்டை ஏதும் புரியாமல் பெயரளவில் மன்னராக இருந்து அவர்களுடன் நல்லுணர்வு கொண்டதனாலேயே இச்சரஸ்வதி மகால் நூலகத்தினை அழிவிலிருந்து காத்து, தானும் அறிவியல்

சேகரிப்புகளுக்கு முன்னுரிமை கொடுத்ததன் காரணமாகத், தஞ்சை அறிவொளியின் தலைமையகமாகத் திகழ்ந்தது.

இதன் காரணமாக 19ஆம் நூற்றாண்டின் ஆரம்பகாலத்தில் ஐரோப்பியர்கள் சரபோஜியைப் பல்கலைக் கற்றறிவாளராகவும், தஞ்சையை அறிவொளி மையமாகவும் கருதினர்.

மன்னரிடம் அறிவியல் ஆலோசனைகள் பலநாட்டினரால் பெறப்பட்டது.

இங்கிலாந்து உயர்ந்த மனிதரிடமிருந்து (ஜான்பிளேஃபர் ஆக இருக்கலாம்) மன்னர் சரபோஜியை ஜெரிக் மூலம் அறிந்த நிலையில் ஒரு நேரடிக் கடிதம் "பிரெஞ்சு வானியலாளர் லி.ஜென்டில் தனது பயணத்தின் போது அறிந்த செய்திகளை வெளியிட்ட தகவல் இது. திருவாரூர் கல்லூரி பிராமணர்கள் கிரணங்களில் வைத்திருந்த அடிப்படை தகவல்கள் ஆகும். இத்தகவல்களைத் தேடியே சரபோஜிக்கு கடிதம் எழுதினார். கால சங்களிகா ஆசிரியர் கவர்னர் ஜான் வாரன் மன்னரிடமும் பண்டிதர்களிடமும் தென்இந்தியாவின் நேரம் கணக்கிடும் கோட்பாட்டைப் பற்றி ஆலோசனை பெற்றார். இந்து சட்டம் எனும் நூலின் ஆசிரியர் தாமஸ் ஸ்ரேஞ்ச் சரபோஜியின் உதவியோடு கற்றறிந்த பண்டிதர்களிடம் உயில் மற்றும் தத்தெடுப்பது என்பதைப் பற்றிய கருத்தைத் தகுந்த ஆதாரங்களோடு கூற வேண்டினார். இதைப் பொதுமக்கள் கவனத்திற்குக் கொண்டு வரவும் உயர்நிலை சட்ட அதிகாரிகள் உங்கள் பண்டிதர்களின் அறிவாற்றலைப் புரிந்துகொள்ளவும் உதவும் என்றும் கூறினார்.

இது குறித்த தகவலைப் பெற்ற பிறகு சரபோஜியின் பண்டிதர்களின் கருத்துக்களின் ஆங்கில மொழிபெயர்ப்பு அதிசயிக்கத்தக்கதாக இருந்தது. அதில் ஒரு வார்த்தையைக் கூட சேர்க்கவோ குறைக்கவோ மாற்றவோ செய்யவில்லை என்று குறிப்பிட்டார்.

மேஜர் காலின் மெக்கன்சியின் மொழிபெயர்ப்பாளர்களில் முக்கியமான மராட்டிய பிராமணர் சுப்பாராவ், அரசவையைச் சேர்ந்தவர் ஒப்பீடு மொழியியலில் ஒரு பயிற்சியில் சுப்பாராவ் கிரேக்க மொழியில் உள்ள 3000 சொற்கள் சமஸ்கிருதம் என்று கூறியது. சமஸ்கிருத பண்டிதர்களால் ஒத்துக்கொள்ளப்பட்டது.

இது தவிர காலனிய அதிகாரிகளும் தஞ்சை அரசவையில் பல அழுத்தமான விஷயங்களைப் பற்றி ஆலோசனை பெற்றனர்.

டேனிஷ் ஆளுநர் ஜே.கேஃயெடு காலத்தில் 1822ஆம் ஆண்டில் இடதுகை மற்றும் வலக்கை சாதியினர் இடையே பெரும் மோதல்

ஏற்பட்டது. ஆளுநரால் இந்த மோதலை இணக்கமாகத் தீர்க்க முடியவில்லை. இந்தத் தோல்வி எந்தவொரு நேரத்திலும் அவரைப் பணி நீக்கம் செய்ய வழிவகுப்பதாக இருந்தது. இந்தக் கொந்தளிப்பான காலத்தில் சரபோஜியின் ஆலோசனை பெறப்பட்டது. ஏனெனில் தஞ்சை, புதுக்கோட்டை போன்ற இடங்களில் ஏற்பட்ட சர்ச்சைகளில் சரபோஜியின் நியாயமான பங்களிப்பு இருந்தது. இதை ஆளுநர் உணர்ந்தார். ஆகவே ஆளுநர் கோஃபெட் இந்திய இலக்கியம் மற்றும் ஆங்கில படிப்பறிவு உள்ள மன்னர் சரபோஜி இந்த விஷயத்தைப் பற்றிய உண்மையான, நேர்மையான ஆலோசனைகளை வழங்க முடியும் என்று நம்பினார். இதே போல 1809இல் இரு சாதியினரிடம் மோதல் உச்சம் அடைந்த போது தஞ்சை ரெசிடெண்ட் பிளாக்பர்ன் ஒவ்வொரு சாதியினருக்கும் தலா நான்கு உறுப்பினர்களைச் சரபோஜி அரசவைக்கு அனுப்பினார். தஞ்சையில் வழக்கப்படி அவற்றைத் தீர்மானித்து முடிவெடுக்கப்பட்டது.

பிரசிடென்சி கல்லூரியின் தமிழ்ப் பேராசிரியர் - தேசிகர்

சரபோஜி காலத்தில் தான் சென்னையில் பிரசிடென்சி கல்லூரி நிறுவப்பட்டது. அது சமயம் சென்னை அரசாங்கம் சரபோஜியின் சமஸ்தான வித்வான்களின் பெருமையைக் கேள்வியுற்று, சமஸ்தான வித்துவான்களில் ஒருவராகிய கொட்டையூர் சிவக்கொழுந்து தேசிகரை மன்னரின் அனுமதியின் பேரில் அக்கல்லூரியில் தமிழ்ப் பேராசிரியராக நியமித்தனர்.

1829ஆம் ஆண்டில் செயின்ட் ஜார்ஜ் கோட்டையில் துணைத் தலைமை ஆசிரியர் பதவிக்குப் பொருத்தமான வேட்பாளருக்குத் தஞ்சை அரசவை அணுகப்பட்டது. இக்கல்லூரி சென்னை ஆட்சியாளர் தமிழறிஞர் எல்லிஸால் நிறுவப்பட்டது. தஞ்சை ரெசிடெண்ட் இதற்குப் பதில் அளிக்கையில் "தஞ்சை அரசவையில் உள்ள தகுதி பெற்ற பல ஆசிரியர்களில் 'பண்டாரம்' சிறந்த கவிஞர் தமிழறிஞர் என்றனர். இவரை அரசர் படிச்சலுகை அளித்து சென்னைக்கு அனுப்பி வைத்தார். இவர் கொட்டையூர் சிவக்கொழுந்து தேசிகராக இருக்கலாம்.

சரபோஜியின் அரசவை, ஆர்வமுள்ள பல ஐரோப்பிய பார்வை யாளர்களை ஈர்த்தது. இவர்களில் பெரும்பாலானவர்கள் தங்கள் வருகையைப் பதிவிட்டனர். அறிவியல் மற்றும் கலைகளில் தேர்ச்சி பெற்ற மன்னருடன் உரையாடவும் அவருடைய சிறந்த நூலகத்தைப் பார்ப்பதற்கும், அரண்மனை அறிஞர், கலைஞர், இசைவாணர்களின் திறமையைக் காண்பதற்கும் இந்த வருகைகள் இருந்தன.

கிட்டத்தட்ட அனைவருமே இராஜாவின் பரந்த அறிவைப் பற்றிக் குறிப்பிட்டனர். ஏனெனில் புலமைக்குப் பரிசளிப்பதில் அவர் இந்தியாவில் உள்ள சமகாலத்தவர்களிடமிருந்து வித்தியாசமாக இருந்தார். ஆகவே இவர்களால் அரசவை நவீனத்துவத்தின் அனுபவம் குறித்தும் வியப்புடன் பார்க்கப்பட்டது. பார்வையாளர்களில் மிக முக்கியமானவர்கள் லேடி கிளைவ், ஜான் அன்னெஸ்லி (விஸ்கவுண்ட் வாலன்ஷியா என அழைக்கப்பட்டவர்) ஃபோர்ட் வில்லியம் கல்லூரியின் கிளாடியஸ் புச்சுநான், இலங்கை தலைமை நீதிபதி அலெக்ஸாண்டர் ஜான்ஸ்டன், கல்கத்தாவின் முதல் பிஷப் தாமஸ் ஃபார் ஷாவ் மீடில்டன், பிரெஞ்ச் இயற்கை ஆர்வலர் லெசெனாலட் டிலாரூர் வங்காளத்தின் பிஷப் ரெஜினோல்ட் ஹீபர் ஆகியோர் ஆகும் (Raja Serfoji-II, Science, Medicine and Enlightment in Tanjore, Savithri Preetha Nair, P.xvi).

சரபோஜி அரிய நூல்கள், சுவடி சேகரிப்புகளுள் அண்மைக் கால அறிவியல், இலக்கியம் சார்ந்த பதிப்புகளைப் பெற்று புதிய நவீன தொழில்நுட்பம் சார்ந்த அச்சகத்தை நிறுவினார். இத்துடன் அரசவையில் மிகச்சிறந்த அறிஞர்களை, பாடகர்களை, ஊதியத்திற்குப் பணி அமர்த்தினார். மேலும் பல பள்ளிகளையும் கல்லூரிகளையும் நிறுவியதோடு கும்பினி மருத்துவர்களைத் தனக்கு மருத்துவம் பார்க்கச் செய்தார். இதனால் தஞ்சாவூர் அறிவியல் ஊற்றெடுக்கும் இடமாக மாறியது. இங்கிருந்து மாநகர செயின்ட் ஜார்ஜ் பள்ளி, வில்லியம் கோட்டைக் கல்லூரி, சென்னை இலக்கியச் சங்கம், தரங்கம்பாடி டேனிஷ் மிஷனரி, தஞ்சாவூர் மிஷனரி பள்ளி, ராயல் சொசைட்டி ஆப் கிரேட் பிரிட்டன் இவைகளுக்குத் தங்களுடைய அறிவு ஞானத்தை அறிஞர்கள் வழங்கினர்.

அறிவாராய்ச்சி முறை சார்ந்த சரபோஜி வாழ்க்கை

1804ஆம் ஆண்டு ஊர் சுற்றுதலுடன் இயற்கை வரலாற்றில் நாட்டம் கொண்ட பிரிட்டிஷ் அரசியல்வாதி வாலன்ஷியா தஞ்சை அரசவையினைப் பார்வையிட்டார். அவர் இந்தியாவில் தங்கியிருந்த காலத்தில் கல்கத்தா பெங்களூர் சென்னை முதலிய தாவர இயல் பூங்காக்களைப் பார்வையிட்டார். பிறகு 1804 ஜனவரி 8ஆம் தேதி தஞ்சைக்குத் தனது ஓவியர் ஹென்றிசால்டுடன் அரண்மனைக்கு வந்தார். சரபோஜி குறித்து வாலன்ஷியா அவரது வாயேஜ் அன்ட் ட்ராவல்ஸ் என்ற நூலில் "இவர் பெற்ற கல்வி மற்றைய ஆசிய நாட்டினரைவிட மிகச் சிறந்ததாக உள்ளது. ஆங்கிலத்தில் சரளமாகப் பேசுகிறார். அவர் தனது வாழ்க்கையை அறிவாராய்ச்சி முறை சார்ந்த படிப்பின் போக்கில் வாழ்க்கையை நடத்துகிறார் என்று எனக்குத்

தோன்றுகிறது. அந்தப்புரம், கெட்ட நடத்தை அல்லது தன்னுடைய ஆசைகளுக்கு என்று அடிமையாக இருக்கும். ஆசிய இளவரசர்களைப் போலின்றி வேறுபட்டிருக்கிறார்" என்று குறிப்பிடுகிறார்.

சரபோஜியுடன் ஆங்கிலத்தில் பேச மொழிபெயர்ப்பாளர் தேவையில்லை

"சரபோஜியுடன் மொழிபெயர்ப்பாளர் இல்லாது பேச முடிந்தது மகிழ்ச்சி அளித்தது. இதே போல நான் பேச முடிந்த மற்றொரு அரசர் லக்னேவ் நவாப் விஜார். சரபோஜி நடந்து கொண்ட விதமே மிகவும் போற்றும்படியாக இருந்தது" எனவும் எழுதியுள்ளார். சரபோஜி அவரை அரண்மனையின் மேல் மாடி அறைக்கு அழைத்துச் சென்றார். மாடியில் மிகப் பெரிய அறை, அழகிய கம்பள தரைவிரிப்பு மற்றும் ஐரோப்பிய கலைநயத்துடனான நாற்காலிகள் போடப்பட்டிருந்தன.

வாலன்ஷியா ஒன்றை ஒன்று பார்க்கும் வகையில் மிகுதியாக ஆங்கில புத்தகங்கள் அடுக்கி வைத்திருப்பதைக் கண்டார். அதில் அவரது தாத்தா Lord Lyttelton எழுதிய History of Henry the second எனும் புத்தகத்தைக் கண்டு மகிழ்ச்சியடைந்தார். அறையின் ஒருபுறம் விசாலாமான காற்றோட்டமுள்ள வராண்டாவும் எதிர்புறம் மராட்டிய சாம்ராஜ்யத்தை நிறுவிய சிவாஜியின் படம் முதல் அவரின் வழிவந்த மன்னர்களின் படங்கள் வரை வைக்கப்பட்டிருந்தன. "சுவர்களில் அழகான தங்கமுலாம் கொண்ட சட்டத்தில் துணியில் வரையப்பட்ட ஓவியங்கள் இருந்தன. அவற்றில் பல சிதைந்து போகும் நிலையில் இருக்கின்றன" என வாலண்ஷியா குறிப்பிடுகிறார். சுவரின் மேல் பகுதியில் செதுக்கப்பட்ட தெய்வச்சிலைகள் மூடப்பட்டிருந்தன. இது பற்றிச் சரபோஜியிடம் கேட்டபோது தேவாலயங்களில் பரிசுத்த கடவுள்களைக் காணமுடியாத கிறித்தவர்களுக்குக் காண்பிப்பதற்காக அவைகள் அங்கே இருக்கிறார்கள்" என்று கூறினார்.

வாலண்ஷியா கோயிலுக்குள் அனுமதிக்கப்படவில்லை

வாலண்ஷியா தஞ்சை பிரகதீஸ்வரர் கோயிலுக்கு விஜயம் செய்தார். ஆனால் அவர் ஒரு ஐரோப்பியராக இருந்ததால் கோயில் மாசுபடும் என்று உள்ளே அனுமதிக்கப்படவில்லை. 1797ஆம் ஆண்டு கோயிலில் இருபது ஆண்டுக்கு முன்பிருந்து பிரிட்டிஷ் இராணுவம் வெளியேற்றியதற்குப் பிறகு அங்கு ஐரோப்பியர் அனுமதி நிறுத்தப் பட்டது. இக்காலகட்டம் கர்நாடிக் போர் நடைபெற்ற காலம் பிரிட்டிஷ் படைகள் 25 ஆண்டுகள் கோயிலில் தங்கியிருந்தனர். இவர்களை அங்கிருந்து அகற்றவே 1798இல் ஒப்பந்த அடிப்படையில் சரபோஜி

ஆங்கில வீரர்களை வெளியேற்றினார். அதன் பின்னர் சிறிய கோட்டைப் பகுதி கோயிலை உள் அடக்கிய ஒரு சுத்திகரிப்பு விழா (1801-1804) மன்னர் சரபோஜி கட்டளைப்படி நிகழ்த்தப்பட்டது. இச்சம்பவம் வாலண்ஷியாவை ஆச்சர்யப்பட வைத்தது. ஏனெனில் கிறித்தவர் மத்தியில் கல்வி கற்ற அரசர் எப்படி இந்து மூடநம்பிக்கைக்கு அடிமை யானார் என்பதினாலேயே ஆகும். வாலண்ஷியாவைப் பொறுத்தவரை இது ஒரு அறிவொளி பெற்ற இளவரசனின் பகுத்தறிவற்ற நடத்தை, சமயப்புறக்கணிப்புடன் அறிவொளி பெறுவது என்பது பொருத்தமற்றது என்பதை நினைவில் கொள்வது அவசியம்" என்று வாலண்ஷியா கருதினார்.

ஆயினும் கோயிலின் நுழைவாயிலில் நின்று கொண்டிருந்த வாலண்ஷியா பெரிய நந்தியைப் பார்த்துத் திரும்பினார். இந்த விஜயம் ஒரு மணி நேரம் நீடித்தது. மன்னருக்கு ஹென்றி சால்டின் வரைபடங்கள் காட்டப்பட்டன. வாலண்ஷியாவிற்குப் பரிசாகச் சிறிய கோட்டையில் உள்ள பெரிய தேவாலயத்திற்குள் இருக்கும் இரண்டு சிறிய தேவாலயங்கள் உள்ள படத்துடன், மன்னருடைய உருவப்படமும் வழங்கப்பட்டது.

ஆனால் கும்பினியார் 1803இல் நெப்போலியனின் பிரிட்டிஷ் போர் நடந்த சமயம், 1798ல் ஏற்பட்ட ஒப்பந்தத்தை ரத்து செய்து மறுபடியும் ராணுவத்தைத் தஞ்சைக் கோட்டைக்குள் நிறுத்தினர். ஆனால் சரபோஜி தன் கண்டனத்தைத் தெரிவிக்காது, எதிர்ப்பு உணர்ச்சியின்றி ஆங்கிலேயரிடம் கொண்ட விசுவாசத்தை நிரூபிக்க ஓர் அடிமை வாழ்க்கையை ஒத்ததாகவே படையையும் அறிவு நாளத்தையும் வழங்கினார். பின்னர் பிரிட்டிசார் நெப்போலியனை 1814ல் வெற்றி கொண்டதற்கு மனோரா நினைவுச் சின்னத்தைச் சரபோஜி இந்தியாவிலேயே முதன்முதலாகச் சரபேந்திர பட்டினத்தில் எழுப்பினார். ஏனெனில் பிரிட்டிஷ் படை பல ஆண்டுகள் தஞ்சைக் கோட்டையில் தங்கியிருந்தனர்.

இதற்குக் காரணம் ஆரம்பத்தில் பிரெஞ்சு போர் முடிவுற்றதால் கோயிலில் தங்கியிருந்த சிவகங்கை கோட்டை படைவீரர்களைத் திரும்பி பெற்றதாகவும், பிறகு ஒப்பந்தத்தை மீறி மீண்டும் கோட்டையில் தங்க வைத்ததன் காரணம் ஐரோப்பா போர்கள்.

இக்கட்டத்தில் சரபோஜியின் ஆட்சிக்குட்பட்ட அரண்மனை கோட்டை பெரிதாக இருந்தது. அங்குத் தஞ்சை ரெசிடெண்ட் (ஆங்கிலேயரின் பிரதிநிதி) தங்கி இருந்ததை அங்கிருந்து அகற்றி வாடகை வீட்டில் தங்கி இருக்க ஏற்பாடு செய்தார்.

நூலின் முதல் பதிப்பைச் சேகரித்தல்

சரபோஜி அக்காலத்தில் பிரசுரிக்கப்பட்ட எந்த ஒரு புத்தகத்தின் முதல் பதிப்பையும் வாங்கி நூலகத்தில் சேகரித்தார். மேனாட்டு மொழி களிலுள்ள நூற்றுக்கணக்கான புத்தகங்களைப் படித்ததின் அடையாளமாகத் தேதிகளைக் குறிப்பிட்டார். சிற்சில புத்தகங்களில் அவர் எழுதியிருக்கும் குறிப்புகள் அவருக்கு இருந்த நுண்ணிய அறிவை வெளிப்படுத்துகின்றன. எ.கா. வாரன் எனும் ஆங்கிலப் பெரியார் கால சங்கலிதை எனும் நூலை ஆங்கிலத்தில் இயற்றினார். அந்நூலில் இந்திய பஞ்சாங்க கணித முறைகளும், ஜோதிட கணித முறைகளும் நன்கு விரிவாக விளக்கப் பட்டுள்ளன. அந்நூல் கணித நுட்பங்கள் நிறைந்ததாகும். அந்நூலில் சில பிழைகள் இருக்கக் கண்ட மன்னர் சரபோஜி, ஆசிரியரை வரவழைத்துப் பிழைகளைச் சுட்டிக் காட்டி அவற்றைத் திருத்துமாறு செய்தார். அந்த ஆசிரியரும் மன்னர் குறிப்பிட்ட பிழைகளை ஒத்துக் கொண்டு அவற்றைத் திருத்தித் தன்னாலேயே திருத்தப்பட்டதென்பதற்கு அத்தாட்சியாகத் தன் கையொப்பமிட்டுப் பின்வரும் பதிப்புகள் திருத்தப்பட்ட முறையில் பதிப்பிக்க வேண்டுமென்றும் குறித்துள்ளார்.

அரண்மனையில் உயிரியல் பூங்கா (Zoo)

பறவை, மீன், குதிரை, யானை போன்றவைகளை வளர்க்க தனியாக உயிரியல் பூங்காவினை நூலகத்துடன் ஏற்படுத்தியிருந்தார் என்பதை ஓர் ஆவணம் குறிப்பிடுகிறது. "12.3.1821 முகாம் பிரஜாபூர் ஸாரஸ என்னும் பறவை ஒரு ஜோடி தாஸ்தான் மகால் தோட்டத்திலும், எஞ்சிய நான்கை சிவகங்கை தோட்டத்திலும் விட்டு அவற்றிற்கு நாடோறும் உயிருள்ள மீன்களையும் அரிசி, நெல், சாதம் முதலியவைகளை வைத்து விருப்பப்படித் தனியாக விட்டிருக்கச் செய்ய வேண்டும்.. சாமா என்னும் பறவை ஐந்தை ஸர்காரில் வைத்துக் கொள்கிறது." *(தஞ்சை மராட்டிய மன்னர் கால அரசியலும், கே.எம். வேங்கடராமையா, ப.126)*

உயிரியல் ஓவியங்கள்

தாவரவியல், உயிரியல் வண்ண ஓவியங்களை மன்னர் தமது அறிவியல் ஆய்வுக் கூடத்தில் ஆய்வு செய்த முடிவுகளைத் தக்க ஓவியர்களைக் கொண்டு தண்ணீர் வண்ணங்களால் (Water colour) வரையச் செய்து நூலகத்தில் சேர்த்துள்ளார். அவற்றில் முறையே தொகுதி ஒன்றில் 19, தொகுதி இரண்டில் 61, தொகுதி மூன்றில் 11மாக மொத்தம் 91 தலைப்புகளில் 300 படங்கள் உள்ளன (James J.White, 'Three botanical Albums in the Thanjavur Maharaja Serfoji's Saraswathy Mahal Library in India" Hundia Vol 9, No2).

உயிரியல் பூங்காவை (மிருகக் காட்சி சாலை) மன்னர் வைத்து பராமரித்திருப்பாரா? என்ற கேள்வி எழுவதை ஆதாரப்பூர்வமாக நிரூபிக்க மராட்டிய அரசு முழுவதும் கும்பினியாரால் எடுத்துக்கொள்ளப்பட்ட நிலையில் (1862 ஆகஸ்ட் 21ஆம் தேதி) "மிருகக்காட்சி சாலையில் மிருகங்களை வைத்துக் கொள்ள குடும்பத்தினருக்கு வாய்ப்பு அளிக்கப் படும். அவைகளை வைத்துக் கொள்ள விருப்பப்படவில்லையென்றால் மதிப்புள்ளவை மட்டும் பியூபிள்ஸ் பார்க்கிற்கு அனுப்பி வைக்கப் படும்" என்று கும்பினியாரின் கடிதத்தில் கூறப்பட்டுள்ளது இக்கடிதம் சிறந்த ஆதாரமாக உள்ளதை நினைவு கூர வேண்டியதாய் உள்ளது.

ஐரோப்பியர் தொடர்பும் அறிவொளியூட்டும் சேகரிப்பும்

தஞ்சை அரசவைக்கு 1826இல் வருகை புரிந்ததைக் குறித்து கல்கத்தா பிஷப் ரெஜினால்ட் ஹீபர் தன்னுடைய நண்பருக்குப் பின்வருமாறு விவரிக்கிறார்.

சரபோஜி கட்டுமஸ்தானாகத் தோற்றமளிக்கிறார்

"நான் ஒரு இந்து மன்னர் சரபோஜி விருந்தோம்பலில் கடந்த நான்கு நாட்களாக இருந்து வருகிறேன். ஃபோன்கிராய் (Foncroy), லவேன்சிர் (Lavoinsier) லிவ்நாகஸ் (Livnacus), பஃபோன் (Buffon) போன்றோரைச் சரளமாக மேற்கோள் காட்டிய மன்னர் லார்ட் பைரன் வெளிப்படுத்தியதைவிட ஷேக்ஸ்பியரின் கவிதைகளைப் பற்றி மிகவும் துல்லியமாக ஆய்ந்து பேசுகிறார். இதற்கான உண்மையான காரணம் என்னவெனில் அவர் ஒரு தனிச் சிறப்பு வாய்ந்த அசாதாரண மனிதர். மேலும் பல இடையூறுகளுக்குள்ளும் தனது படித்தல் என்னும் பழக்கத்தை அவர் கைவிடவில்லை.

ஆரம்பகாலத்தில் இளைஞராக இருந்தபோது புகழ்பெற்ற ஸ்வார்ட்ஸ் மிஷனரியிடம் சிறந்த கல்வியைப் பெற்றவர். அதன் பின்னர் பல குறைபாடுகளின் மத்தியில் ஐரோப்பிய இலக்கியங்களின் மீதுள்ள பற்றைக் குறைத்துக் கொள்ளாது தமது அறிவை விசாலப் படுத்திக் கொண்டவர்...! இவர் அழகான நடுத்தர வயது இளைஞர், பருந்துக் கண்கள், புதர் போல் வளர்க்கப்பட்ட சாம்பல் நிற மீசையுடன் அற்புதமாக உடையணிந்து மராட்டி வழித்தோன்றலாகக் காட்சியளிக்கிறார். உடற்பயிற்சியைத் தொடர்ந்து செய்து வருவதால் ஒரு படைவீரனைப் போல் கட்டுமஸ்தான தோற்றத்துடன் காட்சியளிக்கிறார்...! இன்றைய நிலையில் மக்கள் தப்பெண்ணங்களைக் களைந்து அவர்களுக்கு உகந்தன செய்து உவப்பூட்டி அதை நீடிக்கச் செய்யவே விரும்புகிறார்" என்று விவரிக்கிறார். சரபோஜியின் அறிவாற்றலைக் கண்ட பிஷப்ஹீபர் "நான் பல முடிசூடியவர்களைப் பார்த்ததுண்டு. ஆனால் இம்மாதிரியான ஆற்றலுடன் கூடிய மன்னரைக் கண்டதில்லை" என்று கூறுகிறார்.

1790ஆம் ஆண்டு சரபோஜி ஒரு பள்ளிப் பையனாக மேலை நாட்டுக் கல்வியைக் கற்றது ஒரு இந்திய உயர்குடி மகனுக்கு நடைமுறை இல்லாத ஒன்று. இது போலவே 19ஆம் நூற்றாண்டின் இடைப்பட்ட பிற்பகுதிகளில் இந்திய அரச குடும்பத்தினருக்கு ஐரோப்பிய கல்வி என்பது புதியது. ஆகவே சரபோஜி தனித்தன்மையின் காரணமாக ஐரோப்பாவிலிருந்து தென் இந்தியாவிற்கு வருகை தந்த அயல்நாட்டு விருந்தினர்கள் 1800-1826 வரை தஞ்சை மன்னரைக் கண்டு உரையாடினர் அல்லது தங்கள் குறிப்புகளின் மூலம் கருத்தைத் தெரிவித்தனர். இவர்கள் சரபோஜியின் அரண்மனைக்கு வருகை தரும்போது அவருடைய இயற்கைத் தத்துவங்களுடன் அறிவியல் பரிசோதனை குறித்த பேராற்றலையும் குறித்து வியந்தனர்.

பிஷப் ஹீபர், மன்னரின் விருந்தாளியாக அரண்மனைக்குச் சென்ற பொழுது, அவர் வரவேற்பு அறையைப் பார்த்து வியந்தார். அப்போது அங்கு மன்னருக்குள்ள ஆர்வம், குணாதிசயங்கள் வெளிப்பட்டன.

வரவேற்பறையில் நூலகம், விஞ்ஞானக் கருவிகள், வரலாற்றுச் சுவடுகளுக்கான படங்கள், பொருட்கள், பண்பட்ட வேலைப்பாடுடைய கலைப்பொருட்களை ஹீபர் கண்டார்.

19ஆம் நூற்றாண்டில் இதைப் பார்த்த ஐரோப்பியர்கள் சரபோஜி சேகரித்த பொருட்களைப் பற்றி குறிப்பிடும் போது 17, 18ஆம் நூற்றாண்டில் இளைஞர்களுக்குக் கற்பிக்கும் முறையை ஒத்தது என்றனர். இந்த வித கற்பிக்கும் கலை மன்னருக்கு அவருக்குக் கற்பித்த மிஷனரி ஆசிரியர் களால் விளக்கப்பபட்டிருக்க வேண்டும்.

சரபோஜியின் அறிவியல் சேகரிப்பு என்பது ஒரு சிக்கலான 19ஆம் நூற்றாண்டில் படித்தறியா கலாசார குறுக்கீடு ஆகும். ஆனால் சேகரிப்புகள் 1832இல் சரபோஜி இறந்த பிறகு அவர் மகன் இரண்டாம் சிவாஜி பட்டத்திற்கு வந்த பிறகு கிட்டத்தட்ட அரிதாகிவிட்டது. 1855இல் சிவாஜி இறந்தபிறகு தஞ்சை இராஜ்ஜியத்தை முழுமையும் கும்பினி அரசு தனதாக்கிக் கொண்ட பின்பு அரச குடும்பத்திலேயே சண்டையும் குழப்பமும் நீடித்து நீதிமன்றத்திற்குச் செல்ல வேண்டிய நிலை ஏற்பட்டது. அப்போது கிட்டத்தட்ட எல்லாவுடைமைகளையும் இழந்து, தஞ்சை அரண்மனையில் இருந்த கட்டில், நாற்காலிகளுடன் வாழ்வைச் சரபோஜி வாரிசுகள் நடத்த வேண்டியதாயிற்று.

சரபோஜியின் சேகரிப்பின் ஒரு பகுதியான சுமார் 4500 நூல்கள் ஐரோப்பிய மொழிகளில், ஐரோப்பிய கல்வியைக் குறித்தவைகள் பட்டியலிடப்பட்டு, தேக்குமர அலமாரிகளில் கவனத்திற்குரிய சரஸ்வதி

மகால் நூல் நிலையத்தில் உள்ளன. இது தவிர உள்ளூர் மொழிகளில் எழுதிய நூல்களும் ஏராளமாக அரும் பெரும் களஞ்சியமாக இருக்கின்றன.

சுவடிகளைப் பெறலும், பாதுகாத்தலும்

காசி புனிதப் பயணத்தின் போது சுவடிகளை விலைக்கு வாங்க திருப்பனந்தாள் காசி மடத்துத் தம்பிரான் வாயிலாக ரூ.1,000 கொடுத்ததாக மோடிச் செய்திகள் தெரிவிக்கின்றன. காசியிலிருந்து வரவழைக்கப்பட்ட சுவடிகளின் மேல் அட்டைகளில் இது பற்றிய குறிப்புகள் எழுதப்பட்டு உள்ளன. விலைக்குக் கொடுக்க மறுத்த புலவர்களின் வீடுகளிலிருந்து சுவடிகளைப் படியெடுத்து சரபோஜி சரஸ்வதி நூலகத்தில் தொகுத்தார். இத்தகைய அரிய பணியை நிறைவேற்றும் பொறுப்பு அரண்மனைப் புரோகிதரும் வடமொழி அறிஞருமான மானம்பட்டர் என்பவருக்கு அளிக்கப்பட்டிருந்தது.

மூதாதையர் காலத்தில் தொகுக்கப்பட்ட சுவடிகள் நாளடைவில் பழுதடைந்து விட்டதால் அவற்றைக் காக்க சிறந்தவழி படியெடுத்தலே என்பதை உணர்ந்த சரபோஜி பல பண்டிதர்களை வரவழைத்து அவர்களின் வாயிலாக நூற்றுக்கணக்கான சுவடிகளைப் படியெடுக்கச் செய்தார். இங்ஙனம் படியெடுத்தலில் இரண்டு விதமான யுத்திகள் கடைபிடிக்கப்பட்டன. 1) ஓலைச்சுவடியிலிருந்து தேவநாகரி எழுத்தில் காகிதத்தில் சுவடி முழுவதும் படியெடுத்தல், 2) கிழிந்த அல்லது உடைந்த மோசமான நிலையிலுள்ள ஏடுகளை மட்டும் படியெடுத்து உரிய இடத்தில் புகுத்துவது ஆகும்.

ஏடுகளைப் படியெடுக்கும் போது மிகவும் கூரிய முனையுள்ள எழுத்தாணிகளைப் பயன்படுத்துவது மரபு. இதன் காரணமாகப் புதிய புதிய எழுத்தாணிகளை மொத்தமாக வாங்கி நூலகத்தில் சேமித்து வைக்கப்பட்டன. இதனை "ராஜாம்பாள்புரம் அன்னச் சத்திரத்திலிருந்து 501 எழுத்தாணிகள் 43.8 சக்கரத்துக்கு வாங்கப்பட்டுள்ளது என்ற செய்தி மூலம் அறியமுடிகிறது. எ.கா. யஜுர் வேத பாஷ்யம் படியெடுக்க ரூ.3.00, வேதம் படியெடுக்க ரூ.1.50 பாகவதம்-தசமஸ்கந்தம் பர்வார்தம் படியெடுக்க ரூ.10.00 என்ற செய்திகள் மோடி ஆவணங்களின் மூலம் அறியமுடிகின்றன.

படியெடுப்போர் சரஸ்வதி மகால் நூலகத்திலிருந்து, தான் படியெடுக்க வேண்டும் என்ற விதியில்லை. அவர்கள் தங்கள் வசதிக்கேற்ப பெருவுடையார் கோயில், ராஜகோபாலசாமி கோயில் போன்ற இடங்களில் படியெடுத்துள்ளனர் (சரபோஜி 221ஆம் ஆண்டு கருத்தரங்கு பு.ந.சீனிவாசன், ப.21).

நூல் பட்டியல் தயாரிக்கப்பட்டது

சுவடி, நூல் பட்டியல் இரண்டு ஆண்டுகள் முயன்று நிறைவேற்றப் பட்டது. காகிதச் சுவடிகள் 1807ஆம் ஆண்டிலும் ஓலைச் சுவடிகள் பட்டியல் 1801ஆம் ஆண்டிலும் நிறைவு செய்யப்பட்டது. இதனை அடிப்படையாகக் கொண்டே டாக்டர் பர்னல் பட்டியல் தயாரித்தார். சமஸ்கிருத அட்டவணை "Classified Index to the Sanskrit manuscripts in the palace at Tanjore" என்று தலைப்பிடப்பட்டது.

மராட்டிய மன்னர்கள் இலக்கியப் பணியோடு நூலகப் பணியையும் செய்து வந்தனர்

இந்நிலையில் ஒன்றை நினைத்துப் பார்க்க வேண்டியவர்களாக உள்ளோம். தஞ்சை நாயக்க மன்னர்களைத் தொடர்ந்து மராட்டிய மன்னர் களான ஏகோஜி முதல் அமர்சிங் வரையில் அனைத்து மன்னர்களும் பன்மொழி நூல்களை இயற்றியும் தக்கவர்களைக் கொண்டு நூல்களை எழுதச் செய்தும், மொழிபெயர்த்தும், படியெடுத்தும் நூலகத்தில் பாதுகாத்து இலக்கியப் பணியோடு நூலகப் பணியையும் செய்து வந்தனர். அவர்களின் காலத்தில் நூலகம் என்பது பண்டிதர்களும், அரச குடும்பத்தினர்களும் பயன்படுத்தும் இடமாகவே இருந்தது. இக்காலத்திலுள்ள நூலக முறைப்படி நூல்கள் அட்டவணை செய்யப் படவில்லை.

சுவடிகளின் மதிப்பு 50,000 பவுண்ட்

சுவடிகளைப் பரிசோதித்த பர்னல் இச்சுவடிகள் சாதாரணமாக 50,000 பவுண்டுகள் மதிப்புள்ளவை என்று மதிப்பீடு செய்தார். அதன் பிறகு இச்சுவடிகளின் மேன்மைத் தன்மையைக் கொண்டு இதற்கு மூன்று அல்லது நான்கு மடங்கு மதிப்பிடலாம் என்று குறிப்பிட்டு உள்ளார்.

1705ஆம் ஆண்டு தொடக்கத்தில் டென்மார்க் மன்னர் சீர்திருத்த கிறித்தவ மிஷனைக் கொரமண்டல் கரையில் உள்ள தரங்கம்பாடியில் நிறுவினார். இதில் ஜெர்மன் ஹலோவிலிருந்து வந்த மிஷனரிகள் தென்னிந்தியாவில் பணிபுரிந்த நிலையில் தஞ்சை மன்னர்களுடன் நெருங்கிய தொடர்பு கொண்டிருந்தனர். இவர்கள் மிஷனரிகளாகப் பணிபுரிவதுடன் தென்இந்தியாவில் குறிப்பாகச் சென்னையிலும் கல்வி கற்பித்தனர்.

மராட்டிய மன்னர் துளஜாவின் நம்பிக்கைக்குரிய நண்பரான மிஷனரி ஸ்வார்ட்ஸ் கிறித்துவத்தைப் பரப்பும் சங்கத்தில் (SPCK) பணிபுரிந்தபொழுது அவருடைய நண்பர் ஜெரிக்குடன் இணைந்து

1793 முதல் 1797 வரை மாணவராய் இருந்த சரபோஜிக்குக் கல்வி கற்பித்தனர்.

அறிவியல், கடவுளோடு இணைத்துப் பார்க்கப்பட்டது

16, 17ஆம் நூற்றாண்டுகளில் இயற்கை, கலை சார்ந்த பொருட்களைச் சேகரித்து பட்டியலிட்டு கல்வி, இறைமை ஆய்வியலோடு ஒத்து நோக்கிக் கற்பிக்கப்பட்டது. இதைக் குறிப்பிட்டுச் சொன்னால் அறிவியல் கடவுளோடு இணைத்துப் பார்க்கப்பட்டது. ஆனால் இது 18ஆம் நூற்றாண்டின் கடைசியில் வழக்கற்று, இறைமை ஆய்விலிருந்து அறிவியல் பிரித்துப் பார்க்கப்பட்டது. இயற்கைக்கும், கலைக்கும் ஒரு பிரிவினை ஏற்பட்டது. இதன் பிரதிபலிப்பாக அருங்காட்சியகத்திற்கும் சோதனைக் கூடத்திற்குமிடையே ஒரு பிரிவு ஏற்பட்டது. இக்கால கட்டமே சரபோஜி மிஷனிரிகளிடம் கல்வி கற்ற காலம் ஆகும். இதன் காரணமாகவே சரபோஜி கல்வி எனும் குறிக்கோளை ஏற்றுக் கொண்டு, சேகரிப்புகளைத் தொடங்கி நடைமுறைப்படுத்தினார். இதுவே ஹாலோ மிஷனரிகள் இவருக்குக் கற்றுத் தந்த பாடம்.

1717க்கு முன்னரே ஜெர்மன் ஹாலே மிஷனரிகள் சென்னையில் ஆரம்பிக்கப்பட்ட பள்ளிகளில் கல்வியைக் கற்பித்தவர்கள். 1793-1797 வரை சரபோஜி, மிஷனரியான ஜெரிக் மற்றும் ஸ்வார்ட்சிடம் கல்வி கற்று தஞ்சைக்குத் திரும்பியதும் 1798இல் (ஸ்வார்ட்ஸ் இறந்த ஆண்டு) அரிய சேமிப்புகளைத் தானாகவே சேகரிக்கத் தொடங்கினார். இது சென்னையில் கல்வி பயின்ற பாடத் திட்டத்தை ஒட்டியதாகவே இருந்தது.

இதற்கு (1720) கும்பினி அரசும், சரபோஜி காலத்தில் வாழ்ந்த இந்திய வாழ் ஐரோப்பியர்களின் சேகரிப்புகளும் சரபோஜிக்கு உந்துதலாக இருந்தன.

காலனி ஆட்சியின் காலத்தில் கடற் பயணங்களில் செய்யப்பட்ட ஆய்வுகளும் அப்போது சேகரித்தவைகளும் அருங்காட்சியகங்களில் வைக்கப்பட்டன. இதை ஒட்டி 1801இல் கிழக்கிந்திய கம்பெனி லண்டனில் ஒரு நூலகத்தையும், பொது மையமாகச் சேகரிப்பவைகளை எற்கும் நிலையத்தையும் நிறுவியது.

1820இல் வில்லியம் ராக்ஸ் பரே இவர் கும்பினியாரின் உதவி பெற்று தாவரங்களைச் சேகரித்தவர், தனியாக ஒரு தாவர இயல் ஆய்வை அறிவியல் ரீதியில் இறைமையை ஆய்விலிருந்து விடுவித்து "Plants of the Coast of the Coromandal" எனும் நூலை வெளியிட்டார். இம்மாதிரியான பகுத்தறியும் தன்மையை, ஜெர்மன் மிஷனரிகளும் ஏற்றுக் கொண்டு தங்கள் பழைய கல்வி முறையை மாற்றிக் கொண்டனர்.

தரங்கம்பாடி முதன்மை மிஷனரி சி.எஸ்.ஜான் (1747-1813) சரபோஜிக்கு இயற்கையில் கிடைக்கும் குழைவான சிப்பியை அனுப்பி வைத்தார். இவரே ஒருமுறை, பிரத்யேகமாகத் தயாரிக்கப்பட்ட குழந்தை உடலைச் சரபோஜிக்கு உடல் கூறைக் கற்க அனுப்பி வைத்தவர்.

இந்தச் சூழலில் தான் சரபோஜி புதுமையான சேகரிப்பை நோக்கமாகக் கொண்டார். மாறாக வங்காள ஏசியாடிக் சொசைட்டி இந்திய தொன்மை பொருள் சேகரிப்பை முன்னிருத்தியது. இதே போல மெட்ராஸ் பிரதரன் (Madras Brethren) என்ற தாவர இயல் அமைப்பு (1820) மன்னராக இருந்தால் கூட அவர்களை உறுப்பினராக்கிக் கொள்ளவில்லை.

ஆனால் எதிர்பாராத விதமாகச் சரபோஜியின் இளமைக்கால கல்வி ஜெர்மன் பாதிரியார்களின் மேற்பார்வையில் குறிப்பாக விஞ்ஞானம் கலந்த ஐரோப்பிய கல்வி தனிப்பட்ட ஆர்வமுடன் கற்றுக் கொடுக்கப்பட்டது. இந்நிலையில் கல்வி கற்ற பரம்பரை இந்து பண்டிதர்கள், ஐரோப்பிய அண்டப் படைப்புக் கோட்பாட்டினை ஒத்துக் கொள்ளாத நிலையில் பழைமைவாதிகளாகத் தங்கள் பிடிப்புடனே இருந்தனர்.

இதற்கு மாறாகத் தஞ்சை மன்னர் ஐரோப்பியர் தொடர்பிலுள்ள மன்னர்களைப் போல் வேறுபட்ட கல்வியைக் கற்று நடைமுறைப் படுத்தினார். பின்னர் பலவிதமான சேகரிப்புகள் அவருடைய இயற்கைத் தத்துவத்துடன் இந்திய கலாச்சாரத்தையும் சார்ந்து நவீன அறிவியலையும் சார்ந்த ஒரு புதிய கொள்கையை ஒட்டி இருந்தது.

பிஷப் ஹீபர் தஞ்சை அண்மனைக்கு வந்து 1826 மார்ச் 30இல் மன்னரைப் பார்த்துச் சென்றதைத் தாமஸ் ராபின்சன் "The last days of Bishop Heber" எனும் நூலில் முழுமையாக விளக்கியுள்ளார்.

"பிஷப்பும் நானும் மன்னரைப் பார்க்கச் சென்றபோது அவருடைய நூலகத்தில் வரவேற்றார். அந்த அறை மூன்று வரிசைத் தூண்களைக் கொண்டு ஆங்கில பாணியில் அழகாக அமைக்கப்பட்டிருந்தது. அறையின் ஒரு பக்கம் மராத்திய மன்னர்களான சஹாஜியிலிருந்து சரபோஜி வரையிலான ஓவியங்களும், பத்து புத்தக அலமாரியில் பிரெஞ்சு, ஆங்கிலம், ஜெர்மன், கிரேக்கம் லத்தீன் முதலிய மொழி நூல்களும் மற்ற இரண்டு அலமாரிகளில் சமஸ்கிருத, மராத்திய கையெழுத்து சுவடிகளின் தொகுப்புகளும் காணப்பட்டன. அதனை ஒட்டிய அறையில் ஒரு மின்உற்பத்தி இயந்திரம், ஏர் பம்ப், தந்தத்தினால் ஆன எலும்புக்கூடு மற்றும் பல வானியல் கருவிகளுடன், அங்கிருந்த

அலமாரியில் பல நூறு நூல்கள் காணப்பட்டன. அதில் குறிப்பாக மன்னருக்குப் பிடித்தமான மருத்துவ ஆராய்ச்சி நூல்கள் மிகுந்திருந்தன.

இது தவிர மன்னர் சேகரித்த மதிப்புமிக்க நாணயங்கள், பூக்களின் ஓவியங்கள், உலர்ந்த இயற்கைத் தாவரங்கள் அதிலும் குறிப்பாக மருத்துவ குணம் கொண்ட மூலிகைகள் காணப்பட்டன. அவரது கொட்டடியில் பல உயர்ரக ஆங்கிலக் குதிரைகள் இருந்தன. இதைவிட முக்கியமானதாக ஒரு இந்திய மன்னரின் அரண்மனையில் ஆங்கில நூல்களை அச்சடிக்கக்கூடிய அச்சகம் காணப்பட்டது. ஹீபர் வருகையைப் பெருமைப்படுத்தும் விதமாக அந்த அச்சகத்தில் மராட்டிய மொழியில் ஒருவரி அச்சடித்துக் காட்டப்பட்டது.

ராபின்சனின் இப்பிரமிப்பான விவரப்படி சரபோஜியின் பெரிய அறையில் ஒருபக்கம் பழைமை வாய்ந்த ஓவியங்களும், அடுத்த பக்கத்து அறையில் ஐரோப்பியர் கண்டுபிடிப்புகளான கலை, அறிவியல் சார்ந்த பொருள்களும் நிறைந்திருந்தன.

ராபின்சன் குறிப்பிட்ட மூலிகைகளைத் தாண்டிச் சரபோஜி உயிருள்ள பறவைகளுடன், மிருகங்களையும் பராமரித்தார். 16, 17 ஆம் நூற்றாண்டு மொகலாய பேரரசர்களைப் போலவும், 19ஆம் நூற்றாண்டு தாவர இயலாளர்களைப் போலவும் சரபோஜி தாவரங்களை அரண்மனை ஓவியர்களைக் கொண்டு வரையச் செய்தார். நூற்றிப் பதினேழு ஓவியங்களைக் கொண்ட இத்தொகுதி Natural History Drawing எனும் நூல் ரெசிடெண்டோரின் பணி ஓய்வு பெறும் பொழுது சரபோஜியால் அன்பளிப்பாகக் கொடுக்கப்பட்டது. இது தற்பொழுது லண்டன் இந்தியா ஆபீஸ் அலுவலகத்தில் காட்சிப் பொருளாக உள்ளது. இதில் பறவை, மிருகம், நத்தை, மீன் போன்ற படங்களிடையே அவைகளைப் பற்றிய முக்கியமாக அறிவியல் சார்ந்த குறிப்புகளைச் சரபோஜி தன் கைப்பட ஆங்கிலத்தில் எழுதியுள்ளார். மன்னரின் நாணயங்கள் சேகரிப்பு, உருவப்படங்கள், ஓவியங்கள், சிற்பங்கள், பல இசைக் கருவிகள் சரபோஜியின் பல கலைகளின் மீதுள்ள நாட்டத்தையும், அவர் கற்ற மேம்பட்ட கல்வியையும், பிரதிபலித்தன. உருவப்படங்கள் பெரும்பாலும் ஐரோப்பிய பாணியில் கான்வாசில் எண்ணெய் கலந்த ஓவியமாக வரையப்பட்டிருந்தன.

ராபின்சன் தனது நூலில் மேலும் கூறுகையில் மன்னரின் அறையில் “கிட்டாரைப் போன்ற சுதேச இசைக்கருவிகள் மிக விலையுயர்ந்த வைரம், முத்து போன்றவைகளால் அலங்கரிக்கப்பட்டு மாட்டப்பட்டிருந்தன” என்பதாகும்.

மற்றொரு இடத்தில் இங்கிலீஷ் பெடல் ஹார்ப் என்ற ராஜாவுக்குப் பிடித்த இசைக்கருவி இருந்தது. அரசரை நான் இசைக்கருவியை மீட்டுங்கள் என்று சொல்லமுடியாது. ஆனாலும் அவர் பாட்டுக்கான இராகங்களை இயற்றியுள்ளார். மேலும் ஐரோப்பிய இசைக்கருவிகளை வாங்கி ஐரோப்பிய பியாண்டிற்குப் பயிற்சி அளித்தும் வந்தார் என்றும் தெரிவித்தார்.

இராஜா, ஐரோப்பியப் பொழுது போக்கும் ஓவியர்களைப் போல தானே தண்ணீர் கலந்த வண்ணப்படங்களை வரைவதிலும் தன்னை ஈடுபடுத்திக் கொள்கிறார் என்று ஹீபர் நூல் குறிப்பிடுகிறது.

சரபோஜியுடைய சேகரிப்பு நூல்கள் அவருடைய நூல் பட்டியலின்படி 3000 ஆங்கிலத் தொகுதிகள். இவைகள் அனைத்தும் கிட்டத்தட்ட அவரால் சேகரிக்கப்பட்டு அவர் காலத்திலேயே அவருடைய வரவேற்பு அறையில் வைக்கப்பட்டிருந்தன. இவைகள் 1790லிருந்து 1830 வரை வெளிவந்தவைகள் இதில் ஆங்கில இலக்கியம், மற்றைய மொழிகளி லிருந்து ஆங்கிலத்தில் மொழிபெயர்க்கப்பட்ட நூல்கள், ஆங்கில

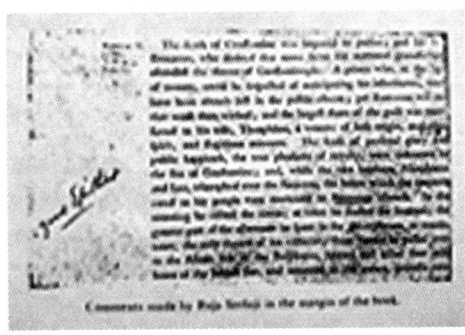

நூலின் பக்கத்தில் முக்கிய குறிப்புகளை எழுதுவது
சரபோஜியின் வழக்கம்

பஞ்சாங்கம், சஞ்சிகைகள், களஞ்சியங்கள் அறிவியல் சார்ந்த வேதியல் குணமுடைய தாவரம், வானியல், புவியியல் கண்டுபிடிப்புகள், பயணம், மருத்துவம், அறுவைச்சிகிச்சை, இயற்கை வரலாறு முதலிய நூல்களாகும். இந்நூல்களுக்கான பொருள் வாரியான அகரவரிசை அட்டவணை 1830இல் தயாரிக்கப்பட்டுள்ளது. இதனைச் சரஸ்வதி மகால் நூலகத்தில் காணலாம்.

இத்துடன் பிரெஞ்சு, ஜெர்மன், லத்தீன், கிரேக்கம், சமஸ்கிருதம் போன்ற மொழிகளில் நூல்களுடன் மற்றும் இந்திய அறிவியல் சார்ந்த

சோதனை ஆராய்ச்சிக்கான சமஸ்கிருத மராட்டிய சுவடிகளும் இருந்தன. அதில் முக்கியமாக மருத்துவ சுவடிகள் காணப்பட்டன. ராபின்சன் கூற்றுப்படி ஆய்வுகளுக்கு உதவும் நூலகம் உள்ள அந்த அறையில் மின்சார எந்திரம், பிற கருவிகளுடன் உருவ படிமங்களும் இருந்தன. இத்துடன் ஐரோப்பிய வானியல் கருவிகளும் அங்கு தென் பட்டன. அலுவலகக் குறிப்புகளின்படி பல தோட்டங்களும் மூலிகை பயிரிடும் இடங்களும் மன்னரின் ஆய்வுகளுக்குப் பயன்படுத்தப்பட்டு வந்தன.

நான்கு அலமாரி நூல்கள் - பத்து அலமாரி நூலானது

பேகனின் பார்வையில் மன்னர் சரபோஜி தனது நூலகத்தை அறிவியல் ஆய்வுக்கானதாக எப்பொழுதும் தயாராக இருப்பதற்கான முயற்சியில் ஈடுபட்டுக் கொண்டிருந்தார். 1826இல் ராபின்சன் பத்து அலமாரிகளில் பிரெஞ்ச், ஆங்கிலம், ஜெர்மன், கிரீக், லத்தீன் நூல்கள் இருந்ததாகக் குறிப்பிடுகிறார். இதற்கு மாறாக இருபத்திரண்டு ஆண்டுகளுக்கு முன்பு பெரும்பாலும் ஆங்கில நூல்களை வாலன்ஷியா வருகை தந்த போது (1804) கொண்ட நான்கு அலமாரிகளில் மட்டும் காணப்பட்டன என்பது குறிப்பிடத்தக்கது.

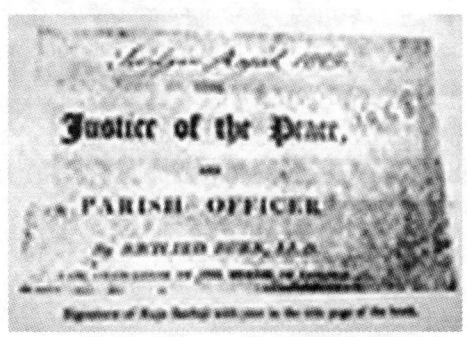

சரபோஜி கையெழுத்திட்ட நூல்

1790-1830 வரை உள்ள சிறப்பு நூல்களைப் பார்க்கும் போது அதில் உடல்கூறு, விலங்கியல் மருத்துவம் ஆகியவைகளும் மிகுந்திருந்தன. இது தவிர மன்னர், வேதியல், பள்ளிப் படிப்புகளுக்குத் தேவைப்படாத இயற்கை வரலாற்று ஆய்வுகளுக்கு உதவும் ஆங்கில நூல்களின் புதிய பதிப்புகளை முறையாக வரவழைத்துக் கற்றுக் கொண்டார். அவைகள் Lavoisier's "Elements of Chemistry (Ist Edition), General System of Chemical Knowledge", "The Elements of Natural History and Chemistry",

"Natural History of Earth" (30 Volumes) Henry's Elementry of Experimental Chemistry" and Bryan "Higgin's Experiments and observations" போன்ற நூல்கள் இதில் அடங்கும்.

மூட்டையில் இருந்த நூல்கள் - அலமாரியில் வைக்கப்பட்டது

1806-1829 வரை மன்னர், கலை, அறிவியல் சார்ந்த நூல்களை மகளிர் மருத்துவம் நூல் உட்பட ரெசிடெண்டோரின், கிண்டர்லி லார்ட் பிஷப் ஆப்ரஹாம்பிள்ளை முதலியவர்கள் மூலமாகப் பெற்றார். இவர் கல்வியில் கொண்டுள்ள ஆர்வத்தினால் ஏராளமான நூல்களையும் ஓலைச்சுவடிகளையும் சேகரித்து உலகப் பிரசித்தி பெற்ற சரஸ்வதி மகால் நூலகத்தை விரிவுபடுத்தினார். இவருக்கு முன் இவருடைய முன்னோர்கள் சேகரித்த நூல்களும், நாயக்க மன்னர்கள் நூல்களும் தன் நூலகத்தில் சேகரித்து வைத்தார். இவருக்கு முன் இந்நூல்கள் மூட்டைகளாகக் கட்டப்பட்டு ஒழுங்கு இல்லாமல் பெட்டிகளில் வைக்கப்பட்டிருந்தன. இவரது காலத்தில் பலா, தேக்கு முதலிய மரங்களினால் செய்யப்பட்ட அலமாரிகளில் நூல்கள் வரிசைக் கிரமமாக அழகுபட, ஒழுங்கான முறையில் வைத்துப் பராமரிக்கப்பட்டன.

இதைக் கண்ணுற்ற இவருடைய அவைப்புலவர் மீ.சு.கிருஷ்ணய்யர் என்ற சங்கீத கலைஞர் அவரது சக்கரவாக ராகத்தில் இயற்றிய பாட்டில் சரபோஜியை, "சரஸ்வதி நிலைய ஸ்தாபகர்" என்று புகழ்ந்திருக்கிறார்.

1807இல் பாரமீட்டர், மின்சாரம், வேதியல் குறித்த நூல்களுடன் ராயல் போன்ற உயர்ரக காகிதங்கள் வாங்கப்பட்டன. இது தவிர உயிருள்ள பறவைகள் தமிழ்நாடு தவிர மற்ற பகுதிகளிலிருந்தும், ஐரோப்பாவிலிருந்தும் பெறப்பட்டன. தன்வந்திரி மகாலில் பண்டிதர்கள் தங்கள் ஆய்வுகளை மேற்கொண்டனர். ஐரோப்பிய மருத்துவம், தமிழில் மொழிபெயர்க்கப்பட்டது. தஞ்சாவூர் அரண்மனை மருத்துவ மனைக்குச் சென்னை மருத்துவர்கள் மூலம் மருத்துவக் கருவிகளும் மருத்துவ நூல்களும் பெறப்பட்டன.

இத்துடன் காசி புனிதப் பயணத்தின் போது சுவடி, பறவைகள், மிருகங்கள் சேகரிக்கப்பட்டு, தஞ்சைக்கு அனுப்பப்பட்டன. இதே போல அரிய விதைகளும் அனுப்பப்பட்டன. இத்துடன் சார்ஸ் கொக்கு, ஷாமா என்ற காஷ்மீரில் காணப்படும் 5 பறவைகள் வாங்கி அனுப்பப்பட்டன. இதுபோன்று மன்னர் சரபோஜி தன் வாழ்நாள் முழுவதும் அறிவியல் ஒளிபரப்பும் சேகரிப்பு மனம் ஒரே நோக்கில் கலை, அறிவியல், மருத்துவம், விலங்கியல் போன்ற ஆய்வுகளில்

தன்னைத் தோய்த்துக் கொண்டது என்பது இந்தியாவில் ஆண்ட எந்த மன்னனுக்கும் ஒரு சேர இருந்து செயல்பட்டதாக அறியமுடியவில்லை. ஆனால் மன்னர் சரபோஜிக்கு இளமைக் கல்வியின் ஆழமான அடித்தளம் உதவியது. இதனாலேயே அதிகாரம் இழந்த மன்னர் அறிவுலக வேந்தனாக மாறினார். இதனை மனதில் கொண்ட சரபோஜி அரண்மனைப் புலவரான கொட்டையூர் சிவக்கொழுந்து தேசிகர் தன் சரபேந்திர பூபாலக் குறவஞ்சியில் சரபோஜியின் அரசியல் அதிகாரம் சிறிய அளவிலேயே இருந்ததை **'தஞ்சை மாநகர் உமையவன் தஞ்சையில் வாழ் சரப மன்னர்'** எனக் கவனமாகக் குறித்து, ஐரோப்பா கண்டம் வரை மன்னர்களுக்கும் அறிஞர்களுக்கும் கலைஞர்களுக்கும் நன்கு அறிமுகமானவர் என்பதை, **'மண்டலம் போற்றும் சரபோஜி மன்னவன்'**, **'தரணி புகழ்ந்திடும் தஞ்சை சரப நரேந்திரன்'** எனச் சிறப்புடன் விளிக்கிறார்.

ஃபிளாக்ஸ்மேன் சிற்பி

சரபோஜியளிங்குச் சிலை

இத்துணை சிறப்புப் பெற்ற மன்னர் சரபோஜி தனது அறிவுலக ஆசான் ஸ்வார்ட்ஸ் பாதிரியார் மரணப்படுக்கைக் காட்சியைச் சித்தரிக்கும் ஃபிளாக்ஸ்மேனினால் செய்யப்பட்ட சிற்பம் (1803) மன்னரின் மனதைக் கவர்ந்ததினால் தன் முழு அளவு சிற்பமும் அதே சிற்பியால் வடிவமைக்கப்பட்டு ஜீராத்கான (ஆயுதசாலை)வில் வைக்கப்பட்டது.

1823இல் "ரெசிடெண்ட்டு கலெக்டர் காஷ்டனும் இச்சிலையை ஆயுதசாலையில் பார்த்துப் போனார்கள்" என்ற குறிப்பினால் மன்னர் உயிருடன் உள்ளபோதே வணங்கும் நிலையில் இருக்கும் இச்சிலை இருந்துள்ளது என்பதை அறியமுடிகிறது. இத்துடன் சரபோஜி தன் முழு உருவ சிற்பத்தைச் செய்யக் கூறினார் என்ற குறிப்பும் ஃபிளாக்ஸ்மேன் நூலில் காணப்படுகிறது. இக்குறிப்புகளை வைத்துப் பார்க்கும் போது மன்னர் சிற்பக்கலையிலும் ஈடுபாடு கொண்டிருந்தார் என்பதை அறியமுடிகிறது.

II. மருத்துவமும் மன்னர் சரபோஜியும்

1.எதிலும் நவீனம்

அறிவொளியூட்டப்பட்ட பன்மை மருத்துவம்

19ஆம் நூற்றாண்டின் முற்பகுதியில் கும்பினி அரசு மருத்துவர்கள் நோய்களை அடையாளம் காணவும், வகைப்படுத்தவும், சிகிச்சை அளிக்கவும், இந்தியர்களின் துணையை நாடினார். அறிவொளி

மையமாகத் திகழும் தஞ்சை அரசவைக்குப் பல ஐரோப்பிய மருத்துவர்கள் அழைத்து வரப்பட்டனர். இவர்களில் முதன்முதலில் பணியமர்த்தப்பட்டவர் ஜெர்மன் மருத்துவர் சைமன் ஆவர். இந்த நியமனத்தைக் குறித்து மன்னரின் ஆசிரியர் ஜெரிக் சரபோஜியை வாழ்த்தி “இந்த மருத்துவ நிபுணர் உங்களுக்கும், உங்கள் மக்களுக்கும், மேம்பட்ட மருத்துவம் அளித்து மகிழ்ச்சி தரக்கூடியவராக இருப்பார்” என்றார். தாமஸ் சுட்டான், மேக்லியாட் ஆகிய சென்னை மருத்துவர்கள் சரபோஜி காசிப் புனிதப் பயணத்தின் போது சரபோஜியின் தனிப்பட்ட மருத்துவராகச் சென்றனர். சென்னை கண் மருத்துவமனை உதவி அறுவை சிகிச்சை மருத்துவர் ஜான்மேக் 1827இல் அரண்மனையில் மூன்று மாதங்கள் தங்கியிருந்து சரபோஜிக்கும், தஞ்சை பொது மக்களுக்கும், கண் நோய்க்குச் சிகிச்சை அளித்தார். இம்மருத்துவர்களைத் தவிர மருத்துவர்களான தாமஸ் செவெஸ்ட்ரே, ராபர்ட் ஹண்டர் கியூரி, ஜேம்ஸ் பெல் ஆகியோரும் சரபோஜியுடன் நெருங்கிய தொடர்பில் இருந்துள்ளனர்.

அரண்மனையில் மருத்துவ ஆலோசனைக்கூடம்

தஞ்சை மக்களுக்காக அரண்மனையில் ஆரோக்கியசாலை என்ற மருத்துவ ஆலோசனைக்கூடமும், மருந்தகமும், மன்னர் சரபோஜியின் வழிகாட்டுதலில் செயல்பட்டது. இதில் தஞ்சை மருத்துவர்கள் ஒன்றிணைந்து நோய்களை ஒப்பிட்டு அட்டவணையையும் அவற்றின் சிகிச்சை முறைகளையும் பல்வேறு மருத்துவ முறைகளின்படித் தயாரித்தனர். (மாமன்னர் சரபோஜி ஆய்வுக்கோவை தொகுதி III, எஸ்.கணபதிராவ், பக்.61-63) இவைகள் அனைத்தும் தமிழில் மொழிபெயர்க்கப்பட்டு ‘சரபேந்திர மருத்துவ முறைகள்’ என பெயரிடப்பட்டன.

பல்துறை மருத்துவர்கள் தன்வந்திரி மகாலில் - ஆராய்ச்சிகள் தொகுக்கப்பட்டன

மருத்துவக் கவிஞர்களான ராமசாமி ஐயர், மற்றும் வேலாயுத கவிராயர் விஷரோகச் சிகிச்சையைத் தமிழில் மொழிபெயர்த்து செய்யுள் வடிவமாக்கினார். இதுபோலவே அப்பு சாஸ்திரி நயனரோக சிகிச்சை (கண் மருத்துவம்), திருவேங்கடம் பிள்ளை கர்ப்ப சிகிச்சை, பாலரோகச் சிகிச்சை (பெண்கள், குழந்தை மருத்துவம்) கொட்டையூர் சிவக்கொழுந்து தேசிகர் வாத ரோக சிகிச்சை (மூட்டு நோய் மருத்துவம்) சுப்புராயர் கவிராயர் ஜுர சிகிச்சை (காய்ச்சல் மருத்துவம்) தாமோதரன் பிள்ளை (சிறுநீரகக் கோளாறு) ஆகியோர் தமிழில் மருத்துவத்தைப் பாடல் வடிவத்தில் படைத்தளித்தனர். இது தவிர பிரசன்ன கிருஷ்ண வைத்தியர், சுவாமி வைத்யர் தேவாஜி கோவிந்த ராவ் ஆகியோரின் பெயர்களும் சில மருந்து செய்முறைகளில் காணப்படுகின்றன. வெங்கடாசலம் பிள்ளை, ரங்கய்ய நாயக்கர், அய்யாக்கண்ணு பிள்ளை, பஞ்சநாதம் போன்றவர்கள் மருத்துவ ஆராய்ச்சிகளைத் தொகுத்தனர். யுனானி ஹக்கீம்களில் காதர் கான், ரஹீம்கான், அமீர்கான், ஹாஜி முகமது மாலூ சாஹிப் ஆகியோர் குறிப்பிடத்தக்கவர்கள். இது தவிர அப்துல் காதர் மொஹமட் லாவ்டி என்ற பாரசீக மருத்துவரும் ஹுராகான் என்ற கண் மருத்துவரும் அரசவையை அலங்கரித்தனர்.

மருந்துகள் பரிசோதனைகளுக்கு உட்படுத்தப்பட்டது

ஆரோக்கியசாலையில் தயாரிக்கப்பட்ட மருந்துகள் கடுமையான பரிசோதனைகளுக்கு உட்படுத்தப்பட்டன. பாபு வைத்தியர், ஜெகனாத் தத்வா பிள்ளை போன்ற மருத்துவர்கள் உள்ளூர் மற்றும் ஐரோப்பிய மருத்துவத்திலும் பயிற்சி பெற்றனர். கும்பினியார் சுதேசி மருத்துவர் களுக்குப் பயிற்சி அளித்து தங்கள் கீழ்மட்ட இராணுவ பணிக்குப் பயன்படுத்திக் கொண்டனர். இப்பயிற்சி வங்காளத்தில் 1813இல் இது

போன்ற பயிற்சிகள் கொடுக்கப்பட்டதற்கு முன்னதாகவே சென்னையில் நடைமுறைப்படுத்தப்பட்டது.

சரபோஜியின் தனிப்பட்ட மருத்துவர்களைத் தவிர தத்வாபிள்ளை அரண்மனை ஊழியர்களுக்கும், சளுவநாயக்கன் பட்டின மன்னரின் கப்பல் கட்டும் தளத்திலும் வேலை பார்த்த டேனிஷ் யூரேசிய ஊழியர்களுக்கும் மருத்துவம் புரிந்தார். (Raja Serfoji-II, Science, Medicine and Enlightment in Tanjore, Savithri Preetha Nair, P.xivi)

அரண்மனை பெண்கள் ஐரோப்பிய மருத்துவர்கள் சோதனை செய்வதை விரும்பவில்லை

சரபோஜியின் முதலமைச்சர் தத்தோஜி அப்பாவும் அரண்மனைப் பெண்களும் தங்களை ஐரோப்பிய மருத்துவர்கள் சோதனை செய்வதை எதிர்த்தனர். மருத்துவர்கள் கிறித்தவர்களாக இருந்தாலும், தாழ்ந்த சாதியினராக இருந்தாலும் சுதேசியான தத்துவாபிள்ளை போன்ற மருத்துவர்களையே விரும்பினர். இரண்டு மருத்துவ முறைகளிலும் பயிற்சி பெற்றதன் மூலம் தத்துவாபிள்ளை போன்ற மருத்துவர்களை ஐரோப்பிய மருத்துவர்களைக் காட்டிலும் உள்ளூர் மக்களும், அரண்மனைவாசிகளும் அதிக அளவில் நம்பினர். உதாரணமாக 1805ஆம் ஆண்டு தத்தோஜி அப்பா தனக்கு ஏற்பட்ட கடுமையான நோயின் போது தான் ஐரோப்பியர் மருத்துவர் கண்காணிப்பில் வைக்கப்பட்டால் இறந்து விடுவேன் என்று உறுதியாக நம்பி ஆங்கில மருத்துவர் லாங்டில்லிடமிருந்து சிகிச்சை பெறுவதை நிராகரித்தார்.

இச்சமயத்தில் மன்னர் சரபோஜி ரெசிடெண்டோரினுக்கு எழுதிய போது “தத்தோஜி அப்பா தன் சொந்த மருத்துவரை விரும்புகிறார். நான் அவரது சகோதரி மற்றும் குடும்பத்தாருடன் பரிசீலித்த பொழுது அனைவரும் ஒரே கருத்தைக் கொண்டுள்ளனர்” என்று தெரிவித்தார். பின்னர் தத்தோஜியின் குடும்ப நண்பரான டாக்டர் ஜெகனாத் என்ற உள்ளூர் மருத்துவர் மிகக் கவனமாகத் தத்தோஜியைக் கவனித்துக் கொண்டார்.

ஆங்கில மருந்துகளும் மருந்தகத்தில் பயன்படுத்தப்பட்டது

1821இல் ஆரோக்கிய சாலையில் உள்ளூர் மருந்துகளுடன் ஐரோப்பிய மருந்துகளும் சென்னைக் கருப்பர் நகர (Black Town) மருந்தகத்திலிருந்து பெற்று இருப்பு வைக்கப்பட்டிருந்தன. ரெசிடெண்டின் மருத்துவர் தாமஸ் செவெஸ்ட்ரே சரபோஜி இல்லாத காலங்களில் ஆரோக்கிய சாலையைப், பரிசோதனை செய்து சீரமைத்தார். மருந்தகத்திலிருந்து விநியோகிக்கப்படும் மருந்துகளின் தரம் குறித்து சந்தேகம் எழும்போது செவெஸ்ட்ரே சாப்பிடத் தகுதியற்ற மருந்துகளை அறிந்து நிராகரித்தார்.

மருந்தகத்திற்குத் தேவையான மருந்துகளையும் சென்னைக் கருப்பர் நகர மருந்தகத்திலிருந்து வரவழைத்து இருப்பு வைத்தார்.

ஔஷதக் கொட்டடி (Pharmacy)

சரஸ்வதி மகால் நூலகத்தில் உள்ள
சரபோஜி கால மாத்திரைகள்

இவர் வெப்பம், ஈரப்பதங்களினால் மருந்து கெடாது இருக்க வகை செய்தார். இம்மருந்துகள் எல்லாம் வைக்கப்பட்டிருந்த அறை ஔஷதக் கொட்டடி எனப்பட்டது. பல்வேறுவிதமான மாத்திரைகள், லேகியங்கள், பஷ்பம், மசாலா முதலிய மருந்துகள் இவ்வறையில் வைக்கப்பட்டு, யார் யாருக்குக் கொடுக்குமாறு ஆணை வருகிறதோ அந்நபர்களுக்கு அம்மருந்துகள் அளிக்கப்பட்டன.

பன்மை மருத்துவத்தைச் சரபோஜி கடைப்பிடித்தார் என்பதற்குச் சான்றாகக் "காசி புனிதப் பயணத்தை மேற்கொள்கையில் உள்ளூர் மருந்துகளுடன் (கர்நாடிக் மருந்து) ஐரோப்பிய மருந்துகளையும் எடுத்துச் சென்றார் என்பதாகும். காசி புனிதப் பயணம் போவதற்கு முன் மன்னர் தன்னுடைய குடும்பத்தைத் தஞ்சை ரெசிடெண்சியில் பணிபுரிந்த சர்ஜன் தாமஸ் சொவண்டிரிரேயிடம் ஒப்படைத்துச் சென்றார். சரபோஜியின் புனிதப் பயணத்தின் போது டிரஸ்சராக, சர்ஜன் வில்லியம் ஸ்காட்டிடம் பணிபுரிந்த உள்நாட்டு மருத்துவரான சௌரிநாயகம் உடன் சென்றார். அவர் மேற்கொண்ட பணிகளைப் பாராட்டிய மன்னர் ரெசிடெண்டிடம் அவருக்கு உயர்பதவி அளிக்க கவர்னரிடம் பரிந்துரைக்கக் கோரினார். இதனால் இப்பன்மை முறையையே அரசவையிலும் நடைமுறையில் கடைப்பிடித்தனர் என்பதை அறியமுடிகிறது.

ஆங்கில மருத்துவம் அரண்மனையில்

சரபோஜி காசிக்குப் புனிதப் பயணம் மேற்கொண்டபொழுது ரெசிடெண்ட் பிளாக்பர்னும் மருத்துவர் செவெஸ்ட்ரேயும் அவ்வப் போது அரண்மனையில் உள்ள நோயாளிகளைப் பற்றிய குறிப்புகளைத் தெரிவித்தனர். சரபோஜி, மருத்துவத்தில் ஆர்வமுள்ளவராகவும் மருத்துவக் கல்வி கற்றவராகவும் இருப்பதினால் மிக விரிவாகவும் எப்படி தான் நோயை அறிந்து மருத்துவம் அளித்தேன் என்றும் மருத்துவர் உயிரோட்டத்துடன் தெரிவித்தார்.

ஒருமுறை சரபோஜியின் பெயர்த்தி, காமாட்சியம்மாவின் ஊட்டச்சத்து குறைபாடு நோய் குறித்து மருத்துவர் செவெஸ்ட்ரே மன்னரிடம் தெரிவிக்கும் போது அவருக்கு மருத்துவத்தைக் கற்பிப்பது போல், நோயாளியை ஒரு மென்மையான இளம் செடிக்கு ஒப்பிட்டார். ஒரு செடிக்குக் கவனிப்பும், ஊட்டச்சத்தும் அவசியம். அவைக் குறையும் போது அதன் வளர்ச்சியில் குறைபாடு காணப்படும். அது போல செரிமானப் பாதைச் சுரப்புகளைச் சரிசெய்து உணவை ஒழுங்கு படுத்தி தோலைச் சரியாகப் பராமரிப்பதன் மூலம் உடல்நலத்தைப் பாதுகாக்க முடியும் என்றார்.

நாடிதுடிப்பு திரைச்சீலை வழியாகப் பார்க்கப்பட்டது

நோயாளியைச் சோதிக்கும் போது அவர்களைப் பற்றிய குறிப்புகள், வரலாறு, ஆணா? பெண்ணா? அவர்களுடைய மனப்பான்மை, பயம், விருப்பம், தனித்துவ குணங்கள் ஆகியவைகளை ஆராய்வது அவசியமாகிறது. மேலும் அனுபவ முறையில் நோயாளியைக் கையாள்வதும் சிறந்தது.

செவெஸ்ட்ரே நாடித்துடிப்பு ஒருவரின் உடல்நலத்தின் குறியீடு என்று நம்பினார். இருப்பினும் அவருக்கு அதைக் கடைப்பிடிப்பது அரண்மனையில் மிக எளிதாக அமையவில்லை ஏனெனில் குடும்பத்தில் உள்ள அனைத்து உறுப்பினர்களும் அதை எளிதாக ஏற்றுக் கொள்ள வில்லை. அதற்கு முதன்மையான காரணம் குறிப்பாகப் பெண்கள் உள்ளூர் மருத்துவர் தத்துவாபிள்ளையின் சேவையை அதிகம் விரும்பியதே காரணம்.

நோயை அறிய முகத்தைக் காட்ட மறுப்பு

செவெஸ்ட்ரே பதிவு செய்த நோய் குறிப்புகளில் ஒன்று 1821இன் ஆரம்பத்தில் சரபோஜியின் இளையமகள் சைதாம்பாய் சாஹேப் மார்பகத்தில் வலியால் பாதிக்கப்பட்டு 4 நாட்கள் அவதிப்பட்டாள். சில சமயங்களில் மயக்கம் ஏற்பட்டது. அவள் தத்துவாபிள்ளை மட்டுமே தனக்கு மருத்துவம் பார்க்க வேண்டும் என வலியுறுத்தினாள்.

செவெஸ்ட்ரேயின் வருகையை நிராகரித்தார். அவளது விருப்பத்தை மாற்றுவதற்கும் ரெசிடெண்ட் பிளாக்பர்ன் தனது மனைவியை ஒரு மொழி பெயர்ப்பாளராக நியமித்து பலமணி நேரம் உரையாடியதில் மன்னரின் மகன் சிவாஜி ரெசிடெண்ட் ஆலோசனையை ஒப்புக் கொண்டார். எனினும் சைதாம்பாய் தன் முகத்தைக் காண்பிக்க மறுத்துவிட்டாள். ஆனாலும் நாடித்துடிப்பைப் பார்க்க எவ்வாறு அனுமதிப்பேன் என்று கூறி வருந்தினாள். பிறகு ஒரு வழியாக அவள் கை திரைச்சீலையில் ஒரு திறப்பு வழியாக வெளியே தள்ளப்பட்டது. ஆனால் அவளுடைய முகத்தைப் பார்க்க அனுமதி மறுக்கப்பட்டது.
(Raja Serfoji-II, Science, Medicine and Enlightment in Tanjore, Savithri Preetha Nair, P.45)

செவெஸ்ட்ரேயின் சோதனை முடிவு இளவரசிக்கு எந்தவித ஆபத்தும் இல்லை நல்ல உடலை வலுப்படுத்தப்படும் மருந்துகளே போதுமானது, தேறிவிடுவாள் என்பது தான்.

முகம் பாராது மருத்துவம் செய்வது எப்படி?

முகம் பார்க்காது நாடித்துடிப்பை மட்டும் பார்த்து மருத்துவம் புரிவது குறிப்பாக அரசர் குடும்பங்களுக்கு என்பது ஐரோப்பிய மருத்துவர்களுக்குக் கவலை அளித்தது.

ரெசிடெண்ட் பிளாக்பர்ன் மன்னரிடம் இது குறித்து தெளிவு படுத்தினார். அதாவது மருத்துவர்கள் மூன்று விஷயங்களைக் கவனிக்க வேண்டும். அவைகள் நாடித்துடிப்பு, கண்கள், நாக்கு. அவசியம் ஏற்பட்டால் ஒழிய அவர் கண்களைத் தொடுவது அல்லது உடலின் எந்தப் பகுதியையும் குறிப்பாக இடுப்பைத் தொடுவது தேவையில்லை எனவும் தெரிவித்தார். இந்தவிதக் கட்டுப்பாடுகளின் கீழ் நீங்கள் நடந்து கொண்டாலே நான் மருத்துவரை அங்குவர பரிந்துரைப்பேன். ஏனென்றால் இவைகளின்றி நாம் எந்த சிறப்பான சிசிச்சையையும் அவர்களிடமிருந்து எதிர்பார்க்க முடியாது என அறிவித்தார். இதன் பிறகு தான் செவெஸ்ட்ரே அரண்மனைக்குள் சென்று சரிவர மருத்துவம் புரிய முடிந்தது.

2. மருத்துவப்பணி

கற்பித்தல் - மருத்துவநூல் வெளியிடுதல் - நோயாளியைக் குணப்படுத்துதல்

மன்னர் சரபோஜிக்கு ஆங்கிலேயரின் தொடர்பால் நல்ல ஆங்கில அறிவும், பல்துறை அறிவும் பெருகின. ஐரோப்பிய கல்வியின் தாக்கத்தால் மருத்துவத் துறையில் பல புதிய நடைமுறைகளைக் கொண்டு வந்தார்.

பல நோய்களுக்கான மருந்துகளை ஆராய்ந்து வகைப்படுத்தினார். புதிதாகக் கண்டுபிடித்த மருந்துகள் மனிதர்களுக்குக் கொடுக்கப்பட்டு ஆய்வுகள் மேற்கொள்ளப்பட்டன. தன்வந்திரி மகால் எனும் ஆராய்ச்சிக் கூடத்தில் இதற்காக ஒரு மருத்துவமனையை நிறுவி, அங்கு வரும் நோயாளிகளுக்கு மருந்துகளைக் கொடுத்து, ஆங்கில மருத்துவரைக் கொண்டு ஒவ்வொரு நோயாளி பற்றிய வரலாற்றைக் (Case History Sheet) குறிக்கச் செய்தார். இவற்றைக் கொண்டு, பல நல்ல செய்முறைகளை உறுதி செய்தார். இவ்வாறு இவர் கண்ட 5,000க்கும் மேற்பட்ட மருத்துவமுறைகளை அப்போது அவையிலிருந்த புலவர்களைக் கொண்டு தமிழ்ப்பாடல்களாக எழுதியமைத்தார். அவற்றைப் பதினெட்டு நூல்களாக அமைக்கச் செய்தார்.

பிற கலைகளுடன் ஆயுர்வேத, சித்தா, யுனானி மற்றும் அலோபதி மருத்துவ முறைகள் சரபோஜி காலத்தில் வழக்கில் இருந்தன. தன்வந்திரி மகால் தவிர அரசு ஆரோக்கியசாலைகளும் பொதுமக்கள் பயன்பாட்டிற்காக அமைக்கப்பட்டிருந்தன. ஆரோக்கிய சாலையில் மருத்துவ முறைகளைக் கற்பித்தலும், நோயாளியைக் குணப்படுத்துதலும் ஆகிய இரு தொழில்களும் நடைபெற்றன. மருத்துவப் புத்தகங்களும் அவ்விடத்தில் தயாரிக்கப்பட்டன. அங்குத் தங்கிப் படித்த மாணவர் களுக்கு உணவும் வழங்கப்பட்டன.

நோயாளிகளுக்குப் பத்தியம், கசாயம், கங்கம் செய்து கொடுப் பதற்கென நியமிக்கப்பட்ட பெண்ணின் பெயர், அவர்களுக்கான ஊதியம் போன்றவற்றையும் அவ்வாவணங்கள் தெரிவிக்கின்றன. நோய்களைப் பல பாகங்களாகப் பிரித்து ஒவ்வொரு பாகத்திற்கும் தனித்தனி நூல்கள் எழுதப்பட்டன. அந்நூல்களில் கூறப்பட்ட மருந்துவ முறைகள் நன்கு பரிசோதிக்கப்பட்டு அனுபவம் பெற்றவையாதலால் அந்நூல்களுக்கு “அனுபோக வைத்திய போகங்கள்” என்ற பொது பெயர் அமைந்தது.

விலங்கு மருத்துவம் நடைபெற்றது

தஞ்சை அரண்மனையில் யானைப்படை, குதிரைப்படை, காலாட் படை ஆகியவற்றிற்குத் தமிழ் மருத்துவர்களும், முஸ்லீம் மருத்துவர்களும், மேல்நாட்டு மருத்துவர்களும் மருந்தளித்துள்ளனர்.

1797ஆம் ஆண்டு எழுதப் பெற்ற மோடி ஆவணத்தில் பீல்கானா (யானைக் கூடம்) என்னுமிடத்தில் யானை மருத்துவத்தில் சிறந்த வெங்கடமாவுத்தன் என்பவர் இருந்ததாக உள்ளது. இதே போன்று காசிம்கான் (1824), வீரவாகு (1850) ஆகியோரும் யானை மருத்துவர்களாக இருந்துள்ளனர்.

சாகீம்கான், மீராகான் (1826) சையத் மொக்தீன் (1859) திரியம் பகராவ், லட்சுமண ராவ் ஜகதாப் (1858) ஆகியோர் குதிரை வைத்திய நிபுணர்களாக இருந்துள்ளனர். இதே போல பிற விலங்கினங்களுக்கும் தனித்தனியே மருத்துவர்களை மன்னர் நியமித்து வந்துள்ளதை அறியமுடிகிறது (மாமன்னர் சரபோஜி - ஆய்வுக்கோவை-2, வே.இரா.மாதவன், ப.99).

தண்டனை பெற்றவருக்கும் மருத்துவம்

மன்னர் குடும்பத்தினர், அரண்மனை ஊழியர்கள் மற்றும் பொது மக்கள் ஆகிய அனைவருக்கும் மருத்துவ வசதிகளைப் பொதுமை யாக்கிய அக்காலத்தில் தண்டனை பெற்ற குற்றவாளிகளுக்கும் மருத்துவம் செய்ததாகக் குறிப்புகள் கிடைக்கின்றன.

ஆரோக்கிய சாலை

20.07.1848இல் டாக்டர் சாமுவேல் புரூகிங் இரண்டாம் சரபோஜிக்கு எழுதிய கடிதமொன்றில் கி.பி.1848இல் "தெற்கு வீதியில் வெங்கட்ராவ் போயிடம் விலைக்கு வாங்கிய வீட்டில் புதிதாக ஆரோக்கிய சாலை வைக்கப்பட்டது" என்ற செய்தி காணக் கிடைக்கிறது. இதில் புதிதாக ஆரோக்கிய சாலை அமைந்தது என்பது விளங்கும்.

மருத்துவ நூல்கள் இயற்றப்பட்டன

மிகச்சிறந்த மருத்துவக் கவிஞர்களால் மொழிபெயர்க்கப்பட்ட பாடல்கள் 18 நூல்களாக எழுதப்பட்டன. இவ்வகையில் அறுபதுக்கும் மேற்பட்ட மருத்துவர்கள் பெயர்கள் தெரிய வருகிறது. இவற்றால் மன்னர் சரபோஜி சாதி, மத, இன, மொழி வேறுபாடற்ற முறையில் மருத்துவ மேதைகளைப் பணிக்கமர்த்தி மருத்துவத் தொண்டிற்கு ஆவன செய்தமையை உணர முடிகின்றது.

தன்வந்திரி மகாலில் ஒரு பகுதியில் மருத்துவ சோதனைக்கான மையத்தைத் திறந்து அதில் 12 இந்திய மருத்துவர்களை நியமித்தார். அவர்கள் நோய்க்கான சிகிச்சையை அளித்தனர். இதனை ஐரோப்பிய மருத்துவர்கள் நோயாளிகளின் குறிப்பேட்டில் நோயின் தன்மைகளைக் குறித்து வைத்தனர். இதன்படி மன்னர் மருத்துவக் குறிப்பேட்டிலுள்ள மருந்துகளில் சிறந்தவைகளில் 500 குறிப்புகளைச் சேகரித்தார். இதைத் தமிழ் மருத்துவர்களும் சரிபார்த்தனர். அவை சரபேந்திர ரத்னாவளி என்ற பெயரில் உள்ளன.

மன்னர் அதிலிருந்து 900 குறிப்புகளைத் தன் இனத்தாருக்குப் பயன்படும் வகையில் மராத்தி மொழியில் உரைநடையில் மொழி பெயர்த்தார். தமிழில் மொழிபெயர்க்கப்பட்டுப் பாடலாக ஆக்கப்

பட்டது. இவைகளன்றி முற்காலத்து அகத்தியர், போகர், மச்சமுனி, தன்வந்திரி போன்ற சித்தர்களின் மருத்துவ நூல்களையும் ஓலைச் சுவடிகளில் பெயர்த்தெழுதும்படி சரபோஜி செய்துள்ளார். இப்பணி 1800 முதல் 1828 வரையில் நடைபெற்றது என்பதற்கு அச்சுவடிகளில் பின்குறிப்புகளே சான்றாகும்.

மருத்துவத்தைத் தமிழில் பாடலாக அமைத்தமையை

'சரபோஜி மகராஜேந்திரன் தமிழினாலுரைக்க வென்று' (சுவடி.60) என புலவர்களுள் ஆங்காங்கே குறிக்கின்றனர் (மாமன்னர் சரபோஜி - ஆய்வுக்கோவை-2, வே.இரா.மாதவன், ப.103).

ஆரோக்கிய சாலையில் பணிபுரிந்தவர்களுக்கு ஊதியம் மோடி ஆவணங்களின் மூலம் அறியப்படுகின்றன. மருந்து தயாரிக்கும் பரங்கிப் பேட்டை வைத்தியருக்கு மாதம் ரூ.50 கொடுக்கப்பட்டது. மாறாகச் சாதாரண மருத்துவர்களுக்கு இதைவிட குறைவாகவே கொடுக்கப்பட்டது. ஆனால் ஐரோப்பிய மருத்துவர்களுக்கு மிக அதிகமாக ஊதியம் கொடுக்கப்பட்டது. குறிப்பாக டாக்டர் சட்டன் என்பவருக்கு மாத சம்பளம் ரூ.700 வழங்கப்பட்டது. அவருக்கு உதவியாக இருந்த இந்திய மருத்துவருக்கு ரூ.20 மட்டுமே வழங்கப் பட்டது. இதுபோல் மருத்துவத் துறைக்குத் தகுந்தவாறு ஊதியம் வழங்கப்பட்டது. முக்கிய மருத்துவர்களுக்கு அதிகமாகவும், குழந்தை மருத்துவர்களுக்குக் குறைவாகவும், கண் மருத்துவருக்கு அதைவிடக் குறைவாகவும் கொடுக்கப்பட்டது. கால்நடை மருத்துவருக்கு ரூ.7, விஷ வைத்தியருக்கு ரூ.5 வழங்கப்பட்டன.

தன்வந்திரி மகாலில் மருத்துவ ஆய்வுகளுக்கு உதவியாக ஒரு மூலிகைத் தோட்டமும், மருந்து தயாரிக்கும் ஒரு தொழிற்கூடமும் (Pharmaceutical Manufactory) அங்கு இருந்தன (மாமன்னர் சரபோஜி - ஆய்வுக்கோவை-2, வே.இரா.மாதவன், ப.105).

அங்கு தயாரிக்கப்படும் மருந்துகளில் அதன் பெயரும், மருந்து தயாரான காலமும் பதிக்கப்பட்டன. இம் மருந்துகள் தன்வந்திரி மகாலில் ஒரு பகுதியான ஔஷதக் கொட்டடி என்ற இடத்தில் மாத்திரை, லேகியம் போன்ற வடிவங்களில் சேமித்து வைக்கப்பட்டு நோயாளிகள் வந்து மருந்துகளை வாங்கிச் சென்றனர். நோயாளிகளுக்குப் பத்தியம், கசாயம், கல்பம் செய்து கொடுப்பதற்கென நியமிக்கப்பட்ட பெண்கள் மற்றும் அவர்களுக்கான ஊதியம் போன்றவற்றையும் ஆவணங்கள் தெரிவிக்கின்றன. இம்மருத்துவ முறைகளில் பல முன்னோராலும் கை கண்டவை என்பதும், சரபோஜியாலும் ஆராய்ந்து உணர்ந்து ஏற்றுக்கொள்ளப்பட்டவை என்றும் குறிக்கத்தக்கவையாகும்.

"மேதினிக்கிது கை கண்டதுண்மையே" (சுவடி.60)

"நீதி சரபேந்திரனிதை யுணர்ந்தாய்
நிர்ணயித்த முறையிதுவே (சிரோ)
தாம் கைகண்டதுவே சரபேந்திரர் கருணையினார்
காசினி யோர்க் கருளினாரே " (சுவடி.52)

என இவ்வாறு ஒவ்வொரு மருத்துவ முறையும் குறிப்பிடப்பட்டிருப்பதைக் காணலாம். மன்னர் இவ்வகையில் தாமே முன் நின்று ஒவ்வொரு மருந்தையும் உறுதி செய்தளித்தமை மிகவும் போற்றுதலுக்குரியதாகும் *(மாமன்னர் சரபோஜி - ஆய்வுக்கோவை-2, வே.இரா.மாதவன், ப.105).*

மருத்துவ நூல்கள் விலைக்கு வாங்கப்பட்டது

மருத்துவ சாலைக்காக மருத்துவ நூல்களை எழுதச் செய்ய, விலைக்கு வாங்கவும் மிகுதியாகப் பணத்தை செலவிட்டனர் எனத் தெரிகிறது.

(எ.கா)

"ஹு஼ஜீரின் வைத்தியர் அப்பாசாமியின் மூலமாக ராமதேவர் என்னும் வைத்திய சாஸ்திரங்களைக் கர்தி (வாங்குவதற்கு) செய்வதற்காக *15* பணம் மகால் கஜானாவிலிருந்து கொடுக்கிறது"

"ஸரஸ்வதி மஹாலில் தமிழ் எழுத்து தமிழ் பாஷையினால் வைத்திய விஷயம் ஸாஹித்தியம் செய்து கொடுத்தற்காகத் திருவேங்கடம் ஏடுகள் சுமார் *145*க்கு சக்.*4-3½*"

"வைத்திய சாலையில் புத்தகமெழுதிய எழுத்தாளருக்கு சக்.*4 - 6 1/4*"

என இவ்வாறு பல குறிப்புகள் ஆவணங்களில் கிடைக்கின்றன. வெளியிடத்திலிருந்து மருந்துகளை வாங்கியதற்கும், அறுவை மருத்துவம் செய்தமைக்கும் பின்வரும் குறிப்புகள் சான்றளிக்கின்றன.

"Resident captain John Fhype அவர்கள் மூலம் சென்னையில் கோ அண்டு கோவிடம் மருந்துகளையும் இரண வைத்தியத்தின் ஆயுதங்களையும் வாங்கிய வகையில் சக்.*532-53/16*"

"மருந்து ஓதரி வேகம் பட்டையைக் கொண்டு வர நார்த்தா மலைக்குப் போகப் படிச் செலவு ரூ.*23.*"

(மாமன்னர் சரபோஜி 221-ஆம் பிறந்த நாள் விழாக் கருத்தரங்கு மலர், வே.இரா.மாதவன், ப.25)

மருந்துகளைத் தயாரிக்க, தன்வந்திரி மகால் மருத்துவமனைக்கு அருகில் இருந்த மூலிகை தோட்டத்தில் (Herbal Garden) வளரும்

மூலிகைகளைச் சேகரிப்பவர்கள் சரியான அடையாளம் காண மற்றும் மருத்துவ நூல்களைப் படிப்பவர்களும் மூலிகையின் தோற்றம் என்ன என்பதனை அறிந்து கொள்ள தாவரவியல் குறிப்புகளுடன் (With Botonical Notes) இக்கால அறிவியல் நூல்களை ஒட்டி தொலை நோக்குடன் சரபோஜி மூன்று நூல்களை வெங்கட பெருமாள், வெங்கட நாராயண கோபால், கிருஷ்ண நாயக் ஆகிய சித்திரக்காரர்களைக் கொண்டு சுமார் *105* வண்ணச் சித்திரங்களுடன் தயாரித்திருக்கிறார். இது அன்றைய காலகட்டத்தில் மூலிகைகளை ஒளிப்படம் எடுக்க முடியாத நிலை ஆகும் *(மாமன்னன் சரபோஜி ஆய்வுத் தொகுதி-2, வே.இரா.மாதவன், பக்.97-103)*.

மூலிகைகளை ஆராய உந்துதலை எப்படி பெற்றார் சரபோஜி?

அக்கால கட்டத்தில் சென்னைத் தரணியில் வாழ்ந்த மருத்துவர்களும், தாவர ஆய்வாளர்களும் தென் இந்தியா போன்ற வெப்ப பிரதேசங்களில் உள்ள மூலிகைகளைக் குறித்த நூல்களைப் படத்துடன் வெளியிட்டு உள்ளனர். லண்டன் நூலகத்தில் உள்ள நூல் (Hortus Indicus Malabaricus) எனும் நூல் *(1678-1703)*. இது தவிர டாக்டர் கிருஷ்டோபர், சாமுவேல் ஜான்சன் *(1741-1813)* டாக்டர் ஜி.பி.ராட்லர் *(1749-1836)* டாக்டர் சீடார் *(1767-1837)* மற்றும் ஜ.ஜி.கீரின் போன்றோர் மூலிகைகளை வரைந்து நூல்களாக வெளியிட்டுள்ளனர். இவைகள் Herbarium Madras எனும் பெயருடன் இந்தியா ஆபிஸ் நூலகத்தில் லண்டனில் உள்ளது. இவைகளைச் சரபோஜி அறிந்திருக்கக்கூடும். 19ஆம் நூற்றாண்டில் வெளியான பல நூல்கள் படத்துடன் Herbarium Amboaricse என்ற தலைப்பில் உள்ளதை மன்னர் தனது நூலகத்திலும் வைத்துள்ளார். இதனுடைய தாக்கங்களே மூலிகைகளை ஆராய ஓர் உந்துதல் மன்னருக்கு அளித்திருக்க வேண்டும்.

மூலிகை தோட்டத்தோடு மருந்து செய்யும் தொழில் சாலையையும் ஏற்படுத்தி உள்ளார். மருந்துப் பொருட்கள் முறைப்படிச் சுத்தம் செய்யப் பட்டன. தன்வந்திரி மகாலில் சரபோஜி காலத்தில் செய்யப்பட்ட சொர்ணபூபதி, திரைலோக்கிய சிந்தாமணி, ரசபூபதி, பஞ்சாமிர்த பற்படி ஆகிய நான்கு மாத்திரைகள் சரஸ்வதி மகாலில் காட்சிப் பேழையில் வைக்கப்பட்டுள்ளன. இவைப் பல ஆண்டுகள் பயன்தரும் மருந்துகள். இவற்றின் ஒருபுறம் மாத்திரையின் பெயரும், மறுபுறம் செய்த ஆண்டும் (கி.பி.1808-1812) குறிக்கப்பட்டுள்ளன. இம்மாத்திரைகள் மிகவும் வீரியமிக்கவை. கொடுக்கும் அனுபவத்திற்கேற்ப பயன்தரவல்ல கட்டுமாத்திரைகள் எனவும் கூறுவர் (மன்னர் சரபோஜி ஆய்வுத் தொகுதி-2, எம்.சீராளன், ப.11).

இது போன்ற மன்னர் ஆய்வுக்குட்பட்ட அன்றைய மருத்துவக் குறிப்புகள் **'சரபேந்திர ரத்னாவளி'** எனும் நூலாகச் சரஸ்வதி மகால் நூலகம் வெளியிட்டுள்ளது.

சரபோஜி தமிழ் மருந்துகளைக் கூட மேல்நாட்டு மருத்துவ முறைக்கு ஏற்ப பயன்பாட்டு நோக்கில் அவற்றை அமைக்கச் செய்து மன்னர் சரபோஜியின் பெரும் பணியாகும்.

நோயிற்கான மருத்துவக் குறிப்பில் (Recipe) மருத்துவர் பெயர் கொடுக்கப்பட்டுள்ளது. குறிப்பு எழுதியவர் கையொப்பம் இடுவது போல் அமைந்துள்ளது. அம்மருந்தினால் ஏதாவது குறைபாடு ஏற்படின் மருத்துவக் குறிப்பு கொடுத்தவர்களுடன் தொடர்பு கொள்வதற்கு இது பயன்படும்.

சில மருந்துகள் எந்நிலையிலும் கெடாதவாறு தயாரிக்கப்பட்டு, மன்னரின் வாரிசுகளால் அம்மருந்துகள் அண்மைக் காலம் வரை கொடுக்கப்பட்டு வந்துள்ளன.

சரபோஜிப் புனிதப் பயணமும் - மருத்துவ நூல்களும்

இந்தியாவில் கல்வி கற்பிப்பதில் சிறந்து விளங்கி காசிக்கு 1820இல் எழுத்தர், பரிவாரம் மற்றும் அறிஞர்களுடன் பயணம் சென்று வருகையில் பழைமை வாய்ந்த அகஸ்தியர், தேரையர், பிரம்மமுனி, மச்சமுனி, தன்வந்திரி, சட்டை முனி, யூகிமுனி, திருமூலர், கொங்கணவர் ஆகியோரின் சுவடிகள் திரட்டிக் கொண்டு வரப்பட்டன. சரபோஜி சரஸ்வதி மகால் நூலகத்திற்கு அறுவை சிகிச்சை, தாவர இயல், உடற்கூறு, மிருக மருத்துவம் ஆகியவைகள் குறித்த நூல்களை வாங்கியதோடு அவைகளை அவரே படித்து முக்கியமான கருத்துக்களைக் கோடிட்டு வைத்துள்ளார். இத்துடன் மன்னர் பழைய மருத்துவ

ஓலைச்சுவடி நூல்களையும் வாங்கி நூலகத்தின் பயன்பாட்டிற்கு உதவியுள்ளார்.

இவைகளைத் தவிர ஐந்நூற்றிற்கும் மேற்பட்ட ஆங்கில, பிரெஞ்சு, லத்தீன், மருத்துவ நூல்களை மிகுந்த பொருட் செலவு செய்து சரபோஜி மன்னர் சேகரித்து வைத்துள்ளார். இவற்றுள் பல மருந்து அகராதிகளும், மருந்தியல், அறுவை மருத்துவ நூல்களும், தாவரவியல், உடற்கூறு நூல்களும் உள்ளன. இந்நூல்களை முழுவதுமாகப் படித்தாராய்ந்த சரபோஜி மன்னர் ஆங்காங்கே தன் குறிப்புகளையும் எழுதி வைத்துள்ளார். இவற்றால் இவர் எல்லா மருத்துவக் குறிப்பு களையும் ஒப்பீட்டாய்ந்து இத்துறையில் மிகக் கவனமாகச் செயலாற்றி யுள்ளார் என்பது நன்கு விளங்கும்.

மருந்துக்கான மூலிகைகள், மனித உடற்கூறு, கண் நோய்கள், யானை, குதிரை போன்ற விலங்குகள் பற்றிய படங்களை மருத்துவ நோக்கில் வரையச் செய்த சரபோஜி மன்னர் அவற்றை மகாலில் பாதுகாத்து வைத்துள்ளார் என்பது குறிப்பிடத்தக்கதாகும்.

தன் பரிவாரங்களுடன் எடுத்துச் சென்ற மருந்துகளைப் பற்றி 'சர்கார் தயாரித்த மருந்து ஜாபிதா' எனும் ஏடுகளிலிருந்து புலனாகின்றன.

தன்வந்திரி மகால் எங்கிருந்தது?

மருத்துவம் தொடர்பான தன்வந்திரி மகால் எங்கிருந்தது என்பதை எஸ்.கணபதி ராவ் மோடி ஆவணங்களை ஆராய்ந்த பிறகு இன்றைய சரஸ்வதி மகால் நூலகம் உள்ள இடத்திலேயே நடைபெற்று வந்தது என்று கூறுகிறார். இதுவே மற்ற இடங்களில் நடைபெற்ற ஆரோக்கிய சாலைகளுக்குத் தலைமை பீடமாகத் திகழ்ந்தது. இந்த ஆரோக்கிய சாலையில் மருத்துவர், டிரஸ்சர், மருந்தாளுநர், கணக்கர், உதவி புரிபவர் ஆகியோர் பணிபுரிந்தனர்.

கணபதி ராவின் மோடி ஆவண ஆய்வின்படிச் சித்த மருத்துவ ஆய்வுகளுடன் சரபோஜி மன்னர் நவ வைத்திய கலாசாலை என்ற சிறு பல்கலைக் கழகத்தை ஆரம்பித்து மருத்துவக் கல்வியைப் போதித்ததாகக் கூறுகிறார் (மாமன்னர் சரபோஜி ஆய்வுக்கோவை, தொகுதி 3, எஸ்.கணபதி ராவ், பக்.61-63).

மன்னர் தன்வந்திரி மகால் குறித்த செயல்பாடுகளைச் சுவாமி வைத்தியர் ஆலோசனையுடன் நடத்தியுள்ளார். மன்னர் இறந்தபிறகும் கூட இரண்டாம் சிவாஜி காலத்தில் தன்வந்திரி மகால் செயல்பாட்டில் இருந்துள்ளதை உடல்கூறு குறித்த நூல்கள், அறுவை சிகிச்சைக்கான உபகரணங்கள், நூல்கள் வாங்கப்பட்டுள்ளதை, மோடி ஆவணங்கள் மூலம் அறியமுடிகிறது.

மன்னர் சரபோஜி ஆரோக்கிய சாலை ஒன்றை ஏற்படுத்தியதையும், மருத்துவ நூல்களை இயற்றச் செய்ததையும் குறிப்பிடுகின்ற பாடல்

"மத முகவ நம்பியது முகவன் கந்தன்
மலர்ப் பாதற் தனைப் போற்றி வைய கத்தோர்க்
கிதமுற வென் றாரோக்ய சாலை யொன்றை
ஏற்படுத்தி முன்முனிவர் சித்தர் போகர்
பதமுறவே சொல்லிய நூல் நம்மை யெல்லாம்
பார்துணர்ந்து நாடோறும் சரபபூபன்
முதல்வன்றிச் சயித்தபடி சிரோரோ கந்தான்
மொழியவன் தேவிகலை வாணி காப்போம்"

(சரபேந்திர வைத்தியம்-சிரோரோகம்)

என்ற பாடல் குறிப்பிடுகிறது.

3. உடற்கூறு ஆர்வலர்

1800இல் மன்னர் சரபோஜி சென்னையில் உள்ளூர்வாசிகளுக்காகத் தொடங்கப்பட்ட மருத்துவமனைக்கு (Native Hospital) ஒரு பெரும் தொகையை நன்கொடையாக அளித்தார். அந்தக் கால கட்டத்தில் மருத்துவர் ஜெனரல் ஜேம்ஸ் ஆண்டர்சனுடன் தொடர்பு ஏற்பட்டது. தஞ்சை திரும்பிய மன்னர் உடற்கூறு பாடங்களைப் படிக்கத் தொடங்கி இது தொடர்பாக ஜெனரல் ஆண்டர்சனுடன் கடிதப் போக்குவரத்து கொண்டிருந்தார். இதில் தன்னை ஈடுபடுத்திக் கொண்ட நிலையில் ஐரோப்பிய நூல்களைப் பற்றி "இறைவனால் படைக்கப்பட்ட மனித உடலை விஞ்ஞான அறிவு கொண்டு கெடாது பாதுகாத்து அதன் உதவியால் உடல்கூறு எழுதப்பட்டுள்ளது என்பது மனிதனின் பேராற்றலைக் குறிக்கிறது" என்று மன்னர் குறிப்பிட்டார். சரபோஜி உடல் கூற்றைக் கற்றது விஞ்ஞானத்தைக் கடவுள் பற்றுடன் உற்று நோக்கியதாகும்.

18ஆம் நூற்றாண்டில் மனித உடலை மேற்புறமாக மட்டும் தொட்டுணராது உடலைக் கூறுபோட்டு கூர்ந்து கருத்தூன்றிப் பார்த்து அதை நூல் வடிவத்தில் ஒவ்வொரு அடுக்காக, அங்கமாகப் பார்ப்பது என்பது மருத்துவ உலகிற்கு ஒரு பெரு வெளிச்சத்தை ஏற்படுத்தியது. இவை சுதேசி மருத்துவத்திற்கு மாறாகப் பிணப் பரிசோதனை என்பது மேலை மருத்துவத்தில் ஒரு பிரிவாக இருந்தது. இவைகளைக் கூர்ந்து அறிந்த சரபோஜி 19ஆம் நூற்றாண்டில் இக்குறைபாடுகளைக் களைய, தானே எடுத்த முயற்சி என்பது வரலாற்று முக்கியத்துவம் வாய்ந்தது ஆகும்.

சரபோஜிக்கு உடல்கூறு கல்வி

1805 மே 22இல் ரெசிடெண்ட் பிளாக்பர்னின் அனுமதியுடன் சரபோஜி உடல் கூறியல் பாடங்களை அறுவை சிகிச்சை நிபுணர் வில்லியம் சோமர்வெல் மிச்செல் கீழ்த் தொடங்கினார். மிச்செல் உடல்கூறைக் கற்பிக்க 100 ரூபாய் ஊதியத்தில் பணியமர்த்தப்பட்டார்.

இதைக் குறித்து ரெசிடெண்ட் மதராஸ் கவர்னர் லார்ட் பெண்டிங்குக்குத் தெரிவிக்கும் போது “சர்ஜன் மிச்செல் மன்னருக்கு மட்டும் ஐரோப்பிய மருத்துவக் கல்வியைச் சொல்லிக் கொடுக்க தனக்கு எண்ணம் ஏற்பட்டதற்கான காரணம் மறைமுகமாகத் தஞ்சாவூரில் உள்ள சுதேசி மருத்துவர் புரியும் மருத்துவத்திலுள்ள குறைபாடுகளைப் புரிந்து கொள்ளவும், மேலை மருத்துவத்துடன் மேன்மையை மன்னர் அறிந்து கொள்ளவும் பெரியம்மைக்குத் தடுப்பு ஊசி குத்துதலுக்கு உள்ள மாறான கருத்தை முறியடிக்கவும் உதவும் என்று தெரிவித்தார்.

உடற்கூறு பாடம் ஆரம்பித்து 1 வாரத்திற்குள்ளாகவே மிச்செல் மலபார் 7வது ரெஜிமெண்டிற்கு அறுவை சிகிச்சை நிபுணராக மாற்றப்பட்டார். இதனால் ஏமாற்றமடைந்த மன்னர், மிச்செல் இடமாற்றம் குறித்து ரெசிடெண்டுக்குப் புகார்க் கடிதம் எழுதினார். ஆனாலும் மிச்செல் வழியாக எலும்புகளின் வெவ்வேறு பகுதியையும் இதயத்தைச் சூழ்ந்த இடங்களையும் கற்றுக் கொண்டதாக அக்கடிதத்தில் குறிப்பிட்டிருந்தார். இதற்கு ரெசிடெண்ட் மிச்செல் மாற்றத்தைக் குறித்து வெளிப்படையான கருத்தை மன்னர் தெரிவித்ததற்கு எதிர்ப்பைத் தெரிவித்து எச்சரித்தார். மிச்செல் இடமாற்றம் குறித்து குறிப்பிடுகையில் தேவைப்பட்டதனாலே மாற்றம் ஏற்பட்டது என்று தெரிவித்தார்.

எவ்வாறாயினும் ஆசிரியர் இல்லாததால் உடற்கூறு, ஐரோப்பிய மருத்துவத்திற்கான தனது கல்வியைத் தொடர்வதிலிருந்து மன்னர் நிறுத்திக் கொள்ளவில்லை. இப்பொழுது அவர் தஞ்சை, சென்னையில் உள்ள தனது ஐரோப்பிய நண்பர்கள் மூலம் மருத்துவ நூல்கள், அறுவை சிகிச்சைக்கான கருவிகள், எலும்பு, எலும்புக்கூடு முதலியவைகளைப் பெறுவதில் தன் கவனத்தைச் செலுத்தினார். இந்நிலையில் தரங்கம்பாடி மிஷன் தலைவரான சி.எஸ்.ஜான் மன்னருக்கு ஆயத்தப்படுத்தப்பட்ட (Prepared body for dissection) உடலை அனுப்பி வைத்தார். இது உடலின் இரத்த நாளங்கள் குறித்து கற்றுக் கொள்ளும் வகையில் அமைந்திருந்தது. (Raja Serfoji-II, Science, Medicine and Enlightment in Tanjore, Savithri Preetha Nair, P.29)

1805இல் க்ஷத்திரியரான மன்னர் உடலைக் கூறு போட்டுச் சோதனை செய்தது ஒரு வரலாற்று முக்கியத்துவம் வாய்ந்தது.

ஏனெனில் கல்கத்தா மருத்துவக் கல்லூரியில் மதுசூதன் குப்தா (1836) செய்த முதல் உடல்கூறு பரிசோதனை என்று வரலாற்றுப் பூர்வமாக அறியப்பட்டதற்கு 31 ஆண்டுகளுக்கு முந்தையது என்பது குறிப்பிடத் தக்கதாகும். இந்தக் காலகட்டம் மைக்கிராஸ் ஸ்கோப், மருத்துவ தொழில்நுட்பங்கள், நுண்ணுயிர்களுக்கான பரிசோதனைகள் முன்னேற்ற மடையாத காலம். இறந்தபின் செய்யப்படும் பிணப் பரிசோதனை ஒன்றே, என்ன நோயினால் இறந்தார்? என்று அறிந்திட உதவிய காலம். அதுவும் உடலைக் கூறுபோட்டு நோயை அறிந்து கொள்வதை இந்திய சமூகம் முழுமையாக, ஆழமாக விருப்பமில்லாது அருவருக்கத் தக்கதாக நினைத்த காலம். பிணத்தைத் தொட்டால் பாவம் என்று மனுசாஸ்திரத்தில் எழுதப்பட்டு, கடைப்பிடிக்கப்பட்ட காலம். இந்த உடல்கூறு சோதனை மேற்கத்திய நாகரிகத்தின் விஞ்ஞான பூர்வமான பெரும் வரவாக மிகப் பெரிய வெற்றியாகப் பார்க்கப்பட்டது. 1830-1840 ஆம் ஆண்டுகளில் மேற்கத்திய மருத்துவத்தைப் பிரபலமாக்கும் வகையில் இது குறிப்பிடப்பட்ட நிகழ்வாகவே போற்றப்பட்டது. இதனைக் கொண்டாடும் வகையில் கும்பினி அரசு கல்கத்தா வில்லியம் கோட்டைக் கோபுரத்திலிருந்து ஐம்பது குண்டுகளைப் போட்டுக் கொண்டாடியது. (Madhusudan Gupta Indian Journal of History of Science 29(1) 31-39)

பிராமணர்கள் உடல்கூறைக் கற்றுக் கொள்ள பிணப் பரிசோதனை செய்வது தங்கள் மதத்திற்கு எதிரானது என்று கருதிய காலம். மதுசூதன் குப்தா பிணப் பரிசோதனை செய்த இரண்டு ஆண்டுகளுக்குப் பின்னரே மற்ற மாணவர்களும் அக்கல்லூரியில் பிணப் பரிசோதனை செய்து உடல்கூறைக் கற்றுக் கொண்டனர். இதை வெள்ளையர்கள் இந்தியாவே மேலைநாட்டு விஞ்ஞானத்தை ஏற்றுக் கொண்டது போல் வியந்து போற்றினர். ஆனால் இதற்கு மாறாகக் கல்கத்தா உடற்கூறு சோதனைக்குப் பல ஆண்டுகளுக்கு முன்னர் மன்னர் சரபோஜியால் மேற்கொள்ளப்பட்ட உடற்கூறு சோதனை நிகழ்வு முறையாகப் பதிவு செய்யப்படாது அலுவலகத் தொடர்பு இன்றி இந்திய வரலாற்றில் இடம் பிடிக்காது போய்விட்டது.

மிச்செல் தொடர்பு நீடித்தது

ஆரம்பத்தில் உடல்கூறு கல்வி அளித்த மிச்செல் தன் மாணவ மன்னருக்கு மருத்துவ நூல்களான வில்லியம் குல்லன் எழுதிய 'Practice of Physics' போன்ற 7 நூல்களை அனுப்பி வைத்தார். இது போலவே ஆயத்தப்படுத்திய உடலை அனுப்பி தரங்கம்பாடி மிஷனரி ஜான் ஒரு செயற்கைக் கண்ணையும் அனுப்பி வைத்தார். இது ஒன்றோடொன்றாகக் கழற்றி கற்கும் விதமாக அமைந்திருந்தது. இதன்

மூலம் கிட்டப்பார்வை, தூரப் பார்வையைக் கற்று அறியமுடிந்தது. மரத்தினாலும் தந்தத்தினாலும் இது வடிவமைக்கப் பட்டிருந்தது. மிச்செலின் பரிந்துரைப்படி மருந்து ஏற்ற ஊசி (Syringes) பிளாஸ்டர், அறுவை சிகிச்சைக்கான கருவிகளை வைக்க பெட்டிகள் சரபோஜி யினால் வாங்கப்பட்டது. இத்துடன் மிச்செல் அனுப்பிய புத்தகத் தொகுதிகளும் வந்து சேர்ந்தன. இவைகளைப் பார்த்த மன்னர் தன்னுடைய எதிர்கால ஆய்வுகளுக்குப் பயன்படும் என உணர்ந்தார்.

சென்னையில் ஆண்டர்சனைப் பார்த்து விட்டு தஞ்சைக்குத் திரும்பி மிச்செலிடம் உடற்கூறு கற்ற காலகட்டத்தில், சரபோஜி தன்னுடைய முதல் கடிதத்தை மருத்துவர் ஆண்டர்சனுக்கு எழுதினார்.

"ஜான்பெல் என்பவருடைய எலும்பு தசை, மூட்டுகளைக் குறித்த உடற்கூறு நூலை வாங்கி அனுப்பினால் நான் உங்களுக்குக் கடமைப் பட்டவன் ஆவேன். ஏனெனில் நான் மனிதனின் எலும்பு, தசை போன்றவற்றை இந்நூலின் வழியாக வண்ணப் படங்களுள் பார்க்க விரும்புகிறேன். இத்துடன் மனித எலும்பு ஐரோப்பிய மருத்துவர் களிடம் பாதுகாக்கப்பட்டு வருவதாக நான் கேள்வியுற்றேன். அப்படி இருப்பின் எலும்புகள் உங்களிடமோ அல்லது மதராசில் வேறு மருத்துவர்களிடமோ இருப்பின் அதை எனக்குச் சில நாட்களுக்காவது கடன் கொடுத்தால் அவற்றைப் பயன்படுத்தி மகிழ்ச்சியடைவேன்" என்று எழுதினார்.

19ஆம் நூற்றாண்டின் முற்பகுதியில் கும்பினியார் சுதேசி மருத்துவர், கம்பவுண்டர், காயத்தை மருந்திட்டு கட்டுபவர், கீழ்நிலை வேலை பார்ப்பவர்களை உள்நாட்டிலேயே உருவாக்கி தங்களுக்கான செலவினங்களைக் குறைக்க பயிற்சி அளித்தனர். இந்தக் காலகட்டத்தில் மதராஸ் மருத்துவ குழுவைச் சார்ந்த உயர்பதவி வகிக்கும் ஆன்டர்சன், ஓர் இந்தியர் அதுவும் ஒரு மன்னர் உடல் முழுதும் அறிந்து கொள்வதற்காகப் படிப்பதில் ஆர்வம் காட்டுவதைப் பார்த்து மகிழ்ச்சி அடைந்து "மேதகு மன்னர் சென்னையில் வசிக்கும் போது பட்டுப்புழுக்கள் வளர்ப்பு, பராமரிப்பு, நிர்வாகத்திற்குப் பயனுள்ள அறிவைப் பெறுவதற்கான மனநிலையைக் கண்டு நான் அப்போது ஆச்சர்யப்படவில்லை. ஆனால் தற்போது மனித உடலைப் பற்றிய அறிவைப் பெற விரும்புவதும், இந்திய அறிவியலைவிட மேற்கத்திய அறிவியலைக் காண விழைவதும் ஆச்சர்யமாக இருக்கிறது" என்று தெரிவித்தார். மேலும் அருளிரக்கமான பார்வையில் உடற்கூறியல் ஆய்வைவிட எதுவும் இருக்க முடியாது. வரலாற்று முறையில் கலிலியோ, இறவாப் புகழ்பெற்ற பேக்கன் அறிமுகமாவதற்கு முன்னரே வெசாலியஸ்க்கு (உடற்கூறுக்கு வித்திட்டவர்) ஐந்தாவது சார்லஸ் இதற்கான விடியலைக் கொடுத்தார்.

உடற்கூறியல் ஆய்வை விடாது தொடர்வதில் மகிழ்ச்சி அடைய வேண்டும். இதனால் இந்நாட்டிற்கான நன்மையைக் கணக்கிட முடியாது. ஏனெனில் இரத்தக் கசிவு சரியாகக் கட்டுப்போடுவதனால் நிறுத்தப்படும், அதை மீறி கை, கால்களைக் காப்பாற்ற முடியாத நிலையில் அகற்ற முடியும். முறிந்த எலும்பு, விபத்துக் காயங்களைக் குணப்படுத்த முடியும். ஐரோப்பிய கட்டமைப்பை நீங்கள் அறிந்து கொள்ள விரும்புவதனால் உங்களைப் பாராட்டி மகிழ்கிறேன்" என்று கூறினார். மேலும் அவர் எழுதுகையில் "ஜான் பெல்லின் எலும்பு, தசை, மூட்டுக்கான நூல் உங்களுக்கு ஓர் ஆர்வத்தை அளிக்கும். நான் உங்களுக்கு ஓர் எலும்புக் கூட்டை விரைவாகக் கண்டு தெரிவிக்க முடியும் என்பதில் சந்தேகம் இல்லை. ஜான் பெல் புத்தகத்தில் படங்கள் வண்ணத்தில் இல்லை என்பது எனக்கு வருத்தம். இந்தப் பருவகாலத்தில் இங்கிலாந்திலிருந்து இந்தியாவிற்கு வரும் கப்பலில் சார்லஸ் பெல்லினால் வரையப்பட்ட வண்ணப் படங்கள் எனக்கு வந்தால் அந்தப் படங்களின் நகல் ஒன்றை அனுப்புகிறேன்" என்று கடிதத்தை முடிக்கிறார்.

அவருடைய கடிதத்தில் "19ஆம் நூற்றாண்டில் தொடக்கத்தில் கீழ்த் திசை நாடுகளில் கலாச்சாரப் போக்கு, கிரேக்க, ரோமானியர்களைப் போல் ஒத்து இருந்தது. இத்துடன் அவர்களின் மருத்துவ முறைகள் இந்துக்களின் மருத்துவ முறைகளை ஒத்திருந்தன. ஆனால் அவைகள் மதத்திலிருந்து பிரிக்க முடியாதவைகளாய் இருந்தன. இருப்பினும் இந்துக்களின் அறிவியல் பார்வை கிறித்தவ சகாப்தத்திற்கு முன்பே மிகவும் முன்னேறி, பல கண்டுபிடிப்புகளுக்கு வழி வகுத்திருந்தது. ஆனால் இந்த முன்னேற்றப் பாதை பிறகு மேலைநாட்டின் படைப்பாற்றலுக்கு ஈடுகட்ட முடியாது போய் விட்டது என்று குறிப்பிட்டார்" மன்னருக்கு எழுதிய இக்கடிதம் அறிவியல் வரலாற்றின் சுருக்கமாக இருந்தது.

பண்டைய காலத்தில் அரிஸ்டாட்டிலின் நவீன விஞ்ஞானத்தின் காரணகர்த்தர்களான கலிலியோ, பேகன் வரையிலான அறிவியல் கல்வி கண்டுபிடிப்புகளின் காரணமாக, அரிஸ்டாட்டிலின் தத்துவங்கள் பின்தள்ளப்பட்டு உடற்கூறியல், இயற்கைத் தத்துவம் போன்ற பயனுள்ள கல்வியுடன் அறிவைப் பெறுவது என்பது குறிப்பிடத்தக்க அறிவியலைப் பெற்று மனிதனை மேம்படுத்தும். ஆகவே சரபோஜி உடற்கூறியல் கல்வியைத் தொடர்வதன் மூலம் ஒரு முன்மாதிரியாகவும் அறிவொளி பெற்ற அறிஞராகவும் மாறிவிடுவார் என்று சர்ஜன் ஆன்டர்சன் நம்பினார்.

சரபோஜி ஒரு மாணவராகச் சார்லஸ் பெல்லின் உடற்கூறு நூலை ஆன்டர்சனிடமிருந்து பெற்று, சமஸ்கிருதம், மற்ற மொழிகளில் எழுதப் பட்ட இந்திய மருத்துவ நூல்களுடன் ஒப்பிட்டுப் பார்த்தபோது சுதேச

நூல்களில் உடற்கூறியல் விளக்கப் படங்களும் விளக்கமும் இல்லாத காரணத்தால் அவைகள் தெளிவாக விளக்கப்படாதது அறியப்பட்டது. இதன் காரணமாக மன்னர் சரபோஜி ஐரோப்பிய உடற்கூறு அறிவியலைச் சுதேச மொழியில் மொழிபெயர்த்து மக்களின் பயன்பாட்டிற்கு உதவ அச்சிட வேண்டும் என்பதில் உறுதியாக இருந்தார். ஏனெனில் இவ்வகை அறிவு ஒவ்வொருவரும் இதனால் சுலபமாக அணுகக் கூடியதாகிவிடும் என்று எண்ணினார்.

ஆன்டர்சன், மன்னர் உடற்கூறு நூலை, மொழிபெயர்க்கும் திட்டம் குறித்து மகிழ்ச்சி தெரிவித்து ஐரோப்பிய அறிவியலை மொழி பெயர்த்து வெளியிடுவது உலகளவில் மிக்க பயனுள்ளதாக அமையும் என்றும் மேலும் இது மன்னரால் சுதேச மொழியில் வெளியிடுவது ஒரு மன்னருக்கான மேன்மையான செயல் என்றும் நம்பினார். இதன் வெளிப்பாடாக மன்னர் ஜான் கோல்ஹோப் (John Kohlhoff) காலனி அரசின் முன்னாள் ஊழியரான சஞ்சை லெஷ்மண் ஆகியோர் உடற்கூறு நூலின் சில பகுதிகளை முறையே தமிழ், மராத்தி மொழியில் மொழி பெயர்த்தார்கள் என்று நம்பப்படுகிறது.

ஆன்டர்சன் ஐரோப்பிய உடற்கூறை தெளிவுபடுத்திக் கொள்ள எலும்பு தசைகளைப் பற்றிய ஒரு துண்டு பிரசுரத்தை அனுப்பினார். மற்றொரு சந்தர்ப்பத்தில் மனித உடலைச் சரியான முறையில் பரிசோதனைக்கு உகந்தவாறு அனுப்பினார். அன்சிலி என்ற ஐரோப்பியர் 'மெட்டிரியா மெடிக்கா ஆப் தி ஹந்துஸ்தான்' என்னும் தன் நூலில் இந்து மருத்துவத்தில் மதமும் மருத்துவமும் கலந்து காணப்படுகிறது. உடலைக் கூறு போட்டுப் பார்ப்பதை வெறுக்கும் ஆயுர்வேத மருத்துவமும் உடலில் உள் செயல்பாடுகளைப் பெரும் பாலும் ஆழமாக அறிந்ததாகவே எழுதப்பட்டிருக்கிறது என்று தன் கருத்தைத் தெளிவுபடுத்தினார். அவர் சரபோஜி விரைவாக மனித உடலைப் பாதுகாக்கும் திறனை அறிந்து கொள்வதைப் பாராட்டி 18ஆம் நூற்றாண்டின் ஜெர்மன் ரொமாண்டிஸ்ட் மற்றும் பிரிட்டிஷ் அனுபவவாதிகளைப் போல அவரிடம் விஞ்ஞானமும் கடவுள் பக்தியும் உடனிருக்கிறது என்றார்.

1805இன் பிற்பகுதியில் சரபோஜி ஐரோப்பிய பாரம்பரிய சமகால மருத்துவம், அறுவை சிகிச்சை பாடநூல்களை ஆய்வு செய்தார். குறிப்பாக நோயை வகைப்படுத்துதலையும் சிகிச்சையளிப்பதையும் கல்லனின் நூல் வழியாகவும் ஜான் பெல்லின் எலும்பு தசைமூட்டுப் படைப்பின் மூலமும் இரத்த ஓட்ட அறுவைச் சிகிச்சைக் கோட்பாடுகளை வண்ண விளக்கப் படங்களுடனும் மிகவும் ஆர்வத்துடன் ஆய்வு செய்தார்.

இந்நிலையில் ஆன்டர்சன் மூலம் அறுவை சிகிச்சையை எப்படி முறைப்படி செய்வது, நோய் குறித்த ஆய்வுக் கட்டுரைகள் போன்ற நூல்கள் சரபோஜியை வந்தடைந்தன. இது போல மன்னருக்கு உடற்கூறு கல்விக்கு உதவும் வகையில் முந்தைய ரெசிடெண்டும் சரபோஜியின் முகவராக மாறியவருமான பெஞ்சமின் டோரின் இங்கிலாந்திலிருந்து பல அரிய நூல்களை (எ.கா.செல்டானின் எலும்பு குறித்து துல்லியமாக எழுதப்பட்ட 'அனாடமி ஆப் தி போன்' என்ற மூன்று பெரிய விலையுயர்ந்த நூல்களை) அவற்றின் விளக்கப்படங்களுடன் அனுப்பி வைத்தார்.

மிச்செல் மீது சந்தேகம் - உளவு பார்த்தாரா?

1806இல் தஞ்சைக்குச் சர்ஜன் மிச்செல் திரும்ப பணிக்கு வந்தபின் சரபோஜி உடல்கூறு பற்றிக் கற்க ஆர்வத்துடன் முனைந்தார். பிறகு 1808ஆம் ஆண்டில் தஞ்சைப் பொது மக்கள் மத்தியில் தடுப்பூசி போட்டுக் கொள்வது பரவலாக்கப்படவில்லை என்பதும், மிச்செலின் கீழ் சரபோஜி தனது மருத்துவப் படிப்பை நிறுத்தியதும் மிகவும் சுவாரஸ்யமானது. இந்த முடிவை ரெசிடெண்டுக்கு அறிவிக்கும் தனது கடிதத்தில் டாக்டர் மிச்செல் நடத்தை முழு நிறைவை அளிக்கிறது என்றாலும் தனது நேரத்தை மற்ற படிப்புகளுக்காகக் குறிப்பாக மத சம்பந்தமானவைகளுக்காக ஒதுக்குவதாக அறிவித்தார்.

ஆனால் உண்மையில் மிச்செல் ரெசிடெண்டுக்காக உளவு பார்த்ததால் அவர் நடத்தையின் மீது சந்தேகப்பட்டு உடற்கூறியல் குறித்த திடீர் வெறுப்பு ஏற்பட்டு மிச்செலின் சேவையை மன்னர் நிறுத்த வழி வகுத்தார். ஆனாலும் மிச்செல் கூடுதல் ஊதியம் இல்லாது மன்னருக்கு மருத்துவ உதவிகளை வழங்கியதோடு மட்டுமின்றி அமர்சிங்கின் மகளுக்குச் சொந்த மருத்துவர்கள் நேர்படுத்த இயலாத ஆபத்தான நோயை எந்த ஊதியமும் இல்லாது குணப்படுத்தினார்.

சரபோஜியின் முடிவை உண்மையான மன்னரின் சிக்கனம் அதாவது பகோடாக்களை (பணத்தை) மிச்சப்படுத்திக் கொண்டார் என்று ரெசிடெண்ட் ஊகித்தார். இதையே ஆளுநருக்கு எழுதிய கடிதத்தில் ரெசிடெண்ட் "மன்னர் நான் பார்த்த வரையில் விசித்திரமான தன்மை கொண்ட மிகவும் சிக்கனமான வாழ்க்கை" என்று காட்சிப் படுத்தி வருணித்தார்.

மிச்செலுக்குச் சரபோஜி பதவி நீக்கம் செய்தது ஒரு பேரிடியாக இருந்திருக்கும் என்பதில் ஐயமில்லை. ஏனெனில் கும்பினியாரை விட மன்னரிடம் ஐந்து மடங்கு கூடுதலான ஊதியத்தைப் பெற்று வந்தார்.

வேறு வழியின்றி 1809இன் ஆரம்பத்தில் ரெசிடென்சியின் சர்ஜன் மற்றும் பெரியம்மை தடுப்பூசி கண்காணிப்பாளர் பதவியை ஏற்றுக் கொண்டு 10 ஆண்டுகள் பணியாற்றினார். இக்காலத்தில் தாவரங்கள் குறித்து ஆய்வுகளை மேற்கொண்டிருந்த போது காரணம் தெரியாது மரணமடைந்தார். (Raja Serfoji-II, Science, Medicine and Enlightment in Tanjore, Savithri Preetha Nair, P.34)

எலும்புக்கூடும் சரபோஜியும்

1850இல் திருவாங்கூர் மன்னர் உத்திரம் திருநாளிடம் தனது திறமையான கைவினைஞர்களால் தந்தத்தில் செய்த எலும்புக்கூடு இருந்தது என்று வரலாற்றின் மூலம் அறியப்படுகிறது. அதற்குமுன் 40 ஆண்டுகளுக்கு முன்னரே சரபோஜியின் முகவரால் விலை உயர்ந்த மர எலும்புக்கூடு இங்கிலாந்திலிருந்து வரவழைக்கப்பட்டது. ஆரம்பத்தில் தந்தத்தால் செய்ய தன் முகவரிடம் (டோரின்) கேட்டுக் கொண்டபோது இது மிகவும் கடினமானது தந்தத்தை ஒன்றிணைந்து கடையாணிகளால் ஒன்று சேர்ப்பது சிரமமானது, இதற்கான செலவு 900 பவுண்டைத் தாண்டும் என்று கூறி வீட்டுப் பொருட்களைச் செய்ய உதவும் ஹோலி எனும் மரத்தால் 240 பவுண்டில் தயாரிக்கப்பட்டுச் செயின்ட் ஜார்ஜ்

சரபோஜி பயன்படுத்திய மர எலும்பு கூடு

மருத்துவமனையில் உள்ள பேராசிரியர்களிடம் காண்பித்து ஒப்புதல் வாங்கி சீதோஷ்ண நிலையினாலோ அல்லது சென்னை எலும்பு களினாலோ கேடுறாது. ஒரு கண்ணாடிப் பெட்டியில் வைத்து 1808 பிப்ரவரி லேடி டங்தாஸ் என்ற கப்பலில் சென்னைக்கு அனுப்பி வைக்கப்பட்டது.

இந்த மனித எலும்பை ஒத்த இந்த மரபொம்மை கேரளாவில் திருவனந்தபுரத்தில் Natural History Gallery of Public Museumத்தில் தற்பொழுது காணக் கிடைக்கிறது என்று நூல்களில் கூறப்பட்டாலும் தற்பொழுது விசாகப்பட்டினம் மருத்துவக் கல்லூரியில்தான் உள்ளது.

4. கண் மருத்துவம்

சரபோஜி பல ஆரோக்கிய சாலைகளை நிறுவி நேரடிப் பார்வையில் அதைப் பேணிக் காத்தார் என்பது ஒருபுறம் இருக்க ஆராய்ச்சியாளர்கள் அவரைக் கண் அறுவை மருத்துவம் செய்தார். ஆகவே "கண் மருத்துவர் மன்னர் சரபோஜி" என போற்றிப் புகழ்ந்து வந்தனர்.

சரபோஜி குறித்த நூல்களும் சில ஆராய்ச்சியாளர்களும் கண்ணிற்கான மருத்துவத்தை முறைப்படி செய்து வந்தார் என கூறி வந்தனர். இதன் உண்மையை அறிய கண் மருத்துவத்தில் புகழ்பெற்ற சென்னை எஸ்.பத்ரிநாத் மேனாள் தமிழ்நாடு தொல்பொருள் ஆராய்ச்சித்துறை இயக்குநர் டாக்டர் ஆர்.நாகசாமி ஆகியோர் ஒரு குழுவுடன் தஞ்சை சரஸ்வதி மஹாலுக்கு வந்து 1798ல் நடைபெற்ற கண் மருத்துவம் குறித்த ஏடுகளை ஆராய்ந்து "1798-1830 வரை முறைப்படி கண் மருத்துவம் செய்து வந்தார்" எனக் கூறி தங்கள் ஆய்வுகளை இந்திய கண் மருத்துவம் ஆய்வேட்டிலும் தி ஹிந்து தின ஆங்கில இதழிலும் பதிவு செய்தனர் (Indian Journal of ophthalmology, Jul-Aug, 60.14) (The Hindu 2004 Oct 10).

சரபோஜி கண் மருத்துவம் செய்ததில்லை என்பதை மோடி ஆவணங்களை ஆய்வு செய்த சாவித்திரி பிரித்தா நாயர் 2012இல் தன் ஆய்வுக் கட்டுரையைச் சமர்ப்பித்துள்ளார். (Diseases of the eye medical Pluralism at the Tanjore court in early Nineteenth century, Savithri Preetha Nair, P-16) இதன் காரணம் கண் அறுவை செய்யப்பட்டதற்கான சான்றாக உள்ள பதிவுகளில் அறுவை மருத்துவர் பெயர் எழுதப் படாததே ஆகும்.

மன்னர் சரபோஜி உடற்கூறு குறித்த கல்வி கற்க 1805 ஆம் ஆண்டு ஆரம்பித்து இதைத் தன் வாழ்நாள் முழுவதும் தொடர்ந்தார். ஆனால் இதற்கு மாறாகக் கண் நோய் குறித்து அறிந்துகொள்ள 1820க்குப் பிறகே ஆரம்பித்தார். அதுவும் தன்னுடைய சொந்த பிரச்சனைகளுக்குகாகவே ஆகும்.

அக்காலகட்டத்தில் இந்தியாவிலேயே கண்ணிற்காக அரசு சார்பில் தனி மருத்துவமனை சென்னையில் ஆரம்பிக்கப்பட்டு நடைபெற்று வந்தது. இதன் ஆதரவிலேதான் கண் அறுவை சிகிச்சை தஞ்சையில் நிகழ்த்தப்பட்டது என்பதே வரலாறு கூறும் உண்மை.

கண் சிகிச்சை பதிவேடுகள்

இதன் அடிப்படையில் தஞ்சை சரஸ்வதி மஹாலில் உள்ள அரும் பெரும் பொக்கிஷமான கண் அறுவை செய்வதற்கான பதிவேடுகளை ஆராய்கையில் பல உண்மைகள் வெளிவருகின்றன. அங்குள்ள 65 கண் மருத்துவத்திற்கான பதிவேடுகளைப் பார்க்கையில் அதில் எல்லாவற்றிலும் நோயாளியின் பெயர், வயது, ஆணா, பெண்ணா, செய்யும் தொழில், உடல்வாகு ஆகிய குறிப்புகளுடன் 43 மடிப்புடைய குறிப்பேடாக (Folio) உள்ளது. முதல் ஏழு பிரிவில் மராத்தி (மோடி) மொழியில் பெயர் எழுதப்பட்டுள்ளது. இதில் யார் நோயாளியைச்

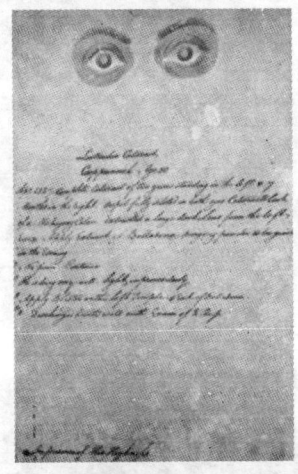

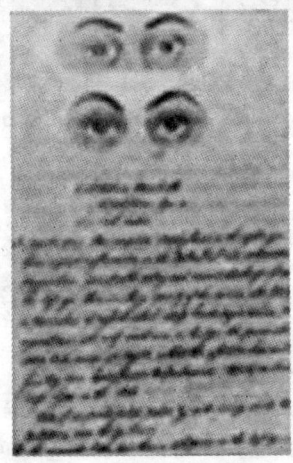

கண் நோய்க்கான மருத்துவ குறிப்பு ஆவணங்கள்

சோதனை செய்தது என்ற பெயரும், நோய் வலக் கண்ணிலா? அல்லது இடக் கண்ணிலா? என்று பதிவேட்டின் ஓரத்தில் பதிவிடப்பட்டுள்ளது. ஐரோப்பிய முறைப்படி நோயாளி ஆராயப்பட்டு, நோயின் பெயர் வண்ணத்தில் விளக்கமாகப் படத்துடன் உள்ளது. இதில் உள்ள 4 குறிப்பேடுகளில் நோயில் வாடும் கண்ணும், அறுவை சிகிச்சைக்குப் பின் கண்ணும் என்ற முறையில் இயற்கையான கண்ணை ஒத்த

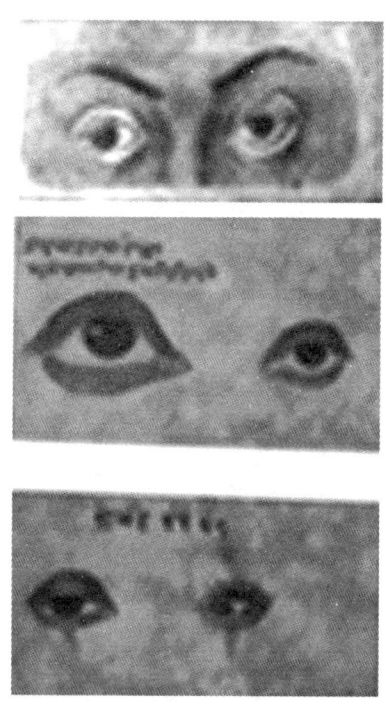

நோயாளியின் பதிவேட்டில் வண்ணத்தில் நோயாளியின் கண்கள்

வண்ணச் சித்திரங்கள் வரையப்பட்டுள்ளன. அக்கால கட்டம் 19ஆம் நூற்றாண்டு புகைப்படத் தொழில் நுட்பம் கண்டுபிடிக்கப்படாத காலம். நோய் குறித்த செய்திகளை ஆவணப்படுத்த எடுத்துக் கொண்ட அறிவியல் சார்ந்த தொலைநோக்குப் பார்வைக்கு இது ஒரு எடுத்துக் காட்டு ஆகும்.

சரபோஜிக்கு இடதுகண்ணில் நோய்

8ஆவது பதிவேட்டிலிருந்து நோயைக் குறித்த செய்திகள் ஐரோப்பிய முறைப்படி ஆங்கிலத்தில் விளக்கமாக எழுதப்பட்டுள்ளன. கண் நோய் குறித்த 18 பதிவுகளில் அது குறித்த விளக்கப் பதிவுகள்

அனைத்தும் 1827 ஆம் ஆண்டு ஆகஸ்டிலிருந்து டிசம்பர் வரை பதிவாகி உள்ளது. இக்காலகட்டம் தான் சரபோஜிக்கு இடக்கண்ணில் கோளாறு ஏற்பட்டதன் காரணமாக உள்நாட்டு மருத்துவத்தின் மூலம் முழுமையாகக் குணமாகாத நிலையில் சிறிய அளவில் பாதிப்பு தொடர்ந்து இருந்துகொண்டே இப்பதை நினைத்து கவலையுற்று, தன் அரண்மனைச் சித்திரக்காரர் மூலம் வரையப்பட்ட ஆறு விளக்க கண் படத்துடன் தஞ்சாவூர் ரெசிடெண்ட் ஜான் ஃபைப் (John Fyfe)க்குக் கடிதம் எழுதினார். இதில் கண் முன்னிருந்த நிலையும் கடிதம் எழுதும் போது இருந்த கண் நோயின் அமைப்பும் வரையப்பட்டிருந்தது. இதை ரெசிடெண்டுக்கு அனுப்பியதற்குக் காரணம் வங்காளத்தில் மருத்துவ அதிகாரியாக உள்ள மாக்லியாட்க்கு அனுப்பி அதற்கான தக்க மருத்துவத்தைப் பெறுவதற்காகவே ஆகும். இம்மருத்துவரே சரபோஜி காசிபுனித பயணத்தின் போது உடன் சென்றவர். இம்மருத்துவரிடம் தன் நோய்க்கான நல்ல மருத்துவ புத்தகங்களையும் அனுப்புமாறு தன் கடிதத்தில் குறிப்பிட்டிருந்தார்.

இக்கடிதம் 27 மே 1827இல் எழுதப்பட்டது. மன்னர் கண் மருத்துவத்தைப் பற்றி ஐரோப்பிய நூல்களான குறிப்பாக A Treatise on some practical points relating to the diseases of the eye (1811) மற்றும் ஜான் வென்சுவினால் எழுதப்பட்ட ''A Practical Treatise on the disease of the eye (1820) போன்ற தான் சேகரித்த நூல்களைப் படித்ததன் காரணமாகத் தனக்கு ஏற்பட்டிருக்கும் நோய் 'Opacity of the Cornea' என்று தன் கடிதத்தில் குறிப்பிட்டிருந்தார். ஒரு குறிப்பின்படி மேல்நாட்டில் அச்சிடப்பட்ட சுமார் 350க்கும் மேற்பட்ட ஆங்கில மருத்துவ நூல்களை தொகுத்துள்ளார். சில நூல்கள் மருத்துவ அறுவை முறை, அறுவை சிகிச்சைக்கான கருவிகளின் படங்களைக் கொண்ட நூல்களையும் தொகுத்து வைத்துள்ளார்.

கண் குருடாகி விடுமோ என சரபோஜி அச்சம்

இது தவிர கடிதத்தில் தனக்குக் கொடுக்கப்பட்ட மருந்துகளையும் குறிப்பிட்டிருந்தார். அதன் பின்னர் மெக்லியாய்டின் அறிவுரைகளிலும் நூல்களிலும் திருப்தி அடையாத சரபோஜிக்குப் பயம் ஏற்பட்டது. இத்துடன் நாட்டு மருத்துவம் கண் மருத்துவத்திற்குச் சரியாகப் பயன்படாது போன நிலையில் கண் பழுதுபட்டு லுகோமா (விழி வெண்புள்ளி) வந்த பார்வையற்றவர் ஆகிவிடுகிறார்கள் என்பது

அன்றைய சென்னை ஐரோப்பிய கண் மருத்துவர்களின் கணிப்பு ஆகும். இதுவும் ஒருவகையில் மன்னருக்கு மிகுந்த பயத்தை ஏற்படுத்தியது.

தஞ்சை மருத்துவ முதல் ஏழு பதிவேடுகளில் அரண்மனை மருத்துவர்களான மஸ்தான்மகன், லிங்கபரியாரி, ஹுசன்லீனா காடே, தத்துவாபிள்ளை, ஹிராகான், அப்பு சாஸ்திரி பெயர்கள் குறிப்பிடப் படுகின்றன. இந்தப் பதிவுகளைப் பார்க்கையில் இஸ்லாமிய மருத்துவர்கள் கண் மருத்துவத்தில் மிகவும் தேர்ச்சி பெற்றிருந்தது அறியப்படுகிறது. அக்கால கட்டத்தில் கண் நோயான ஆப்தால்மியா (Ophthalmia) கண் புரை (Cataract) ஆகியவை அதிகமாகக் காணப் பட்டன. தஞ்சை ஆரோக்கிய சாலையில் கண் புரைக்கான அறுவை நடைபெற்றதைப் பார்க்கும் பொழுது பின்வரும் முறையில் கண் மருத்துவம் நடைபெற்றதை அறியமுடிகிறது.

இக்கண் சிகிச்சை இலவசமாகச் செய்யப்பட்டுள்ளது. இது தவிர கண்புரை நோயாளிகளுக்கு அறுவை சிகிச்சை முடிந்து செல்லும் போது இரண்டு ரூபாய் நன்கொடையாகக் கொடுக்கப்பட்டுள்ளது. (Cischarged quiet well with exam of two Rupees) இதை இன்றைய தமிழக அரசு கண்புரை சிகிச்சைக்குப் பிறகு நன்கொடை கொடுப்பதற்கு ஒத்த ஒரு முன்னோடி திட்டமாகக் கருதலாம்.

சரபோஜி கண்நோய்க்கு ஐரோப்பிய மருத்துவம்

வங்காள சர்ஜன் மாக்லியாடின் மருத்துவத்தில் நிறைவு பெறாத மன்னர் தனது கண் குருடாகி விடுமோ என்ற பயத்தில் கடைசியாகத் தஞ்சை ரெசிடெண்டை, ஐரோப்பிய கண் மருத்துவரைத் தனக்கு மருத்துவம் பார்க்க ஏற்பாடு செய்யச் சொன்னார். அதன்பிறகு ரெசிடெண்ட் சென்னை கண் மருத்துவமனையைத் தொடர்பு கொண்டதன் பேரில் அதன் கண்காணிப்பாளர் மருத்துவர் லேன் தன்னுடைய உதவியாளர் ஜான்மேக் (John Mack)கை தஞ்சைக்கு அனுப்பிவைத்தார். இது சென்னை கவர்னருக்கும் தெரிவிக்கப்பட்டது. இதிலிருந்து நாம் பார்க்கையில் தஞ்சைக்கு வந்த மருத்துவர் 1827இல் ஜான்மேக் என்பது தெளிவாகிறது.

கண் மருத்துவம் யார் யாருக்கு செய்யப்பட்டது?
ஆரோக்கிய சாலையில் பார்வைக்காக அறுவை மருத்துவம்

ஜான் மேக் ஆரோக்கிய சாலை பணி புரிந்ததைச் சரபோஜி மற்றும் ரெசிடெண்ட் ஃபைப் (Fyfe) கடிதம் மூலம் (ஆகஸ்ட், டிசம்பர், 1824)

தஞ்சையில் பணி புரிந்ததை அறியமுடிகிறது. இந்த அறுவை சிகிச்சைகளைப் பொது மக்களுக்குப் பயன்படத்தக்க முறையில் வெளிப்படையாகச் செய்ததன் காரணமாக மருத்துவம் கண்ணுக்கு மருந்து மட்டுமின்றி அறுவை சிகிச்சை மூலமும் சரி செய்ய முடியும் என்பதைச் சுட்டிக் காட்டியது. மன்னர் மற்றும் அவர் குடும்பத்திற்கு மட்டும் மருத்துவம் பாராது தஞ்சைச் சுற்று வட்டாரத்திலுள்ள ஆண் பெண்களுக்கும் ஜான் மேக் மருத்துவம் புரிந்தார். இது குறித்து மன்னர் கவர்னருக்குக் கடிதம் மூலம் தெரிவிக்கையில் "என்னுடைய நோய்க்கு மருந்தளித்ததுடன் என் குடும்பம், என் மகள், நூற்றுக்கணக்கானோர்க்கும் மருத்துவம் மேக்கிடம் பெற்றனர். மேலும் முதிய வயதில் பல ஆண்டுகளுக்கு முன்னரே கண் குருடான நபர்கள் மேக்கினால் அறுவை சிகிச்சை செய்யப்பட்டுப் பார்வை பெற்றனர், இதை நானே நேரில் பார்த்தேன்" என்று ஜான் மேக்கை புகழ்ந்து எழுதினார்.

ஐரோப்பிய மருத்துவர் மீது நம்பிக்கை வந்தது

கண் பார்வையிழந்தவருக்கு அறுவை சிகிச்சை மூலம் பார்வை பெறச் செய்த டாக்டர் மேக்கின் மீது சரபோஜிக்கு மிகுந்த நம்பிக்கை ஏற்பட்டதன் காரணமாகவே தனக்கு உரிய மருத்துவத்தை முழுமனதுடன் ஏற்றுக் கொண்டார். மேக்கை பற்றிச் சரபோஜி குறிப்பிடுகையில் "ஜான் மேக்கின் அறிவு, அனுபவம், காலம் பாராது சுறுசுறுப்புடன் வேலை பார்ப்பது, சாந்த குணம் ஆகியவையே மேக்கின் வெற்றிக்கான காரணம் என்று குறிப்பிடுகிறார்.

சரபோஜி மேக்கினால் செய்யப்பட்ட அறுவையை நேரடியாக 7, 18 செப்டம்பர் 1827 பார்வையிட்டார். இந்த இரண்டு அறுவை சிகிச்சையும் கண் புரைக்காக இரண்டும் இரண்டுவிதமாக வெவ்வேறு முறைகளில் செய்யப்பட்டது. மொத்தமாக ஜான்மேக்கினால் கண்புரை அறுவை சிகிச்சை 15 நபர்களுக்குச் செய்யப்பட்டிருக்கிறது. ஜான்மேக் மருத்துவருடன் டாக்டர் டி.எஸ்.அமிர்தலிங்கம் பிள்ளை என்பவரும் தஞ்சையில் இணைந்து பணியாற்றியுள்ளார்.

சரபோஜி மேக்கின் மருத்துவம் பார்த்ததற்கும் அறுவைச் சிகிச்சை செய்ததற்குமாக (1827) 3 மாதத்திற்கு ரூ.4,000/- ஊதியமாக அளித்தார். இது போல மேக்கிற்கு அறுவையின் போது உதவி செய்ததற்கு, சர்ஜன் செவெஸ்ட்ரேக்கு ரூ.100 அளிக்கப்பட்டது. 1832 ஆம் ஆண்டில் (மரணமடைந்த ஆண்டு) சரபோஜி முழு குணமடைந்தார். தஞ்சையிலிருந்து சென்னைக்குச் சென்றபிறகு டாக்டர் மேக் ஆற்காடு நவாப்

அரண்மனை மருத்துவராகச் சேர்ந்த 5 மாதம் கழித்து சரபோஜி இறந்த அதே ஆண்டிலேயே இறந்து போனார்.

இந்தக் கண்மருத்துவரை மோடி ஆவணங்களிலிருந்து மொழி பெயர்க்கையில் டாக்டர் மெக்பீன் (Dr.Mac Bean) என தவறுதலாகக் குறிப்பிடப்பட்டுள்ளது என்று ஆய்வாளர் சாவித்திரி பிரீதி நாயர் கூறுகின்றார்.

III. சரபோஜி ஓர் தொழில்நுட்ப அறிஞர்

1. சரபோஜி கால கட்டடக்கலை

மராட்டியர் கலைத்திறன் செல்வச்சிறப்பு ஆகியவற்றை, தஞ்சை அரண்மனை நமக்குப் படம்பிடித்துக் காட்டுகின்றது. பன்னிரெண்டு மகால்களும், பதினெட்டுக் கானாக்களும் மராட்டியர் அரண்மனையில் இருந்ததாக மோடி ஆவணங்கள் கூறுகின்றன.

ஆயுதசாலை (ஜிராத்கானா), யானைகட்டுமிடம் (ஹத்தி கானா), வெடிமருந்து வைக்குமிடம், (தாருகானா), சாராயம் (சராப்கானா), குளிர்பானம் (சர்பத் கானா) வழங்குமிடங்கள் அரண்மனையில் இருந்துள்ளன. இதுபோன்றே உடற்பயிற்சி, மல்யுத்தம், பீரங்கிப் பிரிவு, மருத்துவமனை, நெற்கிடங்கு, ஆவணக் காப்பகம் எனப் பல்வேறு கட்டடப்பகுதிகள் இந்த அரண்மனையில் இருந்துள்ளன.

கஜானா, குதிரைலாயம், மாட்டுப்பண்ணை, பல்லக்குக் கூடம், மராமத்துப் பிரிவு, தங்கச்சாலை, நெற்களஞ்சியம் போன்ற கட்டடப் பிரிவுகள் மகால் என்னும் பெயரில் அழைக்கப்பட்டன. மன்னரின் தனிப்பட்ட பயன்பாட்டிற்கு மொத்தம் பன்னிரண்டு மகால்கள் இயங்கின.

சரபோஜி மன்னர் காசி புனிதப் பயணத்திற்குப் பிறகு தஞ்சை கீழவீதி அரண்மனைப் பகுதியில் ஐந்து அங்கண மாடிக் கட்டடம் என்ற உஞ்சமாடி அதாவது உயரமான மாடி சர்ஜா மாடி கட்டப்பட்டது.

ஊதியத்திற்குப் பருப்பும் உப்பும் கொடுக்கப்பட்டு - மதுக்குடிப்பு தவிர்க்கப்பட்டது

இக்கட்டடத்திலுள்ள சாளரங்கள் (Bay windows) அணி அலங்காரம் செய்யப்பட்டவை. இவற்றின் வழியே அரசியரும் மன்னரும் ஊர்வலங்களைக் காண்பர். இக்கட்டடம் மேலைநாட்டுக் கட்டடக் கலையும் இந்திய கட்டடக் கலையும் சங்கமிக்கும் வகையில் தோன்று கின்றன. சுற்றுலாப் பயணிகளைக் கவரும் வண்ணம் இக்கட்டடம் இன்றும் திகழ்கிறது. இது போல சதர் மாடி (Sadar Mahal Palace)யில் வாழ்ந்த அரண்மனையில், கலைநயமிக்க சுதைச் சிற்பங்கள் எமராத்தி துறைசார்ந்த (PWD) அருணாசல கொத்தனாரால் வடிவமைக்கப்பட்டன. இதன் வேலைபாட்டைப் பாராட்டி சரபோஜி அக்கொத்தனாருக்குச்

சிறந்த பரிசை வழங்கியுள்ளார். அவ்வரண்மனைக் கட்டடத்தில் பணிபுரியும் ஊழியர்கள், விவசாயிகள், கால்வாய் தோண்டுபவர்கள் முதலியவர்கள் தங்கள் ஊதியத்தை மது அருந்தி செலவழிப்பதை அறிந்த மன்னர் ஊதியத்திற்காகப் பணம் கொடுக்காது, புதிய முறையில் கால் படி பயறும் அதற்கு வேண்டிய உப்பும் கொடுத்தார். இதனை அவ்வூழியர்களின் குடும்பத்தினர் குறிப்பாகப் பெண்கள் பெரிதும் பாராட்டினர்.

மராட்டி தர்பார் ஹால் என்னும் கட்டடம் பெரிய தூண்களால் கட்டப்பட்டுள்ளது. தூண்கள் அலங்காரம் செய்யப்பட்டும் சுவர்களில் ஓவியங்கள் வரையப்பட்டும் உள்ளன.

இருட்டு மகால்

அரண்மனையின் அந்தப்புரத்தின் அருகே நீச்சல் குளத்தை அமைத்துள்ளனர். இருட்டு மகால் என்ற பகுதி பூமியின் கீழ்ப்பகுதியில் கட்டப்பட்ட பகுதி கிருஷ்ண விலாசம் என்றும் அழைக்கப்படுகிறது. இக்கட்டடத்தில் நேராகச் செல்லும் பாதையின் இருபுறங்களிலும் இரண்டு சிறிய நடைபாதைகள் செல்லும். புதியவர்கள் இதன் உள்ளே வந்தால் பாதை மாறிச் செல்ல நேரிடும். இதனால் எதிரிகளை எளிதில் தாக்கி அழித்துவிட முடியும். அத்தகைய பாதுகாப்பு நுணுக்கத்துடன் “கிருஷ்ண விலாசம்” கட்டப்பட்டுள்ளது.

திருவையாறு திவான்வாடா

சரபோஜி மன்னர் ஆட்சிக் காலத்தின் போது தஞ்சாவூருக்கு வெளியே பிற இடங்களிலும் அரண்மனைகள் கட்டப்பட்டன. (எ.கா.திருவையாறு திவான் வாடா, தேவனாம்பட்டினம் அரண்மனை, அறந்தாங்கிக் கோட்டை, மனோரா கட்டடங்கள் கட்டடக் கலையின் ஆர்வத்தைக் காட்டுகின்றன.) திருவையாறு காவேரிக் கரை ஓரத்தில் யாளி வடிவ முகப்புத் தோற்றத்துடன் அமைக்கப்பட்டுள்ள, “திவான் வாடா”, தனித்துவமிக்க கலைப் படைப்பாகும். இதில் கட்டடக் கலையுடன் சிற்பக்கலையும் இணைந்து புதியதொரு கலை வடிவம் பெறுவதைக் காணமுடிகிறது.

தஞ்சையிலிருந்து திருவையாறு ஊருக்குள் நுழையும் இடத்திலும், காவேரி கரையில் உள்ள திவான்வாடாவுக்குக் கீழும் கூடுகட்டத் தெரியாத புறாக்களுக்குக் கூடு என்பதைப் போன்ற பள்ளமுள்ள உயர்ந்த தீபத்தூண் கலைப்படைப்புகளுடன் உள்ளன. காவேரிக் கரையில் இக்கட்டடங்கள் உள்ள இடத்தைத் திருவையாறு மக்கள் புறாக்கூடுப் படித்துறை என்று அழைப்பது வழக்கம்.

திருவையாறு

திருவையாறு காவேரிக் கரை படித்துறையில் மூன்று முகப்புப் பிதுக்கத் தோற்றத்துடன் நிமிர்ந்து நிற்கும் உயர்ந்த பல அடுக்குகளைக் கொண்ட இக்கட்டடம் காண்போரை மகிழ்வூட்டும்.

கல்யாண மகால்

இரண்டாம் சரபோஜியின் குடும்பத்தார் தங்குவதற்காகக் கட்டப்பட்ட மாளிகை, 'கல்யாண மகால்' என்றழைக்கப்பட்டது. இது கி.பி.1824இல் கட்டப்பட்டு 23 நபர்கள் அரசு மரியாதையுடன் வாழ்ந்து வந்துள்ளனர். இக்கட்டடத்தின் ஒரு பகுதியில் அச்சுக்கூடமும், நாணய வாரியமும் இருந்துள்ளன.

தென்னகத்தின் பாரீஸ்-தஞ்சை

தஞ்சாவூர் அரண்மனையைச் சுற்றியுள்ள நான்கு இராஜ வீதிகளிலும் ஆங்கிலேயர்களின் திட்ட உதவியுடன் புதிய கட்டடங்கள் பல எழுப்பப்பட்டன. பாரிஸ் நகரிலுள்ளவாறு தஞ்சை நகரமைப்புக் கட்டடங்களை அமைந்திட வேண்டும் என்று சரபோஜி விரும்பினார். கட்டப்பட்ட கட்டடங்கள் மேலைநாட்டுக் கட்டடக் கலையைச் சார்ந்தே கட்டப்பட்டன. நகர அமைப்புகளில் ஏற்பட்ட மாற்றங்களைப் போன்றே சாலைப் போக்குவரத்துகளிலும், குளங்களின் அமைப்பு களிலும் ஏற்பட்டன. இப்பணிகள் போக்குவரத்து வசதிகளை ஏற்படுத்திக் கொடுத்தன இக்காரணத்தால் தஞ்சை நகரம் "தென்னகத்தின் பாரீஸ் நகரம்" என்று அழைக்க காரணமாய் அமைந்தது.

குடிநீருக்கான - ஜல சூத்திரம்

கழிவுநீர் பாதைகள் தனித்துறையை அமைத்து கண்காணிக்கப் பட்டது. இதன் வழியாக மன்னர் சிறு சந்துகள் நகர் முழுவதும் உட்பட

கழிவு நீர் பாதைகளைத் தன் தனிப்பட்ட நிதியிலிருந்து அமைத்தார். இதற்குப் பொறுப்பாகப் பணிபுரிந்த அலுவலர்கள் மானோஜிகேட்டும் அவருடைய கொத்தவால் நாகலிங்க சேர்வையும் ஆவர். (1825-1828) இதே போல நாயக்கர்களால் ஏற்படுத்தப்பட்ட செவப்ப நாயக்கன் ஏரியிலிருந்து சிவகங்கைக் குளத்திற்குக் குடிநீர் வந்து கொண்டிருந்தது. கோட்டைக்கு வெளியிலிருந்து வரும் இந்நீரை, சரபோஜி ஜலசூத்திரம் எனப்படும் வடிகட்டும் முறையில் கோட்டைக்குள் குடிநீர் வசதிக்காகத் திட்டமிடப்பட்டு அமைத்தார். இத்துடன் பூமிக்கடியில் சிவகங்கைக் குளத்திலிருந்து கிளை வாய்க்கால்களை அமைத்தார் (மாமன்னர் சரபோஜி ஆய்வுக்கோவை தொகுதி-3, கே.மணிமலர், பக்.124).

தஞ்சை நகரில் 10 குளங்களை வெட்டிப் பயன்பாட்டிற்கு உதவினார் (Contributions of Thanjavur Maratha Kings, Pratapsinh serfoji, P.145)

குடியிருப்புகள்

சரபோஜியின் காலத்தில் வேளாண்மை, வணிகம் சிறப்படைந்தன. பல்வேறு கோயில்களைக் கட்டிய மன்னர். இக்கோயில்கள் திறம்படச் செயல்பட பிராமணர்களைக் குடியமர்த்தி அவர்களுக்கு நிலம், வீடுகளை அமைத்துக் கொடுத்தார். இப்பணியே பிறகு புதிய அக்ரஹாரங்கள் தோன்ற வழிவகுத்தன. சரபோஜியின் காலத்தில் தோன்றிய அக்ரஹாரங்களில் கணபதி அக்ரஹாரம், பள்ளி அக்ரஹாரம், திருவாடி அக்ரஹாரம், கும்பகோணம் அக்ரஹாரம், மெலட்டூர் அக்ரஹாரம், வெண்ணாற்றங்கரை அக்ரஹாரம் போன்றவை சிறப்பாகக் குறிப்பிடத்தக்கவையாகும். இவ்விடங்களின் அமைப்பு முறை நமது மரபு வழி வந்தவையாகும். இதில் ஒரு சிறப்பு தெருக்கள் திட்டமிடப் பெற்று வரைபடங்கள் ஒப்புதல் பெற்றே கட்டப்பட்டன.

தோட்டமாளிகை, வேட்டை மாளிகை

தோட்ட மாளிகைகள் என்பன அரண்மனையில் உரிமைக்குரிய காடுகளில் வேளாண் தோட்டங்களில் கோட்டைக்குள் இல்லாத பிற இடங்களில் கட்டப்படும் இடங்களாகும். இங்கு உப்பரிகைகளையும், தங்கும் இல்லங்களையும், குதிரை, யானைகளைக் கட்டக்கூடிய லாயங்களையும் கட்டியுள்ளனர். வேட்டை மாளிகைகள் என்பன அடர்ந்த காட்டுப் பகுதிகளில் வேட்டைக்குச் சென்று வீடு திரும்பாத போது இரவு நேரங்களில் தங்குவதற்குப் பயன்படக்கூடிய வகையில் அமைந்ததாகும். இவ்வாறு அமைகின்ற இடங்களில் கட்டப்பட்ட கட்டடம் வேட்டை மகால் என்றழைக்கப்பட்டது. இதற்குச் சிறந்த சான்றுகளாக நீலகிரி வேட்டை மகால் (தஞ்சை மருத்துவக்கல்லூரிக்கு

அருகில் மானோசுப்பட்டியில் உள்ளது) கோடியக்கரை வேட்டை மகால் ஆகியவற்றைக் கூறலாம் (மாமன்னர் சரபோஜியின் 221ஆம் பிறந்த நாள் விழாக் கருத்தரங்க மலர், இராசு. பவுன்துரை, ப.42).

சரபோஜிக்குக் கப்பல் கட்டும் தொழிலில் மிகுதியான ஆர்வம் தமிழ்நாட்டில் வ.உ.சி.க்கு முன்னர் கப்பல் வணிகம்

கி.பி.1817 ஆம் ஆண்டு ஏப்ரல் திங்களில் சரபோஜி மன்னர் தனது குடும்பத்தினருடன் சாளுவ நாயக்கன்பட்டினம் சென்று நான்கு பாய்மரக் கப்பலை வெள்ளோட்டம் விடச் செய்தார். சமுத்திர பூஜை நடத்திய பின்னர், கப்பலில் தேங்காய் உடைத்துக் கப்பலைக் கடலுக்குள் விடும் விழா நடைபெற்றது. இந்த நிகழ்ச்சி மராட்டி மன்னனான சத்ரபதி சிவாஜி மொகலாயர்களுக்கும் ஐரோப்பியர்களுக்கும் எதிராகப் பயன்படுத்த மராட்டிய கப்பல் படையைச் சிந்து துர்காவில் முதல் முதலில் தொடங்கியதை நினைவூட்டுகிறது.

இது நடைபெற்றது கப்பலோட்டிய தமிழன் வ.உ.சி பிறப்பதற்கு 70 ஆண்டுகளுக்கு முன்பு ஆகும். ஆரம்ப காலங்களில் கும்பினியர்கள் சரபோஜி கப்பலோட்ட, கப்பல் கட்ட ஊக்கமளித்தாலும் சரபோஜி இறந்த பிறகு பல தடைகளை விதித்து இரண்டாம் சிவாஜி காலத்தில் அத்தொழிலுக்கு மூடுவிழா நடத்தினர். 1845க்குப் பிறகு அப்பெரிய துறைமுகம் தற்பொழுது மீன்பிடிக்கும் கிராமமாகத் தமிழ்நாட்டின் கடற்கரையில் உள்ளது.

2. சரபேந்திரராஜப் பட்டினம் - கப்பல் கட்டப்பட்டது

தஞ்சை மாவட்டத்தில் பட்டுக்கோட்டையிலிருந்து புதுப்பட்டினத் திற்கும் சேதுபாவா சத்திரத்திற்குமிடையே அமைந்துள்ள ஊர்தான் நாயக்க மன்னர்களின் காலத்தில், 'சாளுவநாயக்கன்பட்டினம்' என்று அழைக்கப்பட்டது. பிறகு சரபேந்திர ராஜப்பட்டினம், துலுக்கன் வயல் என்றும் கூறப்பட்டது. இந்த ஊரே இரண்டாம் சரபோஜி காலத்தில் கப்பல் கட்டும் தளமாகவும் இருந்தது. ஆனால் இக்கால கட்டத்தில் நாகப்பட்டினம், தரங்கம்பாடி, திருமுல்லைவாயில் போன்ற துறைமுகங்கள் பிரிட்டிஷார் வசம் இருந்தது. சரபேந்திர ராஜப்பட்டினம் கப்பல் கட்டுவதோடு பழைய கப்பல்களைச் செப்பனிடும் ஒரு துறைமுகமாகவும் விளங்கியது. இதிலிருந்து கப்பல்கள் நாகை, திருமுல்லைவாயில், தரங்கம்பாடி, கோடியக்கரை, சென்னை, கொழும்பு, யாழ்ப்பாணம் போன்ற துறைமுகங்களுக்குச் சென்று வந்தன (மாமன்னர் சரபோஜி - ஆய்வுக்கோவை தொகுதி-3, மணிமலர், ப.125).

இப்போக்குவரத்து இத்துறைமுகத்திலேயே கட்டப்பட்ட ராம பிரசாத், மகாதேவ பிரசாத், கணேசப் பிரசாத், மீனாட்சி, கஜலெட்சுமி என்ற பெயரிடப்பட்ட கப்பல்கள் மூலம் நடைபெற்றன. 1826இல் மட்டும் இத்துறைமுகத்தில் நான்கு கப்பல்கள் கட்டப் பட்டுள்ளன.

மன்னர் இருபாய்மரக் கப்பல்களை வைத்திருந்தார். இவற்றில் ஒன்றின் பெயர் பிரகதீஸ்வர பிரசாத் மற்றொன்றின் பெயர் திருவருள் பிரசாத் ஆகும். இவைகள் இவருடைய எல்லைக்குள் வாணிபம் நடத்தப் பயன்பட்டன.

1817இல் பாய்மரக் கப்பலை வெள்ளோட்டம் விடச் சென்ற பொழுது மன்னர் இத்துறைமுகத்தில் பணியாற்றிய பெரிய அதிகாரிகள் உபயோகத்திற்காகத் தூரதர்சினி, காலநிலையை முன்கூட்டியே காட்டும் வாயு பாரமானி முதலியவற்றை வழங்கினார்.

கப்பலுக்குக் கப்பல் செய்திகள் தமிழில் பரிமாறிக் கொள்ளப் பட்டது

கப்பல் கடலில் செல்லும் போது ஒரு கப்பலிலிருந்து மற்றொரு கப்பலுக்குச் செய்திகளைப் பரிமாறிக் கொள்ள அச்சிடப்பட்ட குறிகளும், அடையாளக் குறிப்புகளும் கப்பலில் பராமரிக்கப்பட்டது. இது பல வண்ணக் கொடி மூலம் பகலிலும், இரவில் எண்ணெயில் எரியும் விளக்குகள் மூலமும் செயல்படுத்தப்பட்டது. இவைகளைப் பண்டிதர்கள் தமிழில் புரியும் வண்ணம் மொழி பெயர்த்து உதவினர். இத்துடன் சரபோஜி தனக்கேயுடைத்தான வானிலை நிலையங்களை நிறுவி உதவினார். இது தவிர ஆங்கிலேயர் கவர்னர் உல்லாசப் பயணம், கப்பலில் கோடை காலத்தில் செல்லவும் வழிவகைகள் செய்யப் பட்டன. இது பொதுவாகக் கோடியக்கரையில் நிகழ்ந்தது.

கப்பல் வாடகைக்கு விடப்பட்டது

கி.பி.1828இல் பிரகதீஸ்வர பிரசாத் பாய்மரக் கப்பல் ஜேம்ஸ் ஹோரஸ் என்ற ஆங்கிலேயருக்கு ஏழு ஆண்டுகளுக்கு ஒப்பந்தம் போட்டு ரூ.26000 வாடகைக்கு விடப்பட்டிருந்தது (தஞ்சை மராட்டிய மன்னர் கால அரசியலும் சமுதாய வாழ்க்கையும், கே.எம். வேங்கடராமையா, ப.93).

காசி, கல்கத்தாவிற்குப் புனிதப் பயணம் சென்ற போது மன்னர் கல்கத்தாவில் கங்கையில் நங்கூரமிட்டிருந்த இங்கிலாந்து கப்பலைப் பார்வையிட்டு, பிறகு கப்பல் கட்டும் துறைக்குச் சென்று அங்கு அது குறித்த நூல்களையும், படங்களையும் விலைக்கு வாங்கினார்.

சரபோஜி-உள்ளூர் வாசிகள் உதவியுடன் கப்பல் கட்டினார்

கப்பல் கட்ட ஆரம்ப காலத்தில் பெரிய வடகயிறுகளும் நங்கூரங்களும் சென்னையில் ஐரோப்பியர்களிடம் விலைக்கு வாங்கினார். பிறகு தானே முழுமையாக உள்ளூர்வாசிகள் உதவியுடன் கப்பலைக் கட்டினார். 4 கப்பல்கள் கட்டிய தேதிகளை, ஆவணங்கள் தெரிவிக்கின்றன. 1826 சனவரி 8, 1826 பிப்ரவரி 26, 1826 மே 22, 1826 ஜூலை 29 ஆகும். இக்கப்பல் கட்டுமிடத்தில் நூலகம் அமைத்து அதில் கப்பல் கட்டுவது குறித்த பல நூல்கள் சேகரிக்கப்பட்டிருந்தன. அவ்விடத்தருகில் கமிஷனரி ஸ்டோர் என்னும் கப்பல் படைக்கான கடையில் டெலஸ்கோப் போன்ற கருவிகள் வைக்கப்பட்டிருந்தன. இவை தவிர இங்குப் பணிபுரிபவருக்கு மருத்துவம் பார்க்க ஒரு ஆங்கிலேய இந்திய மருத்துவரும், ஆயுர்வேத மருத்துவமனைக்குச் சுப்பு வைத்தியரும் நியமிக்கப்பட்டுப் பணிபுரிந்தனர்.

மேலை நாட்டாரைக் கொண்டு கப்பல் கட்டியதையும் கப்பல் மாலுமிகளுக்குக் கொடுத்த ஊதியத்தையும் ஆவணங்கள் மூலம் அறியமுடிகின்றன.

1821 இல் காசி புனித யாத்திரையின் போது கல்கத்தாவில் கப்பல் வேளையில் திறமை பொருந்திய ஒரு வெள்ளைக்காரனை ரூ.180 சம்பளத்தில் நியமித்து தஞ்சைக்கு அனுப்பி அவன் உதவிக்குத் தச்சர் கொல்லரை உதவிக்குக் கொடுத்து சிறிய கப்பல்களைக் கட்ட ஆணை பிறப்பித்தார்.

1822ஆம் ஆண்டு குறிப்பில் "பெரிய கப்பலின் வேலையும் வழக்கப்படி நடந்து கொண்டிருக்கிறது" என்று குறிப்பிட்டிருப்பதால் பெரிய கப்பல் கட்டும் தொழிலில் அரசு ஈடுபட்டிருந்தமைக்கு எடுத்துக்காட்டு எனலாம்.

இதே போல மற்றொரு சரஸ்வதி மகால் மோடி ஆவணத்தின் மூலம் கம்பெனிக் கப்பலோட்டிகளுக்கு மாதந்தோறும் ஊதியம் கொடுத்ததை, "கம்பெனி கப்பலோட்டிகளுக்கு மாதம் ஒன்றிற்கு 53 சக்கரம் சம்பளம்" என்ற விபரத்தின் மூலம் அறியமுடிகிறது.

சரபோஜி உருவாக்கிய கப்பல்கள் கடலோரப் பயணத்திற்கு ஏற்றதாகக் கட்டப்பட்டன.

ஒன்பது அடுக்கு கொண்ட நினைவுச்சின்னம் - மனோரா

சாளுவ நாயக்கன் பட்டினத்தில், மனோரா துறைமுகத்துடன் அங்கு ஒரு அழகிய கோட்டையும் அமைக்கப்பட்டது. அதன் நடுவில் மனோரா என்ற உப்பரிகையும் கட்டப்பட்டது. இங்கு மனோராக்

மனோரா கலங்கரை விளக்கம்

கோட்டையும் உப்பரிகையும் கட்டப்பட்ட பின்னர்ச் சாளுவ நாயக்கன் பட்டினம் சரபோஜி பெயரால் சரபேந்திர ராசப்பட்டினம் என்றழைக்கப் படுகிறது (தஞ்சை மராட்டிய கால கல்வெட்டுக்கள், செ.இராசு, ப.148).

மனோரா நட்புடன் கூடிய நன்றி வடிவமைப்பு

ஆங்கிலேய நாட்டில் நினைவுத் தூண், மற்றும் நினைவுக் கட்டடங் களையும் பல அடுக்குகளைக் கொண்ட உயரமான மாடங்களுடன் கூடிய மொகலாயர் கட்டடங்களையும் மனதில் கொண்டே மனோரா உருவாக்கப்பட்டது (தஞ்சை மராட்டிய கால கல்வெட்டுக்கள், செ.இராசு, ப.147).

இவ்வுப்பரிகை ஆங்கிலேயரின் வெற்றியைச் சிறப்பித்து மகிழ்ந்தும் நெப்போலியன் போனபார்ட்டின் தோல்வியை நினைவு கூர்ந்தும் (1814)இல் இரண்டாம் சரபோஜி கட்டினார். இக்கல்வெட்டில் குறிப்பிடும் போது கி.பி.1813இல் லிப்சிக் (Leipzig) எனும் இடத்தில் நடைபெற்ற நிகழ்வாகும். இங்கு தான் நெப்போலியன் முதன் முதலில் மாபெரும் தோல்வியைச் சந்தித்தான். மன்னர் சரபோஜி ஆங்கிலேயர் மீது கொண்ட நட்புடன் கூடிய நன்றி தெரிவிக்கும் முகமாக இந்நினைவுச்

நெப்போலியன்

சின்னத்தை இக்கடற்கரைப் பட்டினத்தில் கட்டினார். இது குறித்து அழகிய எழுத்துருவம் கொண்ட 5 கல்வெட்டுக்கள் உள்ளன. அதில் உள்ள தமிழ் கல்வெட்டு, கீழ்வருமாறு அமைந்துள்ளன.

"இங்கிலீசு சாதியார் தங்கள் ஆயுதங்களினா லடைந்த செய சந்தோஷங்களையும் போனபாற்தேயின் தக்கதாக இங்கிலீசு துணைத்தனைத்தின் சினேகிதரும் படைத்துணைவருமாகிய தஞ்சாவூர் சீர்மை மகாராசா சத்திரபதி சரபோஜி மகாராசா அவர்கள் இந்த உப்பரிகையைக் கட்டி வைத்தார்கள். *1814* (மனோரா, மூ.இராசாராம், இராசு.பவுன்துரை, ப.*40*).

இந்த நினைவுச் சின்னத்திற்கு, 'மனோரா' எனும் பெயரை வைத்ததற்கான காரணம் உயர்ந்த கட்டிடமாக இருப்பதால் ஆகும். மனோரா எனும் பெயரை மினாரட் என்ற சொல்லின் திரிபாகக் கூறலாம். மினாரட் என்ற சொல்லிற்கு நிலை மாடம் என்ற பொருளும் உண்டு (மாமன்னர் சரபோஜி பிறந்த நாள் மலர் தொகுதி II, இரா.பவுன்துரை, பக்.*64-66*).

இக்கட்டிடத்தின் மொத்த உயரம் *22.3* மீ. ஒன்பது அடுக்குகளைக் கொண்ட நிலை மாடமாகும். இதைச் சுற்றி கோட்டைச் சுவரும் அதைச் சுற்றி அறுகோண வடிவில் அகழியும் அதனை அடுத்து சேமிப்பு, இராணுவ தளவாடங்கள் வைப்பதற்குரிய பாதுகாப்பு அறைகளும் உள்ளன. நிலைமாடத்தில் ஆறு புறங்களிலும் ஆறு வளைவு முகச் சன்னல்கள் உள்ளன. கோட்டைச் சுவரில் பீரங்கிகள் வைக்கப்பட்டிருந்தன என *(1814)* மோடி ஆவணம் கூறுகின்றது. இக் கட்டடத்தில் வணிகப் பொருட்களைச் சேமித்து வைப்பதற்கான அறை, கப்பல் கட்டும் தளம், இராணுவ பயிற்சிக்குரிய நூலகம், பாதாள அறை ஆகியவை உள்ளன.

ஜலசூத்திரம் அமைப்பு வியப்பூட்டுகிறது. இங்கும் ஓர் ஜலசூத்திரம்! ஆச்சர்யப்படும் விதத்தில் நீர் வடிகால் மேலாண்மை.

அறுகோண அகழியில் நீர் வருகைக்காக இக்கோட்டையில் மேற் புறத்தே உள்ள குளத்திலிருந்து நேராகக் கிணற்றிற்கும் அக்கிணற்றின் வழியாக அகழிக்கும் நீர் வருமாறு தரையின் கீழ் பகுதியிலிருந்து ஓர் இணைப்புப் பாதை உள்ளது. நீர் வருகின்ற வழித் திறப்பு அகழியின் மேற்குப் புறத்தில் உள்ளது. அவ்வாறே நீரை வெளியேற்றுவதற்குரிய பாதையின் முகப்பு கீழ்புறத்தில் உள்ளது. இதன் வழியாகக் கடலோடு கலந்து விடுமாறு மூடுபாதை அமைக்கப்பட்டுள்ளது (தஞ்சை மராட்டியர் கல்வெட்டுக்கள், செ.இராசு.ப.147).

மனோரா கோட்டை

வட்ட வடிவமான அகழியின் உள் கற்கோட்டையும் அதற்குச் செல்ல இருவழிகளும் மேற்கு நோக்கிய வாயிலும் உள்ளன. வாயிலில் கோட்டையின் உள்ளிருந்து இயக்கக்கூடிய வகையில் கனமான பெரிய பாலம் முன்பு இருந்தது. கோட்டையில் உட்புறம் துப்பாக்கி வைக்கும்

மனோரா கோட்டை அகழி

தளங்கள், போர்க்கருவி, வெடி மருந்து சேமிக்கும் இடங்கள், வீரர்கள் காவலின் பொருட்டுத் தங்கும் இடங்கள் ஆகியவைகளும் உள்ளன. போர்க் கருவிகள் பீரங்கி வைக்கும் இடங்கள் இங்கு இருப்பினும் இவைகள் தற்காப்புக்காக ஒருமுறை கூட பயன்படுத்தப்படவில்லை (Shanlax International Journal of Arts Science and Humanities Vol-3, Jan 2016).

மராட்டிய தீபத்தூணை ஒத்தது

இக்கட்டடத்தில் பல்வேறு கலை மரபுகள் திகழ்ந்த போதிலும் மராட்டியர்களின் தாயகமான, மராட்டிய மாநிலத்தில் விளக்குகள் ஏற்றும் தீபத் தூண் (தீபஸ்தம்பம்) என்ற கட்டமைப்பின் மறுபதிப்பாக இது விளங்குகிறது.

இத்தகைய தீபத்தூண்கள் திருவையாறு காவேரிக் கரை பாலத்திலும் இருப்பதைக் காணலாம். ஒருபுறம் அரசியல் வெற்றி தோல்விகளைக் காட்டும் நினைவுச் சின்னமாக மனோராக் கோட்டை திகழ்ந்த போதிலும் மறுபுறம் சிறுசிறு கடல் வாணிப மையமாகவும், பாதுகாப்பு மிக்க அரணாகவும், சில சமயங்களில் கலங்கரை விளக்காகவும் மற்றும் அரச குடும்பத்தினர் வந்து தங்குமிடமாகவும் இருந்தது. இக்கோட்டை இப்பொழுது தொல்பொருள் ஆய்வுத் துறையின் பராமரிப்பில் உள்ளது. இப்பெருமை மிக்க வரலாற்று நினைவுச் சின்னம் ஐரோப்பாவைத் தவிர்த்து ஆங்கிலேயர்களுக்காக எழுப்பப்பட்டது.

3. தஞ்சையில் அச்சகம்

பம்பாயில் அச்சகம் தோன்றுவதற்கு 30 ஆண்டுகளுக்கு முன்னரே தஞ்சையில் அச்சகம்
நூலியல் வல்லுநர்களால் அறியப்படாத முதல் தேவநாகரி மொழி அச்சகம் சரபோஜி அச்சகம் (1805)

ஆங்கிலேயர் இந்தியாவை ஆட்சி செய்த காலத்தில் பல நூல்களின் ஆரம்பப் பதிப்புகள் தென்னிந்தியாவில் தேவநகரி மொழியில் கையினால் இயங்கக்கூடிய முதல் அச்சகத்தில் 1805ஆம் ஆண்டு இரண்டாம் சரபோஜியினால் அச்சிடப்பட்டன.

இவ்வச்சகத்தின் நோக்கம் தஞ்சை மாவட்டத்தில் சரபோஜி நிறுவிய ஆரம்ப சமஸ்கிருத, மராட்டிய பள்ளிகளுக்குத் தேவையான நூல்களை அச்சிடுவதே ஆகும். அச்சிறிய அச்சகம் "நவ கலாநிதி வர்ண யந்திர சாலா" என்ற சிறப்புப் பெயரைக் கொண்டு தஞ்சை அரண்மனையில் கல்யாண மகால் மாடியில் இயங்கியது.

கல்லினால் அச்செழுத்து

கிரானைட் கல்லினால் செய்யப்பட்ட அச்செழுத்துக்களே இந்த அச்சகத்தில் பயன்பட்டன. அச்சகத்தின் கண்காணிப்பாளராகக் குப்பா பட்டர் என்ற பிராமணர் வேலை பார்த்து வந்தார். இங்கு அச்சிடப்பட்ட முதல் நூல் சமஸ்கிருத மராட்டிய பஞ்சாங்கங்கள் தொடர்ந்து

வெளியிடப்பட்டன. அச்சகத்தில் பல மொழிகளிலும் நூல்கள் அச்சிட வசதியிருந்தது. 1807இல் அச்செழுத்துக்கள் இங்கிலாந்திலிருந்து வாங்கப்பட்டு 5 ஆங்கில நூல்கள் அச்சிடப்பட்டன. (தஞ்சை மராட்டிய மன்னர் கால அரசியலும் சமுதாய வாழ்க்கையும், கே.எம். வேங்கடராமையா, ப.254)

தேவநாகரி எழுத்துக்களில் சமஸ்கிருத மொழியில் எழுத்துக்களை உருவாக்கி மரத்தில் செய்யப்பட்டு, பிளாக் தயாரித்து அமரகோசம், அன்னம்பட்டி, முக்தாவளி மகாமூலம், குமாரசம்பவ சம்பு, தர்க சங்கிரகம், காரிகாவளி, ரகுவம்சம் ஆகிய நூல்கள் அச்சிடப்பட்டன. மராட்டிய மொழியில் ஸ்ரீஏகநாதர் இயற்றிய ராமாயணத்தில் யுத்த காண்டமும் (பாவார்த்த ராமாயணம்) ஈசாப்பின் கதைகள் (Aesop of Fables) மராட்டிய மொழியில் மொழிபெயர்க்கப்பட்டு அச்சிடப்பட்டன. இதில் 1808இல் 9 தொகுதிகளாகக் கொண்ட ரகுவம்சம் புத்தகமாக வெளிவந்தது (மாமன்னர் சரபோஜி ஆய்வுக்கோவை தொகுதி3, டி.ஆர்.பீமாராவ், ப.118).

இந்நூல்களின் கடைசி பக்கத்தில் இந்நூல்கள் அச்சிடப்பட்ட அச்சுக்கூடத்தின் விபரமும் கூறப்பட்டிருக்கிறது. பூகோளத்தினை எளிமையாக மாணவர்கள் புரிந்து கொள்ள தேவேந்திர குறவஞ்சி என்ற நூலைப் பாடச் செய்தார்.

இங்குப் பழுதடைந்த நூல்களைப் பைண்டு செய்கிற தொழில் அந்நாளில் நடைபெற்றுள்ளது. நூல்கள் கையால் தயாரிக்கப்பட்ட தாள்களில் அச்சடிக்கப்பட்டன (The Indian Antiquary, June,7.1972).

இந்த அச்சக நூல்கள் இன்றும் சரஸ்வதி மகால் நூலகத்தில் காணக் கிடைக்கின்றது. தஞ்சையில் அச்சகம் ஆரம்பிக்கப்பட்டு 30 ஆண்டுகள் கழித்தே பம்பாயில் இதனைப் போன்ற அச்சகம் ஆரம்பிக்கப்பட்டு, சமஸ்கிருதம், மராட்டி மொழி நூல்கள் வெளி வந்தன (மாமன்னர் சரபோஜி ஆய்வுக்கோவை தொகுதி-III, கே.மணமலர், ப.123).

அச்சுப்பணிகள் தொடங்கப்பட்டதைக் கண்ணுறும் போது சரபோஜி பழமையைக் காப்பதிலும், புதுமையை நேசிப்பதிலும் பெரிதும் ஆர்வம் காட்டிய அறிவியல் ஆர்வலர் எனலாம்.

இந்திய மன்னர்களுக்குக் கிடைக்காத பெருமை

இலண்டன் கழகம் சரபோஜியைக் கௌரவப்படுத்தியது.

மன்னர் சரபோஜி ஆங்கிலேய கல்விக் கழகங்களிலும், இலக்கியக் கழகங்களிலும் உறுப்பினராக இருந்துள்ளார் (எ.கா. லண்டன் ஏசியாடிக் சொசைட்டி மற்றும் ஜியா கிராபிகல் சொசைட்டி).

இலண்டன்ராயல் ஏசியாடிக் சொசைட்டி

1823ஆம் ஆண்டு இலண்டன் ராயல் ஏசியாடிக் சொசைட்டி ஒரு கையேட்டை வெளியிட்டது. இதில் கிரேட் பிரிட்டன், அயர்லாந்தின் ஏசியாடிக் சொசைட்டி உறுப்பினர்களின் பட்டியலை வெளியிட்டது. அதன்படி அந்த அச்சகத்தில் நான்கு மன்னர்கள் மதிப்பியல் உறுப்பினர்களாக இருந்தனர். அவர்கள்

1. உயர்திரு மாட்சிமை பொருந்திய மன்னர் டியூக் ஓர்லியன்ஸ் (Duke Orleans)
2. உயர்திரு மாட்சிமை பொருந்திய மன்னர் அவுத் (Oude) (லக்னோ)
3. உயர்திரு மாட்சிமை பொருந்திய மன்னர் அபாஸ்மிர்சா (பெர்சியாவின் இளவரசர்)
4. உயர்திரு மாட்சிமை பொருந்திய தஞ்சை மன்னர் என்று குறிப்பிடப்பட்டுள்ளது.

இதைத் தொடர்ந்து ஏழு ஆண்டுகள் கழித்து (1830) மன்னர் ஏசியாடிக் சொசைட்டி சென்னை கிளையில் உறுப்பினராக அனுமதிக்கப்பட்டார்.

வெளிநாட்டினருடன் சேர்ந்து அந்நாட்களில் ஒரு மேலை நாட்டுக் கழகத்தில் உயர்பதவியை வகித்தது. மன்னருக்கும், தஞ்சை மண்ணுக்கும் பெருமையாகும்.

இவ்வுறுப்பினராவதற்குப் பரிந்துரைத்தவர்கள் அச்சங்கத்தின் துணைத் தலைவர் அலெக்சாண்டர் ஜான்சன் மற்றும் தஞ்சை ரெசிடெண்டாகப் பணிபுரிந்த இச்சங்கத்தின் உறுப்பினராகச் செயல்பட்ட வில்லியம் ப்ளாக் பர்னும் ஆவர்.

வாழ்வின் கடைசிக் காலத்தில் இந்தப் பெருமை வந்தாலும் அது போற்றுவதற்குரியதாக உள்ளது. ஏனெனில் அந்நாள் வரை ஐரோப்பியர்களைத் தவிர வேறு எவருக்கும் இத்தகைய கௌரவத்தை இக்கழகம் அளிக்கவில்லை. இதன் மூலம் மன்னர் சரபோஜி அயல் நாட்டு மன்னர்களுடன் உயர்நிலையில் வைத்துப் போற்றப்பட்டமையும் அவரின் இலக்கிய ஈடுபாட்டையும் அறிய முடிகிறது (மன்னர் சரபோஜி ஆய்வுக்கோவை-2, எம்.சீராளன், ப.121).

IV. கலை வளர்த்த கலைவேந்தன் சரபோஜி

1.இசை

இசையின் இருப்பிடமாக விளங்கும் தஞ்சையில் மராட்டிய மன்னர்கள் சிறந்த முறையில் இசையை வளர்த்திருக்கின்றனர். இசைக் கலைஞர்களுக்கு மன்னரின் ஆதரவு கொடுத்ததை அறிந்து பல்வேறு பகுதிகளிலிருந்தும் வந்து தங்கள் திறமையைக் கலைஞர்கள் வெளிப் படுத்தி இருக்கின்றனர். மேல்நாட்டிலிருந்து வந்தவர்களும் தங்கள் இசை மரபைத் தமிழ் மண்ணுக்கேற்ப மாற்றி இருக்கின்றனர். சரபோஜி மன்னர் இசையை நன்கு வளர்த்தார். தாமே இசையில் வல்லுநராக இருந்தார். இசை நாடக நூல்களை எழுதியும், நாடகங்களை நடிக்கச் செய்தும், கர்னாடிக் இசையுடன் இந்துஸ்தானி இசையைப் போற்றியும், மேனாட்டிசையை ஆதரித்தும் பல வழிகளில் இசையைப் போற்றினார்.

சரபோஜி நூற்றுக்கணக்கான பாடல்களை இசை நடனம் ஆகியவைகளுக்குச் சமஸ்கிருதம், மராட்டி, தெலுங்கில் இயற்றி உள்ளார். பரதநாட்டியத்திற்குப் பயன்படும் வகையில் நாட்டிய வடிவங்களான அலாரிப்பு, ஜதீஸ்வரம், சப்தம் போன்ற நாட்டிய வடிவங்களை இயற்றி இத்துடன் ஸ்வாஷதி, கவுத்துவம் போன்றவைகளையும் உருவாக்கி யுள்ளார். சம்பிரதாய நாட்டியங்களை அறிந்து கொள்ள வசதியாக இந்தியாவிலேயே மிக அதிகமான நூல்களைத் தமது நூலகத்தில் சேகரித்து வைத்துள்ளார்.

அரசவையை அலங்கரித்த இசைவாணர்கள்

அரண்மனையில் இருந்த இசைக் கலைஞர்களில் சிறந்தவர்களை வித்யாதிகாரர்கள் என்று குறிப்பிடப்படுகின்றனர். இராமசாமி அய்யாவும் சேது அண்ணாச்சியும் இச்சங்கீத வித்யாதி பிரிவிற்குக் கண்காணிப்பாளர்களாக 1831இல் இருந்துள்ளனர். இப்பிரிவில் குவாலியரிலிருந்து கல்யாண்சிங் திர்தார் அலி, இந்துஸ்தானி பாடகர்கள் லகாராம், மித்ரகுமார் போன்ற வேற்று மாநிலத்தைச் சேர்ந்தவர்களும் இருந்துள்ளனர்.

பல்லவி கோபாலய்யர், கோபாலகிருஷ்ண பாரதியார், ஆணை அய்யா, வீணை பெருமாளய்யர், தோடி சீதாராமையா, சங்கராபரணம்

இசை வல்லுநர்களான மும்முர்த்திகள்
முத்துசாமி தீட்சிதர், சற்குரு தியாகையர், சியாமா சாஸ்திரிகள்

நரசய்யா அரங்கநாத கவி போன்ற இசையிற் சிறந்த புலவர்கள் அரசவையில் இருந்துள்ளனர். சரபோஜி மன்னர் காலத்தில் மும்மூர்த்திகள் வாழ்ந்து இசைத் தொண்டு புரிந்துள்ளார்கள். சற்குரு தியாகையர், சியாமா சாஸ்திரிகள், முத்துசாமி தீட்சிதர் போன்றோர் களால் தான் கர்நாடக சங்கீத உருப்படிகள் ஏராளமாகக் கிடைத்துள்ளன (இரண்டாம் சரபோஜி காலத்து இசைப்புலவர்கள், என்.விஸ்வநாதன், ப.25).

ஊதியம்

அரண்மனையில் இசைக்கலைஞர்கள் மாத ஊதியத்தில் பணியமர்த்தப்பட்டுள்ளனர். 1802இல் இந்துஸ்தானி இசைக்கலைஞர் சீனிவாச வெங்காசி குட்டியின் மகன் 6 சக்கரம் ஊதியமாகப் பெற்றுள்ளார். 1820இல் ஜாக்கோபாய் எனும் இசைக் கலைஞர் 4 சக்கரம் ஊதியமாகப் பெற்றுள்ளார். இசைக் கருவிகளை வைக்கும் இடம் நாகர் கானா என அழைக்கப்பட்டது. சரபோஜி காலத்தில் வாழ்ந்த சியாமா சாஸ்திரிக்கும், கேசவய்யாவிற்கும் இசை போட்டி அரசவையில் நடைபெற்றது. திருவாங்கூரில் கற்றறிந்த வித்துவானும் சிறந்த சங்கீத வித்வானுமாகிய ஸ்வாதித் திருநாள் அரசருடன் மன்னர் சரபோஜி மிகுந்த நட்புக் கொண்டாடினார். இவருடன் இசை வல்லுநர் களையும், தான் இயற்றிய பாடல்களையும் பரிமாறிக் கொண்டார். மேலும் ஒரே காலத்தில் வசித்த இவ்விருவரும் தம்முடைய நூல்களையும் தம்தம் சமஸ்தானத்திலிருந்த சங்கீத வித்வான்களையும், சாஸ்திரக் கலைஞர்களையும் பரிமாறிக் கொண்டதுண்டு.

தஞ்சையில் ஐரோப்பிய இசையும் தஞ்சாவூர் பியாண்டும்

இரண்டாம் துளஜா காலத்திலேயே ஆங்கிலத் துருப்புக்கள் தஞ்சையில் இருந்த போது (1780) மன்னர் அரசவைக்கு வருகை தரும்

போது ஐரோப்பிய இசை இசைக்கப்பட்டது. பின்னர் இரண்டாம் சரபோஜி சென்னையில் ஸ்வார்ட்ஸ் மிஷினரியின் தூண்டுதலுடன் ஆங்கிலேயர் மேற்பார்வையில் கல்வி கற்றபோது செயிண்ட் ஜார்ஜ் கோட்டையில் கவர்னர் பியாண்டை பார்த்ததன் வெளிப்பாடாக மன்னர் தஞ்சையில் அரியணை ஏறியதும் ஐரோப்பிய இசைக்குழுவை உருவாக்கினார். இக்குழுவிற்கான இசைப் பண்களை, சரபோஜி தாமே அமைத்தார். இதன் மூலம் ஆங்கில பியாண்டு வாத்தியம் "தஞ்சை மேல் நாட்டு இசை" என்ற பெயருடன் தமிழ்நாட்டிற்கு முதல் முதலாக அறிமுகமானது.

கர்நாடக இசைக்கு முதன்முதலில் வயலின் வாசிக்கப்பட்டது நாதசுரத்திற்குப் பதில் கிளாரிநெட்

நாதசுரம்

சரபோஜியினால் மேற்கத்திய இசையைக் கற்றுவர இசைக் கலைஞர்கள் திருச்சியில் உள்ள கும்பினி இராணுவ முகாமிற்கு இரண்டு மாதங்கள் தங்கிப் படிக்க அனுப்பப்பட்டனர். அரசவையில் தமிழ், தெலுங்கு, மராட்டி, ஹிந்துஸ்தானியிலும் இசை நிகழ்ச்சிகள் நடைபெற்றன. இந்நிலையில் கர்நாடக இசைக்கு முதன் முதலில் வயலினும், கிளாரிநெட்டும் அறிமுகப்படுத்தப்பட்டன. நாதசுரத்திற்குப் பதிலாகக் கிளாரிநெட் பயன்படுத்தப்பட்டது. அரசவையில் நாதசுரம் வாசித்தவர்கள் எளிதாக கிளாரிநெட்டை வாசிக்கக் கற்றுக் கொண்டனர். இதன் தொடர்ச்சியாகவே எ.கே.சி.நடராஜன் மங்கள இசைக்கு நாதசுரத்திற்கு பதிலாக கிளாரிநெட்டை வாசித்து பெரும்புகழ் எய்தினார்.

சரபோஜி மன்னர் அரசவையில், நட்டுவனார் நால்வர் என்ற புகழ்பெற்றவர்களின் வாரிசான மஹாதேவ நட்டுவனார் கர்நாடக இசைக்குக் கிளாரிநெட்டைப் பயன்படுத்தினார். அரசவையில் நடனமாடும் தேவதாசிகளும் தங்கள் நடனத்திற்குக் கிளாரிநெட்டைப் பயன்படுத்திக் கொண்டனர்.

அரசவையில் இசைக் கலைஞர்களாக அப்பாவும் மகனும்

ஐரோப்பிய விருந்தாளிகள் அரசவைக்கு வருகை தரும் போது சரபோஜி அரசவையில் இசைக் கலைஞரான தருமையாராமசாமய்யா வீணை, வயலின், பியானோ ஆகியவைகளை இசைத்தார். 1821இல் இவர் சங்கீத வித்யாதிகப் பிரிவில் (இசை வல்லுநர் பிரிவில்) இருந்தார். 1847இல் பாகவத மேளாவில் பாட்டுப் பாடுபவராகவும் பணியாற்றினார். இவர் மகன் வரகப்பையரும் வீணை, வயலின் முதலியவைகளை அரசவையில் வாசித்தார். மன்னரும் இசைக் கருவிகளை இயக்குவதில்

வல்லவர். (King Serforji II, Tanjore Eropean Music, journal of the Music Academy of Madras, Indira Viswanathan Peterson, P.70)

தஞ்சையில் பலமொழி இசை நிகழ்ச்சிகள்

ஹிந்துஸ்தானி இசை, மேல்நாட்டு இசை, கர்நாடக இசை நிகழ்ச்சிகள் தஞ்சாவூர் அரண்மனையிலும், சங்கீத மஹாலிலும் நடைபெற்றன. மேல்நாட்டு இசைக்கலைஞர்கள் கலந்து கொண்டதற்கான பதிவுகள் மோடி ஆவணங்கள் மூலம் அறியமுடிகின்றன. அக்கலைஞர்கள் ஜேம்ஸ் யாட்டு (பிடில்) (1803), டேவிஸ் ஸ்மித் (டிரம்பட்) (1828), கழ்ரின்ஹன்சி (நடனம்) (1828), எலிசபெத் மஸ்கரின் (நடனம்) (1829), ஜோசப் ஒயிட் (புல்லாங்குழல்), அவருடைய மனைவி (நடனம்) (1830), ஐசக் ஜான்சன் (பிடில்) (1841), மனுவேல் ஜெபினி, அவருடைய மனைவி (நாட்டியம்)(1841) ஆகியோராவர்.

மேற்கத்திய இசை போற்றப்பட்டது

வெளிநாட்டுச் சுற்றுலா பயணிகள் தஞ்சை சரபோஜியின் அரண்மனைக்கு வருகை தந்து அவருடைய நுண்கலை ஆர்வத்தைக் குறித்து பதிவிட்டுள்ளனர். அதில் முக்கியமானவர் ஜார்ஜ் விஸ்கவுண்ட் வாலன்ஷியா என்ற உயர் படிப்பு படித்த பிரிட்டிஷ் அரசியல்வாதியாவார். இவர் தஞ்சை சரபோஜி அரசவைக்கு 1803இல் வருகை தந்து இசை பற்றி தனது கருத்துக்களைக் கூறி உள்ளார். இவர் மன்னர் அறையில் பார்த்ததை வர்ணிக்கிறார். "சுவரில் பல சுதேச இசைக்கருவிகள் மாட்டப்பட்டிருந்தன. அது கிடார் இசைக்கருவியைப் போல் இருந்தது. அதில் வைரம், முத்துக்கள் பதிக்கப்பட்டு அழகுபடுத்தப்பட்டிருந்தது. இராஜா அங்கிருந்த நபரை 'காட்சேவ் தி கிங்', 'மால் புருக்' முதலிய பாடல்களை இசைக்க வைத்தார். அங்கு ஒரு மூலையில் அவருக்குப் பிடித்தமான ஆங்கில பெடல் ஹார்ப் என்ற இசைக்கருவி இருந்தது. அதை நான் அவரை வாசிக்கச் சொல்ல முடியவில்லை. மன்னர் பல பாடல்களை இயற்றி அதை இங்கிலீஸ் பியாண்ட்டு வாசிப்பவர்களுக்குப் பயிற்சி அளித்துள்ளார். இத்துடன் தஞ்சை பியாண்ட் குழுவினருக்காகப் பல இசைக்கருவிகளை வாங்கி அதைக் கற்றுக் கொள்ளவும் பலவாறாக உதவியுள்ளார்" என்று லார்ட் வாலன்ஷியா அவரது "Memories of Indian Travels" (இந்திய பயணத்தின் நினைவுகள்) எனும் நூலில் சரபோஜியின் சங்கீத வாத்தியங்களைப் பற்றி பெரிதும் பாராட்டி யுள்ளார்.

மன்னரின் மோடி ஆவணங்கள் மூலம் மேலும் மேற்கத்திய இசைக் குறித்த செய்திகளை அறியமுடிகிறன. 1770இல் அந்தோணி என்ற ஐரோப்பியருக்கு இசை கற்றுக் கொள்ள ஐந்து ரூபாய் அளிக்கப் பட்டது. 1803இல் சென்னையிலிருந்து பல ஐரோப்பிய இசைக்

கருவிகள் வாங்கப்பட்டன. 1807 மேற்கத்திய இசைக்கருவி, 64 வராகனுக்கு ஹீபரிடமிருந்தும், காற்றால் இசைக்கப்படும் கருவி 55 வராகன்களுக்கும் வாங்கப்பட்டது. 1822இல் ஹார்ப் இசைக்கருவி 200 புலி வராகனுக்கு பெறப்பட்டது. 1830இல் ஆப்ரஹாம் பிள்ளையிடம் ஆங்கில இசை குறித்த ஆங்கில நூல்களுடன் (ரூ.99.80க்கும்) இரண்டு டிரம்பட்டும் வாங்கப்பட்டன. 1831இல் திருச்சியிலிருந்து ஐரோப்பிய இசை நூல்கள் பெறப்பட்டன. 1841இல் பிடில் வாங்கப்பட்டது.

மோடி ஆவணத்தைப் போலவே மன்னரால் ரெசிடெண்களுக்கும் கலெக்டர்களுக்கும் எழுதிய ஆங்கில கடிதங்கள் மூலம் இசை குறித்த பல குறிப்புகளை அறியமுடிகின்றன. 1799இல் மேற்கத்திய இசைக் கருவியும், சுருதிகள் எழுதிய புத்தகமும் இங்கிலாந்திலிருந்தும் மற்றைய இடங்களிலிருந்தும் வாங்கப்பட்டன. 1803 இல் பிரஞ்ஹார்ன், பாஸ்ஹரானும்; 1804இல் ஜெர்மன் புல்லாங்குழல் லண்டனிலிருந்தும் மேனாள் ரெசிடெண்ட் டோரின் மூலம் பெறப்பட்டன.

42 உறுப்பினர் கொண்ட தஞ்சாவூர் பியாண்டு

தஞ்சாவூர் பியாண்ட் ஐரிஸ் பைப், ஹாப், வயலின், பியானோ, கிளாரிநெட், புல்லாங்குழல், பிரஞ்ச் ஹார்ன், டிரம்பட் மற்றும் இந்திய இசைக் கருவிகளுடன் 42 நபர்களைக் கொண்டதாகச் சரபோஜியினால் அமைக்கப்பட்டது. இந்நிலையில் சரபோஜி ஐரோப்பிய இசைக் கருவிகளின் பெயர்களை மாற்றியமைத்தார். (எ.கா.கிளாரிநெட்-மங்கள சுயநா; விசில் ஹார்ன் (டிராம்போன்)-சர்பகஹாலா; புல்லாங்குழல் (புலூட்)-பாமா (தஞ்சை மராட்டிய மன்னர் கால அரசியலும் சமுதாய வாழ்க்கையும், கே.எம். வேங்கடராமையா, ப.236).

தஞ்சாவூர் பியாண்டில் மேனாட்டு இசைக்குழுவினர் மாத ஊதியத்திற்கு இருந்திருக்கின்றனர். (எ.கா) அக்னிபுரூஸ்-ஐரிஸ் பைப் வாத்தியம் ரூ.15, ஐசக் ஜான்சன் வயலின் கலைஞர்-ரூ.15, ஜோசப் ஒயிட் டியூனர் ரூ.15 போன்ற 11 உறுப்பினர்கள் ஊதியத்திற்கு இருந்துள்ளனர்.

சென்னை கவர்னரின் வேண்டுகோளுக்கு இணங்க, சரபோஜி தனது அமைச்சரும் தஞ்சாவூர் பாண்டில் முக்கியப் பங்கு வகிக்கும் ஆங்கிலம் தெரிந்தவருமான வரகப்பைய்யரை அனுப்பி வைத்தார். இவரே கர்னாடிக், ஹிந்துஸ்தானி, ஐரோப்பிய இசைகளுக்கான அரசவை கலைஞர்களுக்குக் கண்காணிப்பாளராகப் பணிபுரிந்தார். இவர், சரஸ்வதி மகால் நூலகத்தைக் கவனிப்பவராகவும் நூல்களுக்கான பட்டியல் தயாரிப்பவராகவும் பணிபுரிந்தார்.

இசை நூல்களும் ஐரோப்பிய இசைக் கருவிகளும் ஐரோப்பிய ரெசிடெண்டுகள் மூலம் பெருமளவில் விலைக்கு இலண்டலிருந்து சரபோஜியினால் வாங்கப்பட்டன. இந்த நூல்களும் சரபோஜியினால் பெறப்பட்ட மற்ற இசை நூல்களும் சரஸ்வதி மகால் நூலகத்தில் தற்பொழுதும் உள்ளது. இவ்விசை நூல்களின் ஆசிரியர்கள் டப்பின் லுகீர் சியாநெல்லா, ரீவ், ஜோசப் ஹடன், பிரஹாம் இத்துடன் பீதோவன், மொசர்ட் போன்றோர்களின் ஓரிரு நூல்களும் உள்ளன.

தஞ்சாவூர் பியாண்ட்

சரபோஜி ஐரோப்பிய இசையை இசைத்த முதல் இந்தியன் ஆவார். இவர் இசையமைத்த இரண்டு நூல்கள் சரஸ்வதி மகால் நூலகத்தில் காணப்படுகிறது. இவைகளில் ஒன்று நூலாக வெளிவந்துள்ளது. அது பெரும்பாலானவைகள் ராணுவத்திற்குப் பயன்படும் இசையாக ஸ்லோமார்ச்சைக் குறிப்பதாக உள்ளது. சரபோஜி அவர் படைத்த இரண்டு நூல்களைத் தவிர 10 சுவடி இசை நூல்களும் நூலகத்தில் பாதுகாக்கப்பட்டு வருகின்றன. ஐரோப்பிய இசைக் கருவிகளுக்கு ஏற்ப இந்திய இசை இயற்றப்பட்டு, அவைகள் மன்னரின் மேற்பார்வையில் ஐரோப்பிய இசைக்கருவியுடனும் இந்திய இசைக் கருவியுடனும் இசைக்கப்பட்டன.

முத்துசாமி தீட்சிதர் - பாட்டு சுரம் ஆங்கில முறைப்படி எழுதப்பட்டது

முத்துசாமி தீட்சிதரின் நெடுஸ்வர சாஹித்தியம் (Note, Lyric) பிரிட்டிஷ் ஆட்சிக் காலத்தில் (ஓர் இந்தியனால்) பாட்டின் சுரம் (Note) எழுதப்பட்டது. இவைகள் பெரும்பாலும் சமஸ்கிருதத்தில் இறைவனைக் குறித்த பாடல்களுக்கு எழுதப்பட்டுள்ளன. முத்துசாமி தீட்சிதர் சென்னைக் கவர்னரின் பியாண்ட் வாத்தியக் குழுவினரிடம் ஐரோப்பிய இசையைக் கற்றுக் கொண்டார். இவரால் சுரம் எழுதப்பட்ட சமஸ்கிருதப் பாடல்கள் 1977இல் பிரிட்டிஷ் தேசிய கீதத்துடன் (God Save the King) வந்ததம் பாஹி மாம் சேர்த்து 30 பாடல்கள் வெளியிடப்பட்டன. இத்துடன் சியாமளி மீனாட்சி, வந்தி மீனாட்சி என்ற இசை கற்கும் குழந்தைகள் பாடும் பாடல்களுக்குச் சுரங்கள் எழுதப்பட்டன. இந்த 'நெட்டுஸ்வர சாஹித்தியம்' சங்கராபரண ராகத்தில் அமைந்திருந்தது (The Journal of the Music Academy of Madras, Indira Viswanathan Peterson, P.12).

முத்துசாமி தீட்சிதர்

கர்நாடக இசைக்குழு - ஐரோப்பிய இசைக்கருவி - வயலின்

வயலின்

தற்பொழுது வயலின் கர்நாடக இசையை இசைக்கும் போது தவிர்க்க முடியாத இசைக்கருவியாக மாறி விட்டது. இது 1800ஆம் ஆண்டுக்கு முன்பு வரை ஒரு ஐரோப்பிய இசைக் கருவியாக மட்டும் இருந்தது. அதன்பிறகு, சரபோஜி ஆட்சிக் காலத்தில் முத்துசாமி தீட்சிதரின் தம்பி பாலுசாமி தீட்சிதர், வரகப்பையர், வடிவேலு, கிருஷ்ண பாகவதர் போன்றோரே வயலினைக் கர்நாடக இசைக் கச்சேரி களுக்குப் பக்கவாத்தியமாக வாசிக்கத் தொடங்கினர்.

தீட்சிதர் குடும்பம் சென்னையில் உள்ள மணலியில் வசித்த பொழுது அவர்களைப் பிரிட்டிஷ் கவர்னரிடம் பணிபுரிந்த மணலி முத்துகிருஷ்ண முதலியார் ஆதரித்து வந்தார். அவரே பாலுசாமியைக் கிழக்கிந்திய கம்பெனி பியாண்ட் வாத்திய குழுவினருடன் ஐரோப்பிய இசையைக் கற்றுக்கொள்ள வகை செய்தார். இதன் வாயிலாகப் பாலுசாமி மூன்று ஆண்டுகள் மேற்கத்திய இசைக் கருவியான வயலினைக் கற்றுக் கொண்டு பிறகு கர்நாடக இசைக்கும் வாசிக்கத் தொடங்கினார்.

வரகப்பையர் சரபோஜி அரசவையில் வீணை வித்வானாகப் பணியாற்றியதோடு அரசவை இசைக் கலைஞர்களுக்குக் கண்காணிப்பாள ராகவும் பதவி வகித்தவர். அவர் சென்னை பிரிட்டிஷ் கவர்னர் மாளிகைக்குச் சென்றபோது கவர்னர் அவருக்கு நண்பரான காரணத்தால், அங்கிருந்த ஐரோப்பிய இசைக் கருவிகளைக் கண்ணுற்ற பொழுது இந்திய இசைக் கருவிகளுடன் இசைக்க வயலினே சிறந்தது என அறிந்து, அங்கிருந்த வயலினை வாசித்துக் கற்றுக் கொண்டபோது கவர்னர் அதைக் கண்ணுற்று, அந்த வயலினையே அவருக்குப் பரிசளித்தார். அதன்பிறகு வரகப்பையர் வாய்பாட்டிற்கும் வயலினை வாசித்து வெற்றிகண்டார்.

சரபோஜி காலத்தில் கனம் கிருஷ்ணயார் மூலம் தாளம் பாடும் முறையும், வடிவேலு மூலம் வயலின் கருவியை கருநாடக இசைக்கும் முறையையும், மகாதேவ நட்டுவனார் மூலம் கிளாரினெட்டும் பரவியது.

இவர் தம் அறக்கட்டகளையில் தமிழும் சமஸ்கிருதம் இசையும் கற்பிக்கும் கல்லூரியை நிறுவியுள்ளார்.

(சரஸ்வதி மஹால் நூலகம் மற்றும் ஆய்வு மையம் பொது நூலகமாக்கப்பட்டதன் நூற்றாண்டு விழா மலர் (பக் 125) 2019.

நட்டுவனார் நால்வரின் இளையவர்

தஞ்சை நால்வர் என்று போற்றப்படுபவர்களின் இளையவரான வடிவேலு பிரகதீஸ்வரர் கோயிலிலும் அரசவையிலும் பணியாற்றினார். இவர் நடனம் குறித்த இசை பாட்டுருப்புகளை இயற்றுவதில் வல்லவர். சரபோஜி, வரசுப்பைய்யர் வழியாக ஐரோப்பிய இசையை வயலின் மூலம் கற்றுணர்ந்தார். வாசிக்கத் தொடங்கிய பிறகு திருவாங்கூர் அரசரிடம் பணிபுரிந்தார். அங்கு வடிவேல் நடனத்திற்கு வயலினைப் பக்கவாத்தியமாகப் பயன்படுத்தினார். இவைகள் எல்லாம் அந்நாளில் ஒரு புதுமையான நிகழ்வாகும். இவர்களைப் போலவே வேதநாயக சாஸ்திரிகளும் கர்நாடக இசையில் கிறித்தவப் பாடல்களைப் பாடும் போது வயலினைப் பயன்படுத்தினார். சரபோஜி ஐரோப்பிய இசையை வளர்க்க வேண்டுமென்ற உந்துதலுக்கு ஏன் ஆளானார்? என்று பார்க்கும் போது மன்னர் சுதேச ஆட்சிக்கும், பிரிட்டிஷ் ஆட்சிக்கும், இடைப்பட்ட காலத்தில் வாழ்ந்தவர். சரபோஜி ஆட்சியுரிமையை இழந்து கும்பினியாரின் ஆணைப்படியே வாழ்க்கையை நடத்த வேண்டியிருந்தது. இருப்பினும் தஞ்சை அரண்மனைக்கு வருகை தந்த ஐரோப்பியர்கள், ரெசிடெண்டுகள், சரபோஜியின் கல்வியையும், அவரின் அறிவியல் தாகத்தையும் வியந்து போற்றினர். பதிலாக, சரபோஜி பிரிட்டிஷாருடன் நல்ல நண்பனைப் போல் நடித்தார். சுதேச மற்றும் கும்பினியாரின் இசை முறைகள் அக்காலகட்டத்தில் சோதனையாலும், அனுபவத்தினாலும், அறியப்பட்டது.

சரபோஜி கும்பினிக்காரர்களின் பிரித்தாளும் ஆட்சி முறையைக் குறித்து வாதாடாது இருந்ததோடு மறைமுகமாக ஒத்துப் போக மறுக்கும் ஆட்சி செய்து ஐரோப்பிய அறிவைப் பெற்று அதே மாதிரியாகக் கீழையுலக மரபிலும் நாட்டம் கொண்டார். இக்கால கட்டத்தில் தான் இம்மரபைப் பேண கல்கத்தாவிலும் Orientalism of the Asiatic Society of Bengal (1746-1794) வில்லியம் ஜோன்சினால் ஆரம்பிக்கப்பட்டது.

நாம் நினைவில் கொள்ள வேண்டியது சரபோஜி, சுதேசி மற்றும் ஐரோப்பிய கலையை அவர்களின் முன்னோர்களைப் போலவே வெகுவாக ஆதரித்தார். இவர் ஐரோப்பியர்களுடன் நெருக்கமாக இருந்தாலும் கிறித்தவராக மதம் மாறாது முற்றிலும் உறுதியாக, ஹிந்துவாகவே வாழ்ந்தார் என்பது குறிப்பிடத்தக்கது.

இவரைச் சுற்றி ரெசிடெண்ட், பிரிட்டிஷ் அலுவலர்கள், மிஷினரிகள், இது தவிர கவர்னரின் பியாண்ட் ஆகியவைகள் இருக்கும் நிலையில் ராணுவ பியாண்ட் இசையைத் தஞ்சையில் மிகவும் பழக்கப்பட்டதாக இருந்தது. இதன் காரணமாகவே இராணுவ பியாண்டை அரண்மனையில்

இருக்குமாறு செய்து அவர்களை வழக்கமான பிரிட்டிஷ் இராணுவ பாடல்களுடன், தான் இசையமைத்ததையும் இசைக்க வைத்தார்.

நெட்டுஸ்வர சாஹித்தியத்தின் மூலம் (சுருதி) இந்திய கர்னாடிக் இசை எழுதப்பட்டது. இதே போல வயலின் கர்னாடிக் இசைக்குத் தக்கவாறு இசைக்கும் நுட்பம், சுதி, அவ்வாத்தியத்தைப் பிடிக்கும் விதம் எல்லாம் இந்த நிலத்திற்குரியதாக மாறியது.

இதன் காரணமாக மன்னர் சரபோஜியாலும் அவரது சங்கீத வித்வான்களாலும் உபயோகப்படுத்திய சுமார் 150 ஐரோப்பிய முறைப்படி ஸ்வரப்படுத்திய சங்கீத புத்தகங்கள் சரஸ்வதி மகால் நூலகத்தில் உள்ளன.

2. நாட்டியம்

சரபோஜிக்கு நாட்டியத்தின் மீது அளவற்ற ஆர்வம் உண்டு

சகஜி நாட்டிய இலக்கியங்களுக்கு அடித்தளமிட்டவர்

அரண்மனையில் நாட்டியம் தினந்தோறும் இரவு 10 மணிக்கு மேல் 12 மணிக்குள்ளாக நடைபெறுமென்றும், இதில் நடித்த பெண்மணிகள் நடனக் கலையை நன்கு அறிந்தவர்களாகவும் இருந்தனர் (போசல வம்சாவளி சம்பூ, சமஸ்கிருத சுவடி).

அரண்மனை நாட்டியப் பெண்மணிகள்:-

அரண்மனை நாட்டியக்காரியான வீணா பாஷிணி அம்மாள், குறவஞ்சி நாட்டியம் ஆடும் ராணியாக இருந்தார். இவர் ராஜமோகினி என்று அழைக்கப்பட்டார். இவரைத் தவிர தாசி காவேரியின் பெண் பெரியா, வெங்கடாசலம் பெண் உண்ணாமலை ஆகிய இவர்கள் 1801இல் அரசவையில் நாட்டியம் ஆடினர் (தஞ்சை மராட்டிய மன்னர் கால அரசியலும் சமுதாய வாழ்க்கையும், கே.எம். வேங்கடராமையா, ப.233).

இவர்களுடன் லேடி காத்திரின், வேங்கடலட்சுமி, சோசப், சோசப் மனைவி, சேபராவின் மனைவி சேரசர்வெட் போன்றோர்களும் அரண்மனையில் நடனமாடினர். இவர்களோடு ஆங்கிலேயர்களும் ஆடியுள்ளதாகச் சான்றுகள் ஆவணங்களில் காணப்படுகின்றன.

சகஜி பெரும் புலவராகவும், பன்மொழிப் புலவராகவும், சிறந்த இசைவாணராகவும், வாக்கேயக்காரராகவும், நாடகம் நாட்டியக் கலை வல்லுநராகவும் விளங்கினர். கல்வெட்டு அறிஞர் குடவாயில் பாலசுப்ரமணியன் சகஜி மன்னரைப் பற்றிக் குறிப்பிடும் பொழுது "இவர் காலத்தில் இலக்கியங்கள் மலர்ந்த அளவிற்கு வேறு எந்த

பரதநாட்டியம்

அரசர் காலத்திலும் இலக்கியங்கள் தோன்றவில்லை" என்கிறார். இவரது அவையில் பூலோக தேவேந்திர விலாசம், அதிரூபவதி கல்யாணம், சங்கர நாராயண கல்யாணம், சந்திரகாச விலாச நாடகம், தியாகேசர் குறவஞ்சி, விஷ்ணு சாஹராஜ விலாசம், காவேரி கல்யாணம், சகஜி குறவஞ்சி என்ற தமிழ் மொழியில் அமைந்த இசை, நாடக இலக்கியங்கள் தோன்றின. இவற்றில் 'காவேரி கல்யாணம்' என்ற தமிழ் நாடகத்தைச் சகஜி மன்னரே இயற்றியுள்ளார். வீரராகவ வண்ணம், தஞ்சை நாயகன் வண்ணம், கும்பகோணப் புராணம், நாராயண சதகம், செண்டலங்காரன் வண்ணம் என்ற தமிழ்ப் படைப்புகளும் இவர் காலத்தில் இயற்றப் பெற்றுள்ளன.

மராத்தி மொழியில் இவரே முதலில் நாடகம் எழுதியவர் என்ற சிறப்பிற்குரியவராவார். சங்கர காளிநடன சம்வாத நாடகம், சங்கர பல்லக்கி சேவா பிரபந்தம், விஷ்ணு பல்லக்கி சேவா பிரபந்தம், கிராத விலாசமு, பக்தவச்சல விலாசமு, கங்கா பார்வதி விலாசமு, பஞ்சரத்ன பிரபந்தமு, கீதா கல்யாணமு, சதிபதிதான விலாசமு, கிருஷ்ண லீலா விலாசமு, ருக்மணி சத்யபாமா சம்வாதமு என்ற தெலுங்கு நாட்டிய நாடகங்கள் இயற்றப்பட்டுள்ளன. இலட்சுமி நாராயண கல்யாணம், இலட்சுமி பூதேவி சம்வாதம், மிருத்தியுஞ்சய சிரஞ்சீவி நாடகம், தியாகராச விலாசம், கங்கா காவேரி கல்யாணம் என்ற மராத்தி மொழி நாடகங்களையும் படைத்துள்ளார்.

சகஜி மன்னரின் சங்கர பல்லகிசேவா பிரபந்தம் திருவாரூர் தியாகராசர் மீது இயற்றப்பட்ட நாட்டிய நாடகமாகும். பஞ்சரத்ன பிரபந்தம் தியாகராசர் நாட்டியாஞ்சலியாக அமைக்கப்பட்ட பரதநாட்டிய மரபினைக் காட்டும் நாட்டிய நாடகமாகும். இது போலவே குறவஞ்சி நாட்டிய நாடகங்களுள் தியாகேசர் குறவஞ்சியும் ஆகும். இதுவும்

சஹஜி காலத்தில் இயற்றப்பட்டது. மாணிக்க நாச்சியார் மரபில் வந்த கொண்டி மரபினர் பங்குனி மாத பிரம்ம உற்சவ காலத்தில் தேவாசிரிய மண்டபத்தில் இக்குறவஞ்சியைப் பாடி நடித்து வந்தனர். இதே போல அவர்களால் இயற்றப்பட்ட பல்லக்கி சேவா பிரபந்தம் வாரம்தோறும் வெள்ளிக் கிழமைகளிலும் மற்றும் சிறப்பு நாட்களிலும் சுமார் 250 ஆண்டுகள் நடைபெற்றது. இத்தகு பல்லக்கு நாடகம் குறவஞ்சி நாடகத்தைப் போலவே கொண்டி பரம்பரையால் திருவாரூர் கமலத்தம்மாள் காலம் வரை நடைபெற்றது. அதன்பிறகு நாடகம் நடைபெறவில்லை என்றாலும் திருவாரூர் பி.ஆர்.திலகம் தன் குடும்பவழி பெற்ற இவ்விரு அருங்கலைச் செல்வங்களைப் போற்றி ஆவணப்படுத்தியுள்ளார். இது அழிந்துவிடாது இருக்க சென்னை தமிஸ்யா குழுவினருக்கு கற்பித்து உள்ளார். குறவஞ்சி தமிழிலும் பல்லக்கு நாடகம் தெலுங்கு மொழியிலும் அமைந்துள்ளன (இசைத்தமிழ் அறிஞர்கள் தொகுதி-2, சண்முக.செல்வகணபதி, செ.கற்பகம், ப.95).

சங்கர பல்லகி சேவா பிரபந்தத்தைப் போல விஷ்ணு பல்லகி சேவா பிரபந்தம் மன்னார்குடி இராசகோபாலசாமி மீது இயற்றப்பட்ட நாட்டிய நாடகமாகும். இதன் தொடர்ச்சியாக திருவாரூர் தியாகேச குறவஞ்சி எப்படி நாடகமாக நடத்தப்பட்டதோ அதே போல தஞ்சை பெருவுடையார் கோயிலில் சரபேந்திர பூபாலக் குறவஞ்சி நாடகமாக நடத்தப்பட்டுள்ளது.

கிருஷ்ண பக்தியை வெளிப்படுத்தும் நிலையில் கிருஷ்ண லீலா விலாசம், ஜலக்கிரீடை, ருக்மணி சத்யமாபாமா சம்வாதம், திரௌபதி கல்யாணம், சதிபதி தான விலாசம், விஷ்ணுபல்லகி சேவா பிரபந்தம் என்ற நாட்டிய நாடகங்கள் விளங்குகின்றன.

சகஜியின் மார்க்கண்டேய நாடகம் இசை நுட்பம் நிறைந்த நாட்டிய நாடகமாகும். இவர் இந்தியில் விசுவாதீத விலாசம், ராதா வம்சீதா விலாசம் என்ற நாடகங்களையும், சமஸ்கிருத மொழியில் சந்திரசேகர விலாசம் என்ற நாடகத்தையும் இயற்றியுள்ளார். சகஜியின் மார்க்கண்டேயர் நாடகம் திருக்கடையூர் அமிருதகடேசுவரர் மீது இயற்றப்பட்டதாகும். சகஜியின் சிவபக்திக்கு எடுத்துக்காட்டாக இந்நாடகம் அமைந்துள்ளது.

பஞ்சபிரபந்தம் என்ற நாட்டிய நாடகத்தில் கவுத்துவம், சலாம் தரு, அபிநய பதம், ஜக்கிணி தரு என்ற நாட்டிய உருப்படிகள் உள்ளன. இன்றும் நாட்டிய நிகழ்ச்சிகளில் கவுத்துவம் ஆடப்படுகிறது.

சகஜியின் அரசவையில் பன்மொழிப் புலவர்கள் பலர் நாடகங்கள் படைத்துள்ளனர். இராஜமோகனக் குறவஞ்சி, இராஜகன்யா பரிணயம்,

பஞ்சகன்யா பரிணயம், லீலாவதி சாஹராசியம், சாகராஜ விலாசம், சகஜிராசன் குறவஞ்சி, பூலோகவேந்திர விலாசம், அதிரூபாவதி கல்யாணம், மோகினி விலாசக் குறவஞ்சி போன்ற நாட்டிய நாடகங்கள் படைக்கப்பட்டு, சங்கீத மேளக்காரர்களால் நடத்திக் காட்டப்பட்டுள்ளன. சற்குரு தியாகராசரின், தாத்தா கிரிராஜ கவி, அரசவைப் புலவராக இருந்துள்ளார்.

மராட்டியர் காலத்தில் நாட்டியச் சிறப்பு மிக்க படைப்பாளர்களும், கலைஞர்களும் 'பாதம்' என்ற அடைமொழி கொடுத்துச் சிறப்பிக்கப் பட்டுள்ளனர்.

முத்துக்கவிஞர்

முத்துக்கவிஞர் சகஜி மன்னரால் ஆதரிக்கப்பட்டவராவார். திருவாரூர் தியாகராசர் மீது பாடப்பட்டுள்ள தியாகேசர் குறவஞ்சியை இவர் பாடியதாகக் கருதுவாரும் உளர். சகஜிக்குறவஞ்சி, அதிரூபாவதி கல்யாணம் போன்ற நூல்களைப் படைத்துள்ளார்.

முதலாம் சரபோஜிக்குப் பிறகு துளஜா என்கிற துக்கோஜி ஆட்சிக்கு வந்தார். இவர் சகஜி மன்னர் போல நாடகங்களையும் சாகித்தியங்களையும் படைத்துள்ளார். சிவகாம சுந்தரி என்ற நாட்டிய நாடகத்தைச் சங்கீத சாராம்ருதம் என்ற இசை இலக்கண நூலையும், பதம், யட்சகானம், சலாம் தருக்கள், பத்யங்களையும் இயற்றியுள்ளார்.

சிவகாமசுந்தரி பரிணய நாடகம் (துளஜா யட்சகானம்)

தில்லை நடராசருக்கும், சிவகாம சுந்தரிக்கும் நடக்கும் திருமணம் தொடர்பான நாடகம் இது. இத்திருமணம் திருமாலின் மேற்பார்வையில் தேவர்கள் முன்னிலையில் ஆதிவராகச் சுவாமித் திருவிழா சமயத்தில் மகாதேவபட்டினத்தில் நடைபெற்றதாகக் கூறப்படுகிறது. இது தெலுங்கு மொழியில் படைக்கப்பட்டுள்ளது.

ஐந்து தமிழிசை நாட்டிய நாடகங்கள் வெளியிடப்பட்டன

சகஜி II ஆம் மன்னன் காலத்தில் தஞ்சையில் தோன்றிய ஐந்து தமிழிசை நாடகங்களைத் தஞ்சை சரசுவதி மகால் நூல் நிலையம் 1980இல் வெளியிட்டுள்ளது. இந்நூல் கி.பி.17, 18 ஆம் நூற்றாண்டுத் தமிழ்நாடக வரலாற்றிலும், தமிழ் நாட்டிய நாடகத் தொன்மை மரபை அறிந்து கொள்ள வரலாற்றில் சிறப்பிடம் பெற்ற நூலாகும். சகசியின் 'பஞ்ச பாஷா விலாசம்' என்ற நாடகம் இம்மன்னனின் பன்மொழிப் புலமைக்குச் சான்றாகும்.

தஞ்சையில் தெலுங்கும், மராத்தியும் செங்கோலோச்சியக் காலத்தில் தமிழிசை நாட்டிய நாடகங்களும் இருந்துள்ளமையை இந்நாடகங்களின்

மூலம் அறியலாம். மராட்டிய மன்னர்கள் தம் தாய்மொழியைப் போற்றியதோடு மக்களின் உணர்வை அறிந்து தமிழ்மொழிப் பாவலர் களையும் போற்றியுள்ளனர். சகஜி மன்னன் தமிழ் மொழியில் இலக்கியம் படைக்கும் அளவிற்கு ஈடுபட்டுள்ளமையைப் பெரிதும் பாராட்ட வேண்டும்.

மராட்டிய மன்னர்கள் காலத்தில் தஞ்சையில் ஆடற்கலை புதிய பரிணாம வளர்ச்சியைப் பெற்றது. அரையர் சேவை போல் திகழ்ந்த ஆடற்கலை இன்றைய அரங்கக் கலையாக மாறியது. ஆலயத்திலும், அரண்மனையிலும் உலாவந்த ஆடற்கலை, பொதுமக்கள் மன்றத்திற்கு வந்தது. இன்று தமிழகத்திலும் பிற இடங்களிலும் ஆடப்பட்டு வரும் ஆடல் நிகழ்ச்சி அமைப்புக்களின் தோற்றுவாய் இக்காலக் கட்டத்தில் தான் தோன்றின.

ஆடவரும் நடனம் ஆடும் மரபும் தோற்றம் பெற்றது. மலையாள நாட்டில் மோகினி ஆட்டமும், ஆந்திராவில் குச்சுப்புடி ஆட்டமும் தஞ்சை தந்த ஆடல் கலைக் கொடையால் புது வடிவமும், புதுப் பரிணாமம் பெற்றன. இசைக் கலையில் மேம்பாடு அடைந்தது. சங்கீதமும் மூர்த்திகளால் இசையுலகம் மேம்பட்டது. தஞ்சையில் சங்கீத மகால், சதுர்மாடி, நட்டுவன்சாவடி, குறவஞ்சி மேடை போன்ற ஆடல் அவைகள் தோற்றம் பெற்றன.

இரண்டாம் ஏகோஜி என்ற பாபா சாகேப் அரசவையில் முத்து மங்கை என்ற ஆடற் மகளிர் சிறந்த முறையில் ஜக்கிணி, சாலி துள்ளல், அபிநயம் போன்ற நாட்டிய வகைகளை ஆடியுள்ளார். இதே போல பிரதாப சிம்மன் அரசவையில் முத்துப்பழனி என்பவள் நாட்டிய மாடியதுடன் தெலுங்கில் இராதிகா சாந்தனம் என்ற காதற்சுவை நூல் ஒன்றை எழுதியதற்காக மன்னரிடமிருந்து தங்க நகைகள், கழுத்து நகைகள் போன்றவற்றைப் பரிசாகப் பெற்றார். இரண்டாம் துளஜா அரசவையில் வனசாட்சி, முத்து மன்னார் ஆகிய ஆடல் மகளிரும் இருந்துள்ளனர்.

தஞ்சை நால்வர் - நாட்டிய வழிகாட்டிகள்

தஞ்சை மன்னர் துளஜா II ஆம் காலத்தில் தஞ்சை நால்வர் என்று போற்றப்படும் சின்னையா, பொன்னையா, சிவானந்தம், வடிவேலு ஆகியோரின் மூதாதையர்களான மகாதேவ அண்ணாவி, கங்கமுத்து, இராமலிங்கம் என்ற மூவரும் தஞ்சையில் வந்து தங்கினர். பெருவுடையார் ஆலயத்தில் இசை மற்றும் ஆடற் பணிகளை மேற்கொண்டனர். இவர்களில் ஒருவரான கங்கமுத்துவின் புதல்வர்களான சுப்பராயன்,

சிதம்பரம் சிறப்புடன் இப்பணிகளை மேற்கொண்டு வந்தனர். இவர்கள் காலத்தில் நவசந்தி, பஞ்சமூர்த்தி கவுத்துவங்கள் தோற்றம் பெற்றன.

இறைவழிபாட்டுக்குரிய நாட்டிய உருப்படிகள் தஞ்சையில் தோன்றியது

சித்திரைத் திருவிழாவின் பொழுது திருவிழா தடையின்றி நடைபெறுதல் வேண்டி பிரம்மா, இந்திரன், அக்கினி, எமன், நிருதி, வரணன், வாயு, குபேரன், ஈசான்யம் ஆகிய திசைக் காவலர்களை வழிபடும் பொருட்டு, நவசந்தி கவுத்துவங்கள் ஆடப்பட்டன. (கவுத்துவம் இறைவழிபாட்டிற்குரிய நாட்டிய உருப்படி) நவசந்தி கவுத்துவங்களைப் போல் பஞ்சமூர்த்தி கவுத்துவங்கள் தஞ்சையில் தோன்றின. இக்கவுத்துவங்கள் தஞ்சைப் பொதுவுடையார் ஆலய வழிபாட்டிற்குரியனவாக மராட்டியர் கால நாட்டிய மரபாக விளங்கின. தியாகராசரின் பஞ்சரத்ன கீர்த்தனை இந்த இராக அமைப்பில் உள்ளதனையும் நினைவு கூர்தல் வேண்டும்.

சுப்பராயனின் மகன்களாகத் தஞ்சை நால்வர் என்று கூறப்படும் சின்னையா (1802 -   ), பொன்னையா (1804 - 1864), சிவானந்தம் (1808 -1868), வடிவேலு (1810-1847) என்ற நால்வர் தோன்றினர். தஞ்சை மன்னர் சரபோஜி II இந்நால்வருக்கும் தமிழ், தெலுங்கு, சமஸ்கிருதம் கற்பிக்கவும், சங்கீத மும்மூர்த்திகளுள் ஒருவரான முத்துச்சாமி தீட்சிதரிடம் இசை பயிலவும் ஏற்பாடு செய்தார். மொழியறிவும், இசையறிவும் இவர்களின் குடும்ப வழியாகப் பெற்ற ஆடற்கலைக்குப் பெரிதும் துணைநின்றன. ஆடற்பயிற்சி முறைகளை இவர்கள் உருவாக்கினார்கள்.

புட்பாஞ்சலி, கவுத்துவம், அலாரிப்பு, ஜதீஸ்வரம், சப்தம், வர்ணம், சுரஜதி, இராகமாலிகை, பதம், ஜாவளி, தில்லானா என்ற முறைகளை அமைத்தும், அதற்குத் தேவையான உருப்படிகளைப் படைத்தும் தந்தனர். இம்முறைகளை இரண்டு பெண்களுக்குக் கற்றுத் தந்து சரபோசி மன்னன் அவையில் முத்துசாமி தீட்சிதர் முன்னிலையில் அரங்கேற்றினர். இந்நிகழ்ச்சியைக் கண்டு வியந்த தீட்சிதர் தமது மாணவர்களின் திறமையை வியந்து "சங்கீதத்திற்குப் புரந்தரதாசர் வழிகாட்டி, நாட்டியத்திற்கு என் மாணவர்கள் வழிகாட்டி" என்று பாராட்டினார். இந்நால்வருக்கும் "சங்கீத சாகித்திய பரத சிரேஷ்டர்" என்ற பட்டத்தையும் வழங்கினார்.

இந்நால்வரும் தஞ்சைப் பெருவுடையார் பெயரில் தமிழ், தெலுங்கு, சமஸ்கிருத மொழிகளில் பல்வேறு இசை மற்றும் நாட்டிய உருப்படிகளைப் படைத்துள்ளனர். இவ்வுருப்படிகள் இன்றும் பலரால்

கையாளப்பட்டு வருகின்றன. தமது குரு காணிக்கையாக 'நவரத்ன மாலா' என்ற ஒன்பது கீர்த்தனைகளை இயற்றியுள்ளனர். இந்நால்வருள் ஒருவரான சின்னையா முதலில் தஞ்சை அரசவையிலும் பின்பு மைசூர் அரசவையிலும் அரசவைக் கலைஞராகவும் திகழ்ந்தார். பொன்னையா, சிவானந்தம் இருவரும் தஞ்சையில் தங்கி தஞ்சை ஆடற்கலை வளர்ச்சிக்குப் பெரிதும் தொண்டாற்றினார்கள். சரபோஜி மன்னன் இவர்களுக்குப் பல்லாக்கும், விருதும் தந்து போற்றினார்.

பெண்கள் மட்டுமல்லாமல் ஆண்களும் ஆடலாம் என்ற முறையைத் திருமறைக் காட்டில் உள்ள பண்டார வகுப்பைச் சார்ந்த மாணவன் ஒருவனுக்குக் கற்பித்து அரங்கேற்றினர். தமிழ், தெலுங்கு, சமஸ்கிருத மொழிகளில் இசை, நாட்டிய உருப்படிகள் பலவற்றைப் படைத்துள்ளனர்.

வடிவேலு முதலில் தஞ்சை அரசவையிலும் பின்பு திருவாங்கூர் மன்னர் சுவாதித் திருநாள் அரசவையிலும், அரசவைக் கலைஞராக விளங்கினார். பரதத்தையும், கேரள நாட்டின் கதகளியையும் இணைத்து மோகினி ஆட்டம் என்ற ஆடல் வகையை உருவாக்கினார். மேலை நாட்டு இசைக் கருவியான பிடில் கருவியைக் கர்நாடிக் இசைக்கேற்ப வாசித்தார். இவர் மூலம் பிடில், இசைக்குரிய பக்க வாத்தியக் கருவிகளுள் ஒன்றானது. இவ்வரிய சேவையைப் பாராட்டிச் சுவாதித் திருநாள் யானைத் தந்தத்தாலான ஒரு பிடிலையும் ஒரு தந்தப் பெட்டியையும் ஆபரணங்களுடன் இவருக்கு கி.பி.1834இல் வழங்கி யுள்ளார். (இசை தந்த ஆடற்கலை, சண்முக.செல்வகணபதி, செ.கற்பகம், ப.63)

சரபேந்திர பூபாலக் குறவஞ்சி

தமிழகத்தில் தொடர்ந்து பல ஆண்டுகள் மேடையேறிய நாட்டிய நாடகமாகச் சரபேந்திர பூபாலக் குறவஞ்சி திகழ்கிறது. ஏரண்டபுரி (கொட்டையூர்) சிவக்கொழுந்து தேசிகரால் இயற்றப்பட்டு, தஞ்சை நால்வர் குடும்பத்தாரால் நாட்டியமாக்கப்பட்டு, தஞ்சைப் பெருவுடையார் ஆலயத்தில் உள்ள குறவஞ்சி மேடையில் பல ஆண்டுகள் தொடர்ந்து நடைபெற்று வந்த நாடகமாகும். தஞ்சை மன்னன் சரபோஜி மன்னனைப் பாட்டுடைத் தலைவனாகக் கொண்டுள்ளது.

தஞ்சை நால்வரே இந்நாட்டிய நாடகத்திற்கு இசை மற்றும் நாட்டியம் வடிவம் கொடுத்து ஆண்டுதோறும் பெருவுடையார் கோயிலின் திருவிழாவில் வழங்கினர் (தமிழக மராட்டியர் வரலாறு, நா.எத்திராஜ், ப.169).

பெருவுடையார் கோயிலில் அஷ்டக்கொடி விழாவில் சரபேந்திர குறவஞ்சி விலாசம் நாடகம் நடத்தப்பட்டது. ஆதலால் இந்தக் குறவஞ்சி அஷ்டக்கொடி குறவஞ்சி என்றும் அழைக்கப்பட்டது. மராட்டியர் ஆட்சிக் காலத்தில் சித்திரை மாதம் திருவாரூரில் நடை பெறும் திருவிழாவைப் போல் தஞ்சாவூர் பெரிய கோயிலில் "சைத்திர பிரமோற்சவம்" 18 நாட்கள் விரிவுபடுத்தப்பட்டுக் கொண்டாடப் பட்டது. பெரிய கோயில் தேர்த் திருவிழாவிற்கு கி.பி.1811இல் 3150 சக்கரம் செலவு செய்யப்பட்டது (தஞ்சை தந்த ஆடற்கலை, சண்முக செல்வ கணபதி, செ.கற்பகம், பக்.43-63).

மன்னர் நாட்டியக் கலையை வளர்ப்பதில் தம் முன்னோர்களைப் போலவே ஆர்வம் காட்டினார். இக்கலையைப் பேணி வளர்க்க அரண்மனையிலேயே 'நாடக சாலை' என்ற அமைப்பைப் பேணி வளர்த்தார். நாட்டியம், நாடகம் நடைபெற தனது வருவாய் மூலமாகச் சங்கீத மஹாலுக்கு ரூ.25,2058 வழங்கப்பட்டது. நாட்டியக் கலைஞர்கள், நடிகர்கள் நிகழ்ச்சிகளில் பங்கேற்ற பொழுது ரூ.20 வெகுமதி பெற்றனர்.

சதிர் ஆட்டத்திற்கான ஓவியம்

பரதநாட்டியத்தில் மிகுந்த ஈடுபாடு கொண்ட அவர் மராத்திய மொழியில் கணேச லீலார்னவம், கணேச விஜயம், ஸ்ரீசிவராத்திரி உபாத்தியானம், ஸ்ரீ மீனாட்சி கல்யாணம், மோகினி மகேசுவர பரிணயம், தேவேந்திர குறவஞ்சி, ராதாகிருஷ்ண விலாசம் ஆகிய நாட்டிய நாடகங்களை எழுதியுள்ளார். கோக்வியாசே சாஹித் யாசே ஜினஸ என்ற அவருடைய மராத்திய நூலில் இந்நிரூபணங்கள் கொடுக்கப்பட்டுள்ளன. இந்நூலில் இப்பாடல்களும் இவற்றில் இசையமைப்புகளும் நாட்டியத்திற்கு ஏற்ப சொற்கட்டுக்களும் கொடுக்கப்பட்டுள்ளன. பாடல்கள் மராத்தி மொழியில் உள்ளன.

ஆனால் தமிழ் கர்நாடிக் மரபில் இசையமைக்கப் பட்டுள்ளன. இப் பாடல்களில் உள்ள உருப்படிகள் ஒரே இராகத்தில் ஒரே தாளத்தில் அமைக்கப்பட்டுள்ளமை தனிச் சிறப்பாகும். மராட்டிய மரபுக்கும், சோழர் மரபுக்கும், நெருங்கிய தொடர்பை ஏற்படுத்திச் சிறப்பு செய்த மன்னர் சரபோஜி.

சரபோஜிக்குப் பரதநாட்டியத்தின் மீது அளவற்ற ஆர்வம்

மன்னர் சரபோஜி பரதநாட்டிய வளர்ச்சிக்காக எடுத்துக் கொண்ட விபரங்கள் கொட்டையூர் சிவக்கொழுந்து தேசிகரால் எழுதப்பட்ட சரபேந்திர பூபாலக் குறவஞ்சி என்ற நூல் மூலம் அறிய முடிகிறது. இந்நாட்டியம் தஞ்சை பெரிய கோயிலில் ஆடப்பட்டு வந்தது. தேவதாசி மரபு நீக்கப்பட்ட பின்பு நின்று விட்டது.

சரபோஜி பரதநாட்டியத்தின் மீது அளவற்ற ஆர்வம் கொண்டிருந்த தினால் மன்னரே நாட்டியத்திற்கான சப்தம், பதவர்ணம், அபிநயம், தில்லானா, பிரபந்தா, புஷ்பாஞ்சலி, ஜதீஸ்வரம், அலாரிப்பு, ஸ்வரஜதி போன்ற எண்ணற்ற நாட்டிய வடிவங்களை இயற்றியுள்ளார். இதைத் தவிர மன்னர் ‘மோகினி மகேச பரிணயம்’ என்ற இசை நாட்டிய நூலை எழுதி தஞ்சை பெரிய கோயிலில் அரங்கேற்றினார் (தஞ்சாவூர் மன்னர் சரபோஜி, ராஜாராம் ராஜா சத்ரபதி, ப.72).

இதே போல தேவேந்திர குறவஞ்சி மராத்தி நாடகத்தையும் “திருஸ்தல யாத்ரேச லாவண்யா”வை இயற்றிய பெருமை சரபோஜிக்கு உண்டு. இந்த லாவணி நூல் கிருஷ்ணசாமி மாடிக் சாகேப்பைக் கொண்டு தமிழ்ப் பல்கலைக்கழகம் தமிழில் மொழி பெயர்த்துள்ளது.

மன்னர் எழுதிய நாட்டிய நாடகங்கள், தமிழ் கர்நாடிக் சங்கீத மரபில் இசையமைக்கப்பட்டுள்ளன. தமிழ் மரபை மராட்டிய மொழியில் உருவாக்கிய பெருமை இம்மன்னருக்கு உண்டு. மன்னர் சரபோஜி காலத்தில் சகஜிராஜ குறவஞ்சி, சரபேந்திர பூபாலக் குறவஞ்சி, சஹஜிராஜ விலாசம், பூலோக தேவேந்திர விலாசம், சந்திரிகா கனக விலாசம், விஷ்ணு சிகராச விலாசம் முதலிய இன்னிசை நாட்டிய நாடகங்கள் அரசவையில் அரங்கேறி உள்ளன. அரண்மனைப் புலவர் மூவாநல்லூர் சபா முத்தையா என்பவரால் நாட்டிய பதங்கள் பாடப்பட்டன.

வெள்ளி நாதஸ்வரம் பரிசு

மன்மத நாடகம் எனும் நாட்டியம் அரசவை நட்டுவனார்களால் கோயில்களில் சிறப்பு நிகழ்ச்சியாக நடைபெற்றது. அரசவையில் மிகச் சிறந்த முறையில் நாதஸ்வரம் வாசித்தமைக்கு, திருவழுந்தூர்

சுப்பிரமணியன் என்பவருக்கு மன்னர் வெள்ளியிலான நாதஸ்வரத்தைப் பரிசாக அளித்தார்.

நாட்டியம் ஆடுபவர்களுக்குக் கட்டுப்பாடுகள்

நாட்டியம் ஆடும் பெண்களுக்குச் சில கட்டுப்பாடுகள் இருந்தன. அவர்கள் வைரக்கொடி, அட்டிகை, வெள்ளி மெட்டி, பேசரி அணிதல் கூடாது. குறிப்பிட்ட ரவிக்கை புடவைகளை (குறிப்பாக நாடா பார்டர் வைத்தது) அணிதல் கூடாது. நெற்றியில் குங்குமம் நீளமாக இருக்கக் கூடாது. பின்னிய சடையைப் பட்டு நாடாவினால் கட்டக் கூடாது. எனினும் இக்கட்டுப்பாடுகள் சுந்தரி என்ற நாட்டியக்காரிக்குத் தளர்த்தப்பட்டது. இத்துடன் அவளுக்குப் பல அணிகலன்கள் இனாமாக வழங்கப்பட்டன. இராஜா 'சிலங்கணம்' போய் வரும்போது அரசவையில் அவள் ஆரத்தி எடுக்க வேண்டும். அவளுக்குச் சால்வையும் ரூ.220 கொடுக்கப்பட்டது. இது தவிர நாட்டியம் ஆடினால் ரூ.15 அளிக்கப் பட்டது. தெலுங்கு, ஆண்டுப்பிறப்பு, நவராத்திரி, தீபாவளி, சங்கராந்தி ஆகிய பண்டிகை நாட்களில் முதல் நாட்டியம் சுந்தரிக்கு உரியது ஆகும் (தஞ்சை மராட்டிய மன்னர் கால அரசியலும், சமுதாய வாழ்க்கையும், கே.எம். வேங்கடராமையா, ப.234).

மனிதனைத் துதிக்கக் கூடாது. அரண்மனையில் நாட்டியம் ஆடும் போது தெய்வத்தின் மேல் பதம் பிடிக்கலாம், மஹாராணி மன்னர் மேல் பதம் அபிநயம் பிடிக்கலாம். ஆனால் பிற நரஸ்துதி கூடாது. நட்டுவனார், காலில் செருப்பு அணியக்கூடாது. நட்டுவனார் சபையில் இருக்குங்கால் துப்பட்டாவோ அல்லது சால்வையோ கழுத்தில் அணிய வேண்டும். தலையில் அணியக்கூடாது என்பன நட்டுவனார்க்குரிய சில கட்டுப்பாடுகள்.

மன்னர் அரசவையில் பரதநாட்டியத்திற்கு முக்கியத்துவம் கொடுத்தாலும் ஹிந்துஸ்தானி நாட்டியத்துடன் குரவை, மோடி நாட்டியம், தெருக்கூத்து, பொம்மலாட்டம் போன்ற எளிதான ஆட்டங் களுடன் பின்னலாட்டம், தேவரடியார் என்ற புதுமை நாடக கலையையும் வளர்த்தார்.

3. கதாகாலட்சேபம் - லாவணி

மராட்டியர் கொடை

கதாகாலட்சேபம் மராட்டிய மாநிலத்திலிருந்து தமிழகத்துக்கு வந்த கலையாகும். நடனக்கலை, இசைக்கலை, நாடகக் கலை என்றுள்ள கலைகள் ஒருங்கிணைந்து உருவான கலையே கதாகாலட்சேபக் கலையாகும். மராட்டிய மன்னர்கள் காலத்தில் இக்கலை தஞ்சையில்

தழைத்தோங்கியது. குறிப்பாக இரண்டாம் சரபோஜிக்குப் பிறகு மிகச் சிறப்பாகச் செல்வாக்குடன் வளர்ந்தது. பல்வேறு திருவிழாக்களிலும், பண்டிகைக் காலங்களிலும் நடைபெற்றதற்கு ஆவணங்கள் உள்ளன. புலவர் உட்கோ கோவிந்தாச்சாரியார், மன்னர் சரபோஜிக்கு மிகவும் அன்புடையவராக இருந்து 'சிவலீலா', 'ஹரிலீலா', 'ராம-உமா சம்வாதம்' என்ற தலைப்புகளில் ஹரிகதை செய்யும் வடிவத்தில் அமைத்து சிறு நூலாக இயற்றி உள்ளார் (மன்னர் சரபோஜி ஆய்வுக்கோவை தொகுதி 3, டி.ஆர்.பீமாராவ், பக்.110).

18ஆம் நூற்றாண்டில் தஞ்சையை ஆண்ட காமாட்சியம்மா பாய் (சிவாஜி II மனைவி) என்பவரின் காலத்தில் மராட்டிய கலைஞர் இராமச்சந்திர மூர்கூர் பாபா அரசியின் விருப்பப்படி தஞ்சை மேல வீதியில் உள்ள பங்காரு காமாட்சி அம்மன் கோயிலில் மராட்டி மொழியில் கதையை நிகழ்த்தினார். அரசியின் வேண்டுகோளின்படி 40 ஆண்டுகள் தஞ்சையிலேயே இக்கலைஞர் தங்கிவிட்டாராம். திருமாலின் அவதார மகிமைகளை மக்களுக்கு எடுத்துச் சொல்லப் பயன்பட்டதால் முதலில் ஹரிகதை என்று இக்கலை பெயர் பெற்றது. பிறகு சிவனைப் பற்றிப் பாடினாலும் ஹரிகதை என்றே அழைக்கப் பட்டது. இசையோடு இதிகாச புராண வரலாற்றைச் சொல்லும் இக்கலையில் சுருதியும், நாதமும், லயமும் நிரம்பிக் கிடக்கும். தமிழகத்தில் இக்கலை கதாகாலட்சேபம், கதா பிரசங்கம் இலக்கிய இன்னிசைப் பேருரை என்று அழைக்கப்படுகிறது.

மன்னர் சரபோஜி அவர்மகன் சிவாஜி ஆகியோருக்கு மிகவும் பிடித்த லாவணி

லாவணி என்பது ஒருவகையான கிராமிய கலையாகும். கதாகாலட்சேபம் போல லாவணி என்பதற்கு மராட்டிய மொழியில் இசைப்பாட்டு என்பது பொருள். இது மக்களின் மனதைக் கவரவல்ல நாட்டுப்புற வகையைச் சேர்ந்தது. மராட்டியர் ஆட்சிக் காலத்தில் கி.பி.1684 முதல் 1855 வரை இக்கலை தஞ்சையில் இருந்தது.

லாவணி பாடுவோரின் உள்ளத்தில் ஊற்றெடுக்கும் கற்பனைத் திறனால் தானே பாடல்கள் பீரிட்டெழுவதால் இப்பெயர் பெற்றது. இதைத் தமிழில் நிலாவணி என்பர். ஒவ்வொரு மாதத்திலும் சுப தினங்களான வசந்த பஞ்சமியிலும், ரங்கபஞ்சமியிலும் தமிழில் லாவணி பாடுவது வழக்கம்.

எரிந்த கட்சி, எரியாத கட்சி

பாடலில் இருகட்சிகள் ஒரு கட்சி ஒரு கருத்தைப் பற்றி வாதிடும் பிறிதொன்று அதனை மறுத்து வாதிடும். இதில் வரும் பாடல்கள்

சூழ்நிலைக்கு ஏற்றவாறு உடனுக்குடன் புனைந்து பாடப்படும். இந்நிகழ்ச்சியில் ஒருவர் வினா எழுப்பி மற்றொருவர் பதில் அளிக்கும் முறையில் இருக்கும். பொதுவாக அப்பாடல்கள் மன்மதன் சிவனால் எரிக்கப்படவில்லை என்று ஒருவரும், சிவனால் மன்மதன் எரிக்கப் பட்டார் என்று மற்றொருவரும் இசையோடு கூடிய பாடலோடு, தர்க்கம் செய்வர். இவ்விசை இரவு முழுதும் விடியும் வரை நடை பெறும். ஆகவே லாவணி பாடுகிறவர்களுக்கும் ஆடுகிற பிராமணப் பெண்களுக்கும் இரவு சாப்பாடு அரண்மனையில் அளிக்கப்பட்டது (Thanjavur as a seat of Music, S.Sita, P.360).

லாவணி கச்சேரி என்பது ஒன்றுக்கு மேற்பட்டோர் குழுவாய் இணைந்து இசைக்கும் கச்சேரியாக அமையுமே அல்லாது தனி நபர் பாடும் இசைக் கச்சேரியாக அமையாது. அக்குழுவுக்குத் தலைமை தாங்கும் பாடகருக்குச் சூழலுக்கேற்ப சொற்களை வடிக்கும் ஆசுகவித் திறமை இருத்தல் அவசியம். தத்துவம், பக்தி, வரலாறு, காதல் போன்ற எதைப் பற்றிய கச்சேரியாய் இருப்பினும் நவரசங்களையும் முழுத்திறனுடன் வெளிப்படுத்த வேண்டும். இக்குழுக்களில் சில சிவனையும் பிற விஷ்ணுவையும் போற்றிப் புகழ்பவை. இவை இரண்டுக்கும் இடையே அவ்வப்போது நடைபெறும் போட்டிகள் மெய்சிலிர்க்க வைப்பவை. ஒரு குழு பாடும் லாவணியின் அடியொற்றிப் பாடும் அடுத்த குழு “கீர்” என்றழைக்கப்படும். துகுந்த் கீர், முகுந்த் கீர், சவாயி, முரஜா, கல்கி, துரா என்ற ஆறு லாவணி குழுக்களும் மராத்தா மன்னர்களது பேராதரவு பெற்றவை. குழுவினர் சேர்ந்திசைக்கத் தோதாக மீண்டும் மீண்டும் வரும் வார்த்தைகளும், பல்லவியையொத்த துருவபதமும் நிறைய சரணங்களும் கொண்ட லாவணி ஒரு நெடிய பாடல் வகையைச் சார்ந்தது. லாவணி பாடும் போதே பாடல் வார்த்தைகளுக்கேற்ப கைகளால் சைகை செய்து பாடுபவர் அபிநயம் பிடிப்பர்.

புனிதர் சமர்த்த ராமதாசரே முதன்முதலில் லாவணி படைத்தவர். அவரைத் தொடர்ந்து துக்காராம், ஏகநாதர், ஆனந்தபாணி, மாதவமுனி, அமிர்தராய் போன்றோரின் பங்களிப்பு இக்கலை செழித்தோங்கி வளர பெருந்துணை புரிந்தது. சிருங்கார லாவணி, நோட் லாவணி, சம்பத் சாரா லாவணி, பரகதி லாவணி, பஞ்சபாஷை லாவணி, வேதாந்த லாவணி, பால்னலாவணி ஆகியவை இதன் வகைகள். சரபோஜி மன்னரும் தன் பங்குக்குத் திருத்தல யாத்திரை லாவணி, மங்களம் லாவணி, நௌகா லாவணி (நாவாய்) போன்ற வகைகளில் லாவணிப் பாடல்களைத் தந்துள்ளார். சங்கீத மும்மூர்த்திகளின் முதல்வரான அரும்பெரும் தியாகராஜ சுவாமிகள் சரபோஜியின் நௌகா

லாவணியால் பெரிதும் ஈர்க்கப்பட்டு ஓடம் ஒன்றில் கிருஷ்ண பரமாத்மா நடத்திய லீலைகளை விவரிக்கும் நௌகா (நாவாய்) சரித்திரம் எனும் காலத்தால் அழியாக் காவியமாய் இசை, நாடகம் ஒன்றைப் படைத்தருளியுள்ளார். இதனைப் பின்னாளில் வந்த கவி வெங்கட சூரி இதே பெயரில் சமஸ்கிருதத்தில் ஆக்கினார். இதன் ஓசைநயமும், இசை வெள்ளமும் நாட்டுப்புறக் கலையழகும் உள்ளத்தைக் கொள்ளை கொள்பவை.

திருத்தல யாத்திரை லாவணி எனும் மாபெரும் மராட்டிய மொழி நூல் மன்னர் சரபோஜி முக்கிய க்ஷேத்திரங்கள் வழியே காசிக்குப் புனித பயணம் 63 தலங்கள் மேற்கொண்டதை விரிவாக விவரிக்கிறது. லாவணிப் பாடல்களில் இறுதியில் உள்ள மூன்று பகுதிகளிலும் மன்னரின் பெயர் சந்திரா மௌலி பக்தன், சரபநிருபன், சரபேந்திரன், சரபோஜி என்றும், சவாயி எனும் லாவணிப் பாடல் குழுவின் பெயரும் தவறாது இடம்பெறுகிறது. இந்நூலின் நடையும், மொழியும், காணும் தன்மையும் பார்த்தால் சரபேந்திர தீர்த்தாவளி இயற்றிய துண்டி சதாசிவனே இயற்றி மன்னர் பெயரில் அங்கிதம் செய்து இருக்கலாம் என்று எண்ணத் தோன்றுகிறது (மாமன்னர் சரபோஜி தொகுதி3, டி.ஆர்.பீமராவ், ப.111).

தமிழிலும் லாவணிப் பாடல்கள் பெருமளவில் இயற்றப்பட்டன. மதுரை, தஞ்சை, திருச்சி மாவட்டங்களில் லாவணிக் கச்சேரிகள் மிகச் சிறந்த பொழுதுபோக்கு நிகழ்ச்சிகளாய்க் கருதப்பட்டன. வசந்தத்தை வரவேற்கவும், காமன் பண்டிகையைக் கொண்டாடவும் மாசி மாதத்தில் (பிப்ரவரி-மார்ச்) தமிழில் லாவணிக் கச்சேரிகள் நடைபெறுவது வழக்கம். துரா, கல்கி ஆகிய போட்டிக் குழுவினர்க்கிடையே நடை பெறும் நாட்டுப் பாடல் போட்டிகள் கர்நாடகத்தில் பிரசித்தம். (தஞ்சை வளர்த்த பரதக்கலை, ரா.கலாராணி, பக்.138-139).

லாவணி பாடுவதில் ஆண்களே பெரும்பாலும் பங்கு கொள்வர். சில சமயம் ஆண்கள் பாடும்போது பாட்டுக்கேற்ற மாதிரி நடனம் ஆடியுள்ளனர். இக்கலை நிகழ்ச்சிக்குப் பயன்படுத்தப்பட்ட தோல் இசைக்கருவி 'டேப்' என்று பெயர் பெறும்.

இரண்டாம் சிவாஜிக்கு மிகவும் பிடித்தமானது லாவணி

மன்னர் இரண்டாம் சிவாஜிக்குப் பிடித்தமான லாவணி. அவரே லாவணிக்கு வேண்டிய பாட்டுக்களின் தலைப்புகளைத் தேர்ந்தெடுப்பார். அவரே லாவணி பாட்டுக்கு நடுவராக இருந்து தீர்ப்புக் கூறுவது உண்டு. அவருடைய அரசவையில் லாவணி வெங்கட்ராவ் என்ற புகழ் பெற்ற கலைஞர் இருந்தார். அவர் ஒரு பாடலை 72 இராகங்களில் பலரும்

வியக்கும் வண்ணம் இயற்றியுள்ளார். இப்பாடலுக்கு மஹாவைத்தியநாத சிவம் என்பவர் இசையமைத்து அரசவையில் பாடினார். இக்கலை தஞ்சைப் பகுதியில் வழக்கத்தில் இருந்து வருவதுடன் தஞ்சை மாவட்டத்தில் மேற்கேயுள்ள சக்கரசாமந்தம் எனும் கிராமத்தில் பரம்பரையாக லாவணி வாத்தியார்கள் இருந்து வந்துள்ளனர்.

4. பாகவதமேளா

பாகவத மேளா மராட்டியர் காலத்தில் பூத்துக் குலுங்கியது.

பாகவத மேளா என்பது பக்தி நெறியில் பஜனை முறையில் அமைந்த பாகவதர்களின் நாடக வழிபாடாகும். இது இசையை நன்கறிந்த இசை வல்லுநர்களிலான நாடகக் குழு எனலாம். ஆரம்பத்தில் நாயக்க மன்னர்களின் ஆட்சிக் காலத்தில் வளர்ச்சியுற்றதும் தெலுங்கு, வடமொழி நாடகங்களே நடிக்கப்பட்டு வந்தன. இதனைத் தொடர்ந்து இந்நாடகம் மராட்டியர்கள் காலத்திலும் செழித்து வளர்ந்தது. பெண்கள் மட்டும் பங்கேற்ற சங்கீத மேளத்தின் நாட்டிய நிகழ்ச்சிகளும், ஆண்கள் மட்டும் பங்கேற்கின்ற பாகவதமேள நாட்டிய நிகழ்ச்சிகளும் மராட்டியர் காலத்தில் மிகவும் வளர்ச்சி பெற்று வளர்ந்தது.

ஷாஜி மன்னர் காலத்தில் இந்நாட்டிய நாடகம் சிறப்பாக நடைபெற்றது. இவர் இயற்றிய **"காவேரி கல்யாணம்"** யட்ச கானத்தின் ஒரு பிரிவாகிய பாகவத மேளா நாடக மரபைச் சார்ந்தது. இவருக்குப் பின் இரண்டாம் ஏகோஜியின் மனைவி சுஜனாபாய் இந்நாடகம் நன்கு நடைபெற சர்வமான்யம் கொடுத்துள்ளார். இம்மானியம் கிரிராஜகவி, வேங்கடகிரி எனும் கவிஞர்களுக்குக் கொடுக்கப்பட்டது.

ஷாஜி மன்னர் கவிஞர் கிரிராஜ கவியுடன் இணைந்து முப்பத்தி இரண்டு பாகவதமேளா நாடகங்களைப் படைத்து அழியாப் புகழை எய்தியுள்ளார். பாகவத மேளா நாடகங்களின் தலையாய சிற்பிகள் பாகவதர்கள் வெங்கட்ராம சாஸ்திரியும் அவரது தந்தையும் ஆவர்.

படைத்த இறைவனைப் பக்தி பரவசத்தோடு துதித்தல் ஒன்றே இந்நாடகத்தின் தலையாயக் கோட்பாடு. இந்நாடகங்கள் கோயில் உட்பிரகாரங்களில் மட்டுமே நடத்தப் பெற்றன. அழகை ஆராதனை செய்வதும் அழகியல் உணர்வைத் தூண்டி வெளிப்படுத்துவதுமே இறைவனை மகிழ்விக்கும் என்பதை நண்குணர்ந்த பாகவதர்கள் இந்நாடகங்களில் அழகியல் உணர்வெனும் பதாகையைத் தூக்கிப் பிடிக்கத் தவறவில்லை. பாகவத மேள நாடகத்தின் தாக்கத்திற்கு உள்ளாயிருந்த சதிர் ஆட்டம் சிறிது சிறிதாய் வளர்ந்து இன்றைய பரதநாட்டியமாய் உருவெடுத்தது. இன்றளவும் இத்தகு நாடகங்களில்

பங்கேற்கும் பாகவதர்கள் தங்களது அபிநய நிருத்த திறனை வளர்த்துக் கொள்ள பரதநாட்டிய குருக்களிடம் பயிற்சி பெறுவது குறிப்பிடத்தக்கது.

பிரதாப சிம்மன் காலத்திலும் புதிய மராட்டிய நாடகங்கள் நடந்துள்ளன. இம்மன்னர் காலத்தில் தான் வீரபத்ரய்யா, பரதம் நாராயண கவி, மாத்ரு பூதண்ணா போன்ற இசைக் கலைஞர்கள் வாழ்ந்துள்ளனர்.

1793 பாகவத மேளாவிற்குப் பாளம்பட்டு யாதவபட் என்பவர் கண்காணிப்பாளராகவும் 1819இல் வரகப்பையர், ராமசாமி கண்காணிப்பாளராக இருந்துள்ளனர். நடிகர்களுக்கு மாதம் தோறும் ஊதியம் வழங்கப்பட்டது. நிகழ்ச்சிக்கு நாடகக் கருவிகள் யாவும் அரண்மனை கொடுத்துதவியது. இவை அனைத்தும் அரண்மனை பண்டாரத்தில் இடம் பெற்றிருந்தன.

மன்னர் அமர்சிங் காலத்தில் **'பாரிஜாதகம்'** எனும் தெலுங்கு நாடகம் பாகவத மேளா சம்பிரதாயமாக நடைபெற்றுள்ளது. இதன்பின் இரண்டாம் சரபோஜி தாமே முன்னின்று பாகவத மேளா நாடகங்களை உற்சவ காலங்களில் **'கணேச விஜயம்' 'மோகினி மகேச பரிணயம்'** போன்ற நாடகங்களை நடிக்க வைத்துள்ளார். இந்நாடகங்களில் பங்கேற்கும் நடிகர்கள் முன் அனுமதியின்றி எங்கும் செல்லக் கூடாது. பாகவத மேளாக் குழுவில் குப்பையா, ஆதிமூர்த்தி, வேங்கடாசலம், விகடகவி வைத்தியநாத லோகநாதன் போன்ற நடிகர்கள் இருந்துள்ளனர். இந்நாடகம் ஆண்களுக்கே உரியது என்றாலும் பெண்களும் நடித்துள்ளனர். அரண்மனையில் பண்டிகை நாட்களில் இந்நாடகம் நடத்தப்பட்டுள்ளன.

இரண்டாம் சிவாஜி மன்னர் ஆட்சியில் 'இரணிய நாடகம்' தமிழ் மொழியில் பாகவத மேளாவில் நடிப்பதற்குரியதாக வினை தீர்த்தாபிள்ளை என்பவரால் இயற்றப்பட்டது. இந்நாடகம் இரண்டாம் சிவாஜிக்குப் பின் சுதந்திரமாகத் தஞ்சையை அடுத்த மெலட்டூர், சாலியமங்கலம், நீடாமங்கலம் போன்ற ஊர்களில் சம்பிரதாய வழி பாகவத மேளா நாடகங்களாக இரவு முழுதும் விடிய விடிய இன்றும் நடைபெற்று வருகின்றன.

V. சரபோஜியின் பொழுதுபோக்கு

1. ஓவியம்

ஓவியம் வரைவது சரபோஜியின் முக்கியப் பொழுதுபோக்கு

மன்னர் சரபோஜியின் முக்கியமான பொழுது போக்குகளில் ஒன்று ஓவியம் வரைவது. மன்னர் ஓவியம் வரைய அடிப்படை உண்மைகளை ஸ்வார்ட்சிடமும், ஜெரிக்கிடமும் கற்றார் என்ற கூற்றை அறிவியல் முறையில் ஏற்றுக்கொள்ளமுடியவில்லை. ஏனெனில் 1804இல் தஞ்சை அரண்மனைக்கு வந்த பிரிட்டிஷ் செல்வந்தர் விஸ்கவுண்ட் வாலன்ஷியாவின் பதிவில் சரபோஜியின் அரசவை விருந்தினர் வரவேற் பறையில் அழகான ஐரோப்பிய நாற்காலி, மேசைகள் இருந்தன. மேசையின் மீது ஓவியம் வரைவதற்கான காகிதங்கள், வண்ணங்கள் இருந்ததாக வருணிக்கப்படுகிறது. சரபோஜி சென்னை சென்ற பொழுது புகழ் பெற்ற ஆங்கில ஓவியர் டேனியலின் படங்கள் கிடைக்காத பொழுது அதைத் தன்னுடைய லண்டன் அலுவலரான முன்னாள் ரெசிடெண்ட் டோரின் மூலம் பெற்றார். அதில் தெக்காணத்தில் உள்ள அவுரங்காபாத்திலுள்ள எல்லோரா ஓவியம் இருந்தது. டோரின் இது குறித்து எழுதும் போது எப்பொழுதெல்லாம் டேனியல் ஓவியங்கள் பிரசுரமாகிறதோ அதை அனுப்புவதாக உறுதி கூறினார்.

ஓவியம் தொடர்பான இதழ், நூல்களை படிப்பதில் ஆர்வம்

ஓவியம் கற்கும் ஆசையால், 'ரிப்போசிட்டரி ஆப் ஆர்ட்ஸ்' எனும் ஐரோப்பிய, இந்திய வண்ணப் படங்களைக் கொண்டு வெளிவரும் இதழை சரபோஜி தவறாது படிப்பது வழக்கமாகக் கொண்டிருந்தார்.

தரங்கம்பாடி பாதிரியார் சி.எஸ்.ஜான் 1802இல் "Principles of Instructing the art of Drawing" எனும் மிகவும் கிழிந்த நூல் உள்ளது என்று மன்னருக்கு எழுதியதற்கு அதிலுள்ள மிஞ்சியவைகள் எனது ஓவியம் வரைதலை முழுமையாக நிறைவாக்க உதவும் என்று கூறிப் பெற்றுக் கொண்டார். இது தவிர அவர் தான் ஓவியப் பயிற்சி பெற பயன்படுத்திய நூல்கள் பல (William Pinnock and Samuel maunder's A Catechism of drawing and A Catechism of Perspective", ஜியார்ஜ் ஹமில்டனின் The Elements of Drawing in the various Branches for the use of students (1812). இதில் ஓவியம் வரைவதற்கான நூற்றுக்கணக்கான யுத்திகள் பல புகழ் பெற்ற ஓவியர்களால் கூறப்பட்டிருந்தன.

இங்கிலாந்திலிருந்து ஓவியம் வரைவதற்கான உபகரணங்கள், கருவிகள், மற்றைய படங்களைப் பிரதி எடுக்கும் Panto Graph என்ற கருவி தேவைப்படும் பொழுதெல்லாம் வரவழைக்கப்பட்டது. இவைகளைக் கொண்டு மன்னர் தன்னால் வளர்க்கப்படும் பறவை, குதிரைகளையும் வரைந்தார். இந்தப் படங்களைத் தம்மைக் காண வரும் விருந்தினர்களுக்கும், ஆங்கிலேய அதிகாரிகளுக்கும் அன்பளிப்பாக அளித்தார்.

1804இல் ஓவியம் வரைவதற்கு உதவியாக இருக்க ஆங்கில ஓவியர் டேனியனியலால் காமிரா வாங்கிக் கொள்ள சொன்னதற்கிணங்க காமிராவை இங்கிலாந்திலிருந்து வரவழைத்தார். இதை அனுப்பிய டோரின் பயணம் செய்யும் போது ஞாபகத்தில் நிறுத்திக் கொள்ள வேண்டியவைகளையும் படம் பிடிக்க உதவும் என்று தெரிவித்திருந்தார். 1807 ஒருமுறை சி.எஸ்.ஜான் தரங்கையிலிருந்து அரண்மனைக்கு வருகை தந்த பொழுது மன்னர் கோயிலையும் இயற்கைக் காட்சி களையும் வரைந்து கொண்டிருப்பதைக் கண்டுகளித்தார். 1805இல் ஒரு நுண்ணோக்கிக் கருவி (Microscope) ரெசிடெண்ட் பிளாக்பர்னால் வழங்கப்பட்டது. 1806இல் Pantograph கருவியுடன் பல ரீம்ஸ் ராயல், மார்பில் பேப்பர்கள் குறிப்பிட்ட இடைவெளிகளில் இங்கிலாந்திலிருந்து பெறப்பட்டன. வரைவதற்கான கருவிகள், உபகரணங்கள் தேவைப் படும் போது சென்னை, திருச்சி போன்ற நகரங்களிலிருந்தும் வாங்கப் பட்டன.

தஞ்சை ஓவியக் கலைஞர்களை இந்தியாவிலுள்ள ஐரோப்பியர்கள் அதிகம் விரும்பினர். இது ஒரு கலப்பின வகையின் ஓவியங்கள் நிற வகையில் திண்ணியதாக இருந்ததால் தனித்துவமான தொகுப்பை உருவாக்க வழி வகுத்தது. சரபோஜி தனது அரசவையில் சிறந்த தஞ்சை ஓவியர்களைப் பயன்படுத்தி மேலும் ஓவியங்களை நவீனமாக்க அவர்களுக்கு அண்மைக்கால ஓவியப் பொருட்களைக் கொடுத்ததோடு ஃபிரேமிங் தொடர்பான வழிமுறைகளையும் கற்பித்தார். 1814ஆம் ஆண்டில் ரெசிடெண்ட் பிளாக்பர்ன் திருமதி ஒயிட் உருவப் படத்தை நகலெடுக்க விரும்பிய போது அவர் அதற்காக, சரபோஜியை நாடினார். ஏனெனில் இவ்வகை நகலெடுக்கும் கலையானது தஞ்சையில் மட்டுமே பாதுகாக்கப்பட்டும் கலைஞர்கள் ஆதரிக்கப்பட்டும் வந்தது. இக்கலைஞர்களுக்குச் சொந்தக் கண்டுபிடிப்பு அதிகம் இல்லை என்றாலும், ஐரோப்பிய நுண்ணோவிய மாதிரிகளைப் படைப்பதில் பாராட்டத்தக்கவர்களாக இருந்தனர். 1821இல் காசிக்குப் புனித யாத்திரை சென்ற போது சரபோஜி தனது உருவப்படத்தை, மார்சிவிஸ் ஆப் ஹேஸ்டிங்ஸுக்கு அனுப்பினார். இது மன்னரின் (மூச்சி) ஓவியர்

சின்னசாமி நாயக்கரால் நகலெடுக்கப்பட்டது ஆகும் (Raja Serfoji-II, Science, Medicine and enlightment in Tanjore, Savithri Preetha Nair, P.xxxii).

பிற்காலத்தில் தஞ்சையில் நகலெடுப்பதில் சிறந்தவர்களாக (மூச்சிகள்) வெங்கட பெருமாள், வெங்கட நாராயணா, கோபாலகிருஷ்ண நாயக், கோபுலு ஆகிய நான்கு பேர் விஞ்ஞான அறிவு அற்ற நிலையில் தாவரவியல், விலங்கியல் கட்டடக்கலை படங்களை அனுபவத்தின் மூலம் துல்லியமாக வரைய பயிற்சி பெற்றனர்.

பத்தொன்பதாம் நூற்றாண்டின் முற்பகுதியில் தஞ்சை படிப்படியாக அறிவொளியின் மையமாக உருவாகியதால் இது பல உயர்மட்ட நிறுவன அதிகாரிகள், மிஷனரிகள் அறுவைச் சிகிச்சை நிபுணர்கள் இயற்கை ஆர்வலர்கள் மற்றும் பிரபுத்துவ பயணிகள் முதலியவர்களை ஈர்க்கத் தொடங்கியது. அவர்கள் அசாதாரண சாதனை படைத்த மன்னரைச் சந்திப்பதில் ஆர்வம் காட்டினர்.

சரபோஜி மன்னர் வளர்த்த கலைகளுள் ஒன்று ஓவியக்கலை. தஞ்சை பெரிய கோயிலும் சரஸ்வதி மகால் நூலகமும் அதை வளர்த்த கேந்திரங்களும் ஆகும். சரஸ்வதி மஹாலில் முப்பரிமாண அமைப்பில் பலவகை ஓவியங்கள் மிகப் பெரிய அளவில் மனித உருவங்கள் தீட்டப் பெற்ற காண்வாசு ஓவியங்கள் தந்தம், மைக்கா, கண்ணாடி

சரபோஜி கால சிப்பாய் சுவர் ஓவியம்

போன்றவற்றில் தீட்டப் பெறும் ஓவியங்கள் சுவரோவியங்கள், சுவடி ஓவியங்கள் எனப் பல்வேறு வகையான வண்ணப் படைப்புகளை வரையச் செய்தார். இவ்வோவியங்கள் தஞ்சை மண்ணுக்கே உரிய பழைமையான ஓவிய மரபோடு, தக்கான ஓவியம், முகலாய ஓவியம், விஜயநகரபாணி ஓவியம் எனப் பல்வேறு கூறுகள் கலந்து தஞ்சைப் பாணி ஓவியங்கள் என்று பெயர் பெற்றது இவ்வகை ஓவியங்களில் மேலை நாட்டு மரபுக்கூறுகளும் எண்ணங்களும் இணைந்தன. (மன்னர் சரபோஜி 221.பிறந்த நாள் மலர், குடவாயில் பால சுப்ரமணியம், ப.18)

மன்னர் ஓவியம் வரைவதில் நாட்டம் கொண்டவர் என்பதற்குச் சான்றாக அரண்மனைத் தர்பார் ஹாலில் வரையப்பட்டிருக்கும் வண்ண ஓவியங்களே போதுமானது. அரண்மனையில் வளர்க்கப்பட்ட பறவைகள் அவர்தம் பராமரிப்பதற்கு உட்பட்ட லாயத்துள் காணப்படும் குதிரைகள், இது தவிர வேட்டை ஆடுதல் மூலமாகவும் விலை கொடுத்தும் வாங்கிய பறவைகள், மான், புலி, கரடி, சிங்கம், யானை, குதிரை எனப் பல்வேறு விலங்கினங்கள் அரண்மனையில் வளர்க்கப்பட்டன. அரண்மனைக்கு வருகை தரும் சிறப்பு விருந்தினர்களுக்கு இதனைக் காண்பித்தனர்.

இவ்வாறு சேகரிக்கப்பட்ட விலங்குகள் ஓவியங்களாகத் தீட்டப் பட்டன. இதற்கு மேலாக இப்படி விலங்குகள், பறவைகள் வளர்க்கப் பட்டதால் தமிழகத்தின் முதல் மிருக கண்காட்சிக் கூடம் தஞ்சையில் அரண்மனையில் தான் ஏற்பட்டது.

ஓவியர்களுக்கு வண்ணம் தயாரிக்கப் பயன்படும் கச்சாப் பொருட்கள், வண்ணக் கலவைகள் தயாரிக்கும் முறைகள் பற்றிய செய்திகளும், மோடி ஆவணங்களில் கிடைக்கின்றன (ஓவியம் வளர்த்த காவிய நாயகன் மன்னர் சரபோஜி பிறந்த நாள் மலர், ச.திலகம், 1989, பக்.40-43).

அரண்மனை ஓவியர்கள்

ஓவியர்களாகச் சின்னசாமி நாயக்கர், செல்லம்மாள், சாரங்கபாணி, முத்துக்கிருஷ்ணன், கோவிந்தசாமி வேங்கடப் பெருமாள், வேங்கட நாராயணன் முதலிய பலர் அரண்மனையில் பணியமர்த்தப்பட்டு உள்ளனர். சிறந்த ஓவியர்கள் சித்திரம், சித்திரக்காரன், சித்திரக் காரி என அழைக்கப்பட்டனர் (மாமன்னர் சரபோஜி ஆய்வுக் கோவை தொகுதி2, ம.சா.அறிவுடைநம்பி, ப.82).

மன்னர் சித்திர மகால் என்ற கலைக்கூடத்தை அமைத்து அங்கு ஓவியக் கலைஞர்களைப் பணிபுரிய வைத்தார். இவர்கட்கு ஊதியமாக 3 சக்கரம் மாத ஊதியமாக வழங்கப்பட்டது. இவ்வோவியர்கள்

திருச்சிராப்பள்ளியிலிருந்து அழைத்து வரப்பட்டு அவர்களுக்குரிய வசதிகளைச் செய்து கொடுத்தும் களப்பணியாகச் சென்றும், செய்தி களையும் பொருட்களையும் சேகரித்து வரும்படி பணிக்கப்பட்டு ஓவியங்கள் தீட்டப்பட்டன. (எ.கா) சக்கராப்பள்ளி 18 சாதியினருடைய படங்களை வரைந்து ரூ.140 பெற்றுக் கொண்டனர்.

கோயில்களில் கடவுளர் திருவுருவம் படங்களைத் தவிர பெரும்பாலும் அவர் காலத்திலிருந்த கவர்னர்கள், ரெசிடெண்டுகள், மாவட்ட ஆட்சித் தலைவர்கள் முதலியோரின் உருவப் படங்களே மிகுதியாக வரையப்பட்டுள்ளன. இத்துடன் தஞ்சை மராட்டிய மன்னர்களின் உருவப் படங்களும் வரையப்பட்டுள்ளன.

ஓவியங்கள் அன்பளிப்பு

தம்மைக் காணவந்த ஆங்கிலேய அதிகாரிகளுக்கு மன்னர் சரபோஜி பல்வேறு ஓவியங்களை அன்பளிப்பாகக் கொடுத்துள்ளார். மேஜர் பிளேக், லார்ட் வாலன்ஷியா, பெஞ்சமின் டோரின், சர் தாமஸ் செவஸ்ட்டி ஆகியோருக்கு உருவப் படங்கள், காளைமாடு, மீன்கள், பறவைகள், விலங்குகள், எறும்புகள் போன்றவற்றின் ஓவியங்களை அன்பளிப்பாகக் கொடுத்துள்ளார். இதற்கான ஒரு காரணம் தஞ்சை மன்னர் மாளிகையில் தஞ்சை மராட்டிய மன்னர்களில் ஓவியங்கள் வைக்கப்பட்டிருந்தன. இதனைக் கண்ணுற்ற விருந்தினர்கள் இதனை வரைந்தவர் யார்? என்பதை அறிந்து அவர்களை ஓவியங்கள் வரைந்து கொடுக்குமாறு வேண்டிப் பெற்றுக் கொண்டனர் (எ.கா) (ரெசிடெண்ட் மிஸ்டா காட்டர்) (மன்னர் சரபோஜி, ஆய்வுக்கோவை 2, இராசு. பவுன்துரை, ப.135).

சரபோஜி காசிக்குப் புனிதப் பயணம் மேற்கொண்ட போது பாட்னாவில் மன்னரும், இளவரசரும் யானையின் மேல் சவாரி செல்வது போல் ஒரு முழு அளவு படம் சித்திரக்குடி சின்னச்சாமியால் தண்ணீர் சாயத்தால் வரையப்பட்டது. இதே ஓவியரால் வரையப்பட்ட மன்னரின் மார்பளவு உருவப்படம் கவர்னர் ஜெனரலுக்கு, ரெசிடெண்ட் வழியாக அனுப்பி வைக்கப்பட்டது. மன்னர் காசி யாத்திரைக்குச் செல்கின்ற காட்சியைத் துணியில் ஓவியமாகத் தீட்டியுள்ளார். காசியில் உள்ள 64 குளியல் துறைகள் தொடர் ஓவியமாகக் காட்டும் நூல் ஒன்று சரஸ்வதி மகாலில் உள்ளது. இப்படத்தின் நீளம் ஏறத்தாழ 40 அடி ஆகும். இது காசி பயணத்தின் பொழுது, தாமஸ் என்ற ஓவியனால் வரையப்பட்டது. இந்நூலகத்தில் சுமார் 200 ஆண்டு புராதன வண்ணப் படங்களின் சேகரிப்புகள் பாதுகாக்கப்பட்டு வருகின்றன. அவைகள் இந்தியா மற்றும் இங்கிலாந்து நகரங்கள், திருச்சி மலைக் கோட்டை, மதுரை அரண்மனை, டில்லி ஜூம்மா மசூதி முதலியவைகள் ஆகும்.

அவைகள் புகழ்பெற்ற டேனியல் சகோதரர்கள், ஃப்ரேசர் ஆகியோர் களால் வரையப்பட்டவை (மாமன்னர் சரபோஜி - ஆய்வுக்கோவை தொகுதி 2, அ.பஞ்சநாதம், பக்.128,129).

காகிதச் சுவடி ஓவியம்

சரஸ்வதி மகால் நூலகத்தில் உள்ள காகிதச் சுவடிகளின் முகப்பு அட்டை பின்புற அட்டைகளில் ஓவியங்கள் வரையப்பட்டுள்ளன. சில காகிதச் சுவடிகளில் மராத்திய மன்னர்களின் உருவப் படங்கள் தீட்டப்பட்டுள்ளன. சில சுவடி நூல்களில் முகப்பு அட்டையில் அந்நூலாசிரியர் அந்நூல் எழுதக் காரணமாய் இருந்த மன்னர் உருவப் படங்களை வரைந்துள்ளார்.

கஜசாஸ்திரம்

சகஜி மன்னர் காலத்தில் மூல நூலான கஜ சாஸ்திரம் என்னும் யானை பற்றிய வண்ண ஓவியப் படங்கள் மீண்டும் இரண்டாம் சரபோஜியினால் வரையப்பட்டு, அதில் வடமொழியின் மூலத்தையும் மராட்டிய மொழிபெயர்ப்பினையும் செய்துள்ளனர். அதில் முதல் பக்கம் பட்டத்து யானை மீது பவனி வரும் காட்சி ஓவியமாக உள்ளது.

கஜ சாஸ்திரம்

இந்நூல் தமிழாக்கம் செய்யப்பட்டு, சரஸ்வதி மகால் நூலகம் வெளியிட்டுள்ளது.

அஸ்வசாஸ்திரம்

பல்வேறு குதிரைகளின் வண்ண ஓவியங்களின் தொகுப்பே அஸ்வசாஸ்திரம் எனும் நூலாகும். இந்நூலில் 300க்கும் மேற்பட்ட

அஸ்வ சாஸ்திரம்

ஓவியங்கள் உள்ளன. இந்நூலும் இந்நூலகத் தினரால் வெளியிடப் பட்டுள்ளது. இவற்றை ஒப்பிட்டுக் கண்டால் இவ்விரண்டிற்கும் உள்ள ஒற்றுமைகள் தோன்றும்.

இராணுவ வீரர்களின் உடைகள்

மன்னர் சரபோஜி தன் படைவீரர்களுக்குப் பல்வேறு விதமான சீருடைகளைக் கொடுத்துள்ளார். அவைகள் 17 வகையான வண்ண ஓவியங்களாக வரையப்பட்டுள்ளன.

மூலிகைப் படங்கள்

சரபோஜி தஞ்சையில் தன்வந்திரி மஹாலில் இருந்த மருந்தகத் திற்குப் பயன்படும் மூலிகைகள் இயல்பான தோற்றத்துடன் வரைந்து அவற்றை அனைவரும் புரிந்து கொள்ளும் வகையில் காட்சி தருகின்றன. இது இவரது அறிவியல் கல்வியின் மீதும் மேல்நாட்டுக் கல்வி முறையை அறிந்து அவற்றைப் பரப்பும் முகமாக இம்முயற்சிகள் மேற்கொள்ளப் பட்டதாகவும் கொள்ளலாம். மன்னர் கலை ஆர்வத்தில் எவ்வளவு வளர்ந்து நின்றாரோ அவ்வாறே அறிவியல் துறையிலும் ஆர்வம் காட்டியுள்ளார் என்பது தெளிவு. இவைகள் இன்றளவும் சரஸ்வதி மகால் நூலகத்தில் உள்ளன. இத்தொகுப்புகள் வண்ணம் மாறாமல் பார்ப்பவரை வியக்க வைக்கும் வண்ணமாக உள்ளன.

சுவரோவியம்

தஞ்சை பெரிய கோயில் உள்ள அம்மன் கோயிலில் முன் மண்டப மேல் விதானத்தில், தேவி மகாத்மியத்தின் காட்சிகளைப் பல வண்ண ஓவியங்களாக வரையச் செய்துள்ளார். ஓவியத் தொகுப்பின் கீழே கதைப் பகுதிகளை விளக்கும் வகையில் சுருக்கமாகப் பேச்சுத் தமிழில் எழுதப்பட்டுள்ளன. இதுவன்றித் திருமணக் காட்சிகள் கயிலைநாதன் திருமணத்தில் தொடங்கி நந்தி, சுப்பிரமணியன், திருமால், பிரமன் போன்ற பல தெய்வத் திருமணங்களின் திருமணங்கள் அம்மண்டபத்தில் மிளிர்கின்றன.

வர்ண சித்திரக்கலை

சரபோஜி கால ஓவியம்

சரபோஜி சரஸ்வதி மகால் நூலகத்தில் உள்ள பல அரிய சுவடிகளை அவ்வவ் மொழிகளில் உள்ள நூல்களைப் படிவம் எடுக்கச் செய்தார். இவர் ஓவியத்தின் மீது கொண்ட பற்றின் காரணமாகப் படி எடுத்த காகிதச் சுவடிகளின் மீது மேல் முதல் பக்கத்தில் தலைப்பில் பல அரிய வர்ண வேலைப்பாடுகளுடன் பொன் வர்ணக் கலவைகளுடன் அந்தந்த நூல்களின் செய்திகளுக்கு ஏற்பப் புராண, இராமாயண, பாரத, பாகவத முதலானவைகளில் உள்ள சிறுசிறு நிகழ்ச்சிகளை வர்ணச் சித்திரத்தில் வடிவமைத்து எழுதச் செய்தார். அதே போல் வர்ணச் சித்திரங்களும் மரப் பலகைகளிலும் காணப்படுகின்ற மராத்தி நூல்களின் மீது புராணம், இராமாயணம், பரத, பாகவத நூல்களிலும் கஜ சாஸ்திரம், அஸ்வ சாத்திரம், பட்சி சாத்திரம் ஆகிய நூல்களிலும் வர்ணச் சித்திரங்கள் வரையப்பட்டன. அதுபோலவே பாரத கலாச்சாரம், இலக்கியம், வரலாறு, செய்திகள், சான்றோர்கள், இசைக் கலைஞர்கள், மன்னர்கள், உருவங்கள் ஆகியவற்றையும் வர்ண சித்திரத்தில் வடிவமைத்து வைத்துச் சித்திரக் கலையில் தனக்குள்ள ஆர்வத்தை வெளிப்படுத்தி உள்ளார்.

தஞ்சைக் கலைப் பாணியில் மேலைநாட்டு கலைப் பாணியின் தாக்கம் ஏற்படத் தொடங்கிய காலம் கி.பி.1750-1850க்கும் இடைப்பட்ட காலம் எனலாம். அக்கால கட்டத்தில் தான் கோயில், இறைவன், அரசன் என்னும் முக்கியத்துவம் கொடுக்கப்பட்டு வந்த நிலையில் மாற்றம் ஏற்பட்டு இயற்கையின் அழகையும் ஓவியங் களாகவும் அவற்றின் குறிப்புகளோடு சேகரிக்கப் பட்ட முயற்சிகளையும் அறியமுடிகிறது. இப்புதிய மாற்றத்திற்கான மாற்றம் மேலைநாட்டுக் கல்வியின் தாக்கம் இக்கால கட்டத்தில்தான் பல்வேறு விலங்கினங்களின் வடிவங்கள், குணங்கள், அவற்றின் தன்மைகளையும் உடலமைதி களையும் ஓவியங்களாகத் தீட்டியுள்ளனர்.

விலங்கின ஓவியங்களில் அதற்குரிய குறிப்புகள்

சரபோஜி காலத்தில் தான் மிகுந்த அளவு விலங்கின ஓவியங்கள் அரண்மனை ஓவியர்களால் வரையப்பட்டன. ஏனெனில் இவரது காலத்திற்கு முன்பு வரை இயற்கை வரலாற்றைக் குறிக்கின்ற ஓவியங்கள் சிறப்பாக இடம் பெறவில்லை. பழைய ஓவிய முறையில் விலங்கினங்களின் குறிப்புகள் இடம்பெறவில்லை. எனவே, ஓவியங்களும் அவ்வோவியத்திற்குரிய விலங்கின் வரலாறு பற்றிய செய்திகளும் எழுதி வைக்கும் ஒரு கல்வி முறை சார்ந்த பதிவு முறை ஆங்கிலேயர் அல்லாத ஒரு இந்தியர் செய்திருப்பது சரபோஜியின் அறிவொளி வேட்கையைக் குறிக்கிறது. இவ்வாறு வரையப்பட்ட

ஓவியங்கள் பிற நாடுகளுக்கும் சென்றுள்ளன. (Thanjavur Natya on canvas, Dr.R.Nagasamy, The Hindu, Jan.4.1987).

லண்டனில் சரபோஜியின் ஓவியம்

தற்பொழுது டேனிஷ் வணிகக் குழுவினர் சேகரித்தவைகளைத் தரங்கம்பாடி அருங்காட்சியகத்திலும், இங்கிலாந்தில் லண்டன் இந்திய அலுவலக நூலகத்தில் ரெசிடெணட் டோரினுக்கு (1803) சரபோஜி அன்பளிப்பாகக் கொடுத்த 117 இயற்கை வரலாற்று ஓவியங்கள் உள்ளன.

ரெசிடெண்ட் டோரினுக்கு அன்பளிப்பளித்த படங்களுக்கு அவற்றின் பெயர் வரலாறு பற்றிய சிறிய குறிப்புகளையும் எழுதியுள்ளார் (Mildred Archer, Natural History Crawins in the Indian Office Library, P.13-14).

இதில் ஒரு சிப்பியின் ஓவியம் உள்ளது. அதில் Sea worm cage (no.1103) என்ற குறிப்பில் Royal Tiger என்ற ஓவியத்தில் (No.1035) உள்ள குறிப்பில் இப்புலி மற்ற மிருகங்களிடம் எவ்வாறு கருணையின்றி நடந்து கொள்ளும், இதன் உடல் அமைப்பில் உயர நீள அளவுகள் மற்றும் இந்த நாட்டின் கிழக்குப் பகுதியில் பிடிபட்டது என்ற செய்தியையும் விளக்கமாக எழுதி வைக்கப்பட்டுள்ளது. மற்றொரு ஓவியத் தொகுப்பு 25 விதமான ராஜாளி பறவைகளின் ஓவியங்களாகும். (Falcon and Hawk) இவற்றின் நிறம், பெற்ற செய்திகள் இடம் பெறுகின்றன (மாமன்னர் சரபோஜி ஆய்வுக் கோவை-2, இராசு.பவுன்துரை, பக்.134-137). அக்காலத்தில் மேலை நாட்டுக் கல்விமுறை, குறிப்பாகச் சேகரிப்பு பற்றிய ஆர்வத்தால் அவை பற்றிய நெறிமுறைகளைத் தெளிவாகப் பின்பற்றியுள்ளார் என்பது சிறப்பாகும்.

மன்னர் சரபோஜியின் ஓவியங்களைத் தொகுத்துக் காணும் போது புதிய ஓவிய முயற்சிகளுக்கு உதவி செய்துள்ளார் என்பது தெளிவாகிறது. ஆங்கிலேயரின் துணையுடன் கல்வியும் பெற்றமையால் மேலை நாட்டுப் பண்பாட்டுச் சூழல், அக்கால கல்விமுறையை அறிந்து, அதுபோல் இங்குப் பயிற்சி பெற வேண்டும் என விருப்பம் கொண்டு செயல்பட்டுள்ளார் என்பது தெளிவாகிறது.

ஆங்கிலேயர் சேகரிப்பு முறை ஆர்வ உணர்வு ஆகியவைகளை மன்னர் சரபோஜி அறிந்து; கலை, இலக்கியம், அறிவியல் தொகுப்பு களையும் சேகரிக்க முயன்றுள்ளார் என்பதை உணர முடிகிறது. இவற்றை எல்லாம் உற்று நோக்கும் போது அறிவியல் கல்வியை ஆங்கிலேய முறைப்படி தமிழகத்தில் வளர முதன்முதலில் முயன்றுள்ளார் எனக் கருத வேண்டியதுள்ளது.

2. வேட்டையாடுதல்

சரபோஜி மன்னர் வேட்டையாடுவதில் மிகவும் பிரியமுள்ளவர். இவருடைய ஆட்சிக் காலத்தில் அரண்மனையில் வேட்டைக்குச் செல்லும் ஒரு பிரிவினர் இருந்துள்ளனர். இவர்கள் மன்னருடன் சென்று வருவது வழக்கம். இவர்களுக்குத் தனியே கூலியும் வழங்கப்பட்டது. இவ்வாறு வேட்டைக்குச் சென்று வரும் இடங்களில் வேட்டைமகால் எனும் கட்டடங்கள் கட்டப்பட்டிருந்தன. இவ்வாறு வேட்டைக்குச் சென்று பிடித்து வருகிற பறவைகள், மிருகங்கள் பிறவும் இம்மன்னரின் அரண்மனையில் காட்சிப்படுத்தப்பட்டன. மிருகங்களை வேட்டையாடிப் பிடித்துக் கொணர்ந்த விலங்கு இருக்கும் இடம் வேட்டை மகால் எனப் பெயர் பெற்றது. இதை மோடி ஆவணங்களின் மூலம் தெளிவாக அறிய முடிகிறது. (எ.கா. "1807 வேட்டை மகால் மூன்று சிறுத்தை களுக்குக் கொட்டடத்திலிருந்து மசாலை" தஞ்சை மராட்டிய மன்னர் கால அரசியலும் சமுதாய வாழ்க்கையும், கே.எம். வேங்கடராமையா, ப.457).

வேட்டையாட ஐரோப்பாவிலிருந்து வரவழைக்கப்பட்ட துப்பாக்கி களையும் மன்னர் பயன்படுத்தினார். இவருக்கு வேட்டையாடுவதற் கென்று 6 காடுகள் ஒதுக்கப்பட்டிருந்தன. இந்தக் காடுகளுக்குள் வேறு வேட்டைக்காரர்கள் நுழைந்துவிடக் கூடாது என்பதற்காகக் காவலர்கள் நியமிக்கப்பட்டனர். பன்றிகளையும், மான்களையும் உயிருடன் பிடிப்பதற்காகச் சிறுத்தைப் புலிகளுக்குப் பயிற்சி அளிக்கப்பட்டிருந்தது.

மன்னர் அறிவியல் தொடர்பான ஆராய்ச்சிகளை மேற்கொள்ளும் பொருட்டும் மிருகக் காட்சி சாலையில் வைப்பதற்கும் பறவைகள் விலங்குகளை வளர்த்தார். கி.பி.16,17ஆம் நூற்றாண்டுகளில் ஆட்சி செய்த மொகலாய மன்னர்களும், 19ஆம் நூற்றாண்டின் முற்பகுதியில் ஆராய்ச்சிகளை மேற்கொண்ட ஐரோப்பிய இயற்கை அறிவியல் ஆராய்ச்சியாளர்களும் போல இம்மன்னரும் மிருகக் காட்சி சாலையுடன் ஆய்வுகளையும் மேற்கொண்டார். விலங்குகளுக்குத் தன்வந்திரி மருந்துவமனையில் மருந்துகளும் தயாரிக்கப்பட்டன மருத்துவர்களும் பணியாற்றினர்.

ஒரு சமயம் அரசர் தனக்கென சில குதிரைகளை வாங்கி வரும்படி புஜங்கராவ், ஹரிராவ் என்பவரை ஹைதராபாத்திற்கு அனுப்பினார். மன்னரின் மனதை அறிந்த புஜங்கராவ் நவாப்பிடமிருந்து ரூ.1233க்கு வேட்டை பறவையாகிய ராஜாளியை விலைக்கு வாங்கி வந்தார். அக்காலத்தில் நைஜாம்ஷா பாதுஷா என்பவர் உருது மொழியில் பாஜாநாமா, யூஜநாமா என்ற நூல்களை எழுதியிருந்தார். அவை

முறையே பறவை லக்ஷணங்கள், சிகிச்சை முறைகள் பற்றியும் சிறுத்தை வேட்டையைப் பற்றியும் கூறுபவையாகும். அந்நூலை, கோபால் ராவ் என்பவரைக் கொண்டு மராத்தியில் மொழி பெயர்க்கச் செய்தார். பிறகு அந்நூல் மன்னரின் ஆணைப்படி சுருக்கமாக அச்சுதராவ் என்பவரால் திருத்தி எழுதப்பட்டது.

இந்திய மன்னர்களின் வேட்டையாடும் பொழுதுபோக்கைப் போலவே சரபோஜியும் விலங்குகளை வேட்டையாடினார். இவர் வேட்டைக்குச் செல்லும் போது அண்ணாசாமி என்ற வேட்டைக்காரனும் உடன் செல்வது வழக்கம். இத்துடன் வேட்டை நாய்களும் இவருடன் உடன் செல்லும். பெரும்பாலும் இவர் வேட்டையாடும் இடங்கள் கொள்ளிடம் ஆற்றங்கரை, பிலவநல்லூர் காடு சாலியமங்கலம் தெற்கில் உள்ள அரசப்பட்டு ஆகியவை ஆகும். அரசப்பட்டிற்கு (1822) வேட்டைக்குச் செல்லும் போது மன்னர் தன்னுடன் 38 வேட்டை நாய்களை உடன் கொண்டு சென்றார். புலி போன்ற விலங்குகளைப் பிடித்து வரும்பொழுது தஞ்சை வீதிகளில் கோலாகல வரவேற்பு அளிக்கப்பட்டது. ஒருமுறை சரபோஜியின் நண்பர் சி.எஸ்.ஜான் அரண்மனைக்கு வரும்போது ஒரு மறிமானையும் (Antelope) இரண்டு அவுன்ஸ் உள்ள சிறுத்தையையும் பார்த்ததாகக் குறிப்பிடுகிறார் (Raja Serfoji-II, Science, Medicine and enlightment in Tanjore, Savithri Preetha Nair, P.79).

நண்பர்களுடன் ராஜாளி மூலம் வேட்டை

ராஜாளி பறவை மூலம் வேட்டையாடுதலை மற்றொரு பொழுது போக்கு நிகழ்ச்சியாக நடத்த பல பறவைகளை வளர்த்து அதைப் பழக்கி அதன் மூலம் முயல், உடும்பு, பறவை முதலியவைகளை வேட்டையாடினார். தேவகிரி நவாப்பிடமிருந்து பெறப்பட்ட ராஜாளியே மன்னருக்குப் பிடித்தமான பறவையாக இருந்தது. இது போன்ற ராஜாளி பறவைகளுக்குக் காலிலும் கழுத்திலும் தங்கத்திலான வளையங்களை அணிவித்தார். இந்தப் பறவைகளைக் கண்காணிக்கவும் வேட்டையாடப் பயிற்சி அளிக்கவும் பணியாட்களும், பயிற்சியாளர்களும் மன்னரால் நியமிக்கப்பட்டனர்.

மன்னர் ஐரோப்பிய பிரமுகர்களையும் புதுக்கோட்டை தொண்டை மான் அரசரையும் சிறுத்தைப்புலி, ராஜாளி வேட்டை யாடுவதைக் காண அழைப்பது உண்டு. இவ்வகையான பொழுது போக்கு அக்காலத்தில் பிரபுக்களும், மன்னர்களும் வழக்கமாகக் கொண்டிருந்தனர் என்பது குறிப்பிடத்தக்கது.

(எ.கா) ஒருமுறை வேட்டை பறவை ஹைதராபாத்திலிருந்து பெறப்பட்ட நிலையில் தஞ்சை மாரியம்மன் கோயிலில் பறவை வேட்டையாடும் நிகழ்ச்சி காலை 6 மணிக்கு நண்பர் ஹாட்சனுடனும்

வேட்டைக்கு பயன்படுத்தப்பட்ட பறவை

ரெசிடெண்ட் பிளாக்பர்னுடனும் சென்றார் என்று அறியப்படுகிறது.
(Raja Serfoji-II, Science, Medicine and enlightment in Tanjore, Savithri Preetha Nair, P.78)

நாணய சேகரிப்புகள் - லண்டன் கண்காட்சிக்குச் சென்றது

சரபோஜி மன்னர் பலநாட்டு நாணயங்களையும் சேகரிக்கும் பழக்கத்தை மேற்கொண்டிருந்தார். இச்சேகரிப்பில் பித்தளை முதல் தங்கம் வரை 100க்கு மேல் நாணயங்கள் இருந்தன. காசிப் புனிதப் பயணத்தின் போது கூட நாணயங்களைச் சேகரித்தார். இங்ஙனம் சேமித்த நாணயங்களை ஒரு பெட்டியில் வைத்திருந்தார். அவர் வைத்திருந்த சில்லறை நாணயங்கள் மயில்பணம், பொரை பணம், புதுச்சேரி பணம் சிறிது, பெரிது, நாகப்பட்டினம் சல்லி முதலியன. தங்க நாணயங்கள் ராம் டக்கா, அநந்தகிரி வராகன், தார்வாட் வராகன், துர்கா வராகன், சுல்தான் வராகன் முதலியன. இவைகளை பிஷப் ஹீபர், அரண்மனைக்கு வருகை தந்த போது காண்பித்தார்.

சரபோஜி மன்னர் இறந்த பிறகு சென்னை கவர்னர் சரபோஜி மகனான இரண்டாம் சிவாஜி மன்னருக்கு அவருடைய தந்தை சேகரித்து வைத்திருந்த நாணயங்களை லண்டனில் நடைபெற இருக்கும் கண்காட்சிக்கு அனுப்பி வைக்க அந்த நாணயங்களைத்

தந்து உதவ வேண்டும் எனக் கேட்டுக் கொண்டார். இதன்படி சிவாஜி மன்னர் தஞ்சை ரெசிடெண்ட் 'ஜான்ஃபோர்ப்ஸ்' (Forbes) மூலம் தங்கம், வெள்ளி, செப்பு நாணயங்களைப் பட்டியலிட்டு அனுப்பி வைத்தார்.

அறிவார்ந்த ஆசைக்குரிய சேகரிப்புகள்

மன்னருடைய மற்றொரு பொழுதுபோக்கு தஞ்சையில் கிடைக்காத பழைய ஆசைக்குரிய பொருட்களையும், அறிவு சார்ந்த பொருட்களையும் ஐரோப்பாவிலிருந்து பெற்று சேகரிப்பதாகும். அவர் சிறந்த அரியநூல் முதல் பதிப்பு ஆனவுடன் அதைக் கப்பல் வழியாக உடன் பெறுவதை வழக்கமாகக் கொண்டிருந்தார். இப்படிப்பட்ட பல நூல்களைச் சரஸ்வதி மகால் நூலகத்தில் இன்றும் காணலாம்.

லார்ட் வாலன்ஷியா தஞ்சை அரண்மனைக்கு விருந்தினராக (1804) வந்த பொழுது ராஜா சரபோஜியின் நூலகம், அருங்காட்சியகம் மற்றும் இசைக் கருவிகள் போன்ற விலை மதிப்பற்ற பொருட்களைப் பார்வை யிட்டார். அதைப் பற்றி எழுதுகையில் அறுகோண வடிவிலான ஜன்னலுடைய கூண்டு, சக்கரத்தின் மூலம் நகரும் பொழுது ஓர் இனிமையான இசையை இசைத்துக் கொண்டு செல்வதைக் குறிப்பிடு கிறார். இதுவன்றிப் பயணித்த தூரத்தைக் கணக்கிடும் கருவி (ஸ்பிடோ மீட்டர்) மின்சாரம் உற்பத்தி செய்யும் இயந்திரம், ஏர் பம்ப், வானிலை ஆய்வுக்கான கருவிகள், பலதரப்பட்ட துப்பாக்கிகள், தங்கம், வெள்ளி வெளிப்பூச்சுப் பூசப்பட்ட மேசை, டெஸ்க், அலமாரி, அரிதான பெரிய வலம்புரிச் சங்கு, கடிகாரங்கள், ஐரோப்பிய இசைக் கருவிகள், இத்தாலி வெல்வெட், இங்கிலாந்து காசறை, அரேபிய கத்தி, வாள், கண்ணாடியிலான தொங்கும் கொத்து விளக்கு, மெழுகுவர்த்தி வைக்கும் வெள்ளியினால் ஆன குச்சி இது தவிர அரிதான ஓவியங்களும் இதில் அடங்கும்.

லார்ட் பிஷப் ஹீபரும், டாக்டர் ஃபுச்னர், பிஷப் மிடில்டன் போன்றவர்கள் அரண்மனைக்கு வருகை தந்தபொழுது இரண்டு எலும்புக் கூடுகளைப் பார்த்ததாகவும் அதில் ஒன்று தந்தத்தால் ஆனது என்றும் மற்றொன்று உண்மையான எலும்புக்கூடு என்றும் குறிப்பிடு கின்றனர். பிஷப் ஹீபர் இதைப் பற்றி எழுதுகையில் இவைகள் இரண்டும் பிரித்தறிய முடியாதபடி இருந்தது என்று ஆச்சர்யப்படுகிறார்.

இவைகளுடன் தந்தத்தில் செய்த 4 கர்லா கட்டைகளை மன்னர் தான் உடற்பயிற்சி செய்யுங்காலத்தில் பயன்படுத்த வைத்திருந்தார்.

3. தோட்டக்கலை

அரிய தாவரங்கள் வளர்க்கப்பட்டன

சரபோஜி தன் அரண்மனையிலேயே தோட்டத்தினை ஏற்படுத்தி தாம் செல்லுமிடமெல்லாம் புதியனவாகக் கண்ட தாவரங்களைக் கொண்டு வந்து வளர்க்கச் செய்தார். இதனைப் பல மோடி ஆவணங்கள் உறுதி செய்துள்ளன.

தஞ்சையில் இல்லாத மரம், செடி, கொடிகள்

"*8.3.1821*இல் கல்கத்தாவில் கவர்னர் ஜெனரலிடம் விடை பெற்றுக் கொண்ட பொழுது தினுசுவாரி மரங்களின் விதைகளையும் மன்னருக்குக் கொடுத்தார்."

"*18.4.1821* முகாம் முஸ்கேரா சமீபம் ஹசான் கஞ்சஞ் இப்பொழுது குருலகைரா என்னும் பார்வைக்கு அழகாயிருக்கும் மலரின் படம் ஒன்று அனுப்பியிருக்கிறது. அதை ஹீசூரின் ஸலாமுடன் ரெசிடெண்ட் சாகேபிடம் சேர்ப்பிக்கிறது. இப்பூவின் விதையும் வேறொரு பூவின் விதையும் தனித்தனி 2 பொட்டலங்களும், கத்தரிக்காயின் பொட்டலம் ஒன்றும் அனுப்பியிருக்கிறது. ரெசிடெண்ட் தோட்டத்தில் போடுவதற்கு அவருக்கு வேண்டிய அளவு கொடுத்து எஞ்சியவற்றைச் சர்க்காரின் தோட்டங்களிலெல்லாம் போட்டு அபிவிருத்தி செய்கிறது. (தஞ்சை மராட்டிய மன்னர் கால அரசியலும் சமுதாய வாழ்க்கையும், கே.எம். வேங்கடராமையா, ப.*125*)

தோட்டக் கலையைப் படித்த தோட்டக்காரர்

மரம், பூக்கள் மட்டுமின்றித் தேவையான பலவகை செடிகளையும் பயிரிடச் செய்து தமது ஆய்வினைத் தொடர்ந்தார் என்பதனை மேற் குறிப்பிட்ட ஆவணங்கள் மூலம் அறியப்படுகிறது. தாவரங்களை அழகுக்காக மட்டுமின்றி மருந்துக்காகவும் வளர்க்கச் செய்ததையும் அறிகிறோம். மன்னருடைய மனம் மகிழவும், மக்கள் மனம் நிறைவடையவும் பொழுது போக்கவும் தஞ்சை சிவகங்கை பூங்காவில் ஐரோப்பாவிலிருந்து வரவழைக்கப்பட்ட பலதரப்பட்ட மரங்களை நட்டுவளர்த்தார். காசிக்குப் புனிதப் பயணம் சென்றபொழுது பூ, பழச் செடிகளின் விதைகளை வாங்கி வந்து அரண்மனைக்கு அடுத்து இருந்த ஹுசூர் மகால், தாஸ்தான் மகால் ஆகிய இரு தோட்டங்களை அழகுபடுத்தினார். தோட்டத்தில் சிறு சிறு குட்டைகள் இருந்தன. அவைகளில் வண்ண மீன்கள் வளர்க்கப்பட்டன. பள்ளிகொண்டான் என்பவரை சென்னைக்கு அனுப்பி தோட்டக்கலை பயின்று வரச் செய்து அவரைத் தமது தலைமைத் தோட்டக்காரராக அமர்த்திக்

கொண்டார். இவர் இக்கலையைக் குறித்த நூல் ஒன்றை எழுதி அதில் தோட்டத்தில் எப்படி மண் இருக்க வேண்டும்? என்ன உரம் இட வேண்டும்? எப்படிச் செடிகளை ஒன்றுக்கொன்று ஒட்டி மரம் வளர்க்க வேண்டும் எனவும் குறிப்பிட்டிருந்தார்.

4. மற்போர்

சரபோஜி ஒரு மற்போர் வீரர்

சரபோஜி சிறந்த மற்போர் வீரர். இளம் வயதிலேயே இதைக் கற்றுக்கொண்டு, சென்னைக்குக் கல்வி கற்க சென்ற பொழுதும் அங்கும் இப்பயிற்சியைக் கடைபிடித்து தான் முடிசூட்டிக் கொள்ளும் வரை கைக்கொண்டார். கர்னாடகாவிலிருந்து முல்லுஜி ஜெட்டி வஸ்தாத் என்ற மற்போர் வீரர்களைத் தன் அரசவையில் ஆதரித்து வைத்து வெளியூரிலிருந்து வரும் பயில்வான்களுடன் மற்போரிடச் செய்து

மல்யுத்த ஓவியம்

கண்டு மகிழ்ந்தார். வஸ்தாத்துகளில் தேர்ந்த தனக்குப் பிடித்தமானவர் களுக்குக் கையில் அணியும் பொன்னாலான காப்பைக் கொடுத்து தன்னுடைய அன்பைத் தெரிவித்தார். இந்த உடற்பயிற்சியை மேற்கொள்ள தாலீம் கான அல்லது கவாத்துகானா என்ற கோதா, நகரத்தின் பல இடங்களில் அமைத்தார். இதில் குறிப்பிடத்தக்கது அரண்மனையிலேயே கிருஷ்ண விலாஸ் குளத்தருகேயும் மற்றொன்று பூஜா மகால் கட்டடத்திற்குக் கீழேயும் இருந்தது. பயில்வான்களுக்கு ராஜு என்ற பட்டமும், மான்யமும் அளித்து மன்னர் பாதுகாத்தார். மற்பயிற்சிக் கூடங்கள் தஞ்சையில் தெற்கு வீதியில் இரண்டும், சிவகங்கை குளக்கரையிலொன்றும் இருந்தது. இங்கு நாள்தோறும்

வலிமையுடைய பயிற்சியளிக்கும் திட்டத்தினை மான்யங்கள் வழங்கி வளர்த்தோடு, மகர்நோன்பு நிறைவு விழாவில் மல்யுத்தம் செய்யச் செய்து வெற்றி பெற்றவருக்குப் பரிசுகள் வழங்கினார். இவற்றை யெல்லாம் நினைவூட்டுவதாகத் தர்பார் மண்டபத்தில் உள்ள ஓவியங்கள் மல்யுத்த வீரர்களின் செயல்திறனைச் சித்தரிக்கின்றன.

பட்டுப்பூச்சி வளர்ப்பு

இரண்டாம் சரபோஜி காலத்தில் மாத ஊதியத்திற்கு ஆட்கள் நியமித்து பட்டு நூற்புத் தொழில் வளர்ச்சி அடைந்தது. இவர் காசி யாத்திரை மேற்கொண்ட போது புரந்தாபாத் என்ற ஊருக்கு அருகில் உள்ள ஹசின்பூர் என்ற ஊரிலிருந்து எழுதிய கடிதத்தில் பட்டுப்பூச்சி வளர்ப்பு பற்றிய செய்திகள் விரிவாக எழுதப்பட்டுள்ளது. விட்டோஜி லோன்ஜி பட்டு பூச்சிகள் வாங்க ரூ 8... பட்டு வேலை செய்கிற பரிமணத்திற்கு மாதம் இவ்வளவு, மராமத்து இலக்காவிலிருந்து பட்டுப்பூச்சி இயந்திரத்தை சொல்கிறபடி செய்து கொடுக்கிறது இவ்வளவு, வாஞ்சிலிங்கம், பிள்ளையிடம் பட்டுபூச்சி வேலை செய்த ராமசந்திர செட்டி, முத்து செட்டிக்கு வழங்கப்பட்ட ஊதிய விபரம் போன்றவற்றிலிருந்து பட்டு நூல் உற்பத்தி, பட்டுப்புடவை தயாரிப்பு போன்ற தொழில்கள் தஞ்சை மராட்டியர் ஆட்சியில் சிறந்திருந்ததை அறியமுடிகிறது.

சங்கெடுக்கும் தொழில்

கடலில் மூழ்கி சங்கெடுக்கும் தொழிலும் சிறந்தது விளங்கியது. இத்தொழில் செய்பவருக்கு 1000க்கு இவ்வளவு சக்கரம் என கூலி வழங்கப்பட்டது. இத்தொழிலில் முத்து கிடைத்தது. சங்க--- ஆன பொருட்களும் தயார் செய்யப்பட்டு மக்கள் பயன்பாட்டிற்கு வந்தது.

5. மாட்டு வண்டி பந்தயம் (ரேக்லாரேஸ்)

மாட்டு வண்டி பந்தயம் பொது இடங்களில் மக்கள் கலந்து கொள்ளும் விதத்தில் நடைபெற்றது. இது ரேக்ளாரேஸ் என்று அழைக்கப் பட்டது. பந்தய காளைகளைத் தயாரிப்பதில் மன்னருக்கு மிகுந்த விருப்பம் உண்டு. அவரது காலத்தில் ரேக்ளா பந்தயம் சிறப்பாக நடைபெற்று வந்தது. ஏழைகளும், தனவந்தர்களும் அப்பந்தயத்தில்

ரேக்லா பந்தயம்

கலந்து கொள்வது வழக்கம். அரசரின் வஹிலி மகாலில் பந்தய காளைகள் வளர்க்கப்பட்டு வந்தன.

இதற்கான பந்தயத்தில் கலந்து கொள்பவர்கள் அனுசரிக்க வேண்டிய விதிகளையும் எப்படிப் பந்தயத்திற்குப் பயிற்சி அளிப்பது என்பதைக் குறித்தும் நூல் ஒன்று 'ஹிந்துலாதுமானி' என்று மராட்டியில் எழுதப்பட்டது.

மாடு குதிரைகளைப் பந்தயத்திற்கென தயாரிக்கும் முறைகளும் சாரத்தியம் செய்யும் முறைகளும் அடங்கிய 'வ்ருஷஸகட சாரத்தியம்" "சடுல டுமணி வகையறா" என்ற அரிய புத்தகங்களையும் அவர் சேகரித்திருந்தார். இதே பந்தயத்தில் கலந்து கொள்ளும் மாடுகளுக்கு, மருத்துவம் செய்ய தகுந்த நபர்கள் நியமிக்கப்பட்டிருந்தனர். இப்பந்தயங்கள் இன்றும் பொங்கல் காலங்களில் கிராமப்புறங்களில் நடைபெற்று வருகின்றன.

VI. சரபோஜியின் சமயப்பணிகள்

1. சோழநாடு புனிதப்பயணம்

அரசியலைச் சார்ந்தது

1801-1802இல் நூற்றிற்கும் மேற்பட்ட சிவன், விஷ்ணு, அம்மன் கோயில்களை மன்னர் சரபோஜி தரிசிக்க புனிதப் பயணத்தை (தல யாத்திரை) இரண்டு மாதங்கள் காவேரி பாய்ந்தோடும் சோழநாட்டில் மேற்கொண்டார். இப்பயணத்திற்குப் பிறகு சரபோஜி 108 சிவலிங்கங்களை 11ஆம் நூற்றாண்டைச் சார்ந்த தஞ்சை பிரகதீஸ்வரர் கோயிலில் நிறுவினார். (பிரதிஷ்டை செய்தார்) இதன் பின்னர் திருவரங்கத்திற்குச் சென்று காவேரியில் நீராடி தன் புனிதப் பயணத்தை முடித்துக் கொண்டார். இதன்பின்னர் சில வாரங்கள் கழித்து அரசவைக் கவிஞர் சிவா மராட்டிய மொழியில் "சரபேந்திர தீர்த்தவாரி" (சரபோஜி திருக்கோயில் வழிபாட்டுப் புகழிசைப்பிற்குப் பின்வரும் துணைப்பாட்டு) எனும் கவிதை நூலை எழுதினார்.

கவிஞர் சிவா சரபேந்திர தீர்த்தவாரியில் சரபோஜி பயணத் தடத்தைத் தஞ்சையிலிருந்து காவேரிக் கரை, வெள்ளாறு, கொள்ளிடம் வழியாக கடல்கரை வரை எல்லாத் திசைகளுக்கும் சென்று சோழ நாட்டைச் சுற்றி வலம் வந்ததைக் குறிப்பிடுகிறார். அங்குள்ள ஒவ்வொரு கோயில்களுக்கும் புனிதப் பயணம் மேற்கொள்ளும் போது அதன் புராணக் கதை, அதன் மகிமை மற்றும் அங்குள்ள தெய்வங்களுக்கு மன்னரால் வழங்கப்பட்ட விலை மதிக்கமுடியாத நகைகள், பாத்திரங்கள், தங்க நாணயங்கள், சடங்கு, பூசை சாமான்களையும் குறிப்பிடுகிறார். இத்துடன் தெய்வ வழிபாடு, புனித நீராடல், முன்னோர்களுக்கான நினைவு (சிரார்த்த)ச் சடங்கு முறை மற்றும் பிராமணர்களுக்குக் கொடுக்கப்பட்ட ஏராளமான பரிசுகள் குறிக்கப்பட்டிருக்கின்றன.

கும்பினியாரின் உதவியால் சரபோஜி அரியணை ஏறியபின் இப் புனிதப் பயணத்தை இரண்டு ஆண்டுகளுக்குள்ளேயே மேற்கொண்டார். கவிஞர் சிவாவினுடைய கவிதையில் சரபோஜியின் சமயப்பற்று, அரசியல் (ராஜதர்மம்) அரசருக்குரிய மதிப்பு ஆகியவைகள் விரிவாகக் கூறப்பட்டுள்ளன.

சரபோஜி, சோழனாகவே தன்னைப் பாவித்துக் கொண்டார்

சோழநாடு புனிதப் பயணத்தின் ஒரு முக்கிய பங்காகச் சரபோஜி கும்பினியாரின் ஆட்சியில் தனது ஆட்சித் தலைமையுரிமையை நிலை நாட்ட சில யுத்திகளை மேற்கொண்டார். இம்முயற்சியில் சோழ மன்னர்களின் மீது கொண்ட பண்பின் ஒருமைப்பாடு மற்றும் அவர்களின் சாதனைகளைத் தனக்கு ஏற்றார் போல் தன் பெயரை நிலைநாட்ட கும்பினியார்களின் இடையே உருவாக்கிக் கொண்டார். இதற்காகச், சோழர்கால கோயில்களில் தனது புகழைப் பரப்ப சரபோஜி திருப்பணி செய்தல், சடங்கு முறைகளை நடத்துதல், கோயில்களைக் குறித்த புதிய நூல்களை இயற்றுதல், சிவலிங்க பிரதிஷ்டை, கல்வெட்டுக்களைப் பதித்தல் ஆகியவைகளை மேற்கொண்டார். சோழமண்டலம் முழுவதும் தனது புனிதப் பயணத்தை மேற்கொள்ளும் போது தனது ஆட்சிக்குட் பட்டிருந்த இடங்களில் எல்லாம், தான் ஆட்சியில் இருந்ததை நினைவூட்டும் விதமாகப் பயணம் முழுவதையும் அமைத்துக் கொண்டார். அப்போது 'தீர்த்த யாத்திரை" நூலை எழுதினார். இது நூலை ஒத்த ஒருநூல் சோழர் காலத்தில் 'மகாத்மியா' என வடமொழியில் எழுதப்பட்டிருந்தது.

வழக்கத்திற்கு மாறான ஆரம்ப நவீன காலத்தில் நடைபெற்ற புனிதப் பயணத்தின் மூலம்-சரபோஜியின் முதல்தரமான ஆட்சிமுறை, அவருடைய மேம்பட்ட கல்வி, ஆட்சிக்குட்பட்ட இடங்களின் சமுகச் சூழ்நிலை போன்றவைகளை அறிய முடிகிறது. ஆரம்ப நவீன காலத்தி லிருந்து காலனி ஆட்சிக் காலம் வரை தென்னிந்திய ஊர்களின் வரலாறு, மரபு சார்ந்த நிறுவனங்களைக் குறித்த குறிப்புகளையும் தெரிந்து கொள்ள முடிகிறது.

இராஜதர்மம்

பிராமணர்களுக்கும், கோயில்களுக்கும் நிலம் போன்றவைகளைக் கொடையளிப்பது, கோயில்களில் சடங்கு செய்வது, அறக்கட்டளை அமைப்பது மற்றைய மத நிறுவனங்களுக்கு ஆதரவு அளிப்பது போன்றவைகளைத் தர்ம சாஸ்திர நூல்களின் மூலம் அறிந்து நிறைவேற்றுவது தான் ராஜதர்மத்தின் சிறந்த பண்பாகும். இதுவே பல்லவர் காலத்தில் 6-8 ஆம் நூற்றாண்டில் தொடங்கி சோழர், பாண்டியர், விஜயநகர மன்னர், நாயக்கமன்னர் வரை ஆகம முறைப்படி சிவன், விஷ்ணு கோயில்களில் நடைபெற்றது. இதைப் போலவே 157 ஆண்டுகள் ஆண்ட மராட்டிய சரபோஜி உள்ளிட்ட மன்னர்கள் காலத்திலும் சோழநாட்டில் நடைபெற்றது. ஏனெனில் சோழர்களுக்கும், மராட்டியர்களுக்குத் தஞ்சையே தலைநகராக இருந்தது. தஞ்சை புனித காவேரி ஆற்றின்

கழிமுகப் பகுதியில் உள்ள கோயில்கள் நிறைந்து காணப்படுகின்றன. இக்கோயில்கள் பாண்டியர் காலத்தில் நாயன்மார்களால் பாடப்பட்டுள்ளன.

தஞ்சையை ஆண்ட எந்த மன்னரும் சரபோஜியைப் போல் சோழ நாட்டில் முழுதுமாக முக்கிய கோயில்களுக்குப் புனிதப் பயணம் செய்ததில்லை.

1535ஆம் ஆண்டிலிருந்து தஞ்சையை ஆண்ட தெலுங்கு நாயக்கர்கள் காவேரிக் கரையோரத்தில் சோழர்களைப் போல் ஆண்ட பொழுது சரபோஜியைப் போல் உருவ வழக்குடன் புனிதப் பயணத்தை மேற் கொள்ளவில்லை. ஆனால் மன்னர் சரபோஜி புனித இடங்களுடன் தான் ஆட்சி செய்த இடங்களையும் வலம் வந்தார். கவிஞர் சிவா சரபோஜி புனிதப் பயணத்தை மேற்கொள்ளும் போது போருக்குச் செல்லும் ஒரு மாவீரனைப் போல் முழு ஆயுதங்களுடன் தனது வழக்கமாகச் செல்லும் வலிமை பொருந்திய குதிரையின் மீது அமர்ந்து கிராமப்புற மக்களுக்கும் ஒரு பேரரசனாகக் காட்சியளித்தார்.

சரபோஜி சட்டப்படியான மன்னர் என நிரூபிக்க – புனித யாத்திரை

1797இல் தஞ்சை அரண்மனையைத் தவிர மற்றைய எல்லாப் பகுதிகளையும் கும்பினியார் பறித்துக் கொண்ட போதும் சரபோஜிக்கு, திக்விஜயம் என்பது ஓர் உருவக வழக்கு மட்டுமில்லை. மாறாக மன்னருடைய நோக்கம் என்பது புகழ்மிக்க புனிதப் பயணத்துடன் தனது அரசியல் குறியீட்டையும் ஊடுருவி பரவச் செய்வதற்காகவும் ஆகும். 1801-1802இல் சரபோஜி சட்டப்படியான மன்னர், தெய்வபக்தி மிகையாக உள்ளவர் என்பதை நிரூபிக்க வேண்டியதாக இருந்தது. இதைவிட முக்கியமாகப் பிரிட்டிஷார் கண்காணிப்பில் ஐரோப்பிய மிஷனரிகளிடம் பெற்ற கல்வியின் மூலம் ஐரோப்பிய தத்துவங்களுக்கு ஆதரவு அளித்தாலும் இந்து தர்மத்தின் மீது மிகுந்த பற்றுடையவர் என்று உறுதி செய்ய வேண்டியதிருந்தது. இத்துடன் இப்பயணத்தின் போது ஓர் அடையாளமாகத் தான் கும்பினியாரிடம் இழந்த இடங்களையும் சுற்றி வலம் வந்தார். ஏனெனில் இது அவருக்கு விதித்திருந்த கட்டுப் பாட்டைத் தாண்டி வெளிவந்த காலம் ஆகும். இப்படியாகக் காவேரி ஆற்றின் கழிமுகப் பகுதியில் சடங்கு முறையாக வலம் வரும்போது தஞ்சாவூருக்கு உட்பட்ட பகுதிகளைச் சோழ மண்டலமாகத் தானே ஒரு எல்லையை அமைத்துக் கொண்டு தன்னையே ஒரு சோழப் பேரரசனாக, ஆட்சி செய்யும் மன்னனாக சுற்றி வலம் வந்தார். சரபேந்திர தீர்த்தவாரி இரண்டாவது மூன்றாவது பகுதிகளில் சமயச் சடங்குகள் மற்றும் இவருடைய ஆட்சித் தலைமையுரிமையை வலியுறுத்தும் விதமாக முடிவடைகிறது. இந்நிலையில் கவிஞர் சிவா சோழ மண்டலத்திலிருந்து

திருவரங்கம்

கொண்டு வரப்பட்ட சிவலிங்கங்களை நிறுவச் செய்து பெருவிழா எடுத்து வழிபட வழிவகுத்தார்.

திருவரங்கத்தில் நடைபெற்ற காவேரி புனித முழுக்கு தான் முடிசூட்டிக் கொண்டதை நினைவுகூரும் வகையில் அமைந்திருந்தது.

கும்பினிப்படை கோயிலிலிருந்து போனபின் கோயில் தூய்மை செய்யப்பட்டது

அரசபதவி ஏற்ற பிறகு சரபோஜி சோழநாடு சமயச் சுற்றுலா மேற்கொண்டதன் உந்துதலாகப் பிரகதீஸ்வரர் கோயிலைப் புனரமைத்து, கட்டடங்களை எழுப்பினார். 19ஆம் நூற்றாண்டில் கும்பினியார் படைகள் கோயிலில் தங்கியிருந்ததன் காரணமாக அக்கோயிலைச் சமயச் சடங்குகள் மூலம் தூய்மைப்படுத் தினார். அத்துடன் பெருவுடையாருக்கு விலையுயர்ந்த பொருட்களைக் காணிக்கை அளித்து அச்செய்திகளைக் கல்வெட்டாகச் சுவரில் பதிவிட்டார். அக்கோயிலைக் குறித்து எழுதப் பட்ட பிரஹதீஸ்வர மஹாமித்தியத்தைத் தமிழில் மொழி பெயர்த்தார். அதன்பிறகு மராட்டிய பேரரசனான சத்ரபதி சிவாஜி முதல் சரபோஜி-II வரை "போன்ஸ்லே வம்ச சரித்திரம்" என்று மராட்டிய மொழியில் கல்வெட்டாகப் பதிவிட்டார். பிரஹகதீஸ்வரர் கோயிலில் மராட்டிய மொழியில் உள்ள போன்ஸ்லே வம்ச சரித்திரக் கல்வெட்டு, சோழர் கால கல்வெட்டைப் போல் எதிரொலிப்பதாக கோயிலின் சுவர்களில் இன்றும் காட்சியளிக்கிறது.

மிகப்பெரிய வம்சாவளி கல்வெட்டு

இக்கல்வெட்டு பெரிய கோயிலிலுள்ள விநாயகர் கோவில் சுவர் மற்றும் தென்மேற்கு சுவற்றில் வெட்டப்பட்டுள்ளது. இக்கல்வெட்டில் மராட்டியர் வம்சாவளி முழுவதும் எழுதப்பட்டுள்ளது. இது ஒரு தனி நூலாக தமிழ் விளக்கத்துடன் தஞ்சாவூர் சரஸ்வதி மகால் நூல் நிலையத்தாரால் வெளியிடப் பெற்றுள்ளது. இதில் சரபோஜி மன்னருக்கு உறுதுணையாயிருந்த ஸ்வார்ட்ஸ் பாதிரியாரின் புகழும் பாடப் பெற்றுள்ளது.

ஆங்கிலேயர்களை எதிர்த்து மருது சகோதரர்களைப் பிடிக்கப் பணஉதவியும் ஆள் உதவியும் செய்தார் என்பதை இக்கல்வெட்டு "மகாராஜா தம் சைன்யத்திலிருந்து 50 இந்து வீரர்களையும் 20 முகமதிய வீரர்களையும் மேலும் சிலரையும் சிவன்னா என்பவருடன் அனுப்பியதோடு சைன்யத்தின் செலவுக்காகத் தாமே கையிலிருந்த பணத்தைக் கொடுத்து ரெசிடெண்ட் பிளாக்பர்ன் துரையோடு 1801 ஜுன் 7ஆம் தேதி அனுப்பினார்" என்று கூறுகிறது. 1801ஆம் ஆண்டிலேயே மருது சகோதரர்கள் ஆங்கிலேயரால் பிடிக்கப் பெற்றுத் தூக்கிலிடப் பட்டது, இங்கு நினைவு கூரத்தக்கதாகும். இதை அறிந்து எழுதியவர் டாக்டர் குடவாயில் பாலசுப்ரமணியம் இதற்குக் காரணமாக அவர் கூறுவது "தஞ்சை அரண்மனையில் முன்பிருந்த மராட்டியர் வரலாறு நூல் அமர்சிங்கால் திருவிடைமருதூருக்குக் கொண்டு செல்லப் பெற்றுவிட்டது. அதனால் சரபோஜி மன்னரின் ஊழியரான பாபுராவ் 1803இல் புதிதாக இதை எழுதினார். சரியான குறிப்புகள் இல்லாததால் தான் இப்புதிய வரலாற்றில் மராட்டிய மன்னர்களின் பழைய வரலாறு பிழைபட அமைந்துள்ளது" எனக் குறிப்பிடுகிறார் (தஞ்சாவூர், குடவாயில் பாலசுப்ரமணியன், ப.307).

சோழர்கால அடையாளக் குறியாக உள்ள கல்வெட்டுகளின்படி இராஜராஜனால் கி.பி.1010 இல் கட்டப்பட்ட இக்கோயிலுக்கு ஏராளமான மானியங்கள் வழங்கப்பட்டுள்ளன. சரபோஜிக்கு இக்கோயிலின் மூலவரான பிரகதீஸ்வரரே வழிபடு கடவுளாக இருந்தார். தனது தஞ்சை கோட்டையைத் தவிர மற்றைய அனைத்து இடங்களையும் பறித்துக் கொண்ட நிலையிலும் கோயிலில் இசை, நாட்டியம், நாடகம் போன்றவைகள் விமரிசையாக நடத்தப்பட்டன. மேலும் இவர் பொறித்த கல்வெட்டுக்கள் சோழர் காலத்தை (10-13 நூற்றாண்டை) நினைவூட்டுகின்றன.

சரபோஜியின் காலத்தில் பெரிய கோயில் நன்னீராட்டுப் பெருவிழா 1801ஆம் ஆண்டு தொடங்கி 1803 ஆண்டு வரை

நடைபெற்றது. அப்போது விமானத்தின் உச்சியில் ஒரு கலசம் புதியதாக வைக்கப் பெற்று அதில் சரபோஜி மகாராசா உபயம் என்று வெட்டப் பெற்றது. (மாமன்னர் சரபோஜி ஆய்வுக்கோவை3, சரஸ்வதி மகால் நூலகம், ப.9)

இதே கலசத்தில் சரபோஜியின் மகன் சிவாஜி மன்னர் காலத்திலும் கும்பாபிஷேக செய்திகள் தமிழ்மொழியில் கிரந்த எழுத்துக்களில் எழுதப்பட்டுள்ளன என்றாலும் இதன் அருகில் மராத்தி மொழியிலும் இதே செய்தி குறிக்கப்பட்டுள்ளது.

சரபோஜியின் தாய்மொழி

கும்பினியார் ஆட்சிக் காலத்தில் அவர்கள் பிடியில் சரபோஜி இருந்தாலும் பெரிய கோயிலில் போன்சுலே சரித்திரம் மராட்டிய மொழியிலேயே பொறிக்கப்பட்டது. இம்மொழியே ஆட்சி மொழியாகவும் நீதிமன்ற தொடர்பு மொழியாகவும், வரி வசூலுக்கான கணக்குகளை எழுதும் மொழியாகவும் பெரும்பாலான சமயங்களில் அரசவை மொழி யாகவும், பொது ஜனங்களுக்கான அறிவிப்பு மொழியாகவும் இருந்தது என்பது குறிப்பிடத்தக்கது.

2. காசிப் புனிதப் பயணம்

சரபோஜி மன்னர் ரெசிடெண்ட் வில்லியம் பிளாக்பர்ன் தந்திரக்காரராக மாறிவிட்டதை அறிந்தார். இச்சூழலில் மேனாள் ரெசிடெண்ட் டோரின் தஞ்சை கோட்டையில் எதிரிகள் கூட நண்பர்கள் போர்வையில் வாழக்கூடும் என்று கூறியதை மன்னர் நினைவு கூர்ந்தார்.

ஒரு கட்டத்தில் சரபோஜி ரெசிடெண்டுடன் அதிகரித்து வரும் ஒற்றுமையின்மையின் காரணமாகக் காசி புனிதப் பயணத்தை மேற்கொள்ள முடிவு செய்தார். இதன் காரணமாகச் சரபோஜி போர்க் குணம் மிக்கவராக கிளர்ச்சியாளராக மாறிவிட்டாரோ என எண்ணத் தோன்றுகின்றது. அதே சமயம் சரபோஜியின் இப்பயணம் அரசியல் சிறைவாசத்திலிருந்து வெளிவர இதை ஒரு காரணமாகப் பயன் படுத்தினார் என்பதும் பொருத்தமாக உள்ளது. மாறாகக் கும்பினி அதிகாரிகள் ஒரு மாறுதலுக்கே மன்னர் இந்தப் பயணத்தை மேற்கொள்வதாகப் பார்த்தார்கள் (T.J.RamaRao and N.B.Gadre 1960 The Journal of the Tanjore Saraswathy Mahal Library 14(3)-5). ஆனால் கும்பினி அதிகாரிகளைப் பொறுத்தவரை, சரபோஜி அனைத்து எல்லைகளையும் மீறி கும்பினிக்குப் பயன்படாத ஒரு தனிப்பட்ட அறிவு ஜீவி என்று

பேசும் அளவிற்கு மாறிவிட்டார் என நினைத்தனர். சரபோஜியை ஓர் அறிவொளி பெற்ற மன்னராகக் கண்டு கொண்ட அதே ரெசிடென்சி, மன்னரை தற்பெருமை மிக்கவராகவும் பண்பில் குறைந்தவராகவும் குறைந்த உணர்வுள்ளவராகவும் உள்ளார் என்று குற்றம் சாட்டத் தொடங்கினார். 1822இல் பிற்பகுதியில் பிளாக்பர்ன் ஆளுநர் தாமஸ் மன்றோவிற்கு எழுதிய கடிதத்தில் மன்னரின் பெருமை பன்மடங்காக அதிகரித்துள்ளது என்றும் அவர் இந்தியாவில் உன்னிப்பாகக் கவனிக்கப்படுபவராகக் கருதப்படுகிறார் என்றும் கூறியவர். "இராஜா சோர்ந்து காணப்படுகிறார்" என்றும் குறிப்பிட்டிருந்தார்.

இராஜாவின் செயல்பாடுகளைக் குறைக்க 1806-1807 தொடக்கமாக நவீன கல்வி நிறுவனங்களில் மீது கண் வைத்து சரபோஜியின் அதிகாரங்கள் மேலும் குறைக்கப்பட்டது. மன்னர் இதற்குத் தன்னால் முடிந்தவரை எதிர்த்தாலும் கடைசியில் தோல்வியே மிஞ்சியது.

மன்னர் சரபோஜி ரெசிடெண்ட் பிளாக்பர்னுக்குக் காசிக்குப் புனித யாத்திரை மேற்கொள்ளப் போவதாக ஒரு கடிதம் எழுதினார். அதில் தனது தேவைகளை ஒரு அறிக்கையாகச் சமர்ப்பித்தார். அவைகள் தன் வழித்தடங்கள் தன்னுடன் பயணிப்பவர்கள், பயணத்தின் போது தேவைப்படும் பணம் ஆகியவற்றுடன் தன்னுடன் பயணிக்கும் டாக்டருக்கான ஊதியமும் கூட கூறப்பட்டிருந்தன.

மன்னர் காசிக்குப் புறப்படுவதற்கு முன் பெரிய அளவில் திட்டம் தீட்டி தன் ஒரே மகன் சிவாஜிக்குப் பட்டம் சூட்டி இதை அறிவிக்கும் விதமாகத் தசரா பண்டிகை ஊர்வலத்தில் சிவாஜி தன் வாரிசு என அறிவித்தார். இதை ரெசிடெண்டுக்கு அறிவித்து அதற்கான ஒப்புதலைச் சென்னை கவர்னர் தாமஸ் மன்றோ மூலம் இலண்டனிலிருந்து பெற்றார்.

தஞ்சையை இயக்குவது எப்படி - மகனுக்கு உத்தரவு

பிறகு தன் மகனிடம் தான் தஞ்சை திரும்பும் வரை தஞ்சையில் எப்படி இயங்க வேண்டும் என்று உத்தரவு பிறப்பித்தார். அவைகளாவன:

1. பண்டிகை திருவிழாக் காலங்களில் தெருவாசிகளுடன் நடந்து கொள்ள வேண்டியவைகள்.
2. அரண்மனை வாசிகளுக்கு வழக்கமாகக் கொடுக்கவேண்டிய மொயன், தானதர்மச் செலவு, உலுப்பை பற்றிய விவரம்
3. ஆங்கில அரசு அலுவலர்களுடன் அரண்மனைவாசிகள் நடந்து கொள்ள வேண்டிய முறைகள்

4. அரண்மனைப் பணியாளர்கள் அவர்தம் சம்பளம் பற்றிய விபரம்
5. அரண்மனை வரவு செலவு கணக்கும் ரெசிடெண்டின் பங்கு
6. நீதி விசாரணை
7. காசி பயணத்திற்கு உடன் வருபவர்களுக்கான சம்பளத்தை அவரவர் வீட்டில் கொடுத்து அவர்களின் நலனைக் கவனித்துக் கொள்வது. இவருடன் பயணத்தில் கலந்து கொண்டவர்கள் 3000 நபர்களாகும். இதனால் மன்னர் தங்கிய முகாம்களுக்கு எழுதி ஒவ்வொரு சிறப்பு நிகழ்ச்சிக்கும் உத்தரவு வாங்க வேண்டிய தொல்லை நீங்கித் தாமாகவே எல்லா காரியங்களும் நிறைவேற்றும் நிலை சிவாஜி-IIக்கு உண்டாயிற்று.

அந்நாளைய கும்பினி அரசாங்கக் கவர்னர் ஆணைப்படி மன்னருக்கு ஆங்காங்கே உரிய மரியாதைகள் வழங்கப்பட்டன. இம்மன்னர் தங்கும் இடங்களில் பற்றுச் சீட்டு பெற்றுக் கொண்டு இவர் கேட்ட தொகைகளை அந்தந்த கோட்ட அலுவலர்கள் அளித்தனர். எனவே “அறந்தலைத் தந்த அரும்பொருள் தாங்கிச் சேறல்” சரபோஜி மன்னருக்குச் சாலவும் எளிதாயிற்று.

அப்பொழுது அவர் உடைமைகளுடன் எடுத்துச் சென்றது உள்ளூர் மருந்துகளும், அலோபதி மருந்துகளும் அடங்கிய பெட்டிகள் எட்டு ஆகும். இப்பெட்டியில் மருந்துகளுடன் சிரின்சு, பாட்டில், ஜார், அறுவை சிகிச்சைகளுக்காக உடன் எடுத்துச் செல்லக்கூடிய கருவிகள் மற்றும் கை, கால்களை அகற்ற உதவும் கருவிகளும் இருந்தன. மன்னருடன் டாக்டர் சட்டன் என்ற மருத்துவர் சென்றார். இவ்வாங்கில மருந்துவருடன் ஓர் இந்திய மருத்துவ உதவியாளரும் இருந்தார். அவர்தான் உள்ளூர் கிறித்தவரான சௌரிநாயகம் (Raja Serfoji-II, Science, Medicine and enlightment in Tanjore, Savithri Preetha Nair, P.109).

மன்னர் தனது குலதெய்வமான சந்திரமௌலி, பாவனியை வணங்கி தனது பஞ்சகல்யாணி குதிரை சம்பு பிரசாத் மீது ஏறி 23.9.1820இல் தஞ்சையிலிருந்து தனது புனிதப் பயணத்தைத் தொடங்கினார். திருவையாறு, விருத்தாசலம், திருத்தணி வழியாகத் திருக்காளத்தியை அடைந்தார்.

திருக்காளத்தியில் இறைவனை வழிபடச் சென்ற பொழுது நிகழ்ந்த நிகழ்ச்சி

ஸ்ரீ காளகஸ்தி என்று தற்பொழுது அழைக்கப்படும் ஊருக்குத் திருக்காளத்தி என்ற பெயரும் உண்டு. அங்கு இறைவனை வழிபடுவதற்குத்

திருக்கோயிலுக்கு மன்னர் சென்றார். செல்லுங்கால் மன்னரது தகுதிக் கேற்ப ஆயுதங்களைப் பரிவாரங்கள் ஏந்திச் சென்றனர். திருக்காளத்தி சமீந்தார் ஆயுதங்களை ஏந்திக் கோயிலுக்குள் செல்லக்கூடாதென்று தடுத்தார். தாம் செய்யும் வழிபாடு வீணாகக் கூடாதென்ற கருத்து உடையவராய் மன்னர் தம் நிலையினின்று தாழ்தற்கு மனம் இன்றி ஆயுதமின்றிச் செல்லுதல் தம் பெருமைக்கு ஒவ்வாது என்று கருதி இறைவனுக்கு வழிபாடாற்றாது சென்றுவிட்டார். அப்பொழுதே ஆயுதங்களுடன் சென்று சுவாமி தரிசனம் செய்யலாம் என்று தல மகாத்மியத்தில் இருக்கும் குறிப்பைத் தேடி எடுத்து அக்குறிப்பைக் காட்டி மீண்டும் காளத்திக்கு வருங்கால் இத்தகைய தடை நீக்கப் பெற வேண்டும் என்று கவர்னர் ஜெனரலுக்குக் கடிதம் எழுதினார். பின்னர் கவர்னர் ஜெனரலிடம் கல்கத்தாவில் விடைபெற்றுக் காசி புனிதப் பயணம் தொடர்ந்து செல்கையில் கவர்னர் ஜெனரலும் திருக்காளத்தியில் மன்னரது பெருமைக்கேற்ப இறைவழிபாடு நடைபெறும் என்று கூறினார். அதற்கேற்ப காசியிலிருந்து திரும்பும் வழியில் இரண்டாம் முறை காளத்திக்குச் சென்று வழிபட்டார்.

அங்கு வழிபாடு நடத்திவிட்டு, கிருஷ்ணா, கோதாவரிக் கரையில் தனது முன்னோர்களுக்குத் தர்ப்பணம் கொடுத்தார். ஆங்கில அரசு நாடு பூராவும் வியாபித்திருந்ததால் மன்னரின் பயணம் காலனி அரசால் கடிதங்கள் மூலம் ஓரிடத்திலிருந்து மற்றொரு இடத்திற்குச் செல்வது கண்காணிக்கப்பட்டது (எ.கா. ஒரு கடிதத்தில் நெல்லூர் போவதற்கு முன் ராமாயிபா பாலத்தில் வேலை பார்ப்பவர்களுக்கும் மன்னருடன் சென்றவர்களுக்கும் கடுமையான காலரா நோய்கண்டு பத்துக்கும் மேற்பட்டோர் இறந்ததாக ஒரு கடிதத்தில் குறிப்பிடப்படுகிறது).

காசியை அடைந்தார்

பின்னர் ஸ்ரீசைலம் வழியாகப் பூரியை அடைந்தார். அதன்பிறகு மாங்கீர் சென்று அங்கு ஸ்ரீராமர், பரதன், லட்சுமணன், சத்துருக்கன், சீதை பெயரில் அழைக்கப்படும் வெந்நீர் ஊற்றுக்களில் புனித நீராடிவிட்டு, பிரயாகை சென்று அங்குத் திரிவேணி சங்கமத்தில் நீராடி இறைவனை வழிபட்டார். பிறகு கடைசியாக இந்துக்களின் புண்ணியதலமாகிய காசியை 10.07.1821 முற்பகல் 8 மணி அளவில் அடைந்தார். அங்குத் திருப்பனந்தாள் மடத்தைச் சார்ந்த காசித் தம்பிரான் மடத்திலும், தஞ்சாவூர் இராஜா சத்திரத்திலும் தன் பரிவாரங்களுடன் மன்னர் தங்கினார். மழைக்காலமாக இருந்ததால் அத்தலத்தில் விஜயதசமி வரையில் தங்கியிருக்கத் தீர்மானித்தார். பின்னர் செப்டம்பர் 13இல் புறப்பட இருந்தவர் மழை காரணமாகப் பயணத்தை ஒத்தி வைத்தார்.

காசி படித்துறை

காசியில் கேதார் காட் கோயில் திருப்பணியைச் செய்தார். விசுவேஸ் வரருக்கு வெள்ளிக் கவசம் செய்து சாத்தினார். மணிகரணிகர் துறை, தசாவதாரத் துறை போன்ற படித்துறை களில் நீராடி இறைவனை வழிபட்டு ஒவ்வொரு ஆலயத்திற்கும் பணம் பட்டாடைகளை அளித்தார். நித்திய யாத்திரை அந்தக் கிரக யாத்திரை, பஞ்ச குரோஷா யாத்திரை இவை களை முடித்தால்தான் காசி புனிதப் பயணத்தின் பயன் கிட்டும் என்ற நம்பிக்கையில் கடைசிவழிபாடாக இவைகளை மேற்கொண்டார். 23.10.1821இல் காசியை விட்டுப் பிரயாகைக்குப் புறப்பட்டார்.

கவர்னர் ஜெனரலைச் சந்திக்க வேண்டியது கட்டாயமானது

அமர்சிங் கும்பினியார்களால் ஆட்சியை விட்டு அகற்றி, திருவிடைமருதூரில் வசித்து வந்த நிலையில் தானே தஞ்சையை ஆளத் தகுதியானவர் என பல கடிதங்களைப் பிரிட்டிஷ் அரசிற்கு எழுதினார். அதே போல் விஜயராகவ நாயக்கர் வாரிசுகள் தங்களே அரியணைக்கு உரியவர் என்றும் கூறினர்.

அமர்சிங் 1802இல் இறந்தபிறகு அவர் மகன் பிரதாப்சிங் துளஜாவின் மனைவி திரௌதாம்பாள் மகளைத் திருமணம் செய்து கொண்ட பின் அவிசாகேப் (திரௌதாம்பாள்) பிரதாப் சிங்கே அரியணைக்குத் தகுதியானவர் என்று கூறியதால் அவருடன் சரபோஜி சண்டையிட வேண்டிய நிலை ஏற்பட்டது. இவ்வளவு கலக்கத்துடனும் மன அழுத்தத்துடன் இருந்த மன்னர் சரபோஜி காசிக்குப் புனிதப் பயணம் மேற்கொண்ட பொழுது நெறிமுறைகளைத் தாண்டி கவர்னர் ஜெனரலைச் சந்திக்க வேண்டிய கட்டாயம் ஏற்பட்டது. இந்நிலையில்

மன்னருடன் காசி புனிதப் பயணத்தில் சென்ற ஆங்கிலேய மருத்துவர் சட்டன் என்பவர் இறந்துவிட்டார். அவருக்கு ரூ.700 மாதஊதியமும் அவர் இந்திய உதவியாளருக்கு ரூ.220 ஊதியம் கொடுக்கப்பட்டு வந்துள்ளது. இது கவர்னர் ஜெனரலுக்குத் தெரிவிக்கப்பட்டவுடன் டாக்டர் தலஜென் மக்லோட் என்பவர் 21.08.1821இல் காசி முகாமுக்குப் பணிக்கு வந்து சேர்ந்து கொண்டார்.

தஞ்சைக் கோட்டையைத் தவிர சரபோஜியின் ஆட்சிக்குட்பட்ட பகுதிகள் எடுத்துக் கொண்ட நிலையில் மன்னரின் மகனை பிரிட்டிஷ் அரசு தன் ஒரே வாரிசான சிவாஜியை ஏற்றுக் கொள்ளாத நிலையில் எப்படியாவது வாரிசாக்கி அரியணையில் அமர்த்திவிட வேண்டும் என்ற குறிக்கோளின்படித் தன்னுடைய காசி புனிதப் பயணத் திட்டத்தில் இல்லாத கல்கத்தாவிற்குச் சென்று கவர்னர் ஜெனரலைக் கண்டு தன் வாரிசு குறித்துப் பேச எண்ணி கவர்னரிடம் அனுமதி கோரியபோது மறுத்துவிட்டார். ஏனெனில் கும்பினியாரின் நெறிமுறைப்படி மன்னர் எந்தக் காரியத்தைச் செய்ய வேண்டுமென்றாலும் ரெசிடெண்ட் மூலமாகக் கவர்னர் வரைதான் செல்ல முடியும்.

இதனால் தன் கோரிக்கையை விடாது கவர்னர் ஜெனரலுக்கே நேரடியாகக் கடிதம் எழுதி சந்திப்பதற்கு அனுமதி பெற்றார்.

கல்கத்தாவில் சரபோஜி

மன்னர் கல்கத்தாவில் 12 நாட்கள் தங்கியிருந்தார். கல்கத்தாவில் பழமையான விஞ்ஞானக் கழகம், பழம் செடி, கொடிகள் உள்ள தோட்டம் ஆகியவைகளைப் பார்வையிட்டு, கவர்னர் ஜெனரலைச் சென்ற நாளே நேரில் சந்தித்தார். கல்கத்தா சென்ற பொழுது ஸ்ல்க் காட்டில் அவர் நீதிபதி பியாரவேல் அழைத்துச் சென்றார். கல்கத்தாவைச் சுற்றிப் பார்க்க 4 சாரட் வண்டிகள் எற்பாடு செய்யப்பட்டன.

மரியாதை நிமித்தமாகக் கவர்னர் ஜெனரல் 21 முறை பீரங்கியை வெடித்து அன்புடன் மன்னரை வரவேற்றார். சரபோஜி கவர்னர் ஜெனரலுக்கும் அவரது மனைவிக்கும் நகைகளைப் பரிசளித்தார். பிறகு தான் ஹரித்துவார் செல்ல வேண்டும் என்ற விருப்பத்தை வெளியிட்ட போது கவர்னர் ஜெனரல் காலநிலை சரியில்லாதிருப்பதால் அங்குச் செல்வது நல்லதல்ல என மறுத்து விட்டார். பிறகு தன் உரை யாடலின் போது மன்னர் கவர்னர் ஜெனரல் லார்ட் ஹேஸ்டிங்கிடம் தமக்கு ஒரே மகன் என்றும் அவனை ரெசிடெண்டிடம் ஒப்புவித்துத்தான் புனிதப் பயணம் வந்திருப்பதாகவும் தம்முடைய மகன் சிங்காதனத்தை

அடைய வேண்டும், அரசாங்கத்தின் தயவுக்குத் தன் மகன் உரியவனாக வேண்டும்" என்றும் கூறினார். அதற்குக் கவர்னர் ஜெனரல் ஆனவர் கைமேல் கையைக் கோர்த்து நம்பிக்கையைக் காட்டினார் (தஞ்சை மராட்டிய மன்னர் கால அரசியலும் சமுதாய வாழ்க்கையும், கே.எம். வேங்கடராமையா, ப.*114*).

கவர்னர் ஜெனரல் பரிசளித்தார்

சரபோஜி விடைபெற்ற பொழுது கவர்னர் ஜெனரல் மன்னருக்குத் துப்பாக்கி, கடிகாரம் யானைமீது உட்காரப்படும் தங்கமுலாம் பூசப்பட்ட வெள்ளியினால் ஆன ஹெளதா சீட், ஒரு தந்தமுள்ள யானை ஆகியவை களுடன் அத்தர், பன்னீர் வெற்றிலை பாக்கு போன்றவைகளையும் வழங்கி விடையளித்தார் (Raja Serfoji-II, Science, Medicine and Enlightment in Tanjore, Savithri Preetha Nair, P.116).

பிறகு பிற்பகல் கல்கத்தாவில் மஹாகாளியைத் தரிசனம் செய்தார். காலையில் ஆயுதசாலைக்குச் சென்று எப்பொழுதும் பீரங்கிகள், துப்பாக்கிகள் குண்டுகள் முதலியன செய்யப்படும் இடத்தைப் பார்வையிட்டார். அதன் பின்னர் கப்பல் கட்டுதல், கப்பல் படைக்குரிய பொருள்கள் வைத்திருத்தல் ஆகிய செயல்களுக்குரிய கப்பல் துறையகத்தை (Navy Dockyard) மற்றும் வெடிமருந்து தொழிற்சாலை, அச்சு எழுத்து தயாரிக்கும் இடம், அச்சகம், மிஷனரிகளின் பள்ளி, காகித தொழிற்சாலை ஆகிய இடங்களைப் பார்வையிட்டார். இவைகளைப் பார்வையிட்டது மன்னர் ஐரோப்பிய தொழில்நுட்பம் மற்றும் ஐரோப்பிய கல்வி மீது அவருக்கு இருந்த ஆர்வத்தைக் காட்டுகிறது.

கல்கத்தாவிற்குச் சென்ற பொழுது மனதைத்தொட்ட ஒரு நிகழ்ச்சி

சரபோஜிக்குத் தமது நூல் நிலையத்தில் தமிழ் நூல்களைச் சேகரிக்க காரணமாக அமைந்தது, குறிப்பிடத்தக்கது. ராஜப் பிரதிநிதி தமிழ்நாட்டிலுள்ள ஓர் அரசர் த்ம்மைப் பார்க்க வருவதை அறிந்து தமிழ்நாட்டின் சிறப்புக்களை விசாரித்து வைத்திருந்தார். அவர் திருக்குறளின் ஆங்கில மொழிபெயர்ப்பைப் படித்து இன்புற்றவர். அது தமிழ்நாட்டில் உண்டான சிறந்த நூலாதலின் தமிழ் மூல நூலைப் பற்றிச் சரபோஜியரசரிடம் கேட்டுத் தெரிந்து கொள்ளலாமென்று எண்ணியிருந்தார்.

சரபோஜியும் ராஜப் பிரதிநிதியும் வழக்கம் போல ஒருவர்க்கொருவர் செலுத்த வேண்டிய மரியாதைகளைச் செலுத்திவிட்டுப் பிறகு உரையாடினர் அப்பொழுது ராஜப் பிரதிநிதி சரபோஜியைப் பார்த்து, தமிழ்நாட்டில் உண்டான திருக்குறளின் ஆங்கிலமொழி பெயர்ப்பை

நான் படித்து இன்புற்றதுண்டு. அதன் தமிழ் மூலத்தைப் பற்றிக் கேட்க வேண்டுமென்ற ஆவல் எனக்கு இருக்கிறது. ஆதலின் சில செய்யுட்களைச் சொல்ல வேண்டும் என்றார். அரசர் அதுகாறும் தமிழின்பால் சில புத்தகங்கள் அடங்கிய ஒரு சிறிய புத்தகசாலை இருப்பதை மட்டும் அறிந்திருந்தார். பிரயாண காலத்திலும் வடமொழி, மகாராஷ்டிரம் முதலிய பாஷைகளில் தேர்ச்சி பெற்ற வித்துவான்களையே உடன் வைத்திருந்தார். அவருடைய தாய்ப்பாஷை மகாராஷ்டிரமாதலின் திருக்குறளைப் பற்றி அந்தச் சமயத்தில் தாமாகவேனும் அருகிலுள்ள வித்துவான்கள் வாயிலாகவேனும் அறிந்து சொல்லும் நிலையில் அவர் இல்லை. இன்னது செய்வதென்று அவருக்கு முதலில் தோன்றவில்லை. மிகவும் கூரிய அறிவுடையவராதலின் அரசர் அப்பால் ராஜப் பிரதிநிதியை நோக்கி, "என்னுடைய புத்தகசாலையில் இதைப் போல ஆயிரக்கணக்கான தமிழ் நூல்கள் இருக்கின்றன. ஆனால், எல்லாவற்றையும் நான் தெரிந்து வைப்பது முடியாத காரியம். தாங்கள் உத்தரவு கொடுத்தால் நான் ஊர் போய்ச் சேர்ந்தவுடன் அந்தப் புத்தகத்தை அனுப்புகிறேன்" என்றார் ராஜப் பிரதிநிதி இதைப் போல எவ்வளவு தமிழ்ப் புத்தகங்கள் இருக்கின்றன? என்று கேட்டார். 'எவ்வளவோ இருக்கின்றன. ஊர் போனவுடன் அவற்றின் நாமாவளியையும் அனுப்புகிறேன்" என்றார் அரசர். ராஜப்பிரதிநிதி அங்ஙனமே செய்யலாமென்று சொல்லி விடை கொடுத்தனுப்பினார்.

சரஸ்வதி மகால் பெரிய நூல் நிலையமாக மாறியது

தாம் அரசராகவுள்ள நாட்டுக்குரிய மொழியில் கவனம் செலுத்தா திருந்தமை ஒரு பெருங்குறையென்பது அதன் பின்னரே சரபோஜியரசர் மனத்திற்குட்பட்டது. "இனி அங்ஙனம் இருத்தல் கூடாது. தமிழ்ச் சுவடிகளைத் தொகுத்துத் தமிழ்ப் புலவர்களையும் ஆதரித்து வர வேண்டும் என்ற உறுதியை அவர் மேற்கொண்டார். ஆதலின் தஞ்சாவூர் சேர்ந்தவுடன் எங்கெங்கே தமிழ்ப் புலவர்கள் உள்ளார்கள் என்பதை அறிய அவர் தலைப்பட்டார். தமிழ் ஏட்டுச் சுவடிகளையும் விலை கொடுத்து வாங்கி வாங்கித் தொகுத்தார். அப்பொழுது ஒவ்வொரு நூலிலும் பல பிரதிகள் கிடைத்தன. திருக்குறளில் எத்தனையோ சுவடிகள் வந்து குவிந்தன. தமிழ் வித்துவான்களுடைய பரம்பரையிற் பிறந்தவர்கள் பலர் தங்கள் முன்னோர்கள் சேர்த்து வைத்திருந்த சுவடிகளைப் பயன்படுத்த வகையறியாமல் இருந்தனர். அவை இடத்தை அடைத்துக் கொண்டு கிடப்பது அவர்களுக்கு வெறுப்பைத் தந்தது. அதனால் பலர் பதினெட்டாம் பெருக்கிற் காவிரியாற்றிலே சுவடிகளை விட்டும் அவற்றை நெய்யில் தோய்த்து விதிப்படி ஆகுதி பண்ணியும் அழித்து வந்தனர். தங்கள் வீட்டிலுள்ள சுவடிக்

குவியல்களை வேறு வகையில் பலர் குறைத்து வந்தனர். அத்தகைய சமயத்தில் சரபோஜியரசர் செய்த முயற்சிகளால் அச்சுவடிகளுக்கு மதிப்பும் உயிரும் உண்டாக ஆரம்பித்தன. தங்கள் வீட்டிற் சுமையாகக் கிடந்த சுவடிகளுக்கு விலை கிடைப்பதென்றால் யார் விடுவார்கள்? பலர் பல சுவடிகளைக் கொடுத்து விலை பெற்றார்கள். அக்காலத்தில் ஒரு சுவடியை ஏட்டில் எழுத வேண்டுமானால் நூலின் அளவுக்கு ஏற்றபடி ஒரு குறிப்பிட்ட கூலி உண்டு. தஞ்சைப் புத்தகசாலைக்கு அரசர் புத்தகங்களை வாங்குகின்றாரென்பது தெரிந்தவுடன் அவற்றின் விலைகள் ஏறின. நான்கு ரூபாய் விலை மதிப்புள்ள புத்தகம் நாற்பது ரூபாய்க்கு விற்கப்பட்டது. தமிழ்ப் புத்தகங்களை வாங்கியதோடன்றி அவற்றிற்கேற்ப மற்றப் பாஷைகளிலுள்ள புத்தகங்கள் பலவற்றையும் அரசர் வாங்கித் தொகுத்தார். இதனால் சரசுவதி மகால் ஒரு பெரிய புத்தகசாலையாயிற்று.

தமிழ் நூல்களைச் சேர்ப்பதற்கும் அவைத் தொடர்பான காரியங்களைக் கவனிப்பதற்கும் சில வித்துவான்களை அரசர் நியமித்தனர். அங்ஙனம் நியமிக்கப்பட்டவர்கள் கோடீச்சுரக் கோவை முதலிய நூல்களை இயற்றிய கொட்டையூர் ஸ்ரீ சிவக்கொழுந்து தேசிகர், காரைக்குறிச்சி வேலாயுத உபாத்தியாயர், திருவேங்கடத்தாபிள்ளை, சுப்பராயக் கவிராயர், வேங்கடாசலம் பிள்ளை முதலியோர் ஆவர்.

புதிய நூல்பட்டியல் தயாரானது

தாம் வாக்களித்தபடியே சரபோஜியரசர் திருக்குறட் பிரதியையும், தமிழ் நூற்பெயர்களையும் ராஜப் பிரதிநிதிக்கு அனுப்பி மகிழ்வித்தார். அக்காலத்தில் தமிழ் வித்துவான்களல்லாத சிலர் ஏட்டுப் பிரதிகளை, ஜாப்தா பண்ணி வைத்திருந்தனர். அதனை நான் பிற்காலத்திற் பார்ப்பதுண்டு. "சிவமயம் நாலடியார், கணபதி துணை நாலடியார், ராமஜயம் நாலடியார் என்றும் நன்றாகக் குரு வாழ்க. குருவே துணை நாலடியார் என்றும் புத்தகங்களின் பெயர்கள் அதில் எழுதப்பட்டிருந்தன. அதைப் பார்த்த சாதாரண ஜனங்களும் தமிழறிவில்லாத வேறு பலரும், "இத்தனை நாலடியாரா? இவ்வளவையும் எப்படி வித்துவான்கள் படிக்கிறார்கள்? என்று ஆச்சரியமுற்றார்கள். ஏட்டில் எழுதுபவர்கள் தங்கள் தங்கள் மதக் கொள்கைக்குத் தக்கபடி கணபதி துணையென்றும், சிவமயமென்றும், சிவா நம என்றும் பிறவாறும் முதலில் எழுதிவிட்டு, பிறகு நூற்பெயரை எழுதியிருப்பார்கள். இடையே முற்றுப் புள்ளி முதலிய குறியீடுகள் கிடையாது. ஆதலின் அவற்றைக் கண்டு ஜப்தா செய்தவர்கள் தமிழறிவு இல்லாமையால் அவற்றைப் புத்தகப் பெயராக எண்ணிச் சேர்த்து எழுதி விட்டார்கள். சில ஏட்டுச் சுவடிகளைக்

காகிதத்திற் பிரதிபண்ணச் செய்து வைத்தார். அங்ஙனம் செய்வித்த பிரதிகளைத் தம் நாட்டுக்குச் செல்லுகையில் உடன் கொண்டு சென்றனர்.

சரபோஜியரசர் காலத்திற்குப் பின்பும் பர்னல் துரை வந்ததற்கு முன்புமாகிய காலத்தில் அப்புத்தக சாலையிலுள்ள நூல்களிற் பலவற்றைப் பலர் இரவலாக வாங்கிச் சென்று திருப்பிக் கொடுக்காமல் இருந்துவிட்டனர். அங்ஙனம் போன நூல்கள் பல. பர்னல் துரையின் கவனம் இதன்பால் செலுத்தப்பட்ட பிறகே இத்தகைய குறைபாடு நீங்கி ஒழுங்கு ஏற்பட்டது. இன்றும் பல அருமையான ஏட்டுச் சுவடிகள் சரசுவதி மகாலில் காணப்படுகின்றன (உ.வே.சா. அவர்களின் உரைநடை நூல்கள், பக்.363-365).

புனித யாத்திரை

கயைக்குச் சென்றபின் பழைமையான ஜெகன்நாதர் தலமான ஒரிசாவிலுள்ள பூரிக்கு வந்தார். அங்குத் தருமம் செய்ய ஏற்பாடு செய்தார். அதன்படி தினமும் 12 பானைகள் சாதமும், பருப்பும், கறிகளும் சமைத்து இறைவனுக்குப் படைத்தபின் குருடர்கள், முடவர்கள் முதலியோருக்குக் கொடுத்தல் வேண்டும். இதற்கு நாளொன்றுக்கு ரூ.2 வீதம் ஆண்டு ஒன்றுக்கு ரூ.720 வீதம் ஆண்டுதோறும் அனுப்புவதாகக் கூறி ஓராண்டுக்குரிய தொகையைச் செலுத்தினார் (தஞ்சை மராட்டிய மன்னர் கால அரசியலும் சமுதாய வாழ்க்கையும், கே.எம். வேங்கடராமையா, ப.117).

அதன்பிறகு நாக்பூர், நந்தியால், கடப்பா, திருப்பதி, திருத்தணி, காஞ்சி வழியாகச் சிதம்பரத்திற்கு வந்தார். அங்கு இளவரசர் சிவாஜியும் ரெசிடெண்ட் பிளாக்பர்னும் மன்னரை வரவேற்று தஞ்சைக்கு அழைத்துச் சென்றனர்.

தஞ்சைக்குத் திரும்பும் போது மன்னர் கும்பகோணத்தில் முகாமிட்டு ஸ்ரீ காமகோடி பீட ஆசார்யானைத் தரிசித்ததுடன் மடத்தின் உட்பகுதியில் ஸ்ரீசந்திரமௌளீச்வர பூசைக்காகத் தனியாக மண்டபம் போன்ற ஒரு பெரிய அறையைக் கட்டுவிக்க ஏற்பாடு செய்தார். இது அம்மண்டப வாயிற்படியடுத்த உட்புறம் சுவர் கல்வெட்டால் அறியப்படுகின்றது.

சரபோஜி நலமாக வந்து சேர்ந்ததை முன்னிட்டு அவருடைய அன்னை வேண்டிக் கொண்டதன் நேர்த்திக் கடனாகத் திருப்பதி வெங்கடாசலபதிக்கு வைரத்திலான நாமம் காணிக்கையாக அனுப்பி வைக்கப்பட்டது.

காசி புனிதப் பயணம் பற்றிய விபரத்தை, 'தாவனி தீர்த்' எனும் நூலில் காணலாம். இதைத் தவிர மக்கள் காசியைக் கண்ணாரக் கண்டு மகிழவேண்டி ஓவியர்களைக் கொண்டு காசியில் உள்ள 64 படித்துறைகளை வண்ணப்படமாக மன்னர் எழுதச் செய்தார்.

யாத்திரை குறித்த லாவணி

மன்னரின் 'திரிஸ்தல யாத்ரேச லாவண்ய' என்னும் லாவணி பாட்டு, சென்று வந்த தலங்களைக் குறித்து அவற்றின் மேன்மைகளை விளக்குவதாக அமைந்திருந்தது. இது பொதுவாகச் சமயத் திருவிழா காலங்களில் பாடப்பட்டது.

தஞ்சையில் காசி படித்துறை நினைவாகக் கோயில்

காசியில் மணிகர்ணிகைப் படித்துறையில் சில திருப்பணிகளைச் செய்ததன் நினைவாகத் தஞ்சை கீழராஜவீதியில் ஒரு கோயிலை 1827இல் கட்டி முடித்து இதற்கு மணிகர்ணிகேசுவரர் கோயில் எனப் பெயரிட்டார்.

மன்னர் சரபோஜி காசி புனிதயாத்திரையை 1820-1822 வரை மேற்கொண்டார். என்ன பயன்?

அரசியல், பொருளாதார சுதந்திரமில்லா ஆட்சியை நடத்திக் கொண்டிருக்கும் சூழ்நிலையைத் தவிர்க்க இப்புனித யாத்திரை மேற்கொண்டார். மேலும் தஞ்சை ரெசிடெண்டுடன் ஒற்றுமையாக இல்லாமலும் இணக்கமாகச் செயல்படாததும் (Cold war) மற்றொரு காரணம் ஆகும். கங்கை கரையில் உள்ள காசியில் புனித நீராடியது கோயில்களில் தரிசனம் செய்தது ஆகியவைகளை மன்னர் "ஆனந்தம்" எனக் குறிப்பிடுகிறார். இப்புனித யாத்திரை சரபோஜி மன்னருக்கு இரண்டு விதங்களில் பயனளித்தது. ஒன்று வழிபாட்டைக் குறித்தது. மற்றொன்று பயனுள்ள மீள்வரவு.

மீள்வரவுகள் என்ன? - அரிய சேமிப்புகளுக்கு உதவியது

மீள்வரவாகத் தாவரம், விலங்கு, பறவை முதல் இசைவாணர், தொழில்நுட்ப வல்லுநர் சுவடி வரை குறிப்பிடலாம்.

ஸ்காட்லாந்து ஐரிஸ் பைப் கருவியை இயக்கும் அக்னீஸ் புரூசை ரூ.45க்கு ஊதியத்தில் அமர்த்தி ஐரோப்பிய சங்கீதத்தைத் தஞ்சைக்கு அறிமுகப்படுத்தியது. ஐரோப்பிய தச்சன் யஷ்டவிகஷ என்பவனைக் கப்பல் கட்டும் பணிக்கு அமர்த்தியது.

தஞ்சைத் தட்டு

மன்னர் சரபோஜி காசியில் பித்தளைச் சொம்பில் செம்பு பதிக்கப் பட்டிருப்பதைக் கண்டார். தஞ்சை திரும்பியதும் அந்தச் சொம்பைக்

காட்டி அதே போல் செய்ய முடியுமா? என்று தஞ்சைக் கலைஞர்களைக் கேட்டார். அவர்களும் இதைச் செய்து காட்டினர். இவைகளின் தொடர்ச்சியாகவே காலப்போக்கில் பித்தளைச் செம்பு, வெள்ளி முதலியவற்றைச் சேர்த்து கலைநுணுக்கத்துடன் தட்டுக்களைச் செய்யத் தொடங்கினர். அதுவே தஞ்சைத் தட்டு எனப் பெயர் பெற்றுவிட்டது (தஞ்சை மாமன்னர் சரபோஜி, நா.எத்திராஜ், ப.130).

மிருகக்காட்சிச் சாலை

முன்னர் பார்க்காதவையுமான, பார்வைக்கு அழகாய் இருப்பவையுமான அரிய தாவரங்கள் செடி, கொடி மரம் மற்றும் பறவைகளை ஓவியம் தீட்ட தாமஸ் என்ற ஓவியன் பயணத்தின் மூலம் கிடைத்த மற்றொரு தொழில்நுட்ப வல்லுநரைப் பணியில் அமர்த்தியது. ஸ்சாமா என்ற வேட்டைப்பறவை, சரூஸ் என்ற கொக்கு, மற்றும் பல ஆடு, குதிரை, ஒட்டகம், பட்டுப்பூச்சி ஆகியவைகளை அரண்மனையில் வளர்க்க அனுப்பி வைக்கப்பட்டு அங்கு ஒரு மிருகக் காட்சி சாலையை உருவாக்கியது.

சுவடி சேகரிப்பு

காசி இந்து கல்லூரியிலிருந்து சமஸ்கிருத வேதங்கள் உட்பட உள்ள சமஸ்கிருத சுவடிகளைப் படியெடுத்து அனுப்பி சரஸ்வதி மகால் நூலகத்திற்கு ஒரு புது வரவாகச் சேர்ப்பித்தது. இத்துடன் விற்பனைக் குள்ளான சுவடிகளை வாங்கினார். சில சமயம் மிகவும் அரிதான கிடைத்தற்கரிய சுவடிகளை விலைக்கு கொடுக்க மறுக்கிறவர்களிடம் பண்டிதர் மூலம் படியெடுக்கச் செய்து பிறகு பெற்றுக் கொண்டார்.

பயணத்தின் போது ஆங்காங்கு கிடைத்த தங்கம், வெள்ளி, செப்பு நாணயங்களைச் சேகரித்தது மற்றும் கம்பெனியாரின் தோட்டத்திலிருந்தும், அன்பளிப்பாகக் கொடுத்த தஞ்சையில் இல்லாத தேண்டாங் என்ற வெள்ளரி, வெண்கொண்டக் கடலை, மசூரா என்னும் தானியம், லுக்வ்யாத் (Loquat) என்னும் மஞ்சள் நிறமுள்ள பழம், சுரைக்காய் விதை, ஆகியவைகளும் தஞ்சைக்குப் பரங்கித் தபாலில் அனுப்பி வைத்தார். இது தவிர கம்பெனியாரின் தோட்டத்திலிருந்தும் கவர்னர் ஜெனரல் கொடுத்த அரிய வகை பழவிதை, காய்கறி விதை, நல்ல மரங்களின் விதை ஆகியவைகள் புதிய வரவாகச் சிவகங்கை மற்றும் அரண்மனைத் தோட்டத்திலும் பயிரிடப்பட்டது. இன்றும் இதன் எச்சங்களைச் சிவகங்கைத் தோட்டத்தில் காணலாம். மன்னருடன் காசிக்குச் சென்றவர்கள் காலராவில் இறந்தவர் போக 3000 நபர்கள் காசி புனித யாத்திரையால் புண்ணியத்தைப் பெற்றனர்.

26.01.1821இல் இஸ்கன் காட்டிலிருந்து (முகாம்) அனுப்பிய ஆணையில் "ஆங்கிலக் கதைகளை மராட்டிய மொழியில் தேவநாகரி எழுத்தில் அச்சிட்ட நூல் நவவித்யா பள்ளியில் இருக்கிறது. அதில் ஒரு நூலை, ஸவாரி முகாமுக்கு அனுப்பவும்" என்றிருப்பதால் தஞ்சை சரஸ்வதி மகாலில் உள்ள நூல்களையும் பிறர் அறியச் செய்தார் என்பது உறுதிபெறும்.

பட்டு வளர்ப்பு

23.03.1821 முகாம் புரஸ்தாபாதுக்குச் சமீபமுள்ள ஹஸிம்பூர் பட்டு வளர்ப்பு பற்றிய விளக்கங்கள் அறியப்படுகிறது. "இங்கே வங்காள தேசத்தில் உற்பத்தியாகிற பட்டு... வாங்கி உள்ளுள்ள பூச்சியுடன் அனுப்பி யிருக்கிறது. அதில் மஞ்சள்நிறமுள்ளதும், கொஞ்சம் மஞ்சளாக நிறமுள்ளதும் வெள்ளை இம்மாதிரி மூன்று வகைகள் உள்ளன" என்று கூறப்படுகிறது.

கங்கையில் திருட்டை ஒழித்தார்

காசியில் இருந்த போது கங்கையில் உள்ள திருடர்கள் பெண்கள் கால்களை தண்ணீருக்குள் இழுத்துச் சென்று நகைகளைக் கழற்றிவிட்டு உடலைத் தண்ணீரில் விட்டு விடுவது வழக்கமாக இருந்தது. இதைச் சரபோஜி தன்னுடன் பயணத்தில் வந்த இடையர், குதிரை ஓட்டும் நீச்சல் வீரர் உதவியுடன் அத்திருட்டை ஓரளவு ஒழித்தார். இதற்காக வங்காள அரசு இவரைப் பாராட்டியது.

காசிப்பயணம் இராமேஸ்வரத்தில் முடிவுற்றது

காசிக்குச் சென்று வந்தவர்கள் இராமேஸ்வரத்திற்குச் செல்ல வேண்டும். அப்பொழுதுதான் காசி புனிதப் பயணம் முடிவுற்றதாகக் கருதப்படும் என்ற நம்பிக்கையின் அடிப்படையில் இராமேஸ்வரம் சென்றார். 21.05.1822இல் தஞ்சை திரும்பினார். இதனால் காசிப் பயணத்தைச் சுமார் 18 மாதகாலமும் இராமேசுவரத்தை 1 மாத காலமும் மேற்கொண்டமை விளங்கும் (தஞ்சை மராட்டிய மன்னர் கால அரசியலும் சமுதாய வாழ்க்கையும், கே.எம். வேங்கடராமையா, ப.126).

காசியிலிருந்து கொண்டு வந்த நீரைக் கொண்டு இராமநாத சுவாமிக்கு அபிசேகம் செய்தால் புனித யாத்திரை நிறைவு பெறும் என்பது இந்துக்களின் நம்பிக்கை. இராமேஸ்வரம் செல்லும் வழியில் தன்னாலும் தன் முன்னோராலும் நிறுவப்பட்ட அனைத்து சத்திரங் களையும் பார்வையிட்டார்.

இராமேஸ்வரத்திற்குச் சென்ற சரபோஜி புனித தீர்த்தங்களில் நீராடி இராமநாத சுவாமியை வழிபட்டார். திரும்பி வரும் வழியில் திருச்சி

ராமேஸ்வரம் கோயில் பிரகாரம்

வழியாக வந்து திருவானைக் கோயில் ஜம்புகேஸ்வரரைத் தரிசனம் செய்துவிட்டு, தஞ்சை திரும்பினார். இத்தல யாத்திரை பெருமைகளை அறிய "சரபேந்திர தவானிதுர்த்" எனும் நூலை மன்னர் பதிப்பித்தார்.

புனிதப் பயணம் வெற்றுப் பயணமாக அமைந்து விடாது மன்னர் அக்கறையுடன் அறிவியல் சேமிப்புகளிலும் நாட்டம் கொண்டு அரிய சுவடி, நூல், தானியம், விதை, விலங்கு ஆகியவைகளையும் தஞ்சைக்குக் கொணர்ந்தார்.

மராட்டிய மன்னர் காலச் சமயம்
3. இந்து மதம்

மராட்டிய மன்னர்களின் ஆட்சிக் காலத்தில் தஞ்சை மாநகரம் இந்து சமயப் பாதுகாப்பு அரணாக விளங்கியது. இந்தியாவில் பல பகுதிகளில் முகலாயர்களின் ஆட்சியின் கீழ்ச் சென்றுவிட்ட போதிலும் தஞ்சை நகரம் முகலாயர்களின் தீவிர ஆட்சியின் கீழ் உட்படவில்லை. இதனால் இப்பகுதிகள் இந்து சமயத்திற்கு முகலாயர்களால் அதிக அளவில் இடையூறுகள் ஏற்படவில்லை. ஆங்கிலேயர்களின் வரவால் இங்குக் கிறித்தவ மதம் பரவத் தொடங்கியது. பல கிறித்தவ பாதிரி மார்கள் கிறித்தவ சமயத்தைப் பரவச் செய்து மக்களை மதம் மாற்றம் செய்யும் பணியில் ஈடுபட்டனர். இதில் முக்கிய பணியாற்றியவர்கள் தரங்கம்பாடி டேனிஷ் மிஷினரிகள். இருப்பினும் மராட்டிய மன்னர்கள் அனைவரும் தக்க முறையில் இந்துக் கோயில்கள் மற்றும் மடங்களுக்கும் கொடைகள் அளித்தும், பழைய கோயில்களைச் செப்பனிட்டும் புதிய பல கோயில்களைக் கட்டியும், அந்தணர்களை ஆதரித்தும் இந்து

சமயத்திற்குக் கிறித்தவ சமயத்தினரால் துன்பம் நேராது பாதுகாத்தனர். மக்களின் சமய வழிபாட்டிற்கு எந்தவித இடையூறும் நேராமல் பார்த்துக் கொண்டனர். ஆங்கிலேயர்களும் மன்னர்களின் சமயப் பணிக்குத் தடையாக இல்லை.

கும்பினியார் கோயில்களின் வருவாயை அரசு எடுத்துக் கொண்ட நிலையில் கும்பினியார் கோயில்களின் புரவலர்களாகவும், மேலாளர் களாகவும் இருந்தனர். கும்பினி அரசின் சித்தாந்தம் உள்ளூர் சமய விவகாரங்களில் தலையிடுவதில்லை என்பதால் கோயில்களில் திருவிழா நடத்தவும், அதன் கோயில் திருவிழாவில் தேரை இழுக்கவும் உள்ளூர் மக்களைப் பணியமர்த்திக் கொள்ளவும் வகை செய்தனர். உள்ளூர் கலெக்டர்கள் இந்த விசயத்தில் இருமனப் போக்குடையவராகவே இருந்தனர். *1820* ஜான் காட்டன் (John Cotton) மாவட்ட கலெக்டராக இருந்தபோது தேர் இழுக்க உள்ளூரில் போதிய ஆள் கிடைக்காத பொழுது, தேவையானவர்கள் *(1821)* திருவிழா தேரை இழுக்க முத்தாம்பாள் சத்திரத்தில் கட்டப்பட்ட தேரை இழுத்து வர நிலச்சுவாந்தார்களுக்கு கட்டளை இட மறுத்துவிட்டார். இருப்பினும் கும்பினியார் மன்னரின் பொது விவகாரங்களில் ஒரு புரவலராகப் பணி ஆற்றினார் (District Manual of Tanjore Vol-III, Venkatasamy Rao, P.207).

மராட்டியர்கள் காலத்தில் "நாம சங்கீர்த்தனம்" என்னும் இறைவன் புகழ் பாடும் மரபு தோன்றியது. 'ஹரிகதா காலட்சேபம்' என்னும் இறைவனின் பெருமை கூறும் புராணக் கதைகளை மற்றவர்களுக்கும் எளிதில் புரியும் வண்ணம் எடுத்துச் செல்லும் மரபும் தோன்றியது. இம்மரபு மகாராட்டியத்திலிருந்து மராட்டியர் ஆட்சியின் விளைவால் தமிழ் நாட்டிலும் பரவியது. இவ்வாறு இறைவனை அடையும் வழிமுறைகள், நெகிழ்வுபடுத்தப்பட்டதால் எல்லா மக்களும் இம் முறையை விரும்பினர். இதனால் இக்காலகட்டத்தில் புராணக் கதை களையும் இறைவனின் பெருமைகளையும் கூறும் பல இலக்கியங்கள் தமிழில் தோன்றி இசையமைத்துப் பாடக்கூடிய முறையில் அமைந் திருந்தன (தமிழ் இலக்கியம் காட்டும் தஞ்சை மராட்டிய மன்னர் கால அரசியலும் சமுதாயமும், சே.சுந்தரி, ஆய்வறிஞர் ஆய்வேடு, ப.*18*).

மராட்டியர் காலத்தில் எழுந்த தமிழ்ச் சமய இலக்கியங்கள்

1.இந்து சமய இலக்கியங்கள்

இறைவன் பெருமைகளைக் கூறுபவை *1.* கணபதி தோத்திரம், *2.* கும்பேசர் குறவஞ்சி, *3.* தியாகேசர் குறவஞ்சி, *4.* சங்கர நாராயண விலாசம், *5.* தஞ்சை பெருவுடையாருலா, *6.* அனுமார் பிள்ளைத்தமிழ், *7.* சிவரகசியம், *8.* காவேரி கல்யாணம், *9.* நாராயண சதகம் ஆகியன.

இதுபோல கும்பகோணம், சீர்காழி, ஆச்சாள்புரம், மருதவனம், கொட்டையூர், திருகண்ணபுரம் போன்ற தலங்களுக்கும் தலபுராணம் இயற்றப்பட்டன. இது தவிர புராண மரபுக் கதைகளைக் கூறும் இராம நாடகக் கீர்த்தனைகளைப் போல் ஆறு நூல்கள் இயற்றப்பட்டன.

தெய்வ வழிபாடு

வடநாட்டில் பொதுவாகக் கணபதி வழிபாடு மிகவும் பரவலாக உள்ளது. தஞ்சை மராட்டியர்கள் தமிழகத்திற்கு வந்தவர்கள். அதனால் இங்கும் தங்கள் மரபுகளையும், மற்றுமுள்ள பழக்க வழக்கங்களையும் அறிமுகப்படுத்தியதில் வியப்பில்லை. மராட்டியர்கள் காலத்தில் அனைத்து நூல்களிலும் கணபதி காப்பே முதல் பாடலாக அமைந்துள்ளது. பிள்ளையார் சதுர்த்தி விழா 22 நாட்கள் சிறப்பாகக் கொண்டாடப்பட்டு, ஒவ்வொரு நாளிலும் ஒவ்வொரு நாடகம் நடிக்கப்பட்டது (தஞ்சை மராட்டிய மன்னர் கால அரசியலும் சமுதாய வாழ்க்கையும், கே.எம்.வேங்கடராமையா, ப.314).

சரபோஜிக்கு நாள்தோறும் சிவ வழிபாட்டிற்குச் சிவலிங்கம்

மராட்டிய மன்னர்கள் சைவ சமயத்தைச் சார்ந்தவர்களாதலால் இவர்கள் சிவபெருமானைச் சிறப்பாக வழிபட்டனர். இவர்கள் நாள்தோறும் சிவபூசை செய்து வந்தனர். இரண்டாம் சரபோஜி மன்னர் சிவவழிபாடு செய்வதற்கு நாள்தோறும் சிவலிங்கம் செய்து கொடுத்ததைப் பின்வரும் மோடி ஆவணச் செய்தி கூறுகிறது.

'முகாம், கயை-*4.5.1821*': தஞ்சாவூர் காளாஅப்பாவின் பிள்ளை கிருஷ்ணனின் சவாரியுடன் கூட இருந்து கொண்டு ஹுஜுருக்கும் பாயிசாபுக்கும் பிள்ளையார், சிவலிங்கம் செய்து கொடுத்து ஊழியம் செய்வதால் அவன் தகப்பனாருக்குத் தஞ்சை அன்னச்சத்திரத்தில் மற்ற சாமான்களுடன் உலுப்பை இரண்டு கொடுப்பது" (தஞ்சை மராட்டிய மன்னர் கால அரசியலும் சமுதாய வாழ்க்கையும், கே.எம். வேங்கடராமையா, ப.*345*).

இலிங்கம் ஹுஜுர்பூசைக்குச் செய்து கொடுப்பவர் 1. ராஜம்பட் பானுபட் 2) வெங்கட் பட் பானுபட் என்ற பெயர்கள் மோடி ஆவணத்தின் மூலம் அறியப்படுகிறது. அதனைச் செய்து கொடுக்கத் தவறினால் அபராதம் விதிக்கப்பட்டது. இரண்டாம் சரபோஜியின் சிவபக்தியைச் சரபேந்திர பூபால குறவஞ்சி நாடகத்தாலும் அறியமுடிகிறது. மராட்டிய மன்னர்களின் குலதெய்வம் சந்திரமௌளீசுவர். இப்பெருமானும் தஞ்சை அரண்மனையில் பிரதாபசிம்மன் காலத்தில் காஞ்சி பெரியவர் மீது கொண்ட பக்தியால் உருவானது. இதே போல் இரண்டாம் சரபோஜியால் கும்பகோணத்தில் ஒரு கோயில் கட்டப்பட்டது.

திருமால்

மராட்டியர் காலத்தில் இராமாயணம் தமிழில் முதன்முதலாகக் கீர்த்தனை வடிவில் எழுதப்பட்டது. சீர்காழி அருணாசலக் கவிராயர் இராம நாடகக் கீர்த்தனை என்னும் நூலையும், அனந்த பாரதி அய்யங்கார் உத்தர ராமாயண நாடகம் எனும் நூலையும் எழுதியுள்ளனர்.

சங்கர நாராயணர்

இளமையில் சரபோஜி

தஞ்சைச் சிவகங்கைக் கோட்டை வடக்கு வாயிலுக்கு அண்மையில் சங்கர நாராயணர் கோயில் காணப்படுகிறது. இது சைவ வைணவ ஒற்றுமையை வலியுறுத்த எழுந்தருளிய மூர்த்தியாகும். இம்மூர்த்தி வலப்பக்கம் சிவ பெருமானாகவும், இடப்பக்கம் திருமாலாகவும் காட்சி அளிக்கின்றார். இதற்கேற்ப இவர் பார்வதி லட்சுமி சமேத சங்கர நாராயணர் என்று குறிக்கப்படுகின்றார்.

சங்கர நாராயண விலாசம் எனும் நூல் இரண்டாம் சகசி மன்னரின் கட்டளைப்படி எழுதப்பட்டதாகும். இந்த ஒத்தக் கருத்தை மக்கள் மனத்தில் நிலை நிறுத்துவதற்காக இந்நாடகம் திருவிழாக் காலங்களில் நடிக்கப்பட்டு வந்துள்ளது. பெண் தெய்வ வழிபாடாகத் தஞ்சைப் பெருவுடையாரின் உமையவளான பெரிய நாயகி அம்மனும், திருவாரூர்க் கமலாம்பாள் அம்மனும் சிறப்பாக வழிபடப்பட்டன. காஞ்சிப் பெரியவருடன் தஞ்சைக்கு வந்த பங்காரு காமாக்ஷி அம்மன் தஞ்சை மேலவீதியில் உள்ள பங்காரு காமாட்சி அம்மன் கோயிலில் பிரதிஷ்டை செய்யப்பட்டு கி.பி.1786இல் இரண்டாம் துளஜாவினால் குடமுழுக்குச் செய்விக்கப்பட்டது (ஸ்ரீ பங்காரு காமாக்ஷி அம்மன் ஸ்தல வரலாறும் தோத்திரப் பாடல்களும் ஸ்ரீ பங்காரு காமாக்ஷி அம்மன் தேவஸ்தானம், தஞ்சாவூர், ப.11).

வழிபாடுகளும் அரும்பணிகளும் - லட்ச தீபம் பெரிய கோயிலில்

கி.பி.1801இல் சரபோஜி ஒரு லட்சம் பிராமணர்களுக்கு உணவளித்தார். இதே ஆண்டில் சரபோஜி மன்னரின் காமக் கிழத்தி முத்தாம்பாள் தஞ்சைப் பெரிய கோயிலில் ஒரு லட்சம் தீபம் ஏற்றினாள். மனைவி அகல்யா பாய் ஒரு லட்சம் தாமரைப் பூக்களால் பெருவுடையாரை அருச்சித்தார் எனவும் ஒரு லட்சம் விளக்குகளை ஏற்றினார் எனவும் தெரிகிறது (மாமன்னர் சரபோஜி ஆய்வுக்கோவை, தொகுதி III, வே.மகாதேவன், ப.94). இதே போல பெருவுடையாருக்கு லட்சம் எருக்கம்பூ, கொங்கனேஸ்வரர் கோயில் சனீச்வரருக்கு ஒரு லட்சம் செம்பரத்தம்பூ, பிரதாப வீர அனுமாருக்கு லட்சம் துளசி அருச்சனைகள் நடந்தன. 1799இல் பெருவுடையாருக்கு லட்சம் வில்வார்ச்சனை செய்யப்பட்டன.

பெருவுடையார் கோயில்

16.12.1798 அன்று பொறிக்கப் பெற்ற சரபோஜி மன்னரின் மராத்திக் கல்வெட்டுக்கள் பெருவுடையார் கோயிலில் விநாயகர் கோயிலின் மேற்கு வடக்குச் சுவர்களில் உள்ளன. கோயிலில் உள்ள வெள்ளித் தட்டிலும் விபூதி மடலிலும் தமிழ்ப் பொறிப்புகள் உள்ளன. அவை பெருவுடையார் கோயிலுக்கு நகைகள் பாத்திரங்கள் கொடுத்த கொடையைக் குறிக்கின்றன (கிஸிணி 122, தஞ்சை மராட்டியர் கல்வெட்டுக்கள், 32, தஞ்சை மராட்டியர் செப்பேடுகள், 29).

இங்ஙனம் சைவ சீலராய்ச் சிவ பக்தராய்த் திகழ்ந்த மராட்டிய மன்னர்களின் நேர் பார்வையில் இருந்தத் திருக்கோயில்கள் 64 என்று (கி.பி.1849) 1771க்குரிய ஆவணம் பகர்கின்றது.

தஞ்சை மராட்டிய மன்னர்கள் சமயப் பொறை மிக்குடையராய்த் திகழ்ந்தனர். பிற சமயத்தார்க்கு வேண்டிய ஆதரவுகளும் அளித்து அச்சமயங்களையும் புரந்தும் வந்தனர்.

இரண்டாம் சரபோஜியின் திருப்பணிகள்

சிற்பக் களஞ்சியமாகத் திகழும் தஞ்சைப் பெருவுடையார் கோயிலைக் காத்த பெருமை சரபோஜி மன்னருக்கு உண்டு. பெரிய கோயிலைச் சுற்றியிருந்த கோட்டை மதிலில் கிழக்கே உள்ள முதல் வாயிலான கேரளாந்தகன் வாயிலின் முன்புறம் இருந்த கோட்டை

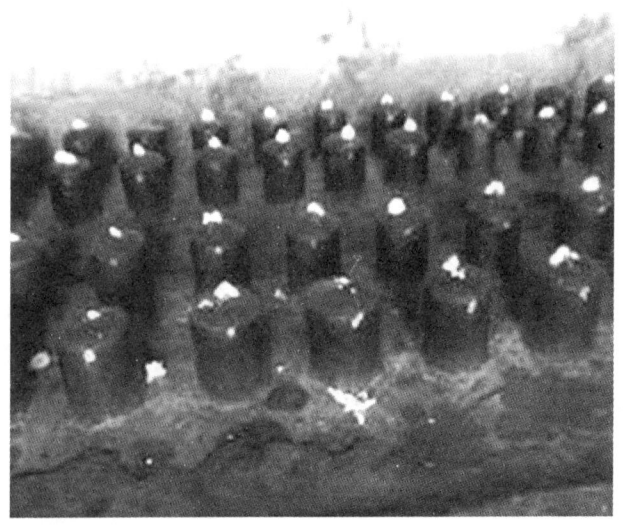

திருச்சுற்று மாளிகையில் தஞ்சை பெரிய கோயிலில்
108 சிவலிங்கம்

மதிலை உடைத்து அதன் முன் இருந்த அகழியை மூடி புதிய நுழைவுப் பாதையைக் கோயிலுக்குச் செல்ல வாயிலை ஏற்படுத்தினார். அதில் கடவுளர்களின் சுதைப் பதுமைகளை இடம்பெறச் செய்து அழகூட்டினார். இந்நுழைவாயில் சரபோஜி திருவாயில் என அழைக்கப்படுகிறது.

திருச்சுற்று மாளிகையில் 108 சிவலிங்கங்கள்

தஞ்சைப் பெரிய கோயில் பல திருப்பணிகளைச் செய்துள்ளார். 1801இல் பல்வேறிடங்களிலிருந்து கொணரப் பெற்ற (இவைகள்

நந்திபுரத்து ஆயிரத்தளியில் பல்லவ பேரரசன் அமைத்த ஆயிரம் இலிங்கங்களைப் பேணுவாரின்றிக் கிடந்த போது அதிலிருந்து சிவலிங்கங்கள் பெறப்பட்டன என்பார் குடவாயில் பாலசுப்ரமணியம்) 108 சிவலிங்கங்களைத் திருச்சுற்று மாளிகையில் அமைத்துக் குடமுழுக்குச் செய்துள்ளார். இச்சிவலிங்கங்களுக்கு நிலையாகப் பூசை, நிவேதனம் முதலியவற்றை நடத்துவதற்கு மன்னர் ஓர் அறக்கட்டளை நிறுவினார். 1811இல் பெரிய கோயில் தேர்த் திருவிழாவிற்கு 3150 சக்கரம் செலவு செய்துள்ளார் (Contributions of Tanjore Maratha Kings, Pratab Singh, P.160).

பெருவுடையாருக்கு எண்ணற்ற அணிகலன்களையும், பாத்திரங் களையும், வாகனங்களையும், அளித்துள்ளார். தஞ்சை கீழராச வீதியிலுள்ள வரதராசப் பெருமாள் கோயிலில் வரதராசர் சன்னதியிலும், தனிக் கோயில் பெருந்தேவி சன்னதியிலும், திருச்சுற்றிலும் 1804இல் பல்வேறு திருப்பணிகளைச் செய்துள்ளார்.

இவ்வாறு சோழர் கால கோயில்களையும், பல புதிய கோயில் களையும், திருப்பணிகளையும் செய்து சீர் செய்தமை யாலும், தஞ்சை ராஜ்யத்தில் ஏற்படுத்திய சேதாரங்களைச் சரபோஜி நிவர்த்தி செய்ததாலும் மக்கள் சரபோஜியை சோழ மன்னராகவே கருதினர்.

தஞ்சை மேலவீதியிலுள்ள காசி விசுவநாதர் கோயில், பங்காரு காமாட்சியம்மன் கோயில் ஆகிய இரு கோயில்களிலும் 1805இல் பெரும் பகுதி திருப்பணி செய்யப்பட்டுள்ளது.

மதுரை மீனாட்சி அம்மன் கோயிலுக்கு 1817இல் வழிபாட்டிற்குச் சென்ற போது நாகாபரணம் என்னும் அணி ஒன்றைத் தம் பெயரில் கொடையாக அளித்துள்ளார். தஞ்சை கொண்டிராஜ பாளையத்தில் உள்ள நரசிங்கப் பெருமாள் எனும் பழமையான கோயிலைப் புதுப்பித்துக் கட்டி சுவாமியையும் பிரதிட்டை செய்துள்ளார்.

புன்னை நல்லூர் மாரியம்மன் கோயிலில் 1831இல் கருங்கல்லால் புதிதாக நர்த்தன மண்டபத்தைக் கட்டுவித்தார். மேலவீதியில் உள்ள கிருஷ்ணன் கோயிலில் 1805ஆம் ஆண்டு திருப்பணி செய்துள்ளார். திருவரங்கத்திலுள்ள அரங்கநாதருக்குப் பொற்பதக்கம் ஒன்றைக் கொடையாக அளித்துள்ளார் (மாமன்னர் சரபோஜி ஆய்வுக்கோவை, III. வே.மகாதேவன், பக்,79-81).

1810இல் விட்டோபா கோயில் தஞ்சை கீழவீதியில் புதிதாகக் கட்டப்பட்ட கோயிலில் பாண்டுரங்கன் வழிபாடும், மராட்டிய பக்தி நெறியும் பரவிட வழி செய்தார். நர்த்தன மண்டபத்தைக் கோயில்களில்

அமைப்பது இவருக்கு மிக விருப்பமான செயல். இவர் மட்டுமில்லாமல் இவருடைய சகோதரியும், பெண் மக்களும் பல கோயில்களைப் புதிதாகக் கட்டிச் சத்திரங்களையும், அக்கிரகாரங்களையும் உண்டாக்கினர் (தஞ்சை மராட்டியர் கல்வெட்டுக்கள், செ.இராசு, ப.XV).

4. கிறித்தவம்

கிறித்துவ சமய இலக்கியம்

மராட்டிய மன்னர்களில் துளஜாஜி / இரண்டாம் சரபோஜி / இரண்டாம் சிவாஜி சந்ததியினரும் கிறித்தவ மதத்திற்கு ஆதரவு காட்டினர்.

வேதநாயக சாஸ்திரி

இரண்டாம் சரபோஜி காலத்தில் அவருடன் கல்வி பயின்ற வேதநாயக சாஸ்திரி எனும் கிறித்தவ தமிழ்ப் புலவர் இயேசு பெருமைகளைக் கூறும் விதமாக, சிறிதும் பெரிதுமாக 141 நூல்கள் எழுதிஉள்ளார்.

சரபோஜியின் கொடை

மன்னர் துளஜாஜி தரங்கம்பாடியில் கிறித்தவர் கோயில் கட்டவும், மதப் பிரச்சாரம் செய்யவும் அனுமதியளித்து கிறித்தவர்கள் நலனுக்காக ஆயர்பாடி என்ற கிராமத்தை இனாமாகக் கொடுத்தார். அம்மன்பேட்டை கிராமத்தில் கிறித்தவர்கள் வேதபாடசாலை, பள்ளிக்கூடம் போன்றவற்றிற்காக 9 வேலி 4 மா புஞ்சை நிலம் கொடையாக அளித்தார். கி.பி.1779இல் தஞ்சை சிறிய கோட்டைப் பகுதியில் சிவகங்கை குளத்திற்கு எதிரில் ஓர் தேவாலயம் கட்ட நிலம் இனாமாக வழங்கினார். இதே போல தஞ்சை மகர்நோன்புச் சாவடியில் கிறித்தவர் கோவில், பாடசாலைகள் கட்ட மனை வழங்கப்பட்டது. கி.பி.1800 கண்ணத்தாங்குடி கிராமத்தில் பள்ளிக்கூடம் கட்ட நிலம் வழங்கி 50 கிறித்தவ மாணவர்களுக்கு உதவினார். நஞ்சை 7 ஏக்கர் புஞ்சை 11 ஏக்கர் நிலம் இனாமாக வழங்கப்பட்டது. இது போல மன்னர் அமர்சிங் கி.பி.1794ல் தரங்கை ஆயர்பாடி கிராமத்திற்குப் பதிலாக 30வேலி பரப்புள்ள சடையங்க கிராமத்தைக் கிறித்தவர்களுக்கு மாற்றிக் கொடுத்தார் (மாமன்னர் சரபோஜி ஆய்வுக் கோவை-III, ஈ.ஏ.செல்லத்துரை, ப.23).

தஞ்சையை ஆட்சி செய்த மராட்டியர் ஆட்சியில் இந்து சமயம் மட்டுமின்றி கிறித்துவ சமயமும் தழைத்தோங்கி வளர்ந்தது. ஆங்கிலேயர்கள் தஞ்சைக்கு வந்ததால் கிறித்துவ சமயம் முதலில் தாழ்த்தப்பட்ட மக்களிடையே பரவியது. தரங்கம்பாடிக்கு வந்த

டேனிஷ் சீர்திருத்த கிறித்தவ பாதிரியார்கள் ஹென்றி புளூசோவும், 1707 சீகன்பால்குவும் சமயத்தை மராட்டிய பகுதியில் பரப்பத் தொடங்கினர். இதனைத் தொடர்ந்து ஸ்வார்ட்ஸ் 1750இல் கடலூருக்கு வந்து பின்னர் பதினாறாண்டுகள் தரங்கம்பாடியில் வாழ்ந்தார். பின்னர் தஞ்சையைத் தலைமையிடமாகக் கொண்டு தம் வாழ்நாள் இறுதிவரை இங்கேயே தங்கி துளஜா மன்னரிடம் நட்புக் கொண்டார். இவர் மராத்திய காலக் கிறித்தவக் கல்வியில் பெரும் பங்காற்றினார். 1763இல் ஐரோப்பிய குழந்தைகளுக்காக ஏற்படுத்திய அனாதை விடுதி தற்பொழுது புனித ஜான் கல்லூரியாக உருவாகியுள்ளது.

தஞ்சை தலைநகரில் ஆங்கிலம் கற்பித்த முதல் பள்ளி தூய பேதுரு கல்லூரி. இக்கல்லூரி 1784இல் நிறுவப்பட்டது. இக்கல்லூரியை ஸ்வார்ட்ஸ் நிறுவினார்.

ஸ்வார்ட்ஸ் தேவாலயம்

இத்தேவாலயம் இரண்டாம் சரபோஜி மன்னரின் உதவியால் 1779இல் தஞ்சை சிவகங்கைப் பூங்காவில் கட்டப்பட்டது. (Tanjore Gazetteer, P.272)

மகர்நோன்புச் சாவடி தூய பேதுரு தேவாலயம்

தஞ்சை மகர்நோன்புச் சாவடியில் இத்தேவாலயம் அமைந்துள்ளது. இவ்வாலயமும் ஸ்வார்ட்சினால் துளசா மன்னரின் ஆதரவுடன் கட்டப் பட்டது. இங்குதான் ஸ்வார்ட்சின் உடல் நல்லடக்கம் செய்யப் பட்டது. இதில் ஒரு கல்வெட்டும் உள்ளது. இக்கல்வெட்டின் ஸ்வார்ட்ஸ் நினைவுக் குறிப்பின் கீழ் ஸ்வார்ட்ஸ் பற்றிச் சரபோஜி மன்னர் பாடிய ஆங்கில இரங்கற்பாவும் பொறிக்கப்பட்டுள்ளது. பெரிய எழுத்துக்களில் மலர் வேலைப்பாடமைந்த கட்டத்தினுள் இவ்வெழுத்துக்கள் பொறிக்கப்பட்டுள்ளன. கிறித்துவத் தர்மத்தை நிலைநாட்டுவதற்காகக் கிறித்தவப் பாதிரிகளுக்குப் பணஉதவி அளிக்கப்பட்டது. 1853இல் இரண்டாம் சிவாஜி கிறித்தவத் தர்மத்திற்காக ஜான் பாதிரியாருக்கு மாதம் ஒன்றுக்கு ரூ.30 கொடுத்தார். இக் குறிப்புகளின் மூலம் மராத்திய மன்னர்களும் கிறித்துவ சமயம் பரவுவதில் மிகுந்த ஈடுபாடு கொண்டிருந்தனர் என்பதையும் அதற்கு ஊதியம் வழங்கி ஊக்கப்படுத்தினர் என்பதையும் அறியமுடிகிறது.

5. இஸ்லாம்

கிறித்தவர்களுக்கு வழங்கியது போல கி.பி.1773இல் மசூதி நடத்த கண்டிதம்பட்டு, வல்லார்பட்டு ஆகிய ஊர்களில் நிலம் இனாமாக

வழங்கப்பட்டது. சூலமங்கலத்தில் இரண்டரை வேலி நிலத்தில் தர்கா அமைக்கப்பட்டது.

1827இன் குறிப்புப்படி நாகூர் காதிர் சாயபு தர்காவுக்குத் திருவிழாக் காலங்களில் ஆண்டுதோறும் ஈடை அனுப்பி வைத்தனர். இது மன்னர் வாரிசுகளால் தற்பொழுதும் ஆடை அனுப்பி வைக்கப்படுகிறது.

சமயமாற்றம்

கி.பி.1785 திருமுல்லைவாசலில் தரங்கம்பாடி வெள்ளைக் காரனிடமும் 1814இல் பக்கிர் முகமதுவாலும் பெண்கள் கிறித்தவ மதத்தில் மதமாற்றம் செய்வதற்கென விலைக்கு வாங்கப்பட்ட செய்தியும் மோடி ஆவணத்தின் மூலம் அறியமுடிகிறது (மோ.ஆ.கு.10-36).

இரண்டாம் துளசாவின் காலத்தில் அரச குடும்பத்துடன் நெருங்கிய தொடர்பு கொண்ட பிராமணப் பெண், "சதியில்" ஈடுபட்டாள். இச்சதியைப் பிரிட்டிஷ் அலுவலர் லிட்டன் என்பவர் தடுத்து அப்பெண்ணைக் காப்பாற்றி அவளுக்கு, 'கிளாரிந்தா' என்ற பெயரைச் சூட்டி அவளை மதமாற்றம் செய்து அப்பெண்ணையே திருமணம் செய்து கொண்டார். இதைப் பாளையங்கோட்டையிலுள்ள மாதா கோயில் ஆவணம் மூலம் அறியமுடிகிறது.

6. சமய ஒருமைப்பாடு

பெருவுடையார் உலாவும் அல்லா பண்டிகையும்

தஞ்சை மக்களிடம் ஒருமைப்பாட்டுணர்வினையும் கலை வளர்ச்சியாகச் செய்து பயன் கண்டவர் சரபோஜி மன்னர்-

1. முகம்மதியரும், தமிழரும், ஆந்திரரும், மராட்டியரும் கூடி மகிழ்ந்து கொண்டாட, அல்லா பண்டிகைக்கு வழி வகுத்து மானியமும் செய்து வைத்தவர். அல்லா பண்டிகையில் சிறப்பான அமைப்பில் குண்டு அல்லா உருவாக்கப்பட்டு, தீமிதி நிகழ்த்தும் விழா தொடர்ந்து வருகின்றது.

2. அல்லா பண்டிகையில் புலிவேடமிட்டு மக்கள் புலியாட்டம் ஆடுதற்குப் பழகும் கூடம் வடக்கு அலங்கத்திலும், புறத்திலும் அமைத்து, கொடிய புலி குதித்து ஆடி அயர்ந்து, காளைமாட்டுத் தலையணிந்து ஆடும் ஆட்டக் காளையோடு இணைந்து தண்ணீர் குடிக்கும் காட்சியுடன் புலியாட்டம் நிறைவு பெறும் பாணியில் அல்லா பண்டிகையில் புலியாட்டம் நிகழ மான்யங்கள் வழங்கி மக்களிடம் கலை நெறியோடு ஒற்றுமை வளர்ச்சி பெறச் செய்துள்ளார்.

அல்லா பண்டிக்கைகாக மன்னர் எல்லா தர்காக்களுக்கும் போய் வருவதுண்டு. அங்ஙனம் போகும் போது இனாம் அளிப்பதுண்டு. இப்பண்டிகை நடத்தவும், நன்கொடை அளிப்பதுண்டு. இதுவன்றி அரசமாதேவியரும் பண்டிகைக்கு நன்கொடை அளித்தனர். அல்லா வைக்கின்ற இடத்தில் இந்துஸ்தானி மொழியில் ஃபக்கீர் வழிபாடு செய்வார். அப்பொழுது டக்கா எனும் இசைக்கருவி அடிக்கப்பெறும்.

அல்லா பண்டிகை துளஜா மன்னர் காலத்திலேயும் கொண்டாடப்பட்டது என்பதற்குச் சான்றாக 1776இல் தங்கத்திலும் வெள்ளியிலும் ஆன 34 அல்லாக்களும், தங்கக் குடைகள் இரண்டும் செய்தார் என்று ஒரு ஆவணம் குறிப்பிடுகிறது. (தஞ்சை மராட்டிய மன்னர் கால அரசியலும் சமுதாய வாழ்க்கையும், கே.எம். வேங்கடராமையா, பக்.206-210)

3. தஞ்சைப் பெரிய கோயில், அஷ்ட கொடித் திருவிழாவாகிய பிரமோத்வசத்தில், சுவாமி நாளும் திருவீதிவுலா வரும் போது சுவாமிக்கு முன்னர் அ) நாதசுர மேளவாத்தியங்கள் ஆ) பாண்டு வாத்திய முழக்கம் இ) சதுராட்டம் (தேவதாசியர்) ஈ) கோமாளி-வேடிக்கை உ) கோணங்கி - தாசரி ஆட்டம் ஊ) குறவன்-குறத்தி-கூத்து எ) இடையன்-இடைச்சி ஏ) வெட்டியான்-வெட்டிச்சி ஐ) குளுவன்-குருவிக்காரி ஒ) பாம்பாட்டி-பாம்புகளுடன் ஓ) முன்புறம்-பூதஆட்டம்-தொம்பை மூங்கிலால் செய்யப்பட்டு மேல்துணி, தாள் ஒட்டி வர்ண பூசப்பட்டதாக 15 அடி முதல் 20 அடி உயரமாகவும் கனமில்லாததாகவும் உள்புறம் கூடாகவும், உள்ளே புகுந்த ஆள் தலையில் தூக்கி நடந்து அசைத்து சுழன்று ஆடும் அளவில் உட்புறத்தே அடியிலிருந்து 4 அடி உயரத்தில் தலையால் தாங்குதற்கு ஏற்புடைய குறுக்குத் தடையும், அதன் கீழ் உருவத்தில் உள்ளே புகுந்து தூக்கியவன், வழி பார்த்து நடப்பதற்குரியதாகச் செய்யப்பட்ட இரண்டு கண் புழையும் பொருந்தியதாகப் பூத வடிவங்கள் அமைந்திருக்கும்.

வடிவங்கள்

கிழவன்-கிழவி, ஆண்பூதம்-பெண்பூதம், சேவகர்கள்-அதிகாரிகள், குறவன்-குறத்தி ஆகியவைகளாகும்.

இவற்றிற்கு முன்னர், கொடித் தோரணம், சிவ சின்னங்கள், விருதுச் சின்னங்கள் ஆகியவற்றைச் சேவகர்கள் பிடித்துச் செல்வர்.

இவற்றிற்கெல்லாம் முன்னதாக தாரைகள், கொம்புகள், ஊதப் பெறுதலோடு, தப்பட்டைகள் பல அடிக்கப் பெறுதலும், நிறைந்து சவாமி வீதியுலா நிகழும். மன்னரின் வீதிஉலாவில் யானையின் மீது அம்பாரியில் மன்னர் அமர்ந்துவர இம்முறையிலேயே நிகழும்.

இரவுக் காலமாயின் தீவர்த்திகள் இரு பக்கமும் நூற்றுக்கணக்கில் பிடித்துவர வீதியுலா நகர்ந்து வரும் காட்சி தெய்வீகமாகவே இருக்கும். வாண வேடிக்கைகளும் நிகழும்.

கோயில் திருவிழா நடக்கும் போது சுவாமி திருவுலாப் போகும் போது சுவாமிக்குப் பின்னர் வேதம் வல்லார் ஸ்வஸ்தி உபநயனம் செய்வர். இத்துடன் திருமுறைகள் ஓதும் பழக்கமும் இருந்ததாகப் பெருவுடையார் உலாவில் குறிப்பிடப்படுகிறது.

மகர்நோன்பின் மாட்சிமை

இந்நோன்பு மராட்டிய இனத்தவர்கள் பக்தியோடும் தவறாமலும் ஆண்டுதோறும் புரட்டாசி மாதம் முழுவதும் நோன்பிருந்து கொண்டாடிய விழாவாகும். இந்நோன்பில் மன்னரும், இராணியாரும் காமக்கிழத்தியரும் முறையாக விரதமிருந்து கொண்டாடுவர். விழா தொடக்கத்தில் அரசர் சார்பில் ஓர் (ஆண்) ஆட்டுக் கடாவும், அரச மகளிர் சார்பில் ஓர் ஆட்டுக்கடாவும் பக்தி சிரத்தையோடு வளர்ப்பர்.

விழாவின் இடையே வரும் தசரா பண்டிகை பத்து நாட்கள் சக்தி தெய்வ வழிபாடாக நிகழும். பத்தாம் நாள் அரசர் இரதத்தில் வில் அம்புகளுடன் ஏறிச் சென்று மகர்நோன்புச் சாவடியில் உள்ள தேர் போன்ற இரண்டு கட்டடங்களில் பின்னருள்ள கட்டடத்திலிருந்து முன்னருள்ள கட்டடத்தில் வைக்கப் பெறும் உருவில் அம்பினைத் தைக்கு மாறு விடுவர். அதன்பின் ஊர்வலமாகவும் வெற்றிச் சின்னங்களின் முழக்கத்துடன் அரண்மனையை வந்தடைவார். மறுநாள், அரண்மனை முற்றத்தில் மகர்நோன்புக் கடாக்களைக் கோதா அமைத்து நடுவில் சண்டையிடச் செய்வர். அதுபோது, அரசர் கடா வெற்றி பெறும், மாளிகையில் மேல் மாடத்திலிருந்து சாளரங்களின் துளைகளின் வழியே இவ்வெற்றியைக் கண்டுகளிக்கும் அரசியரும், மராட்டிய மகளிர்களும் மலர்களையும் மஞ்சள் பொடியினையும் தூவிக் குதூகலித்து மகிழ்வர். இதுவே மராட்டியர் கால மகர்நோன்பின் நிகழ்ச்சிச் சுருக்கம் ஆகும்.

இந்நோன்பின் போது, கோயில் பணியாளர்கள், அரண்மனைப் பணியாளர்கள், பற்பல தொழிலாளர்கள், வேடிக்கை செய்து காட்டு பவர்கள், அரண்மனைக்கு உரிய கிராமங்களில் உள்ள அரண்மனை

உழவர்கள் ஆகியோர் அவ்வப்போது நெல், ஆடை, பணம் ஆகிய வற்றைத் தரத்திற்கேற்ப வெகுமானமாகப் பெற்றுச் செல்வது வழக்கமாக இருந்துள்ளது. இந்நிகழ்ச்சிகளை நிர்வாகம் செய்தவர் அணக்குடி சாமிநாத பிள்ளை என்னும் பெருந்தனக்காரர் என்பர் (மன்னர் சரபோஜி ஆய்வுக்கோவை தொகுதி2, சரஸ்வதி மகால் நூலகம், பேரா.கோவிந்தராசனார், ப.196).

மற்ற மதத்தினரிடம் வெறுப்பு காட்டாத சரபோஜி

சரபோஜி சிவபூசையைச் செய்து கொண்டு வாழ்நாளில் நான்கு புனிதப் பயணத்தை (சோழமண்டலம், திருவரங்கம், பழனி, காசி) மேற்கொண்டு அசைக்கமுடியாத சைவத்தைக் கடைபிடித்து வந்தாலும் தன்னுடைய மதம் சார்ந்த கருத்தைப் பெரிய கோயில் கல்வெட்டின் மூலம் தெளிவாகக் காணமுடிகிறது. "மன்னர் எல்லா மக்களிடமும், எல்லா நாடுகளுடனும் துவேஷ புத்தியை நீக்கி, எல்லாரிடையேயும் அலட்சிய புத்தியில்லாது மக்கள் அவரவர் மதத்தின்படி நடக்க உதவி செய்து மக்கள் யாருக்கும் மன வருத்தம் உண்டாகாமல் சரியான மார்க்கத்தில் இராஜ்யத்தை ஆண்டு வருகிறார்" என்று குறிப்பிடப் பட்டிருக்கிறது.

7. காஞ்சி சங்கராச்சாரியார்

காஞ்சிபுரத்தை முகமதியர் படையெடுத்த போது சங்கராச்சாரியார் சங்கர மடத்திலிருந்து வெளியேறி உடையார்பாளையம் ஜமீன் காட்டில் அடைக்கலம் புகுந்தார். இது தஞ்சாவூர் எல்லைக்குட்பட்டது. பிரதாப சிம்மன் அக்காலகட்டத்தில் ஆட்சி செய்து கொண்டிருக்கும் போது (1739-1763) சங்கராச்சாரியார் அடைக்கலமாகி உள்ளதை அறிந்து, அவருடைய மைத்துனரான படைத்தளபதி மல்லாரி காடேராவை அழைத்து மன்னரின் அரசின் கீழ் உள்ள வீட்டில் தங்கியிருக்கச் செய்தபின் பிறகு தஞ்சைக்கு வரவழைத்துக் கொண்டார். அந்நிலையில் சங்கராச்சாரியாருக்கு முழு ஒத்துழைப்பு அளிப்பதாக உறுதியளித்தார். இந்நிலையில் தஞ்சைக் கோட்டையில் சில காலம் தங்கினார் (The Maratha Rajas of Tanjore, KR.Subramanian, P.48). பிறகு மன்னர் கும்பகோணத்தில் காவேரிக் கரையில் டபீர் அக்ரஹாரத்தில் பெரிய மடத்தையும் கோயிலையும் கட்டி மடம் சிறப்பாக நடைபெற 36 கிராமங்களை மானியமாக அளித்தார். இது தவிர அரியணையும் வெள்ளி தங்கம் ஆகியவற்றால் ஆகிய பாத்திரங்களும் அணிகலன்களும் குதிரை, யானை முதலியனவும் அளித்தார்.

பிரதாபசிம்மனுக்குப் பிறகு துளஜா, இரண்டாம் சரபோஜி சங்கர மடத்திற்குத் தேவையானவைகளைச் செய்தார்கள். இரண்டாம் சரபோஜி மடத்தில் அர்த்த மண்டபம், மகா மண்டப வழிபாட்டுக்காகக் கட்டியளித்தார். மராட்டிய மன்னர்கள் ஆண்டுதோறும் காஞ்சிப் பெரியவர் வியாச பூஜை நிகழ்ச்சிகள் நடத்தி 4500 சக்கரம் வழங்கியது போல் தொடர்ந்து தானும் வழங்கினார். கி.பி.1798ல் 63வது பீடாதிபதியான சங்கராச்சாரியாருக்கு 560.89 கிராம் மதிப்புள்ள பொன்னைக் கொண்டு கனகாபிஷேகம் புரிந்தார். அப்பொழுது சங்கராச்சாரியார் மன்னருக்கு இரட்டை ஜரிகை சால்வை போர்த்தி கௌரி சங்கர ருத்திராட்ச மாலை அணிவித்து ‘சிவபூஜா துரந்தரர்’ என்று பட்டம் வழங்கினார். 1821இல் ஸ்ரீசந்திர மௌலீஸ்வரர் பூசை செய்ய மடத்தில் சந்திர மௌலீஸ்வர கிரஹம்’ என்னும் கட்டடத்தைக் கட்டுவித்தார்.

இரண்டாம் சிவாஜி 1833, 1842, 1850 ஆகிய ஆண்டுகளில் சங்கராச்சாரியார் மடத்திற்குச் சென்று சுவாமிகளுக்குக் கனகாபிஷேகம் செய்திருக்கிறார்.

இதன் பின்னர் இரண்டாம் சரபோஜியின் பேரன் பிரதாப சிம்மன் காஞ்சி மடத்திற்குத் தன்னுடைய எஸ்டேட் பங்கிலிருந்து தஞ்சை மேல வீதியில் ஒரு கட்டடத்தை வழங்கினார். இது தற்பொழுது சங்கர மடம் என்று அழைக்கப்படுகிறது.

சங்கராச்சாரியார் சரிதம்

‘சங்கராச்சாரியார் சரிதம்’ இதன் ஆசிரியர் கோவிந்தனந்தா என்னும் துறவி. இவரைச் சங்கரரைப் பற்றி எழுதுமாறு முதலாம் ஏகோஜியின் மனைவி தீபாம்பாள் கேட்டுக் கொண்டதற்கிணங்க இந்நூலாசிரியர் சங்கர விஜய நூல்களை ஆராய்ந்து எழுதினார்.

சங்கராச்சாரியாரின் மீது கொண்ட பக்தியின் காரணமாகச் சரஸ்வதி மகாலில் ஆதி சங்கரர் படம் உள்ளது. இதில் ஆதிசங்கரர் தன் சின் முத்திரையுடன் தாமரை பீடத்தில் வீற்றிருந்து தன்னுடைய நான்கு சீடர்களுக்கும் உபதேசம் செய்வது போல் அமைந்துள்ளது.

8. உடன்கட்டை ஏறுதல்

இரண்டாம் சரபோஜி மரணத்தின்போது உடன்கட்டை என்ற சதி நிறுத்தப்பட்டது

சரபோஜி உடன்கட்டை ஏறுவதை எதிர்த்தார். கணவன் இறந்தவுடன் அவன் மனைவியும் அவனுடைய சிதையில் உயிர் விடுவதை

மனுஸ்மிருதிச் சட்டம் கூறுகிறது. தமிழிலக்கியங்களாகிய தொல் காப்பியம், புறப்பொருள் வெண்பா மாலை முதலியவற்றுள்ளும் இதுபற்றிய உரைகள் சிலவற்றை இவ்விலக்கண நூலார் வகுத்துள்ளனர். சமுதாயத்தில் காணப்பட்ட உடன்கட்டை ஏறுதல் மோசமான கொடூரமான செயலாகும். (இலக்கியக்கேணி, கே.எம். வேங்கட ராமையா, ப.97)

கணவன் இறந்தவுடன் அவள் வாழ்வதற்கு எந்தவித உரிமையும் கிடையாது. எனவே, அப்பெண் இறக்க விரும்பாவிட்டாலும் கட்டாயமாகக் கணவனுடன் சிதையில் அவள் தள்ளப்பட்டாள். இதனைச் சதியென்றும் கூறுவர்.

உடன்கட்டை ஏறி இறந்த பெண்ணின் பெருமையைப் புலப்படுத்தும் முறையில் அப்பெண்ணுக்குச் சமாதியும் நினைவுச் சின்னமும் ஏற்படுத்தப்பட்டு அவற்றில் இப்பெண்களின் பெயர்கள் பொறிக்கப்பட்டன.

உடன்கட்டை ஏற அப்பெண்ணுக்கு விருப்பம் இல்லாவிட்டாலும் அப்பெண்ணின் சுற்றத்தாரும் பொது மக்களும், புரோகிதர் உட்பட அனைவரும் அப்பெண்ணை வலுக்கட்டாயமாகச் சிதையில் தள்ளினர். பெரும் செல்வந்தர்கள் ஆடை அணிகலன்களையும் எரித்தனர்.

மராட்டிய மாதேவிகளும் - உடன்கட்டை ஏறுதலும்

தஞ்சை மராட்டிய அரசர் காலத்தில் மராட்டிய அரசர்களின் மாதேவிகள் சில உடன்கட்டை ஏறினர் என போன்ஸ்லே வம்சச் சரித்திரம் என்ற நூலின் வழி அறியமுடிகிறது.

முதலாம் சரபோஜி (1710-1728) வரை ஆட்சி புரிந்தவர் அவர் இறந்த பிறகு அவரது மூன்று மனைவிகளில் சுலக்ஷணா பாயும் ராஜஸபாயும் உடன்கட்டை ஏறினர்.

கி.பி.1739-1763 வரை ஆட்சி செய்த பிரதாப சிம்மன் 1763 இல் இறந்தார். அவருடைய மூன்றாம் மனைவி யமுனா பாயும் ஐந்தாம் மனைவி சக்வார் பாயும் உடன்கட்டை ஏறினர். இரண்டாம் துளஜா இறந்த போது யாரும் உடன்கட்டை ஏறவில்லை என்று ஸ்வார்ட்ஸ் குறிப்பால் அறியமுடிகிறது.

அமர்சிங் துளஜாவிற்குப் பிறகு 1788-1798 வரை ஆட்சி புரிந்தார். இவர் 1802இல் இறந்த போது அவரது இரண்டு மனைவிமார்கள் உடன்கட்டை ஏறினர். ஆனால் இரண்டாம் சரபோஜி காலத்தில் யாரும் உடன்கட்டை எறவில்லை. மராட்டிய மன்னர் காலத்தில் அரசிகள் மட்டுமின்றி உயர் குடும்பத்தைச் சார்ந்தவர்களும் பெரும் செல்வந்தர்

பெருமக்களும் உடன்கட்டை ஏறினர். பிற்பட்ட வகுப்பைச் சார்ந்தவர்கள் இதில் அக்கறை காட்டவில்லை.

எல்லா நகையும் புரோகிதருக்கே

உடன்கட்டை எனும் செய்தியை அறிந்ததும் அங்கு நடைபெறும் சடங்குகளுக்காக 5 சக்கரத்தை இனாமாக அரசர் கொடுத்தார். இவ்வுடன் கட்டை ஏறும் செயலினால் பெண் உயிர் நீக்கும் மகாசக்திக்குப் புண்ணியம் இருக்கக் கூடும். புகழும் இருக்கலாம் என்றாலும் அது தற்கொலையைத் தவிர்த்து வேறு எப்பெயராலும் குறிப்பதற்குத் தகுதியுடையதாக இல்லை. உடன்கட்டை ஏறப் போகும் பெண் உயர்ந்த ஆடைகள் ஆபரணங்கள் கொண்டு அலங்கரிக்கப் பட்டாள். பிராமணப் புரோகிதர் இதனை நடத்தினார். இந்நிலையில் அங்கு நன்மை பெறுபவர், அங்கு நீத்தார் கடன் செய்விக்கும் புரோகிதரே ஆகும். இச்செய்தியை ஸ்வார்ட்ஸ் நினைவுக் குறிப்புகளின் வரியால் அறியப்படுகிறது. உடன்கட்டை ஏறும் மகா சத்தி அணிந்த நகைகள் எல்லாம் அந்தப் புரோகிதரே அடைவார் என்று குறிப்பிடப்படுவது கவனத்திற்குரியது. (தஞ்சை மராட்டிய மன்னர் கால அரசியலும் சமுதாய வாழ்க்கையும், கே.எம். வேங்கடராமையா, ப.9)

உடன்கட்டை ஏறுதலுக்குத் தடை

உடன்கட்டை ஏறும் செயல் அநாகரிகமானது மனிதப் பண்புக்கு ஒவ்வாத முறையில் உயிர் போக்கும் செயல் எனக் கருதிச் சென்னை ஆங்கிலேய அரசு 1830 ஆம் ஆண்டு ஓர் சட்டத்தை இயற்றி இச்செயலைத் தடுத்தனர் (History of Tamilnadu, N.Subramaniam, P.288). இதைப் பார்க்கும் போது ஆங்கிலேயர் நம் நாட்டைச் சுரண்டினர் என்பதைத் தாண்டி இதுபோன்ற சில நற்செயல்களினாலும் ஈடுபட்டுள்ளனர்.

கைலாச மகால்

தஞ்சை மராட்டிய மன்னர் குடும்பத்துச் சமாதிகள் உள்ள இடத்திற்கு கைலாச மகால் என்று பெயர். இது தற்பொழுது இராச கோரி என அழைக்கப்படுகிறது. இது தஞ்சை வடக்கில் வடவாற்றின் தென்கரையில் வம்புலாஞ் சோலை எனப்படும் தொன்மையான இடத்தில் உள்ளது.

அரசர்களுக்குச் சிவலிங்கமும், அரசியர்களுக்கு இரு கைகள் உடைய பெண் வடிவமும் சமாதிக் கோயிலும் அடையாளமாக வைக்கப்படும். அரசர் சமாதி மீது ஒரு கலசம் இருப்பின் அரசருக்கு மட்டுமே சமாதிக் கோயில் எடுக்கப்பட்டது என அறியலாம். இரண்டு கலசங்கள் இருந்தால் ஒரு மனைவி உடன்கட்டை ஏறியுள்ளார் மூன்று

கலசம் இருந்தால் இரண்டு மனைவி உடன்கட்டை ஏறியுள்ளார் என்பதை அறிந்து கொள்ளலாம். (தமிழக மராட்டியர் வரலாறு, நா.எத்திராஜ், பக்.233-234)

கடைசி மராட்டிய மன்னர் சிவாஜியின் சமாதிக் கோயிலும், அவரது மனைவியரின் சமாதிக் கோயில்களும் தனிச் சுற்றுச் சுவருக்குள் கைலாச மகாலில் அமைக்கப்பட்டுள்ளன.

இரண்டாம் சரபோஜி, துளஜா, பிரதாபசிம்மன் சமாதிகள் வெளியே கட்டப்பட்டுள்ளன. பழமையான சமாதிகள் பீஜப்பூர் மொகலாயர் கலைப் பாணியிலும், பிற்காலத்தவை அனைத்தும் திராவிடக் கலைப் பாணியிலும் கட்டப்பட்டுள்ளன.

முதலில் பெண்களுக்குச் சமாதிக் கோயில்கள் கட்டாமல் பிருந்தாவனம் (துளசி மாடம்) அமைப்பில் மட்டும் கட்டடம் கட்டப் பெற்றது. பின்னாளில் பெண்களுக்கும் அரசர்களைப் போலவே சமாதிக் கோயில்கள் கட்டப் பெற்றன.

இச்சமாதிக் கோயில்கள் அரசர் அல்லது அரசி எந்த இடத்தில் எரியூட்டப் பெற்றனரோ அதே இடத்தில் கட்டப்பட்டன. இவைகள் கோயில்கள் அல்லது ஆலயங்கள் என்றே அழைக்கப்பட்டன. அதற்கேற்றவாறு சமாதிக் கோயில்கள் சிலவற்றில் ‘ஆலயம் கட்டிக் கும்பாபிஷேகம் செய்யப்பட்டது’ என்றே கல்வெட்டு வெட்டப்பட்டு உள்ளதைக் காணுகின்றோம். இதனால் பிற கோயில்கள் போலவே சமாதிக் கோயில்களும் கட்டி முடிக்கப் பெற்றுக் குடமுழுக்கு விழாவும் செய்யப்பட்டுள்ளது என்பதை அறிகின்றோம்.

இக்கைலாச மகால் தஞ்சை அரண்மனை குடும்பப் பொறுப்பில் உள்ளது. இவைகளைப் பராமரிப்பதற்கென்றே மன்னார்குடி அருகே கோட்டூரில் கொடை நிலங்களும் அளிக்கப்பட்டுள்ளன. இவற்றிற்குப் பூசை செய்வதற்கென்றே தனி அந்தணர் குடும்பமும் உள்ளது. இந்தக் கைலாச மகால் மன்னர் குடும்பத்திற்கு மட்டுமே தனிப்பட்ட உரிமையுடையதாகும்.

மராட்டிய அரச மரபினர் சைவ சமயத்தைச் சேர்ந்தவர்கள். அவர்கள் இறந்த பின்னர் கைலாச மலைக்குச் சென்று சிவபதம் அடைகிறார்கள் என்பது நம்பிக்கை. அதனால் தஞ்சை மராட்டிய அரசரோ அல்லது அரசியோ மரணம் அடைந்தால் அவர்கள் ‘கைலாச வாசியானார்’ என்று கூறப் பெறுவது வழக்கம்.

“1737இல் தஞ்சாவூர்க் கோட்டை அன்ன சத்திரத்தில்
மகாராசா கைலாச வாசம் செய்தார்”

என்று இரண்டாம் ஏகோஜி இறந்த செய்தி குறிக்கப் பெறுகிறது. இறந்த அரசர்களைக் 'கைலாசவாசி' என்ற அடைமொழியுடன் குறிப்பது வழக்கம். அரசியாரையும் இவ்வாறே குறிக்கும் வழக்கமும் உள்ளது. (தஞ்சை மராட்டியர் கல்வெட்டுக்கள், செ.இராசு, பக்.64-65)

இக்கைலாச மகாலில் 25க்கும் மேற்பட்ட அரசகுல சமாதிகள் பல இடிபாடுகளுடன் உள்ளன. இவற்றைப் புனரமைக்க ஸ்ரீஜெயமாலா ராணி தொண்டு மற்றும் கல்வி அறக்கட்டளை சார்பாக சிவாஜி ராஜா போன்ஸ்லே தலைமையில் 12 பேர்கள் அடங்கிய குழு அமைக்கப்பட்டு

கைலாஷ் மஹால்

(2021) சுமார் ஒரு கோடி ரூபாய் மதிப்பீட்டில் புதுப்பித்து சுற்றுலாத் தலமாக மாற்றுவதற்கு பணிகள் நடைபெற்று வருகின்றன.

உடன்கட்டை ஏறுதலை சரபோஜி ஏற்கவில்லை

1825 ஆம் ஆண்டு ரெசிடெண்ட் பைஃப் மன்னர் சரபோஜியிடம் சதி பற்றி உரையாடினார். இதன் காரணம் சதி நிறுத்தம் தொடர்பான கும்பினியாரின் கொள்கையின் நோக்கங்களைக் கூறவும், இந்துக்களின் அனைத்துத் தரப்பு வகுப்பினரின் எண்ணங்களை அறிந்து கொள் வதற்காகவே ஆகும். அந்நேரத்தில் சரபோஜி தன் மூதாதையர்களால் நடத்தப்பட்ட சதி நடைமுறையைக் காட்டுமிராண்டித் தனமானவை, மனிதாபி மானமற்ற சடங்கு என்று கண்டித்தார். மேலும் உறுதியுடன்

கைலாஷ் மஹால்

தன் மனைவியைத் தனது இறுதிச் சடங்கில் சதியிலிருந்து தடுத்து நிறுத்துவதே என் நோக்கம் என்று ரெசிடெண்டுக்குத் தெரிவித்தார். இத்துடன் இச்செயலைத் (சதியை) தன் செல்வாக்கு இருக்கும் போதெல்லாம் நிறுத்தி நடைமுறைப்படுத்துவேன் என்று உறுதியளித்தார். இந்நேரத்தில் இராஜாராம் மோகன்ராய் சதிக்கு எதிர்ப்பு தெரிவித்ததைக் குறிப்பிட்டு, எந்தவொரு அதிகாரத்தையும் கொண்டிராது சரியான நேரத்தில் அதைத் தடுப்பது முக்கியமானது, அதை விடுத்து ஐரோப்பியர் அல்லது நாட்டு அடக்குமுறைகள் மோசமான விளைவு களையே ஏற்படுத்தும் எனத் தெரிவித்தார். 1820களில் சரபோஜியும் புதுக்கோட்டை தொண்டைமானும் (சகோதரர் மனைவி உடன்கட்டை ஏறுவதிலிருந்து தடுத்தவர்) சென்னை காலனி அரசிற்கு "மனைவி கணவன் இறந்த பிறகு அவன் உடலுடன் எரிக்கப்படுவதைத் தடுக்க தாங்கள் ஒவ்வொரு பெண்ணையும் ஆதரித்து பாதுகாப்போம்" என்று உறுதியளித்தார்கள்.

சரபோஜியின் அணுகுமுறையும் போலவே ரெசிடெண்ட் பைஃப்பின் அணுகுமுறையும் ஒருவிதத்தில் ஒத்திருந்தது. அதாவது இதில் ஐரோப்பியர் தலையீட்டைக் காட்டிலும் உள்நாட்டு அறிவார்ந்த இளவரசர்களின் நம்பிக்கையைப் பெற்று சதி நடைமுறையை ஒழிப்பதற்கான முயற்சிகள் உதவக் கூடும் என்றும் மேலும் கணவன் இறந்தபிறகு உடலை அகற்றும் முன்னரே இப்பிரச்சனைக்குத் தீர்வு காண வேண்டும் எனவும் தெரிவித்தார்.

VII. மக்களுக்கான மன்னர் சரபோஜி

1. சத்திரங்கள்

சத்திரம் - இங்கு உணவு மட்டும் என்று நினைக்க வேண்டாம்

மராட்டியர்களின் ஆட்சி கி.பி.1676 முதல் தொடங்கப் பெற்றதாலும் சுமார் 50 ஆண்டுகளுக்குப் பின்னரே துக்கோஜி எனும் முதலாம் துளஜாவின் ஆட்சி காலத்தில் தான் முதன் முதலாக சத்திரம் எனும் அமைப்பு தோற்றுவிக்கப்பட்டிருக்க வேண்டும். ஆவணங்கள் வாயிலாக நமக்கு இருபது சத்திரங்களின் பெயர்கள் கிடைக்கின்றன. இவற்றில் மிகவும் பழமையானதாகக் கருதப்படுவது முதலாம் துளஜா மன்னரின் மனைவியின் பெயரால் தஞ்சைக்கருகில் சூரக்கோட்டையில் அமைக்கப் பெற்ற இராசகுமார பாயி சத்திரம் ஆகும்.

மராட்டிய மன்னர்களின் அறக் கொடைகளுடன் பெரியவையான இச்சத்திரங்கள் சோழ வளநாட்டிலிருந்து இராமேசுவரம் செல்லும் முக்கியமான சாலைகளில் கட்டப் பெற்றன. இவை மன்னர்கள் காலத்தில் அளிக்கப்பட்ட சர்வ மானியங்களிலிருந்து எந்தவிதமான தீர்வையும் செலுத்தாமல் அனுபவிக்குமாறு கொடுக்கப்படும் நிலக்கொடையில் கிடைக்கும் வருமானத்திலிருந்து நிர்வகிக்கப் பட்டன. இச்சத்திரங்களில் குறிப்பாக சரபோஜி மன்னர் காலத்தில் மிகச் சிறப்பாகப் பணியாற்றின. தென்னிந்தியாவில் எந்தப் பகுதியிலும் சத்திரங்கள் காணப் பெறாதது தஞ்சைக்கே உரிய சிறப்பாகும். இச்சத்திரங்களில் பயணிகளுக்கு இலவச உணவளித்துத் தங்குவதற்கு இடமளிக்கப்பட்டது. சத்திரங்கள் வணிகர்களுக்கும் வழிப்போக்கர் களுக்கும் எளியோர்க்கும் இனப்பாகுபாடின்றி உறைவிடமும் உணவும் அளித்ததோடன்றிக் கல்வி மருத்துவம், கலைகள் போன்ற வசதிகளையும் அறிவித்து நடைமுறைப்படுத்தி வந்திருக்கிறது. சில சத்திரங்களில் கோயில்கள் அமைக்கப்பட்டிருந்தன. 1743 முதல் 1837 வரை ஆட்சி செய்த தஞ்சை மராட்டியர் உருவாக்கப்பட்ட சத்திரங்களில் தர்மமுறை பின்பற்றப்பட்டது.

உலுப்பை யாருக்கு

ஆதரவற்ற ஒருவருக்கு ஒருவேளை உணவிற்கு வேண்டிய அரிசி காய்கறிகள் மற்றும் இதர பொருட்களை வழங்குவது உலுப்பை என்று அழைக்கப்பட்டது. இவ்வுலுப்பைகள் பெரும்பாலும் பிராமணர்களுக்கும்,

பெரியோர்களுக்கும், பைராகிகளுக்கும், ஆங்கிலேய அலுவலர்களுக்கு மட்டுமே தரப்படும் என அறியப்படுகிறது. (தஞ்சை மராட்டிய மன்னர் கால அரசியலும் சமுதாய வாழ்க்கையும், கே.எம். வேங்கடராமையா, ப.279).

ஒரத்தநாடு முத்தாம்பாள் சத்திரம் போன்ற பெரிய சத்திரங்களில் மருத்துவர்கள் இருந்தனர். அங்குப் படிக்கும் மாணவர் மற்றும் பயணிகளுக்கும் மருத்துவம் பார்க்கப்பட்டது. கி.பி.1829இல் இச்சத்திரத்தில் மருத்துவராகக் கஸ்தூரி ரங்கம் பிள்ளை என்பவர் பணியாற்றியுள்ளார்.

சிரேஸ் சத்திரம்

முத்தாம்பாள் சத்திரத்திலும் தஞ்சாவூர் சிரேஸ் சத்திரத்திலும் மாணவர்களுக்கு மூன்று வேளையும் உணவு வழங்கப்பட்டது. சிரேஸ் சத்திரம் தஞ்சையை ஆண்ட மன்னர் இரண்டாம் சிவாஜி தன்னுடைய குலதெய்வமாக வீரசிம்ஹசவிந்திர சுவாமியின் பெயரில் 1837இல் கட்டப்பட்டது. இதுவே தஞ்சாவூர் கோட்டை அன்னசத்திரம் என்றும் வழங்கப்பெற்றது. இதற்கு அரசு ஆண்டு ஒன்றுக்கு ரூ.3,500/- நல்கை வழங்கியுள்ளது.

ஆதரவற்றவர்களுக்கு ஆதரவினை அளித்த இச்சத்திரங்களில் கலைகளும் கற்றுக் கொடுக்கப்பட்டன. இதைத் தவிர அனாதைகளுக்கு உதவித் தொகையும் வழங்கப்பட்டது. இச்சத்திரங்கள் பெரும்பாலும் அக்கிரகாரங்களோடு அமைந்திருந்தன.

சத்திரத்திற்கு வரும் பயணிகள் அனுமதி பெற்று எந்த நேரத்திலும் வந்து தங்கலாம். பயணிகளுக்கு ஒரு நாளைக்கு இரண்டு வேளை உணவு வழங்கப்பட்டது. எந்தப் பயணியும் மூன்று நாட்களுக்கு மேல் தங்குவதற்கு அனுமதி மறுக்கப்பட்டது. சத்திரங்களில் ஏழைகளுக்கு மட்டுமின்றி தேசாந்திரிகளுக்கும், பைராகிகளுக்கும், பரதேசிகளுக்கும், கதியற்றவர்களுக்கும், சக்தியற்றவர்களுக்கும், வழிப் போக்கர்களுக்கும், குருடர்களுக்கும், வயதானவர்களுக்கும், பிராமணர்களுக்கும் உணவளிக்கப்பட்டது.

மதச் சடங்குகள் புரிவோர் தேவையான வசதிகளையும் உதவிகளையும் பெற்றனர். விதவைகளுக்கும் உடல் ஊனமுற்றவர்களுக்கும் நெல்லாக மாதா மாதம் வழங்கினர். இவர்களைத் தவிர்த்து அரசு அலுவலர் அல்லது ஆங்கில அலுவலர் யாராவது வந்தால் அவர்களது தகுதிக்கேற்ற சிறப்பு உணவு வழங்கப்பட்டது. இது போன்ற சத்திரங்கள் மத்தியஸ்தாள் என்ற கண்காணிப்பாளரின் கட்டுப்பாட்டில் இயங்கின. திம்மதியர் என்ற கீழ்நிலை அலுவலர்கள் மாணவர்களின் பள்ளியையும் விடுதியையும் கவனித்துக் கொண்டனர்.

சத்திரத்தில் இருந்த பள்ளிகளில் பல இனத்தவரும் தங்கிப் படித்து உள்ளனர். இவர்களுக்கு இலவசமாகப் புத்தகங்கள் வழங்கப் பட்டன.

சத்திரத்தில் பணிபுரியும் அலுவலர்களும், பணியாளர்களும் சத்திரத்தில் உணவு உட்கொள்ளக் கூடாது. சத்திரத்தில் வரவு குறைந்தாலோ, பஞ்சம் வந்தாலோ, சத்திரத்தைப் பழுது பார்க்கும் பணி வந்தாலோ செலவு கூடுதலாக ஆகக் கூடும் என்பதால் சத்திர வருமானத்தின் ஒரு பகுதியைச் சேமிக்க வேண்டிய அதிகாரிகள் எச்சரிக்கையோடு செயல்பட வேண்டுமென்று ஆணை பிறப்பிக்கப் பட்டுள்ளது.

தஞ்சை மராட்டிய மன்னர்களால், அவர்களது ஆட்சிக்குட்பட்ட பகுதிகளிலே சத்திரங்கள் அமைக்கப்பட்டன. இச்சத்திரங்கள் பெரும்பாலும் அரசியர்கள் பெயர்களிலேயே இருந்தன. ஒரு சத்திரம் சகோதரி பெயரிலும், மற்றொரு சத்திரம் தங்களின் குல தெய்வத்தின் பெயரிலும், இன்னுமொரு சத்திரம் சரபோஜியின் ஆசை நாயகி பெயரிலும் அமைக்கப்பட்டிருந்தன.

சத்திரத்தார் மரபு

யார் பெயரால் ஒரு சத்திரம் அமைக்கப்பட்டதோ அவர் மேற்பார்வையில் அச்சத்திரம் அவர் வாழ்நாள் வரையில் இருக்கும் என்றும் அவருக்குப் பின் உயிர் வாழும் மூத்த அரசி பெயருக்குச் செல்லும் என்றும் ஒரு மரபு இருந்ததாகத் தெரிகிறது.

முத்தாம்பாள் சத்திரம்

இது சத்திரங்களிலேயே மிகப் பெரிய சத்திரமாக உள்ளது. 16.01.1802 இல் தொடங்கப்பட்ட இச்சத்திரம் தஞ்சைக்கு தெற்கே பட்டுக்கோட்டை செல்லும் வழியில் 22 கி.மீ. தொலைவில் ஒரத்தநாட்டில் உள்ளது. இச்சத்திரம் குறித்த செய்திகள் தஞ்சை பெரிய கோயிலில் கல்வெட்டாகப் பொறிக்கப்பட்டுள்ளது.

இரண்டாம் சரபோஜியின் ஆசைநாயகி முத்தாம்பாள் நாயக்கர் பரம்பரையில் தோன்றிய பெண். அக்குடும்பத்தினர் தஞ்சை நாயக்கர் காலத்திலிருந்து உயர் அலுவலர்களாகத் தஞ்சை அரசில் திகழ்ந்தனர். முத்தாம்பாளின் இரண்டு சகோதரர்கள் இரண்டாம் சரபோஜியிடமும், சிவாஜியிடமும் உயர் பணி ஆற்றினர். அவர்கள் பெரிய அண்ணா, சின்ன அண்ணா என்று அழைக்கப்பட்டனர். பெரிய அண்ணா கட்டிய பஜனை சாலையில் அவர் செய்த கொடைகளை இக்கல்வெட்டுக் கூறுகிறது. தஞ்சை மராட்டிய மன்னர்களின் அந்தரங்க நம்பிக்கைக்குப்

பாத்திரமாகி அரசின் நம்பிக்கையான பணிகளை ஏற்று அரச குடும்பத்திற்கு மிகவும் வேண்டியவர்களாகத் திகழ்ந்தனர் அண்ணா சகோதரர்கள். இவர்கள் வழியினர் இன்னும் தஞ்சையில் 'அண்ணா எஸ்டேட்' என்ற பெயரில் பெருநிலக் கிழாராகப் பரம்பரைப் பெருமையுடன் வாழ்ந்து வருகின்றனர். சூரக்கோட்டையில் உள்ள அண்ணா சத்திரம் இவர்கள் கட்டியது ஆகும்.

இச்சத்திரத்தின் கீழ்ப்பகுதியில் அமைந்துள்ள கருங்கல் சிற்பமும் உள்ளே அமைந்துள்ள செங்கல் சிற்பங்களும் மாடியில் அமைந்துள்ள மரச்சிற்பங்களும் உயர் நுட்பமான வேலைப்பாடுகளைக் கொண்டுள்ளன.

அன்பு நாயகி முத்தம்மாள்

இரண்டாம் சரபோஜி மன்னர் (1798-1832) தம் அன்புநாயகி முத்தம்மாளின் நினைவாக 1800இல் கட்டிய சத்திரம் இதுவாகும். முத்தம்மாள் எனத் தமிழ்க் கல்வெட்டுக்களில் பொறிக்கப்பட்ட இப்பெயர் 'முத்தாம்பாள்' என மராத்தி, மோடி ஆவணங்களில் காணப்படுகிறது. இச்சத்திரத்தின் தோற்றம் பற்றித் தஞ்சைப் பெரிய கோயிலில் பொறிக்கப்பட்டுள்ள கல்வெட்டில் பின்வருமாறு காணப்படுகிறது.

"சரபோஜி மகாராசா தனக்கு விவாகமாவதற்கு முன் எல்லாக் குணங்களும் பொருந்திய ஒரு ஸ்திரியை எடுத்துக் கொண்டு இருந்தார். அவளும் மகாராஜாவின் மனத்திற்கிணங்க நடந்து வந்தாள். அவள் இரண்டு தடவை கர்ப்பந்தரித்துப் பிரசவித்து இரு குழந்தைகளும் இறந்து போயின. இரண்டாவது பிரசவ சமயத்தில் அந்த அம்மாளும் இறந்தபடியால் நற்குணங்களோடு கூடிய அவள் மரணம் அரசரின் சோகத்துக்குக் காரணமாயிற்று. ஆனால் அந்த அம்மாள் இறக்கும் தறுவாயில் தன் பெயரால் ஒரு அன்ன சத்திரம் ஏற்படுத்த வேண்டுமென்று மகாராஜாவைக் கேட்டுக் கொண்டாள். மகாராஜாவும் அதற்கு இசைந்து, சேதுவுக்குப் போகும் வழியில் உத்தமமானதும், யாத்திரீகர்களுக்கு மிகவும் உபயோகமுள்ளதுமான ஒரு சத்திரத்தையும், பக்கத்தில் ஒரு அக்கிரகாரத்தையும், ஒரு கோயிலையும், ஒரு சிங்காரவனம், குளம் இவைகளையும் கட்ட ஏற்பாடு செய்து அவ்விடத்திற்கு முத்தாம்பாள்புரம் என்று பெயரிட்டு அதை நன்றாய் நடத்துவதற்கான ஏற்பாடுகளையும் செய்து வைத்தார். இவைகளெல்லாம் அந்த அம்மாளின் சாசுவதமான ஞாபகச் சின்னங்களாக இருக்கின்றன.'

முத்தாம்பாளுக்கு இரண்டாவது மகப்பேற்றில் குழந்தை இறந்தே பிறந்தது. அதனால் உடல் நலிவுற்ற அவர் ஒரு திங்கள் கழித்து இறந்தார். இறக்கும் தறுவாயில் முத்தாம்பாள் கருவுற்ற மகளிரையும்,

சிறு கைக்குழந்தைகளையும் தனிக் கவனத்துடன் தன் சத்திரத்தில் கவனிக்கச் சிறப்புடன் ஏற்பாடு செய்ய வேண்டும் என்று சரபோஜியைக் கேட்டுக் கொண்டாராம். அதற்கேற்ப 28.01.1801இல் இரண்டாம் சரபோஜி ஆங்கிலேயரின் ஆட்சிப் பிரதிநிதிக்கு (ரெசிடெண்ட்) எழுதிய கடிதத்தில் கூறியுள்ளார். இவ்வாறே இதில் குறிப்பிட்ட கொடைகள் முத்தாம்பாள் சத்திரத்தில் நடைபெற்று வந்தன (போன்ஸ்லே வம்ச சரித்திரம், ப.136).

எந்தச் சத்திரத்திற்கும் இல்லாத ஒரு சிறப்பு மற்ற சத்திரங்கள் அரசியர்களின் பெயர்களில் அமைக்கப்பட்டதே தவிர அரசியர்கள் எவரும் இவர்களுக்காக அமைக்கப்பட்ட சத்திரங்களில் இருக்கவில்லை. ஆனால் முத்தாம்பாள் சத்திரத்தில் மட்டும் முத்தாம்பாள் தங்கியிருந்தார்.

முத்தாம்பாள் சத்திரம் ஒரத்தநாடு

நல்ல வருவாய்

சத்திரங்கள் நல்ல நிலையில் செயல்படுவதற்குத் தேவையான வருவாய் கிடைக்கும் வகையில் சத்திரங்களுக்கு நிலங்கள், கிராமங்கள், மானியங்கள் வழங்கப்பட்டன. முத்தாம்பாள் சத்திரம் நன்றாக நடைபெற மன்னர் சரபோஜி 8.10.1805இல் கும்பினியார் அனுமதியுடன் ஒரத்தநாடு பகுதியில் இருந்த தென்னமநாடு, புதூர், கண்ணந்தங்குடி, வன்னிப் பட்டு ஆகிய நான்கு கிராமங்களையும் மேலையூர் நெய்வாசல், தென்பாதி, உமையாள்புரம், குணாச்சேரி, நத்தமுடையான்சேரி, அளகுமலை, நாடியம்மாள்புரம், பட்டுக்கோட்டை, ரக்கோசியப்பா

தோட்டம், மகராசா சமுத்திரம் ஆகிய இடங்களில் உள்ள சில நிலங்களையும் நன்கொடையாகக் கொடுத்தார். முத்தாம்பாள் சத்திரம் நல்ல வருவாய் உடையது. ஆகையால் சத்திரத்திற்குரிய சேமிப்புத் தொகையிலிருந்து பெரும் தொகையைச் சர்க்கார் கடனாகப் பெற்றது என்றும் அவ்வாறு பெற்ற தொகைக்கு வட்டி ஒரு மாதத்திற்கு சக்கரம் 600 என்றும் ஓர் ஆவணம் காட்டுவதிலிருந்து முத்தாம்பாள் சத்திரம் அரசுக்குக் கடன் கொடுக்கும் அளவிற்கு வருவாய் ஈட்டக்கூடிய அமைப்பாக விளங்கியதைக் காணமுடிகிறது (மாமன்னர் சரபோஜியின் 221ஆம் ஆண்டு பிறந்த நாள் மலர், பா.விஜயகுமார், ப.3).

இச்சத்திரத்திற்கு உமையாள்புரத்திலிருந்து 1825இல் 13,007 கலம் நெல் அனுப்பப்பட்டது என்பதிலிருந்து அச்சத்திரத்திற்கான உணவுச் செலவு எவ்வளவு இருந்திருக்கலாம் என்பதை ஊகித்து அறியலாம். பைராகிகளுக்கும், உலுப்பைக்காரர்களுக்கும் கொடுக்கும் நெல் 45,000 கலம்.

ஏழை மாணவர்களுக்குக் கல்வி

தமது ஆட்சியில் தஞ்சை மக்கள் அனைவரும் கல்வி பெற வேண்டும் என்ற சிந்தனையைச் சரபோஜி கொண்டிருந்ததால் ஏழை எளிய மாணவர்கள் பொருளாதார இடர்பாட்டினால் கல்வி பயில இயலாமையை உணர்ந்த மன்னர் சத்திரம் வாயிலாக நூற்றுக்கணக்கான ஏழை மாணவர்களுக்குக் கல்வியை அளித்து அவர்களுக்கு இலவச இருப்பிடம் உணவு, பிற இன்றியமையாத வசதிகளையும் அளித்து உள்ளமை சிறப்புச் செயலாகும். இச்சத்திரத்தில் குழந்தைகளுக்கும் தனியாகப் பள்ளி இருந்துள்ளதும் குறிப்பிடத்தக்கது. குழந்தைகள் தங்கும் வசதியுடன் கல்வி கற்றதை நோக்கும் பொழுது இக்குழந்தைகள் அனாதைக் குழந்தைகளாக இருக்க வேண்டும் என்று தோன்றுகிறது. இதுபோன்ற குழந்தைகளுக்கான மற்றொரு பள்ளி தஞ்சாவூரில் சரபோஜி, சிவாஜி ஆட்சிக்காலங்களில் சிறப்பாகச் செயல்பட்டு வந்தது. முத்தாம்பாள் சத்திரத்தில் தமிழ்ப் பள்ளிக்கூடமும் தனியாக இருந்தது.

பள்ளியில் கற்பிக்கப்பட்டது என்ன?

இச்சத்திரத்தில் இருந்த பள்ளியில் 4 வேதங்கள், தர்க்கம், வியாகரணம், மீமாம்சம், வேதாந்தம், காவியம் இவற்றுடன் ஆங்கிலம், பார்சி, தெலுங்கு, தமிழ் ஆகிய மொழிகளும் கற்பிக்கப்பட்டன. கல்வி கற்றவர்கள் 641, சாப்பிடுகிறவர்கள் 4020. இந்த எண்ணிக்கை 1825இல் தஞ்சை ரெசிடெண்ட் ஜான்ஃபைப் (Fyfe) அங்குச் சென்ற பொழுது அவர் கேட்டறிந்த செய்தியாகும்.

இச்சத்திர ஆசிரியர்கள் சரஸ்வதி மகால் நூலகத்திலிருந்து சுவடிகளைக் கடனாகப் பெற்றுப் படித்த பின்னர்த் திரும்பவும் கொடுத்து வந்துள்ளனர். சத்திரத்தில் தங்கியிருப்பவர்களுக்கு அங்கேயே மருத்துவ வசதி செய்து கொடுக்கப் பட்டிருக்கிறது. வழிப்போக்கர் எவராயினும் நோயுற நேர்ந்தால் அவருக்குச் சத்திரத்தின் மருத்துவரைக் கொண்டு சிகிச்சை அளித்து பத்தியம் போன்ற கட்டுப்பாடுகளை விதித்து நோய் குணமாகும் வரையில் சத்திரத்தில் வைத்து அனுப்புவது என்ற செய்திகளும் கிடைக்கின்றன. சத்திரத்தில் பயன்படுத்தப்படும் அரிசியில் கல், உமி அதிகமாகக் கண்டுபிடிக்கப்பட்டதின் பொருட்டு கவனக் குறைவாக இருந்த சத்திர அலுவலர்கள் அபராதம் கட்டியதையும், சத்திரம் தொடங்கப் பெற்று 25 ஆண்டுகள் கழித்து ஒருமுறை திருட்டு தடுக்கப்பட்டதையும் குறிப்பிட்டு இனிமேல் எவரும் சத்திர தருமத்திற்கு மாறாகச் செயல்படக்கூடாது என்றும் சத்திர தர்மம் காக்கப்படவேண்டும் என்று அறிவுறுத்தப்பட்டதையும் ஆவணங்கள் காட்டுவதிலிருந்து சமுதாயத்தில் சத்திர தருமம் எவ்வளவு உயர்வாக மதிக்கப்பட்டது என்பதை அறிய முடிகிறது (மாமன்னர் சரபோஜியின் 221ஆம் ஆண்டு பிறந்த நாள் மலர், பா.விஜயகுமார், ப.4).

சிறப்புப் பெற்ற முத்தாம்பாள் ஓவியம் தஞ்சை அரண்மனையிலும் சத்திரத்திலும் உள்ளதாகத் தெரிய வருகிறது. இறக்கும் தறுவாயில் முத்தாம்பாள் சரபோஜியிடம் நான் எப்பொழுதும் உங்கள் பரம்பரையை நலமுடன் காப்பாற்றுவேன் என்று கூறினாராம். அதற்கேற்பத் தஞ்சை மராட்டிய அரச குடும்பத்தினர் அனைவரும் தங்கள் வழிபடு கடவுளருள் ஒருவராகவே முத்தாம்பாளை இன்றும் வழிபட்டு வருகின்றனர் என்பதையும் எவருக்கேனும் உடல்நலக் குறைவு ஏற்பட்டால் முத்தாம்பாளை வணங்கித் திருநீறு இட்டு நலம் பெறுவதாகக் கூறுகின்றனர் (தஞ்சை மராட்டிய கால கல்வெட்டுக்கள், தமிழ்ப் பல்கலைக்கழகம், செ.இராசு,,ப.137).

மேற்சுட்டியவற்றிலிருந்து சத்திரம் எனும் அமைப்பு அன்னதானம் வழங்குமிடம் எனும் குறுகிய பொருளில் இருந்து விடுபட்டு மராட்டிய ஆட்சியில் குறிப்பாக இரண்டாம் சரபோஜி மன்னர் காலத்தில் சத்திரம் என்பது அரசின் முக்கிய அங்கமாக அக்கால சமூகத்தை இன்று தர்ம மரபின் அடிப்படையில் காப்பதாக இருந்தது என்பதை அறியமுடிகிறது (மன்னர் சரபோஜி 221 பிறந்தநாள் கருத்தரங்கம், தமிழ்ப் பல்கலைக்கழகம், பா.ஜெயகுமார்,ப.3).

முத்தம்மாள் சத்திரம் ஏன் இவ்வளவு பெரிதாக கட்டப்பட்டது என்பதற்கு மொழிப்போர் தியாகி திரு.எல்.கணேசன் 'வரலாற்றுப்

பார்வையில் கண்ணந்தங்குடி' என்ற நூலில் ஒரு புதிய யாரும் அறியா உண்மையை முன் வைக்கிறார். இதோ அவருடைய எழுத்துகளினாலேயே நாம் தெரிந்து கொள்வோம்.

"மன்னர் சரபோஜி பல சத்திரங்களைக் கட்டியிருந்தாலும் அவை எதுவும் ஒரத்தநாடு முத்தாம்பாள் சத்திரத்திற்கு இணையாக இல்லை. ஒரத்தநாடு எனும் நகரையே சரபோஜி உருவாக்கினார். அதை 12 ஊர்களை உள்ளடக்கிய ஒரத்தநாட்டை, தலைமையாகக் கொண்ட நாட்டுடன் இணைக்கவில்லை. அதைக் கண்ணந்தங்குடியோடுதான் இணைக்கிறார். வெட்டுமைதான் வேளாண்மைச் சமுதாயத்தில் மிக முக்கியமானது. சரபோஜி உருவாக்கிய சத்திரத்தைச் சுற்றிய நகரத்திற்குக் கண்ணந்தங்குடி வெட்டுமையை ஏற்பாடு செய்கிறார். அது இன்றும் நிலைத்து நிற்கிறது. சத்திரத்தைச் சுற்றி உருவாக்கப்பட்ட புதிய ஊரில் மக்கள் தொகையில் இன்றுவரை பெரும்பான்மையோர் கண்ணந்தங்குடிகாரர்களே. வேறு எந்த ஊர்க்காரர்களும் இல்லை. தொடக்க காலத்தில் தஞ்சை அரண்மனையில் பணிப் பெண்களும், சேவகர்களும் பெரும்பான்மை கண்ணந்தங்குடிக்காரர்களே இருந்து உள்ளனர். அதிலும் குறிப்பாக அரசர் குடும்பத்து குழந்தைகளுக்குப் பாலூட்டிகள் கண்ணந்தங்குடி பெண்களே. பாலூட்டிகள் பற்றி தெளிவுபடுத்திக் கொள்வது அவசியம். அரசர் குடும்பப் பெண்கள் பிரசவத்திற்குப் பின் பிள்ளைகளுக்கு அவர்களே தாய்ப்பால் கொடுப்பதில்லை. அதைப் போலவே பிரசவத்தின் போது தாய் இறந்து போனால் சமகாலத்தில் பிரசவித்த வேறு பெண்ணே தன் பிள்ளையோடு அரச குடும்பப் பிள்ளைக்கும் தாய்ப்பால் புகட்டுவார். இந்தப்பணி எவ்வளவு முக்கியமானது? நம்பிக்கையானது? இதனை மன்னர் சரபோஜி கண்ணந்தங்குடிகாரர்களை நம்பி அவர்களிடம் தான் ஒப்படைத்தார். மெய்க்காப்பாளர்கள் எல்லாம் கண்ணந்தங்குடிகாரர்களே, அரண்மனைச் சேவகர்கள் கண்ணந்தங்குடிக்காரர்களே தஞ்சை எங்கே இருக்கிறது? கண்ணந்தங்குடி எங்கே இருக்கிறது? இதற்கெல்லாம் ஒரு காரணம் இருக்க வேண்டுமல்லவா? வருங்கால தஞ்சை அரசர் சிறுவராக இருந்தபோது இரண்டு ஆண்டுகள் தலைமறைவு வாழ்க்கை நடத்தியது கண்ணந்தங்குடியில்தான். இந்த ஏற்பாட்டை இரகசியமாகச் செய்தவர் ஸ்வார்ட்ஸ் பாதிரியார். கண்ணந்தங்குடியில் மாதாகோயிலும் பாதிரிப் பள்ளிக்கூடமும் ஸ்வார்ட்ஸ் பாதிரியாருக்கு முன்பே கட்டப்பட்டவை. கண்ணந்தங்குடி தஞ்சையிலிருந்து தொலைவில் உள்ளது. சரபோஜியை ரகசியமாகத் தங்க வைக்க முடியும். தங்கியுள்ள காலத்தில் அவருடைய கல்வி வளர்ச்சியும் தடைபடாததற்குக் காரணம் அங்கு பாதிரிப்பள்ளிக்கூடம் இருந்தது (வரலாற்றுப் பார்வையில் கண்ணந்தங்குடி, எல்.கணேசன், பக்.57,58).

கும்பினியாரிடம் சரபோஜி முறையீடு

இரண்டாம் சரபோஜி காலத்தில் இருந்த சத்திரங்கள் கும்பினியார்கள் தஞ்சையை மட்டும் மன்னர் சரபோஜி அரசாட்சி செய்ய அனுமதித்து மற்றவைகளை எல்லா உரிமைகளையும் தன்வசமாக்கிக் கொண்ட நிலையில் 'தர்மராஜ்' என்ற புகழ்மிக்க சரபோஜி மன்னர் தனது முன்னோர்களாலும் தன்னாலும் நன்கொடை அளிக்கப்பட்டு வந்த தொண்டு நிறுவனங்களான சத்திரங்களை அதாவது அரசின் அங்கமாக, அக்கால சமூகநலத்தைப் பேணும் ஓர் அமைப்பைப் பராமரிக்க தம்மை அடக்கி ஆளும் அயலாளரான கும்பினியார்களிடம் முறையிட வேண்டியிருந்தது என்பது ஆழ்ந்த வருத்தத்தை அளிக்கிறது.

மன்னர் சரபோஜி தன்னிடத்தை விடுத்து கோட்டையைத் தாண்டி வெளியே செல்ல ஒவ்வொரு முறையும் ரெசிடெண்ட் அனுமதியுடனே செல்ல வேண்டியதாய் இருந்தது. இதன்படி அடிக்கடி சத்திரங்களைப் பார்வையிட ரெசிடெண்ட் அனுமதியுடன் சென்று வந்தார். இதுபோலவே மன்னர் இரண்டு புனிதப் பயணங்கள் மேற்கொள்ளும் போதும் ரெசிடெண்ட் மூலமாகச் சென்னை அரசிடம் தனக்கு வேண்டிய செலவுகளுக்கான நிதி உதவியுடன் பயணத்தின் போது தங்குமிடம், வரவேற்புகளையும் பெற அனுமதி பெற்றே சென்று வந்தார்.

இனாம் வருமானம் மன்னருக்கா? கும்பினிக்கா?

சத்திரத்திற்கான இனாம் நிலங்கள் சத்திரத்தை ஒட்டியே அமைந் திருந்தன. இதனுடைய வருவாய்கள் சத்திரத்திற்குச் சென்றடைந்தன. இத்துடன் அரசருக்குச் சொந்தமான பழத்தோட்டம், பூங்காக்களும் தங்களுடைய பங்களிப்பைச் செய்தது. இது போல சத்திரத்துடன் தொடர்பு கொண்ட நெல்வயல், சாராயம் காய்ச்சும் இடம், உப்பளம், மீன்பிடி துறை, சாய்ரூட் (சிகப்பு வண்ண சாய உற்பத்திக்கான செடி) உற்பத்தி ஆகியவைகளிலிருந்து, சத்திரத்திற்குப் போகும் வருமானத்தை ஒட்டி கும்பினிக்கும், மன்னருக்கும் ஒரு சச்சரவை ஏற்படுத்தியது. இனாம் நிலங்களில் வருவாய் யாருக்குச் சேரவேண்டும்? என்பதில் பெரும் சச்சரவு ஏற்பட்டது. ஆனால் கும்பினியார் இதற்கான தன் ஆட்சிக்கான உதவித்தொகை (Mini allowance) அளித்து சத்திரத்திற்கும் சமய விழாக்களுக்கான செலவுகளுக்கும் பொது வருவாயிலிருந்து உதவி செய்தனர்.

கும்பினியார்க்குக் கடிதம்

மன்னர் சரபோஜி ஆங்கில ரெசிடெண்டுக்கு, சத்திரங்கள் குறித்து 1801 சனவரி 28ஆம் தேதி எழுதிய கடிதத்தில் சத்திரங்கள் நிறுவப்பட்ட நோக்கங்களை விவரிக்கிறார். அதன் சுருக்கம் வருமாறு

"இத்தொண்டு நிறுவனங்கள் (சத்திரம்) அதிக எண்ணிக்கையில் கடல் கரையில் உள்ளன. இந்தியாவின் அனைத்துப் பகுதிகளிலிருந்தும் நாற்பதாயிரம் பேர் இதைக் கடந்து செல்கின்றனர். சத்திரத்துடன் பள்ளிகளும் இணைக்கப்பட்டுள்ளன. இங்கு அரிசி உணவு அளிக்கப்படுகிறது. இந்த விநியோகம் நள்ளிரவு வரை தொடர்கிறது. ஒவ்வொரு சத்திரத்திலும் நான்கு வேதங்கள் சொல்லித்தர ஆசிரியர் நியமிக்கப்படுகிறார்கள். பள்ளிப் பிள்ளைகளுக்கு ஒரு நாளைக்கு மூன்று முறை உணவளிக்கப் படுகின்றன. தேவைப்படும் போது மருந்தும், ஆடைகளும், வழங்கப் பெறுகிறார்கள். நோயாளிகள் குணமாகும் வரை கனிவுடன் கவனிக்கப் படுகின்றார்கள். கருவுற்ற பெண்கள் கருணையுடன் கவனிக்கப் படுகிறார்கள்.

பிரசவித்த பின்னரும் மூன்று மாதங்கள் சத்திரத்தில் தங்க அனுமதிக்கப் படுகிறார்கள். இச்சத்திரங்களைப் பராமரிப்பதற்காக இணைக்கப்பட்ட நிலங்கள் பொதுவாக மழைக் குறைபாட்டினால் மிகவும் மோசமாக உள்ளன. இதன் காரணமாகச் செலவுகளுக்கும் தகுந்தபடி போதுமான அளவு உற்பத்தி செய்ய முடியாது போய் விடுகின்றன. இதுபோன்ற நிலைகளில் கடினமாகச் செயல்பட வேண்டியுள்ளது. இது என் கௌரவத்தின் முக்கியமான செயலாகக் கருதுகிறேன். சத்திரங்கள் எனது இல்லத்தோடு இணைக்கப்பட்டவை என்றும் எனது நற்பெயருக்கும் மகிழ்ச்சிக்கும் இன்றியமையாதவைகள் என்றும் நான் கருதுகிறேன்.

எனது முன்னோர்களும் எனது தந்தை துளஜாஜி மன்னரும் இத்தொண்டு நிறுவனங்களின் செலவை நாட்டின் பொது வருவாயில் ஒருபோதும் சேர்க்கவில்லை. அதற்கு மாறாக நேசத்துடன் போற்றி, தொண்டு நிறுவனங்களை ஆதரித்தார். இதே போன்ற எனது வருவாயிலிருந்தே இவைகள் பராமரிக்கப்பட வேண்டும் என்பதே என் மேலான விருப்பம்!! என்ற கடிதம் நமது கவனத்தை ஈர்ப்பதுடன் தன் மக்களுக்குச் செய்து கொண்டிருந்த தொண்டை, சரிவர செய்ய முடியாத நிலையினைக் காட்டும் ஒரு சோக படப்பிடிப்பாக அறிய முடிகிறது" (மாமன்னர் சரபோஜி ஆய்வுக்கோவை-2, Reprinted from Journal of the TMSSM Library Vol20,No1, பக்.154-158).

சத்திரங்களின் இன்றைய நிலை என்ன?

இதைப்பற்றி புலவர் செ.இராசு குறிப்பிடுகையில், "கிழக்கிந்திய கம்பெனியினர் 1855இல் சோழநாடு முழுமையையும் தங்கள் பொறுப்பில் எடுத்துக் கொண்டபின் சிவாஜி மன்னரின் மனைவியாகிய காமாட்சியம்மா பாயிடம் அரண்மனை, அரண்மனையைச் சார்ந்த நிலங்கள், நகைகள், சரஸ்வதி மகால் நூலகம், கோயில்கள் இவைகளை

ஒப்படைத்த போது, இந்தச் சத்திரங்களின் நிருவாகத்தை மட்டும் ஒப்படைக்கவில்லை. இவற்றின் பெரும் பரப்பைக் கருதி ஆங்கில அரசு தன் பொறுப்பில் எடுத்துக் கொண்டது. பின்னர் சத்திரங்கள் மாவட்டக் கழகப் பொறுப்பில் வந்தன. மாவட்டக் கழகம் கலைக்கப் பட்ட பின்னர் தஞ்சை மாவட்ட ஆட்சித் தலைவரின் கீழ் இவை வந்து இப்போது அவரின் கீழ்த் தனி நிருவாக அமைப்பாக இயங்குகிறது (தஞ்சை மராட்டியக் கல்வெட்டுக்கள், செ.இராசு ப.132).

2. நவவித்ய கலாசாலை

மன்னர் சரபோஜியின் முக்கிய சாதனைகளுள் ஒன்று கல்வி நிலையங்களைத் தஞ்சையிலும் அதன் சுற்று வட்டாரங்களிலும் அமைத்ததாகும். அவ்வாறு அவர் மூன்று விதமான கல்லூரிகளை அமைத்தார். 1. மேற்கத்திய கல்வி அளிப்பதற்காக 2. கீழ் திசைக் கல்விக்காக, 3. அறிவியல் மற்றும் மருத்துவக் கல்விக்காக என கல்வி நிறுவனங்களை ஆரம்பித்தார். இவைகளை நவவித்யா கலாசாலை, முத்தாம்பாள் பள்ளி, திருவையாறு அரசர் கல்லூரி மற்றும் கல்வி மான்யங்கள் மூலம் அறியமுடியும். இதற்கு ஆதாரமாகக் கல்வி நிலையங்களைப் பார்வையிட்ட பல மேலைநாட்டினர் "Rajahs several colleges" எனக் குறிப்பிடுகின்றனர்.

இரண்டாம் சரபோஜி அறிவொளி இயக்கத்தின் மீது பற்றுக் கொண்டு கலை, விஞ்ஞானத்தை வளர்க்க முனைந்த நிலையில் எல்லாருக்கும் கல்வி, குறிப்பாக அனாதைகளுக்கும் என்ற கோட்பாட்டை மன்னரிடம் காணமுடிகிறது. இவருடைய கல்வித் தந்தையின் நினைவாகத் தஞ்சை சிவகங்கை கோட்டை அருகே உள்ள தேவாலயத்தில் மன்னரால் வைக்கப்பட்ட பளிங்குச் சிலையில் ஸ்வார்ட்ஸ் நோயாளியாக இருப்பதை, சரபோஜி பார்வையிடும் பொழுது ஸ்வார்ட்ஸ் அருகில் மூன்று அனாதைச் சிறுவர்கள் நின்று கொண்டிருப்பதும், அதே போல ஸ்வார்ட்ஸ் பாதிரியை அனாதைகளின் தந்தை என்று கூறுவதையும், அப்படியே மொழிபெயர்த்தது போல் தஞ்சாவூரிலும் அதைச் சுற்றியுள்ள இடங்களிலும் நவ வித்யாசாலை என்ற பள்ளிகளை ஏழை மாணவர்களுக்கும் அனாதை மாணவர்களுக்கும் மன்னர் சரபோஜி தொடங்கினார். நவவித்யா என்றால் புதிதாகக் கற்றுக் கொள்வது என்று பொருள் (New learning) இது ஐரோப்பிய விஞ்ஞானக் கல்விக்கும் மேலானது.

இரண்டாம் சரபோஜிக்கு, டச்சு மிஷினரிகளிடம் நெருங்கிய தொடர்பு கொண்டிருந்ததன் காரணமாக மிஷினரி பள்ளிகளின் கல்வி

கற்பிக்கும் நடைமுறைகளை அறிந்த பின்னரே அதற்கு மேலான ஒரு சிந்தனை மன்னருக்குத் தோன்றியிருக்க வேண்டும். இங்கு மாணவர்களுக்கு, ஆங்கிலத்தில் கல்வி அளிக்கப்பட்டது. இதே போல உள்ளூரில் பேசும் மொழிகளான தமிழ், மராத்தி, பர்சியன். ஹிந்துஸ்தானியிலும் கல்வி சொல்லிக் கொடுக்கப்பட்டது. இது ஐரோப்பிய மிஷனரி, கும்பினியார் பள்ளிகளில் கற்பிக்கப்படும் கல்வியைப் போல் இன்றி ஒரு புதிய மறுமலர்ச்சிக் கல்வியாக இருந்தது.

இக்கல்வி நிலையம் தஞ்சையில் சரஸ்வதி மகால் நூலகத்தின் ஒரு பகுதியாக இயங்கியிருக்கிறது. இக்கல்வி நிலையத்தில் 385 மாணவர்கள் கல்வி பயின்றதாக கி.பி.1785ஆம் ஆண்டு மோடி ஆவணம் குறிப்பிடுகிறது.

இந்நிலையத்தில் சமஸ்கிருதம் கற்றவர்கள் 85. மாணவர்கள் காலையில் வேதமும், சாஸ்திரமும் கற்றுக் கொண்டனர். இத்துடன் வைதீக ஸ்வரக்குரிய பாடங்களும் கற்பிக்கப்பட்டன. இப்பள்ளியில் படிக்கும் மாணவர்களுக்கு உணவும், உறைவிடமும் கொடுக்கப்பட்டன. இதில் பணிபுரியும் ஆசிரியர்களுக்கு அரசே ஊதியமளித்தது. ஆங்கிலம் கற்பிப்பவருக்கு 21 சக்கரமும், காவியம் கற்றுக் கொடுப்பவருக்கு 15 சக்கரமும், பார்சி ஆசிரியருக்கு 11 சக்கரமும், தெலுங்கு ஆசிரியருக்கு 4 சக்கரமும், ஓவியருக்கு 3 சக்கரமும் ஊதியமாக கொடுக்கப்பட்டன. இதற்கான பணம் சாராயக் கடையிலிருந்து வரும் தொகையிலிருந்து பெறப்பட்டது. (தஞ்சை மராட்டிய மன்னர் கால அரசியலும் சமுதாய வாழ்க்கையும், கே.எம். வேங்கடராமையா, ப.243)

கல்வி நிலையங்கள் தொடர்பான அனைத்துப் பணிகளையும் சரஸ்வதி நூலாகப் பொறுப்பாளர் வரகப்பையரே கவனித்தார். இப்பள்ளிப் படிப்பில் கவாத்து (போர் வீரர்கள் புரியும் உடற்பயிற்சி), சுழிபட்டை, குதிரை சவாரி ஆகியவைகளும் கற்றுத் தரப்பட்டன. கவாத்து செய்வதற்குப் பள்ளியில் தனி இடம் ஒதுக்கப்பட்டிருந்தது. அதற்கான ஆசிரியர்களும் நியமனம் செய்யப்பட்டிருந்தனர்.

மாணவர்கள் தரம் பிரித்து பாடம் கற்பிக்கப்பட்டது. வேதம், சமஸ்கிரும் ஆகியவற்றை அந்தணர்கள் கற்றனர். தருக்கம், சோதிடம், தமிழ், தெலுங்கு ஆகியவற்றை ஷத்திரியர்களுக்குப் பயிற்றுவிக்கப்பட்டன.

சாதிமத பிரிவுகளில் தரம் பிரிக்கப்பட்டதைப் போல் படிக்கும் பாடங்கள் வழியாகவும் தரம் பிரித்து பாடம் புகட்டப்பட்டது. இங்குப் பெண்களும் ஆசிரியர்களாக இருந்துள்ளனர்.

3. நீதி மன்றம்

மராட்டிய மன்னர்கள் நாயக்கர்களைப் பின்பற்றி நீதி வழங்கினர். தொடக்கத்தில் நிர்வாகத் தலைவராக இருந்து அரசரே நீதி வழங்கினார். அதன் பின்னர் நீதி மன்றங்கள் ஏற்படுத்தப்பட்டன. ஷாஜி ஏற்படுத்திய சிவில், கிரிமினல் நீதிமன்றங்களே முதலில் மராட்டியர்களால் ஏற்படுத்தப் பெற்றவையாகும். பின்னர் பிரதாபசிம்மன் தலைநகரில் நீதிமன்றங்களை ஏற்படுத்தி நீதிபதியையும் அவருக்கு உதவியாக நீதிமன்ற ஆணைகளைப் பதிவு செய்து வைப்பதற்காகக் கணக்கப் பிள்ளைகளையும் நியமித்தார். மன்னர் பிரதாபசிம்மன் முதல்முறையாக உயர்நீதிபதி ஒருவரைத் தலைநகரில் நியமித்து அவரைக் கொண்டு மக்கள் வழக்குகளை விசாரிக்க ஏற்பாடு செய்தார். இந்த நீதிபதியின் தீர்ப்பே இறுதி முடிவாக இருந்தது. மன்னருக்குக் கூட இத்தீர்ப்பை மாற்றும் அதிகாரம் இல்லாத நிலை இருந்தது. இது மாதிரியான முறை துளஜா காலம் வரை நீடித்தது.

இரண்டாம் துளஜா நான்கு நிலைகளிலான நீதி மன்றங்களை ஏற்படுத்தினார். அமர்சிங் காலத்தில் வழக்கு முடிவை விலைபேசி விற்றதால் நீதிமுறை ஊழலுக்கு உட்பட்டது. ஏனெனில் அமர்சிங் வழக்கைத் தள்ளுபடி செய்யும் உரிமையை எடுத்துக் கொண்டதே காரணம் (History of Tamilnadu by N.Subramanian, P.242).

அமர்சிங் ஆட்சிக் காலத்தில் நியாயாதிபதிகள் ஒழுங்கற்று இருந்தனர் என்றும் அவர்கள் மீது தக்க நடவடிக்கை எடுக்குமாறு ஸ்வார்ட்ஸ் பாதிரியார் அப்போதைய கவர்னர் ஆர்ச்சிபால்டு காம்பொசலிடம் முறையிட்டார் (History of Tamilnadu, N.Subramanian. P.242).

ஒரு சமயம் நீதிமன்றம் ஒன்றுக்கு மன்னர் சரபோஜி விஜயம் செய்தபோது நீதிபதியே காலம் தாழ்ந்து நீதிமன்றத்திற்கு வருவதை அறிந்து நீதி மன்றங்களில் வருகைப் பதிவேடு வைக்கப்பட்டு, கால தாமதமாக வருபவர்கள் கண்காணிக்கப்பட்டு அது இரகசியமாக வைக்க ஏற்பாடு செய்யப்பட்டது. நீதிபதிகளே தாமதமாக வந்தால் அவர்களுக்கு இரண்டு அல்லது மூன்று தேங்காய்கள் அபராதம் தருமாறு தண்டனை விதிக்கப்பட்டது.

சரபோஜி கால தண்டனைகள்

பொய்சாட்சி பகர்ந்தால் சொல்வது குற்றம். இக்குற்றத்திற்கு வயலில் ஓராண்டு உழைக்க வேண்டும். தண்டனைக்காலம் முடிந்ததும் அவர் விடுவிக்கப்பட்டு முழங்காலுக்குக் கீழ் மூன்று முறை சவுக்கடி கொடுக்கப் பட்ட பின்னர் அனுப்பப்படுவார். பொருளைத் திருடிய பெண்ணின்

கழுத்தில் திருடப்பட்ட பொருளைத் தொங்க விடப்பட்ட நிலையில் வீதியில் தம்பட்டம் அடித்து வலம் வரச் செய்து பின்னர் விடுதலை தரப்பட்டது. கண்மூடித்தனமாகக் குதிரை சாரட்டை ஓட்டிச் சென்று கன்றுக் குட்டியைச் சாகடித்த ராமனாதன் என்ற வண்டி ஓட்டிக்கு, எட்டுச் சக்காரம் நஷ்ட ஈடாகக் கன்றுக் குட்டியின் சொந்தக்காரர் கிருஷ்ணனுக்குத் தருமாறு ஆணையிடப்பட்டது.

சட்டங்கள் இந்து சாஸ்திரங்களையே ஒட்டி இருந்தன என்றாலும் சில சட்டங்கள் ஆங்கிலேயர் வழிப்படி மாற்றியமைக்கப்பட்டன. இரண்டாம் சரபோஜி நாட்டின் நிர்வாகத்தைச் சீர்திருத்தி அமைத்தார். 1800இல் நான்கு நீதிமன்றங்கள் ஏற்படுத்தப் பெற்றன. அவை வருமாறு 1.நியாய சபா (குற்றவியல் வழக்கு,) 2.முத்ரிக சபா (சொத்துரிமை வழக்கு), 3.தர்மசபா (கோயில் மற்றும் தர்மஸ்தாபன வழக்கு), 4.நியாயதீச சபா என சமஸ்கிருத பெயர் பெற்றன. இது மேல் முறையீட்டு மன்றம் ஆகும். மேல் முறையீட்டு நீதிமன்றத்தில் அரசரின் தீர்ப்பே இறுதியானது. ஆனால் இவரது தீர்ப்புக்குப் பதில் நீதிமன்றமே தீர்ப்பு வழங்கும் உரிமை பெற்றது. அதனால் நியாயதீச சபா மறைந்தது (தமிழக வரலாறு, என்.சுப்பிரமணியம், ப.120).

வழக்குகள் உடனுக்குடன் விசாரித்து முடித்துவிட வேண்டும் என்றும் மாதக் கடைசியில் எந்த வழக்கும் நிலுவையில் இல்லாது பார்த்துக்கொள்ள வேண்டும் என்றும் நிபந்தனைகள் விதிக்கப் பட்டிருந்தன.

இச்சபைகளுக்கு வேதம் அறிந்த சிறந்த அறிஞர்கள் தலைமை வகித்தனர். 1799இல் இரண்டாம் சரபோஜி தஞ்சையில் நீதிமன்றங்களை ஏற்படுத்தவும் சிவில் கிரிமினல் வழக்குகளை விசாரிக்கும் அதிகாரத்தையும் கும்பினியாருக்குக் கொடுத்தார். மாவட்டங்களில் மாவட்ட நீதிமன்றங்கள் எனப்பட்ட ஜில்லா நீதி மன்றங்கள் உருவாக்கப்பட்டன. இந்த மாவட்ட நீதிமன்றம் கும்பகோணம் போன்ற இடங்களில் இருந்தன. இவற்றின் நீதிபதிகள் ஆங்கிலேயர்களாகவே இருந்தனர்.

இந்நீதிமன்றங்களின் நீதி விசாரணை மன்னரின் ஆட்சிக்குட்பட்ட பகுதி மக்களுக்காக நடைபெற்றது. கும்பினியாரின் ஆட்சிக்குட்பட்ட பகுதியில் நடைபெற்ற வழக்குகள் வெள்ளையர் நடத்தும் வழக்கு மன்றங்களில் நடைபெற்றன. 1801இல் ஆங்கில பாராளுமன்றத்தால் ஏற்படுத்தப்பட்ட ஒரு சட்டத்தின்படி சென்னை அவர்களுக்கு உச்சநீதி மன்றமாக இருந்தது. 1855இல் இரண்டாம் சிவாஜி இறந்தபின் அவரது மனைவி காமாட்சி பாய் 1857இல் சென்னை உச்சநீதிமன்றத்தில் வழக்குத் தொடர்ந்தார் என்பது குறிப்பிடத்தக்கது.

சரபோஜி-தண்டனை கடுமையில்லை

சரபோஜி நீதிமன்றத்தில் தண்டனைகள் கடுமையாக இருப்பதில்லை. ஆங்கிலேயர்களின் தண்டனைகள் கொடூரமாகவும் கடுமையாகவும் இருந்துள்ளன. குற்றம் புரிந்து விட்டுக் கும்பினியாரின் எல்லைக்குள் சென்று தண்டனையிலிருந்து தப்பி வந்த குற்றவாளிகளைப் பிடிக்க கம்பெனியாருடன் கடிதம் மூலம் தொடர்பு கொண்டு அவர்கள் பகுதிக்குச் சென்று மன்னருக்குக் கொடுத்த வாக்கால் அவர்களைக் கைது செய்ய அனுமதி பெற்றார். இதனால் குற்றங்கள் குறைந்தன.

1855இல் மராட்டியர் ஆட்சி தஞ்சையில் முடிவடைந்த போது நீதிமன்றங்களும் தண்டனைகளும் மாற்றியமைக்கப்பட்டன. வெள்ளையர்களின் ஆட்சியில் புதிய முறையிலான சட்டங்கள் ஏற்படுத்தப்பட்டன. தஞ்சை, சட்டத்தின் ஆட்சிக்கு உட்பட்டது. (Tanjore Maratha Principality in South India, W.Hickey, P.104).

ஆரம்ப காலத்தில் சரபோஜிக்குச் சிவில் & கிரிமினல் நீதி மன்றங்களை அமைப்பது என்பது தஞ்சாவூர் அரண்மனையில் கடும் உழைப்பு தேவைப்பட்டது. சரபோஜி தன் நீதிமன்றத்தில் ஜான் & கோல்புருக்கின் "Digest of History laws" எனும் நூல் அது பிரபலமாக வழக்கத்தில் இருந்து பிரிட்டிஷ் நீதிமன்றங்களில் பயன்பாட்டில் இருந்ததாலும் மேலும் அந்தச் சட்டங்கள் பண்டையகால சட்ட திட்டங் களை ஒட்டி மாற்றமுடியாதபடி எழுதப்பட்டிருந்ததினால் அதைப் பயன்படுத்தினர். ஆனால் இதற்கு மாறாகப் பண்டிதர்கள் சம்ஹிதாவில் கூறியபடி (Yajnavalkya, Parasara) சமரசம் செய்துகொண்டே தங்கள் கருத்துக்களைக் கூறினர். மன்னர் சரபோஜி துளஜாவின் சட்ட நுணுக்கத்தையும் (Acaranavanite) பயன்படுத்திக் கொண்டார். இருப்பினும் சரபோஜி ஒரு சரியான தரநிலை (Standard) செய்ய நினைத்தார். இதன்படிச் சட்டங்களைச் சரபோஜி தொகுத்து சட்ட வரையரை நூலாக விவகாரப்பிரகாசா என்று பெயரிட்டார்.

இதன் காரணமாக ஒரு பெருமைக்குரிய நிகழ்ச்சி 1812 ல் நடைபெற்றது. சென்னை நீதி மன்றத்தில் தலைமை நீதிபதி சர் தாமஸ் ஸ்டேன்ச் மன்னரிடம் ஹிந்து சட்டம் குறித்த அரண்மனை பண்டிதர்களின் ஆலோசனையைக் கேட்டறிந்தார். ஒருமுறை நீதிபதி சுவீகாரம் எடுக்கும் மக்களை (Krita-Putra) வாங்க முடியுமா என அறிந்து கொள்ள விரும்பினார். இது மன்னிக்கக் கூடியது என்று பல வட இந்திய நூல்கள் கூறியிருந்தன. மாறாக தஞ்சை அரண்மனை பண்டிதர்களின் ஆலோசனைப்படி பல நூல்களை ஆதாரம் காட்டி இந்திய நூல்களின்படி தடுத்து நிறுத்த வேண்டியது என்றனர். பண்டிதர்கள் மூலம் இதன்படி

பல சட்டதிட்டங்களை அறிந்து கொண்டு. பிரிட்டிஷ்சார் அதை மாதிரியாக எடுத்துக் கொண்டு ஹிந்து சட்டதிட்டங்களில் ஒரு பகுதியாக்கினர்.

சரபோஜியின் நீதிமன்றத்தில் திருட்டு போன்ற குற்றங்களுக்கு அரண்மனை சேவகர்கள், நீதிபதிகள் உட்பட தேங்காய் அபராதமாக விதிக்கப்பட்டது. இதற்கு உதாரணமாகப் பிரகதீஸ்வரர் ஆலயத்தில் உள்ளே இருக்கும் பிள்ளையார் கோயிலில் உள்ள சுவரில் மராத்தி மொழியில் நிலத்தகராறில் (Vettiyan Kaniatci) *1802* குற்றம் சாட்டப் பட்டவர்களின் நிலப் பிரச்சனைகளின் கணக்கு தீர்க்கப்பட்ட முறை சர்ச்சைக்குரிய *4* தொழிலாளர்களின் கைகளைக் கொதிக்கும் எண்ணெய்யில் மூழ்கடித்து முடிவு செய்யப்பட்டது என்று பொறிக்கப்பட்டுள்ளது.

பிரிட்டிஷ் அரசு மாவட்ட நீதிமன்றங்களை அமைத்த போது சரபோஜி கவர்னர் பெண்டிங்க்கு தன்னையும் தன்னுடைய குடும்பத்தினரையும் அதிலிருந்து விலக்களிக்க நினைவுபடுத்தினார்.

ஒரு சமயம் கும்பகோணத்தில் ஒரு நபருக்கு எதிராகத் தொடரப் பட்ட குற்றச்சாட்டின பேரில் மன்னர் சரபோஜியின் ஊழியர் கைது செய்யப்பட்டார். இதனை அறிந்த மன்னர் ஆத்திரமடைந்து கவர்னர் பெண்டிங்க்கு இந்தச் சீரழிவிலிருந்தும், அவமானத்திலிருந்தும் காப்பாற்ற கேட்டுக் கொள்கிறேன் என்று கடிதம் எழுதினார். கவர்னரும் இதற்குச் செவி சாய்த்து கைது செய்த நபரை விடுவிக்க வழி செய்தார்.

எல்லீசும் - சரபோஜியும்

தமிழின் மேம்பாட்டிற்கு பாடுபட்ட எல்லீஸ் ஆரம்ப காலத்தில் (எல்லீஸ்) வருவாய்த்துறைப் பயிற்சிக்குப் பின் சில காலம் தஞ்சாவூர் கும்பகோணம் பகுதிகளில் நீதிபதி, மாஜிஸ்டிரேட் பொறுப்புக்களில் பணியாற்றினார். இவர், லெய்டனுக்கு எழுதிய ஒரு கடிதத்தில், "தஞ்சையிலிருந்து தாம் நீக்கப்பட்டதும், தொடர்ந்து தென்னிந்தியப் பகுதிகளிலிருந்து வெளியேற்றப்பட்டதும் மிகப் பெரிய அதிர்ச்சியைத் தமக்களித்ததாகக் குறிப்பிட்டுள்ளார்" (BL OIOC Mss.D.30.p.127) இதற்கு இரண்டு நிகழ்ச்சிகள் காரணமாயின. தஞ்சாவூர் அரசரின் பணியாளை எல்லிஸ் கைது செய்தது முதல் நிகழ்ச்சி. கும்பகோணம் மாவட்ட நீதிமன்றத்தில் தஞ்சை நீதிபதி மற்றும் மாஜிஸ்டிரேட்டாக எல்லீஸ் பணியாற்றியபோது *(1806)* இது நிகழ்ந்தது. தஞ்சாவூர் அரசரோடு ஏற்படுத்திக் கொண்ட ஒப்பந்த அடிப்படையில் பிரிட்டிஷ் நிர்வாகம் தனக்குப் புதிதாகக் கிடைத்த பகுதியில் ஒரு நீதிமன்றத்தை நிறுவி, அதன் நீதிபதியாக எல்லீஸை நியமித்தது. அப்பொழுது அய்யம் பெருமாள்

என்பவர் ஒரு மனு அளித்தார். அதில் கும்பகோணம் பகுதியிலுள்ள தஞ்சை மன்னருக்குச் சொந்தமான தோட்ட நிலங்களுக்கான வரிவசூலிக்க வந்த சவண்டையன் பிள்ளை என்கிற மேற்பார்வையாளர் வரி தரவேண்டிய வேறொருவருக்குப் பதிலாக, தன்னைத் தவறுதலாகக் கருதி அவரது பணியாள் மூலம், "என் கண்ணில் மிளகாய்ப் பொடி தூவி, அதன்மீது தண்ணீர் தெளித்தும், கொதிகலனைக் கைகளில் பிடிக்க வைத்து, அவனைக் கொண்டு காலால் மிதிக்கச் செய்தும்" கொடுமைப்படுத்தினார் என்று முறையிட்டிருந்தார் (OIOC BC F/4/268 no.5895,p.7).

கொடுமை செய்ததாகத் தன்மீது குற்றம் சுமத்தப்பட்டிருப்பது அறிந்த சவண்டையன் பிள்ளை, அரசுக் காவலர் கண்காணிப்பிலிருந்து சிறையாகவும் அரச மாளிகையில் அடைக்கலம் புகுந்தார். அழைப்பாணை தரவந்த எல்லீஸின் அலுவலரை மிரட்டியதோடு எல்லீஸின் அதிகாரத்துக்கு எதிராகவும் அரசரது காவலனை ஏவினார். கொடுமை செய்த அவரது பணியாள் பின்னர் எல்லீஸ் அனுப்பிய பிடியாணையால் கைது செய்யப்பட்டார். ஆனால், அரசனது காவலர்கள் அவரை வலுக்கட்டாயமாக மீட்டு வந்தனர்.

இது குறித்து, தஞ்சாவூரிலிருந்த காப்டன் வில்லியம் பிளாக்பர்னுக்கு எல்லீஸ் எழுதினார். "மாண்புமிகு அரசரது மனம் மிகவும் நொந்து போயிருப்பதால்" இந்த வழக்கை இத்துடன் முடித்துக் கொள்ளுமாறு வேண்டி அவர் எல்லீஸிற்குப் பதில் எழுதினார். அரசர் மிகவும் நொந்து போயிருந்தார் என்பது அவர் பெண்டிங்கிற்கு எழுதிய கடிதத்தில் தெரிகிறது. "தனிப்பட்ட முறையில் என்னைப் பாதிக்கும் விதிகளைக் கொண்ட இம்மாதிரியான கம்பெனி நீதிமன்ற ஒப்பந்தத்தில், அது எவ்வளவுதான் எனக்குப் பிறவகையில் நன்மை செய்தாலும், நான் கையொப்பமிட்டிருக்க மாட்டேன்" என்ற வரிகள் இதைத் தெளிவு படுத்தும் கம்பெனி இயக்குநர்கள் பார்வைக்கு எல்லீஸின் அறிக்கை வந்தபோது, "இளமையின் அனுபவமின்மைக்கான வெளிப்பாடு இது" என்று அவர்கள் எல்லீஸையும், அறிக்கை தந்த சென்னை அரசாங்கத்தையும் கண்டித்தனர்.

கம்பெனி இயக்குநர்கள் முன் இதை அளிக்குமுன்பே, அரசாங்க வருமானத்துக்கு முட்டுக்கட்டையாக இருந்தவர்கள் எனக் கண்டித்து, எல்லீஸையும் மற்றொரு நீதிபதியான டேனியல் கிராஃபோர்டையும் முறையே மசூலிப்பட்டினத்துக்கும், ராஜமுந்திரிக்கும் அரசு மாற்றி விட்டது. (MJC,*8-11-1806*) வெற்றிலை விற்பனை தொடர்பான அரசாங்கத்தின் ஏகபோக உரிமையை இது எடுத்துக் காட்டுகிறது.

வெற்றிலை விற்பவர்களோடு (குத்தகைதாரர்) அரசு ஒரு ஒப்பந்தம் செய்து கொண்டது. அதில் வெற்றிலை விற்பனையாளருக்கு, வெற்றிலையைப் பயிரிடுவோரிடம் விலை நிர்ணயம் செய்யவும், அவர்களைத் தண்டிக்கவும், அவர்களது வீடுகளில் சோதனையிடவும் அதிகாரம் தரப்பட்டது. அரசின் ஏகபோக உரிமையையும் ஒடுக்கு முறையையும் எதிர்த்து வெற்றிலை பயிரிடுவோர் குரல் எழுப்பினர். கிராஃபோர்டும் எல்லீஸூம் குத்தகைதாரரின் நடவடிக்கைகளைத் தடுக்க முயன்றபோது, அவர்கள் சொல்லும் ஒப்பந்தம் வருவாய்த்துறை விதிகளின் அதிகார வரம்புக்குள் வரவில்லை என்பதை அறிந்தனர். மேல்நீதிமன்றம் கிராஃபோர்டுக்கு எதிராகத் தீர்ப்பு வழங்கியது. எல்லீஸ் பெயர் இதில் இல்லை என்றாலும், ஆளுநர் பெண்டிங் இந்தத் தீர்ப்பு குறித்து எழுதிய நடவடிக்கைக் குறிப்பில் எல்லீஸ் பெயரும் காணப்படுகிறது.

தங்களது அதிகாரத்தை வெளிக்காட்ட வேண்டும் என்ற எண்ணத்தில் கிராஃபோர்டோ, எல்லீஸோ தங்கள் பொதுப்பணியில் தேவையற்ற ஒரு முட்டுக் கட்டையை ஏற்படுத்தியிருப்பர் என என்னால் கருத முடியவில்லை. இந்த இரண்டு கனவான்கள் மீதும் எனக்கு நல்லெண்ணம் இருப்பதால், இப்படியான ஒரு நோக்கம் அவர்களுக்கு இருந்திருக்கும் என்று கூறமுடியவில்லை. இருப்பினும் மற்ற வருவாய்த்துறை அதிகாரி மீது அவர்களது இந்த நடவடிக்கை ஏற்படுத்தும் தவறான விளைவுகள் ஆகியவற்றைக் கருதும்போது அவர்களின் அனுபவக் குறைவினை மன்னிக்க இயலாதவனாக இருக்கிறேன் (MJC.7-11-1866).

எல்லீஸூம், கிராஃபோர்டும் பணிமாற்றம் செய்யப்பட்டனர். "தென் பகுதியிலிருந்து வெளியேற்றப்பட்டதை, அதாவது தமிழகத்திலிருந்து தெலுங்கு பேசும் பகுதிக்கு அனுப்பப்பட்டதை எல்லீஸ் தமக்கு நேர்ந்த அவமானமாக நாடு கடத்தல் தண்டனையாகக் கருதி வருந்தினார். ஆனாலும் அதிலும் ஒரு நன்மை கிடைத்தது. அவர் தெலுங்கு கற்றதும், அதன்வழித் திராவிடச் சான்று குறித்துச் சிந்தித்ததுமாகும். குறிப்பிடத் தக்க வணிகராகவும், தெலுங்கு-சமஸ்கிருத அகராதி தயாரித்தவராகவும் நல்ல புலமையாளராகவும் விளங்க மாமடி வெங்கய்யா தொடர்பு கிடைத்தது, இன்னொரு நன்மையாகும். இந்த அகராதியைப் புனித ஜார்ஜ் கோட்டைக் கல்லூரி பதிப்பிக்க உரிமை பெற்றது. இதற்கு முன்பாகவே எல்லீஸ் ஆந்திரத்தின் வடக்குப் பகுதியில் சில மாதங்களைக் கழித்திருந்தார். (1804-1805 கார்காலம்) நீதித்துறையில் அனுபவம் பெறவும் அதில் அவரை மேம்படுத்தவும் வில்லியம் பெண்டிங் பிரபு கருதியிருந்ததே இதற்குக் காரணமாகும்.

நீதிமன்றத்தில் தீர்ப்புகள் வழங்குவதற்குச் சரஸ்வதிமகால் நூலகத்திலிருந்தும் நூல்கள் பெறப்பட்டன. சான்றாக 7.8.34 "சரஸ்வதி மகாலில் தரும சாஸ்திரிகள் நிர்ணயித்து, கிரந்தங்களைப் பார்த்து செய்த தீர்மானம். தூர தேசத்தில் ஒரு பிராமணனுடைய சம்சாரம் இறந்ததற்கு அவன் வருவதற்கு 10 நாழிகை செல்லுமாகையால் சேஷாத்திரபுரம் அக்கிரகாரத்தில் அண்ணா குட்டி என்பவர் அவளைத் தகனம் செய்ததினால் 10 நாள் தீட்டு என்று ஊரார் சொன்னதற்குச் சாஸ்திரப்படி 3 நாள்தான் என்று தீர்மானிக்கப்பட்டது" என்று குறிப்பு அமைகிறது. மேலும் கமலாகர பட்டர் எழுதிய **"நிர்ணய சிந்து"** என்ற நூல் தீர்ப்பு கூறுவதற்குப் பயன்பட்ட சட்ட நூல்களில் ஒன்று எனவும் அறிகிறோம். (தஞ்சை சரசுவதி மகால் நூலக வளர்ச்சி வரலாறு, ஆ.குணசேகரன், ப.168)

4. வேதநாயக சாஸ்திரிகள்

திருநெல்வேலியில் 1774இல் சைவவேளாளர் மரபில் தேவசகாயம் தம்பதிக்குப் பிறந்த வேதநாயகம் தமது 12வது வயதில் ஸ்வார்ட்ஸ்சுடன் தஞ்சைக்கு வந்தார். பிறகு சரபோஜிக்குக் கல்வி புகட்டும் பொறுப்பினை ஏற்ற ஸ்வார்ட்ஸ் வேதநாயகத்திற்கும், சரபோஜிக்கும் ஒன்றாகவே கல்வி போதித்தார்.

வேதநாயக சாஸ்திரிகள்

மன்னரின் அவைக்களப் புலவராக இருந்த சாஸ்திரியார் மன்னருடன் இணையாக அரசவையில் அமரும் வாய்ப்பைப் பெற்றார். இவருக்கு மாதம் 10 வராகன் ஊதியம் வழங்கப்பட்டது.

வேதநாயகம் பாவன்மையும், நாவன்மையும், இசை வன்மையும் ஒருங்கே அமையப் பெற்றவர். கிறித்தவத்தைப் பரப்பியதோடு, கிறித்தவ திருச்சபையையும் வளம் பெறச் செய்தார். இவருக்கு, ஞானதீபக் கவிராயர், மகாஞானச் சக்ரவர்த்தி, சுவிசேடக் கவிராயர், சாஸ்திரியார் போன்ற பட்டங்கள் வழங்கப்பட்டன.

சரபோஜியும் வேதநாயக சாஸ்திரியாரும்

சாஸ்திரியார் தஞ்சைப் பெரிய கோயிலில் வெட்டப்பட்ட மராட்டிய வரலாற்றின் நகலை வரலாற்று ஆவண தொகுப்பாளர் மெக்கன்சிக்கு அளித்தார். 1811இல் மராட்டிய வரலாறு குறித்த சில பாடல்களை இயற்றி சரபோஜியிடம் பாடிக் காண்பித்து, சால்வை ஒன்றைப் பரிசாகப் பெற்றார்.

அதன் பிறகு நோவாவின் கப்பல் என்ற நூலைச் சரபோஜியிடம் படித்துக் காட்டி 100 வராகன் பரிசினைப் பெற்றார். சரபோஜியின் மகன் சிவாஜி சிறுவனாக இருந்த போது தமிழ் மொழி கற்க மிகுந்த முயற்சி செய்து தமிழ்ப் பாடப்புத்தகம் ஒன்றைத் தயாரித்துக் கொடுத்தார்.

சரபோஜி சாஸ்திரியாருக்கு அரசகவி என்ற அந்தஸ்தை வழங்கினார். இதன் காரணமாக அரசவைக் கவிஞர் மாதத்தில் இரண்டு, மூன்று முறை அரசவைக்கு வந்து தனது கவிதைகள் மூலம் மன்னரை மகிழ்விப்பார். மதம் சமயம் ஒட்டிய தனக்குப் பிடித்தமான கருத்துக் களைத் தேர்ந்தெடுத்து தனது நண்பர்களுடன் விவாதிப்பது மன்னரின் வழக்கம். ஒரு சமயம் வேதநாயக சாஸ்திரியார் நோவா ஆர்ச் என்ற கிறித்தவ சமயம் பற்றிய புனிதமான கவிதையை இயற்றினார். சரபோஜி மன்னர் அதைப் பாராட்டி நூறு பவுன் தங்கம் பரிசாக அளித்தார்.

சரபோஜி சாஸ்திரியார் நட்பு முறிந்தது

நாளடைவில் சாஸ்திரியாருக்கும், சரபோஜிக்கும் உள்ள நட்புறவு சீர்குலைந்தது. இதற்குக் காரணம் 1) இந்து மதத்தையும் இஸ்லாத்தையும் கண்டித்து சாஸ்திரி நூல்கள் எழுதியது 2) பெத்தலகேம் குறவஞ்சியைப் போன்று தஞ்சை பெருவுடையார் பேரில் குறவஞ்சி பாட சாஸ்திரியார் மறுத்தது 3) சரபோஜி மகன் சிவாஜி ஆட்சிக் கட்டிலில் நுழைவதைக் கிறித்தவர்கள் விரும்பவில்லை. மாறாக அமர்சிங் மகன் பிரதாப சிம்மனை அரசராக்க கிறித்தவர்கள் மன்றாடினர் என்ற செய்தி சரபோஜிக்குத் தெரிந்திருக்கலாம். மேற்கண்ட காரணங்களே இருவருக்குமான நட்பை முறித்தது. இருப்பினும் 1832இல் சரபோஜி மரணமடைந்த போது உள்ளத்தை உருக்கும் இரங்கற்பா பாடி தன் அன்பையும், நட்பையும் சாஸ்திரியார் வெளிப்படுத்தினார்.

சாஸ்திரியார் எழுதிய நூல்கள்

சாஸ்திரியாரால் எழுதப்பட்ட நூல்களில் நன்கறிந்த நூல்கள். பெத்தலகேம் குறவஞ்சி, ஜெபமாலை, தோத்திரப் பாடல்கள், பேரின்பக் காதல், ஞான உலா ஆகியன. சாஸ்திரியாரின் பல கீர்த்தனைப் பாடல்கள் கிறித்துவக் கீர்த்தனைகளில் இடம் பெற்று இன்றும் பாடப்பட்டு வருகின்றன.

பெத்தலகேம் குறவஞ்சி, தமிழில் இசைக்கப்பட்டு, சரபோஜி அரசவையில் அரங்கேற்றப்பட்டது. மன்னருக்குப் பின் 32 ஆண்டுகள் உயிர் வாழ்ந்த சாஸ்திரியாரின் நூல்கள், நாட்குறிப்புகள் மூலம் இவர்களுடைய நட்பை நாம் அறியமுடிகிறது.

5. அரண்மனை சமையல் கூடத்தில் மூன்றுவித சமையல்

மன்னர் சரபோஜி சுவையான உணவுகளைத் தேர்ந்தெடுத்து விரும்பிச் சாப்பிடும் இயல்புடையவர். இதற்காகவே பழைய ஆங்கில சமையல் செய்முறைகளைத் தேர்வு செய்து திரட்டி வைத்திருந்தார். இச்செய்முறைகள் பலவற்றை இன்றும் சரஸ்வதி மகால் நூலகத்தில் காணலாம். மோடி ஆவணங்களின்படி சரபோஜி மூன்றுவிதமான சமையலறைகளைத் தனக்காகவும் வரும் விருந்தினர்களை உபசரிக்கவும் சிறப்பாகப் பராமரித்தார். அவைகள் அசைவ உணவு (மராத்திய பாணி), மரக்கறி உணவு (சைவ உணவு), அங்குரிஜ் (ஆங்கில பாணி) என்பவை களாகும். மராத்திய பாணியில் அசைவ உணவில் பெரும்பாலும் இறைச்சியினால் செய்யப்படும் உணவு வகைகளே அதிகமாக இருக்கும். இது பார்த்தாலே நாவில் நீர் ஊறும் அளவிற்கு மிகுந்த சுவையுடன் இருக்கும். இந்த உணவுகள் மராட்டிய மாநில உணவு போல் இராது. முற்றிலும் மாறுபட்டது. இவ்வகை அசைவ உணவுகளின் அடிப்படை முற்றிலும் தஞ்சாவூரைச் சார்ந்ததேயாகும். தஞ்சாவூர் மராட்டிய மன்னர்கள் இலக்கியம், இசை, நாட்டியம், நாடகத்தைப் பேணி வளர்த்ததைப் போல நல்ல ருசியான புதுப்புது வகை உணவுகளை எப்படித் தயாரிப்பது? என்பதையும் அறிந்திருந்தனர். தஞ்சாவூர் அசைவ உணவுகளை எப்பொழுதும் மராட்டிய மாநில சமையல் முறைகளுடன் ஒப்பிடமுடியாது. ஏனெனில் அதில் பயன்படும் சமையல் பொருட்கள் வேறுபட்டது. தஞ்சாவூர் சமையல் முறைகள் மராட்டிய மாநிலத்தவர்களுக்குத் தெரியாத ஒன்று.

தஞ்சை மராட்டிய உணவில் புளி

மராட்டிய மாநில சமையல்முறையில் புளிப்பு சுவைக்கு புளி சேர்ப்பது இல்லை. இதற்கு மாறாக, தஞ்சை மராட்டிய சமையலில் புளி இல்லாத அசைவக் குழம்புகள் இல்லை. இதனுடைய சுவையே

தனி. ஏனெனில் இதனுடைய செய்முறை மாறுபட்டதாகும். இப்படிச் சமைக்கப்படும் உணவுப் பண்டங்களுக்குத் தஞ்சை மன்னர்கள் ஒவ்வொன்றுக்கும் தனித்தனி பெயர் சூட்டி உள்ளனர். ஆனால் அவைகள் தமிழ் பெயர்களாக இல்லை. தஞ்சாவூர் உணவை மராட்டிய மாநிலத்தவரும் சுவைத்துச் சாப்பிடுவார்கள். தஞ்சை உணவு செய்முறை மொகலாயர் சமையல் முறையை ஓரளவு ஒத்திருக்கிறது எனலாம். மன்னர் சரபோஜி அரண்மனை சமையல் முறைகள் பெயர்களைத் தவிர்த்தால் முற்றிலும் தமிழக நளபாகங்களே. இதில் புளிக்கரைசல் ஏறத்தாழ எல்லா வகைகளிலும் பயன்படுத்தப்படுகின்றன. இம்முறைகள் பல நூற்றாண்டுகளாகக் குறிப்பாகத் தஞ்சை சமையற்கலை நிபுணர்களால் உருவாக்கப்பட்டது. இதுவே பரம்பரையாக வளர்க்கப் பட்டு, சரபோஜி காலத்தில் பல வகைகளிலும் சிறப்புற்று விளங்கியது.

மன்னர் சரபோஜி அசைவ, சைவ, ஆங்கில சமையலறைகளைச் சர்பாத்கானாவை (தண்ணீர், பால் முதலியவைகளை அளிப்பது) ஒப்தார்கானா, தாடிமஹால் ஆகியவை பராமரித்து வந்தன. சமையல் பொருட்கள், தானியம், எண்ணெய் வகைகள் சேமித்து வைக்கப்படும் இடம் கோட்டியம் எனப்பட்டது. அங்குள்ள பொருட்கள் கலப்படமின்றி இருந்தன. உணவு சுவையுடன் இருக்க அதற்காகப் போடப்படும் பல்வகை பொருட்களும் தரத்தன்மையுடன் இருந்தன. ஒப்தார்கானா, தெளளத் மகால், கிருஷ்ண விலாஸ் போன்ற அரண்மனை இடங்களில் இருந்த குளத்திலிருந்து சுத்தமான தண்ணீர் பெறப்பட்டன. அவைகள் மிகவும் கவனமாகக் கண்காணிக்கப்பட்டன. சர்பாத் கானாவில் நல்ல தண்ணீரைப் பெற பல அலுவலர்கள் பணியமர்த்தப்பட்டிருந்தனர். இங்கிலீஷ் சமையல் வகைகளைச் சமைக்க 1825இல் வெங்கடசாமி என்பவர் பட்லராகப் பணியாற்றினார். இவருடைய சமையல் செய் முறைகள் ஜெல்லி, பப், ஸ்டப்பிங், ப்ராத் மட்டன், வெஜிடபுள் சாஸ் போன்றவற்றுடன் சுவையான மீன், முட்டையில் செய்த ஆம்லட், ஊறுகாய் போன்ற வகைகளும் ஆகும். இவைகள் அவருடைய குறிப்புகளில் எழுதப்பட்டுள்ளன. சரபோஜியின் சமையல் வகைகளில் அறுசுவைகளும் இணைந்து, நாக்கிற்குச் சுவையான உணவு வகைகள் சமைக்கப்பட்டன. இவை சாப்பிடுவதற்கு ஏற்றவாறு மிகுந்த சுவையுடன் இருந்தன. இதே போல இனிப்பு வகைகளும் இனிப்பு மிகுதியாக இல்லாது நல்ல ருசியுடன் இருந்தன.

சரபோஜி காலத்தில் சமைக்கப்பட்ட 110 வகைகள் கொண்ட 'சரபேந்திர பாக சாஸ்திரம்' என்ற நூல் சரஸ்வதி மகால் நூலகத்தில் இன்று காணக் கிடைக்கிறது. அச்செய்முறைகளை அறிந்து இக்கால கட்டத்தில் நடைமுறைப்படுத்துவதாகத் தெரியவில்லை. செய்முறைகள்

இரண்டு பகுதிகளாகச் சுவடிகளில் பிரித்து எழுதப்பட்டுள்ளது. முதல் பகுதியில் அசைவ, சைவ உணவு சமையல் செய்முறைகள் உள்ளன. இவைகள் அப்போதிருந்த சமையல் வல்லுநர்களான நாராயணன், பட்லர் வெங்கடசாமி ஆகியோரால் கூறப்பட்டு எழுதப்பட்டுள்ளது. இதில் இந்திய சமையல் முறைகளுடன் இங்கிலீஷ் சமையல் முறைகளும் குறிப்பிடப்பட்டுள்ளன. இரண்டாம் பகுதி 1816இல் எழுதப்பட்டுள்ளது. இதில் தஞ்சாவூரின் பிரபலமான சிறப்பு அசைவ உணவுகள் கூறப்பட்டுள்ளன.

ரகுநாத சூரி என்பவர் சமஸ்கிருதத்தில் இயற்றிய போஜன குதூகலம் என்னும் நூல் மன்னரின் விருப்பத்திற்கிணங்க தொண்டுபட்ட அப்பா என்பவரால் மராட்டிய மொழியில் மொழி பெயர்க்கப்பட்டது.

சரபோஜி காலத்து சுவையான உணவு செய்முறை

இவ்வளவு சிறப்பு வாய்ந்த சுவையான சரபோஜி காலத்திய தஞ்சாவூர் அசைவ உணவு செய்முறைகளில் ஒன்றைத் தெரிந்து கொள்வோம். தஞ்சை மராட்டியர் உணவு நம் வீட்டு சமையலறையிலும் மணக்கட்டும்.

கேசார் மட்னர் (கேசரி மாஸ்)

ஆட்டுக்கறியைப் பெரிய துண்டுகளாக்கி (எலும்பு இல்லாமல்) வேக வைக்கவும். பிறகு அதை எடுத்து நூல்களைப் போல் தனித்தனியே உதிர்க்கவும். இதில் 1 டீஸ்பூன் உப்பு, அரைத்த மிளகாய் பேஸ்ட், கசகசா ஆகியவற்றைப் போட்டு புரட்டி வைக்கவும். பிறகு வாணலியை அடுப்பில் வைத்து அரை லிட்டர் நெய்யை ஊற்றவும். சூடு வந்தபின் மட்டனை அதில் போடவும். பொன்னிறமாக வரும்வரை வறுக்கவும். 1 எலுமிச்சை பழச் சாற்றைக் கடைசியில் அதில் ஊற்றி கிளறவும். கேசார் மாஸ் என்றதும் அது ஓர் இனிப்புப் பண்டமாக இருக்கும் என நினைப்பு வரக்கூடும். ஆனால் இது சிறிது காரமான உணவு. இதைத் தொட்டுப் பார்த்தால் பஞ்சு போல் இருக்கும். மிகுந்த சுவையானது. சில நிமிடங்களிலேயே சமையலும் முடிந்துவிடும். இதை நாம் ஒரு வாரம் வைத்திருந்து கூட சாப்பிடலாம் (Contributions of Tanjore Maratha Kings, Pratap Singh, P.174).

VIII. சரபோஜியின் இறுதி நாட்கள்

சரபோஜி வேண்டுகோள் - மகனை மன்னராக்குங்கள்

1820களில் தஞ்சை, காட்டிக் கொடுப்பு, அடக்குமுறை, எதிர்ப்பு என்ற நிலையில் இருந்தது. 1832 ஜனவரி பிற்பகுதியில் சரபோஜி கவர்னர் ஜெனரல் பென்டிக்கிடம் முதுமை மற்றும் உடல் கோளாறுகளின் காரணமாகத் தனது குடும்ப சொத்துக்களைக் குறித்தும் மற்ற விவகாரங் களைக் குறித்தும் ஒரு முடிவெடுக்க விரும்புவதாகத் தெரிவித்தார். அதன்படித் தன் மகனுக்கு ஆதரவாக அரியணையைத் துறக்க முடிவு செய்த மன்னர் சில விஷயங்களைக் கும்பினியார்களுடன் முடிவு செய்து கொள்ள விரும்பினார். அவைகளாவன ரெசிடெண்ட் அலுவலகம் அரசவையில் நிரந்தரமாக இருக்க வேண்டும். தனது தனிப்பட்ட பயன்பாட்டிற்குச் சில நிலங்களுக்குத் தனிப்பட்ட அதிகாரம் வழங்கப்பட வேண்டும். கோட்டையின் அளவில் ஒரு சிறிய நீட்டிப்பு வேண்டும். மகன் சிவாஜியை மன்னர் என்று சடங்குகள் மூலம் பிரகடனப்படுத்த வேண்டும் என்பவையாகும்.

இதில் கடைசி வேண்டுகோள் எதிர்ப்பு தெரிவிக்க முடியாத வேண்டுகோள் என்று கும்பினி அரசு கருதியது. ஆனால் தனது விருப்பங்களை நிறைவேற்றுவதில் தாமதம் ஏற்படுமோ என்று மன்னர் அஞ்சினார். ஆனால் கவர்னரின் பதில் மனதைப் புண்படுத்துவதோடு ஏமாற்றத்தையும் தந்தது.

இக்கோரிக்கைகளை மன்னர் கும்பினியார்களிடம் தெரிவித்ததற்கான காரணத்தை மன்னர் குறிப்பிடுகையில் "எனது அன்பான மகனுக்காக மட்டுமே தவிர என் சொந்த வசதிக்காக இல்லை. எனக்கு உள்ளதைப் போல் பிரிட்டிஷ் அலுவலர் மற்றும் நண்பர்கள் அறிமுகம் ஆகியவைகள் என் மகனுக்கு இல்லை" என்பதே என்றார். இக்கட்டத்தில் சரபோஜி கடுமையான நோயால் அவதிப்பட்டு வந்தார். மேற்கண்ட கவலை களினால் மிகவும் திறமை வாய்ந்த மருத்துவர்களின் முயற்சிகள் பலனளிக்கத் தவறின. அதைத் தொடர்ந்து மூன்று நாட்களுக்குப் பிறகு மருத்துவர் ஜே.பெல் மன்னர் உடல்நிலை மிகவும் மோசமாக இருப்பதாகத் தெரிவித்தார்.

மன்னருக்கு நீண்டகால தொண்டைப் புண் - தொட்டுச் சோதனை செய்ய அனுமதிக்கவில்லை

மன்னர் தொண்டைப்புண், வீக்கத்தால் கடுமையாகப் பாதிக்கப் பட்டு உணவை விழுங்கும் திறனை இழந்தார். பிறகு உடல் எரிச்சல், பலவீனம், தூக்கமின்மை ஏற்பட்டது. இந்த நோய் நீண்ட காலமாக இருந்திருக்க வேண்டுமென மருத்துவர் பெல் கருதினார். இது சமீப காலம் வரை புறக்கணிக்கப்பட்டுள்ளது. தனது வாழ்வின் இறுதி ஆண்டுகளில் ஐரோப்பிய மருத்துவர்கள் தன்னைத் தொட்டுச் சோதனை செய்வதை மன்னர் விருப்பமில்லாதவராகவே இருந்தார். அதனால் அவரது தொண்டையில் உள்ள நோயின் அளவையும் தன்மையையும் அளவிடுவது பெல்லுக்குக் கடினமாக இருந்தது. அறுவை சிகிச்சை நிபுணர் பெல் மற்றும் கியூரி ஆகியோர் இதனை அறிந்து கவலையுற்றனர்.

சரபோஜியின் கடைசி நாட்களும் இரண்டு கடிதங்களும்

சரபோஜி உடல்நலம் மிகவும் குன்றியதை அறிந்ததன் காரணமாகத் தன் மகன் சிவாஜியை அழைத்து குடும்பம் மற்றும் தஞ்சையின் ஆட்சிப் பொறுப்பைப் பற்றி இரண்டு கடிதங்கள் எழுத வேண்டுமென கூறி, அதன்படியே அவர் தனக்குப் பின்னரும் கடிதத்தில் கண்டபடியே நடந்துகொள்ள வேண்டுமெனக் கூறினார். முதல் கடிதத்தில் தன்னுடைய குடும்பத்தில் உள்ளோரிடமும் உறவினர்களுடனும், திருவையாறு மங்கள விலாஸில் உள்ள பெண்களுடனும் எப்படி நடந்து கொள்ள வேண்டுமென? கூறப்பட்டிருந்தது. இத்துடன் பிரிட்டிஷ் அதிகாரிகளிடம் எப்படி உறவு நீடிக்க வேண்டுமென்றும்? சொல்லப்பட்டிருந்தது. இந்தக் கடிதம் 28.1.1832 எழுதப்பட்டு, சிவாஜி அதன்படியே நடப்பதாக எழுதி கையொப்பமிட்டார். இதற்கு அடுத்தபடியாக எழுதிய கடிதமாவது உதவியாளர், சிப்பந்திகளிடம் எப்படி நடந்து கொள்ள வேண்டும்? என்பதுடன் தனிப்பட்ட சில குடும்ப விபரங்களையும், ஆணைகளையும் கூறியிருந்தார். இந்தக் கடிதம் 12.2.1832இல் எழுதப்பட்டது.

சரபோஜியின் நூலக வருகையே கடைசி பொதுநல நடவடிக்கை

சரபோஜி உடல்நலம் குன்றிய கடைசி காலத்தில் சரஸ்வதி மகால் நூல் நிலையத்திற்குச் சென்றார். அங்கு உள்ள நூல்களுக்கான உரை கிழிந்திருப்பதைப் பார்த்து நீண்ட நாள் இருக்கும் புதிய உறையைப் போட உத்தரவிட்டார். இதுவே அவருடைய கடைசி பொதுநல நடவடிக்கையாக அமைந்தது. மன்னரின் உடல்நலம் வெகுவாகச் சீர்குலைந்து வரும்பொழுது மன்னரின் அரசு மருத்துவர் சர்ஜன் டாக்டர் பெல் அவருடைய உதவியாளர், ரெசிடெண்டின் சூப்ரெண்டன்ட் ஆகியோர் அங்கிருந்தனர்.

மன்னர் மரணமுற்றார்

மன்னரின் உடல்நலம் பாதிக்கப்பட்ட பொழுது பகல் 6 நாழிகைக்கு மாடியிலிருந்து கிருஷ்ண விலாசுக்குக் கொண்டுவரப்பட்டார். உடனே எல்லா மகால்களும் மூடப்பட்டு சீல் வைக்கப்பட்டது. பிறகு மாலை 4 மணிக்கு மார்ச் 8 1832இல் 34 ஆண்டு ஆட்சிக்குப்பின் மன்னர் மரண முற்றார். இரவு 6 நாழிகைக்கு கழுவாய் செய்யப்பட்டது. காலையில் மக்களுக்குத் தண்டோராக்கள் மூலம் தெரிவிக்கப்பட்டது. பிறகு 7 சேனை களுடன் சரபோஜியின் உடல் கோட்டைக்கு வெளியே கொண்டு போகப்பட்டது. அலிதர்வாஜா வடக்கு ஆஜாரத்தில் 21 துப்பாக்கி முழங்கின. அக்கினி சமஸ்கார் சமயத்தில் அவருக்கு மரியாதை தரும்விதமாக 54 ஆண்டுகள் வாழ்ந்ததை நினைவு கூரும் விதமாக 54 துப்பாக்கிகள் குண்டு முழங்கின (தஞ்சை மராட்டிய மன்னர் கால அரசியலும் சமுதாய வாழ்க்கையும், கே.எம். வேங்கடராமையா, ப.30).

மன்னரின் மரணம் பற்றி சென்னை அரசாங்க முதன்மைச் செயலாளருக்கு ரெசிடெண்ட் ஜான் பிளாக்பர்ன் 9.3.1832இல் தெரிவிக்கப்பட்ட கடிதத்தில் பல சுவையான தகவல்கள் உள்ளன. இதில் மரணத்திற்குப் பின் நடந்த நிகழ்ச்சிகளும், மன்னரின் மகன் சிவாஜி கொடுத்த ஒத்துழைப்பையும் அறியமுடிகிறது.

கல்யாண மகால்

இரண்டாம் சரபோஜியின் காமக்கிழத்தியர் தங்கியிருந்த இடம் கல்யாண மகால். கி.பி.1824இல் அமைக்கப்பட்டது. இவர்கள் மானத்துடனும் புருஷன் இறந்த பின்பு பிழைத்திருக்கும் வரை வெளியில் போகாமல் பெண்கள் இருக்கவேண்டிய முறைப்படி இருப்பார்கள். சரபோஜி மன்னர் இறந்த போது கல்யாண மஹாலில் 24 நபர்கள் இருந்தனர். இவர்களுக்காக நிலமும், பணமும் ஒதுக்கி வைக்கப்பட்டன.

இராணி உடன்கட்டை ஏறவில்லை

செயிண்ட் ஜார்ஜ் கோட்டை தலைமைச் செயலாளருக்கு, ஜான்.பிளாக்பர்ன் தெரிவிக்கப்பட்ட கடிதத்தின் சுருக்கமானது.

“மாண்புமிகு ஆளுநர் அவர்களுக்கு, மன்னர் சரபோஜி மரண மடைந்தார் என்பதைத் தெரிவிப்பதில் வருத்தமுறுகிறேன். அவருக்கு அளித்த 18 மணிநேர இறுதிப் போராட்டச் சிகிச்சை ஏமாற்றத்தில் முடிந்தது.

இராணி தனது கணவரின் உடலுடன் எரித்து போக (உடன்கட்டை ஏற) இருந்தார். நான் அதை அறிந்து கொண்டு முன்னெச்சரிக்கை

நடவடிக்கைகளை மேற்கொண்டு அவர்களை இறப்பிலிருந்து தடுக்க வலுவான வாதங்களை முன் வைத்தேன். மேலும் அவர் மகன், குடிமக்கள், அதிகார வரம்பு தொடர்பான கேள்விகளை நினைவுபடுத்தினேன். இராணி முடிவெடுக்க வேண்டி காலம் தாழ்த்தியபோது சில மணி நேரம் நான் மிகவும் கவலையுடன் இருந்தேன். நல்ல வேளையாக நான் எடுத்துரைத்த வாதங்களும் அவர் மகனின் விடாமுயற்சியும் அன்பான வேண்டுகோளும், மன்னரின் அமைச்சர் (சர்கேல்) ஆலோசனையும் இராணியின் முடிவை மாற்றிக் கொள்ளத் தூண்டியது. இந்த முடிவு அரசாங்கத்தின் விருப்பத்திற்கும் அவர் மகனின் வருங்கால நலனுக்கும் மகிழ்ச்சியான முடிவுகளைத் தரும் என்ற நம்பிக்கையை அளித்தது. பின்னர் இராணியின் முடிவு அனைவருக்கும் தெரிவிக்கப் பட்டது.

ஐரோப்பிய அதிகாரிகள் தங்கியிருந்த இடத்திற்கு, நான் திரும்பிய பொழுது மன்னரின் சடலத்தை நெருப்பூட்ட வேண்டிய இடத்தில் சில ஆச்சரியங்களைப் பார்த்து வியந்தேன். மற்ற ஆறு மனைவிகளும் ஒத்திசைவாக மன்னரின் சடலத்துடன் ஒரே நேரத்தில் உடன்கட்டை ஏற அனுமதி கோரினர். அரண்மனை அதிகாரிகள் தடை விதித்ததை நிராகரித்தனர். அவர்கள் என் வாயிலிருந்து கருத்துக்களைக் கேட்கும் வரை சதியில் இருந்து மீள விரும்பவில்லை. அவர்கள் இருந்த இடத்தில் ஒரு கதவுக்கு முன் அவர்கள் என்னைப் பார்க்கக்கூடிய விதத்தில் நின்று கொண்டு அவர்களிடம் என் வாதங்களை ஒரு தாயிடம் வற்புறுத்துவது போல் என் பரிந்துரைகளையும் மறுப்புகளையும் முன் வைத்தேன். ஆனால் அவர்கள் செவிசாய்க்கவில்லை. கடைசியாக இராணியின் உன்னதமான முன்மாதிரியைப் பின்பற்ற மிகவும் தயக்கத்துடன் சம்மதித்தனர்.

இறுதி ஊர்வலத்தில் 90,000 மக்கள் கலந்து கொண்டனர்

மன்னரின் இறுதி ஊர்வலத்தில் மாலை 6 மணி அளவில் தொடங்கியது. அப்பொழுது 90,000 மக்கள் மன்னரின் பூத உடலுடன் வந்தார்கள். நான் பிரிட்டிஷ் அரசாங்கத்தின் தரப்பில் எல்லா மரியாதையும் தவறாமல் செலுத்த வேண்டும் என்பதில் எல்லா முயற்சிகளையும் மேற்கொண்டேன். ஊர்வலத்தில் கலந்து கொண்டவர்கள் ஆழ்ந்த மரியாதையின் சாட்சியாகச் சடலத்தை ஒட்டியே ஊர்வலத்தில் கலந்து கொண்டனர். ஏனெனில் அவர்கள் அனைவரும் மன்னரின் ஆளுமைத் திறனைக் கண்டு வியந்தவர்கள். அவர்களில் மூன்றில் இரண்டு பங்கு மன்னருடன் கலந்து பழகி அவரது பழக்க வழக்கங்கள் பற்றி அறிந்து இருந்திருக்க வேண்டும்.

ஐரோப்பிய நாடுகளில் இதே போன்ற காட்சிகளைக் கண்டிருக்கிறேன். ஆனால் துக்கத்தின் வெளிப்பாடுகள் மனதைத் தொடுவதாகவோ அல்லது வெளிப்படையாகவோ இருந்ததை நான் ஒரு போதும் பார்த்ததில்லை. ஆனால் இச்சவ ஊர்வலத்தில் வரும் ஒட்டுமொத்த சமூகமும் தங்களின் பொதுவான தந்தையை, நண்பரை இழந்து விட்டதாகத் துக்கத்தில் இருந்தனர்.

கோட்டையில் இருந்த மக்கள் சுமார் 25,000 பேர் அன்று முழுவதும் உணவருந்தவில்லை என்று நான் உணர்ந்தேன். மறுநாள் காலை சிவாஜி தனது தந்தையின் அஸ்தியைச் சேகரிக்க வந்தபோது அறிவிக்காமலே 30,000 பேர் கலந்து கொண்டனர்'' என்று எழுதியிருந்தார்

சாஸ்திரியாரின் இரங்கற்பா

சரபோஜி மரணமடைந்த பொழுது அவர் இளையவயதில் நண்பராகவும் பிறகு அரசவையில் கவிஞராகவும் இருந்த வேதநாயக சாஸ்திரியார் பாடிய கவிதை

“அன்னையும் பிதாவோ மன்னவா நீயோ
அதிகமார் என்பதை அறியேன்
அத்தனை தயவாய் தற்கரி சனமாய்
அருமை செய் தே எனைக் காத்தாய்
தன்னுயிர் போல் மன்னுயிர்க் கிரங்கும்
தரும சிந்தனைகளை யுடைய
சந்திரபதியே உத்தம துரையே

தஞ்சை மாநகரதை விட்டே
என்னையு மறந்தென் பாடலும் கேளாது
எங்ஙனம் சென்றனை ஐயா?
என்று நான் உந்தன் திருமுகம் காண்பேன்

எவர் உனைப்போல் எனை உவப்பார்
பின்னையான் எவ்வாறு உன்னை விட்டிருப்பேன்
பெருங்கலிப் பிணி தவிர்த் துய்வேன்
பேகருந் துளசாதிப சரபேந்திர
பெருமைசேர் போசலலே திபனே“

என்பதாகும்.

IX. இரண்டாம் சிவாஜி

கல்கத்தாவில் கல்வி சாத்தியப்படவில்லை

அம்மா பாசம்

இரண்டாம் சரபோஜிக்கும் அவரது இரண்டாம் மனைவி அகல்யா பாயிக்கும் சிவாஜி பிறந்தார். கல்கத்தாவிலிருந்து லார்டுபிஷப் தஞ்சை வருகை தந்த போது மன்னர் சரபோஜி மகன் சிவாஜிக்கு ஆங்கில மொழியில் பல பிரிவுகளிலும் அறிவியலிலும் பயிற்சி கொடுக்க ஆர்வமுள்ளதாக லார்ட் பிஷப் தெரிவித்தார். இதற்குப் பிஷப்புடன் வந்திருந்த ரெஜினால்டு கல்கத்தாவில் தன் வீட்டின் ஒரு பகுதியில் தங்கிக் கொள்ள இசைந்தார். இது சாத்தியப்படாத நிலையில் புறநகரில் வாடகைக்கு வீட்டை எடுத்துத் தங்கிக் கொள்ளலாம் எனக் கூறினார்.

இரண்டாம் சரபோஜியும் அவர் மகன் சிவாஜியும்

அப்போது இளவரசர் சிவாஜி உடல்நலம் குன்றி இருப்பதையும், ராணி தன்னைவிட்டுப் பிரிந்து ஓர் இடத்தில் தங்க வைக்க ஒப்புக் கொள்ளமாட்டார் என்று சொல்லப்பட்டது. அதன்படி இராணி "அவன் என் உயிர் மற்றும் ஒரே மகன் மரணம் தான் என்னையும் அவனையும் பிரிக்கும்" என்று அவர் கூறியதும் சிவாஜிக்கு உயர் படிப்பு படிக்க முடியாது போனதற்கான காரணமாகும் (தஞ்சாவூர் கடிதங்கள், துரை.சுந்தரேசன், பக்.180-183).

இளமைக் கல்வி

வெளிநாட்டில், வெளிமாநிலத்தில் கல்வி கற்க முடியாமல் போனதற்குப் பிறகு சிவாஜிக்கு அரண்மனையிலேயே கல்வி கற்பிக்கப்பட்டது. டேனியல் கொலேப் என்பவர் ஆங்கிலம் கற்பித்தார். இளவரசரின் கல்வியைக் கவனிப்பதற்காகவே நாகலிங்கம் பிள்ளை என்பவர் நியமிக்கப்பட்டிருந்தார். சிவாஜி, காலத்தை வீணாக விளையாட்டிலும் வீண் பேச்சிலும் கழித்தல் கூடாதென்றும், இரவில் மூன்று நாழிகை வரை கற்கவேண்டும் என்றும் ஆசிரியர்கள் ஒவ்வொரு வரும் கற்பித்தவைகளை எவை? என்று குறிப்பு எழுதி வைத்து "ஹுஜுருக்குத் தெரிவிக்க வேண்டும்" என்றும் அறிவுரையைச் சரபோஜி வழங்கினார். ஆனால் சரபோஜி தன் மகன் சரியானபடி நடந்து கொள்ளவில்லை என்று கோபப்பட்டு இளவரசை திருத்த முடியாது என்று சரபோஜி கைவிட்டு விட்டதால் சிவாஜி II உயர்கல்வி பெறவில்லை என்றும் ஒரு கருத்து உண்டு.

சிவாஜிக்குத் தின இதழ்கள் சென்னையிலிருந்து வந்தது

ஆவணத்தின்படி சரபோஜி காலத்திலிருந்தே சென்னையிலிருந்து செய்தித்தாள்கள் வர ஆரம்பித்தன என்பதை அறியமுடிகிறது. ஏஷியாடிக் ஜெர்னல், ஹெரால்ட்டு கன்சர்வேடிவ், ரைடர், ஈவினிங் மெயில் போன்ற ஆங்கில இதழ்களுடன் தேசாபிமானி என்ற தமிழ் இதழும் தபால் மூலமாக சிவாஜி காலத்திலும் வந்து கொண்டிருந்தது (தஞ்சை மராட்டிய மன்னர் கால அரசியலும் சமுதாய வாழ்க்கையும், கே.எம். வேங்கடராமையா, ப.467).

சிவாஜி திருமணம் - மூன்று அக்கா மகள்களை மணந்தார்

இரண்டாம் சிவாஜி தம் தமக்கைகளின் மூன்று பெண்களையும் திருமணம் செய்து கொண்டார். 1818 சூன் 30இல் சைதாம்பாயி என்பவரையும் 1829 இல் காமாட்சி பாயையும், மூன்றாவதாக பத்மா பாய் என்பவரையும் மணந்து கொண்டார். இதில் மூத்த மனைவியான சைதாம்பாள் இளைய மனைவியாகிய பத்மா பாயி ஆகிய இருவரும் சிவாஜி இறப்பதற்கு முன்னரே இறந்துவிட்டனர். எஞ்சியவர் காமாட்சி பாய் சாகேப் மட்டுமே.

சிவாஜியின் பணிகள்

சிவாஜி தஞ்சையிலிருந்த ஆங்கில பாதிரிமார்களோடு நெருங்கிய நட்புக் கொண்டிருந்தார். தமிழறிஞர் ஜி.யு.போப் தஞ்சையில் எட்டு ஆண்டுகள் இருந்தபோது அவருக்கு பல உதவிகளைச் செய்தார். (எ.கா) மகர்நோன்புச் சாவடியில் போப் வேண்டுகோளின்படி தூய பேதுரு தேவாலயத்திற்கு மிகப்பெரிய குளம் ஒன்றை வெட்டிக் கொடுத்தார். (இது தற்பொழுது தூர்க்கப்பட்டு பள்ளி விளையாட்டுத் திடலாக உள்ளது.) தன் நண்பர் கோலாஃப் பாதிரியாருக்கு தன் செலவில் அழகிய கல்லறையைக் கட்டிக் கொடுத்தார். தன் பெண் மக்களுக்கு ஆங்கில அறிவை ஊட்டினார். ரூ.71,000 செலவில் வெண்ணாற்றங்கரை, வெட்டாறு, குடமுருட்டி, திருவையாறு ஆகிய இடங்களில் நான்கு பாலங்களைக் கட்டினார். இவர் காலத்திலும் தஞ்சைப் பெருவுடையார் கோயிலில் குடமுழுக்கு நடைபெற்றது (தஞ்சை மராட்டியர் கல்வெட்டுக்கள், செ.இராசு, ப. xvi).

ஆங்கிலேய ரெசிடெண்ட் கண்டிப்பு

சிவாஜி பட்டத்திற்கு வந்த பின்னர் ஆங்கிலேயர் கருத்துக்கு ஏற்ப நடக்கவில்லை. மிகுந்த கடன்களைப் பெற்று ஆடம்பரச் செலவு செய்து வந்தார். இதனால் ரெசிடெண்ட் பார்பஸ்சினால் (H.Forbes) சிவாஜி கண்டிக்கப்பட்டார். மேலும் மீறி நடந்தால் நாடு முழுவதையும் கம்பெனி எடுத்துக் கொள்ளும் என்று 1838இல் மன்னரின் அமைச்சருக்குக் கடிதம் எழுதினார். இதுபோல 1848இல் ரெசிடெண்ட் தஞ்சாவூரை விட்டுப் போகுமுன் சிவாஜி அலட்சியப்படுத்தியதைச் சுட்டிக்காட்டி, மாதுஸாமிமாடிக் என்பவரை அரசர் நம்பிக் கெட்டுப் போகக்கூடாது என்றும் சிவாஜி தாயாரின் நகைகளை அடகு வைத்து கடன்காரர் ஆகக்கூடாது என்றும் எச்சரித்தார் (தஞ்சை மராட்டிய மன்னர் கால அரசியலும் சமுதாய வாழ்க்கையும், கே.எம். வேங்கடராமையா, ப.33).

நகைகளை அடகு வைப்பதற்கான காரணத்தைப் பார்க்கும் போது 25.07.1821இல் சரபோஜியின் காசி புனித யாத்திரை முகாமின் கடிதம் விளக்கம் தருகிறது. இளைய திவான் தீய ஒழுக்கத்தில், மன்னர் மிகவும் கவனம் செலுத்தியதைக் காணமுடிகிறது. “இளைய திவான் சாரட்டில் வெளியே செல்வதுண்டு. ஆனால் அவர் மாலைக்குள் அரண்மனைக்கு வருவதில்லை. இரவில் உணவுக்கு வராமல் கட்டமுது எடுத்துச் சென்று இரவில் 11 மணிக்குத் திரும்புகிறார். இவற்றை ஹுஜுர் (சரபோஜி) கேள்விப்பட்டு மனம் வருந்தினார். “இனிமேல் அங்ஙனம் செய்யக்கூடாது; சாரட்டில் செல்லக்கூடாது என்று உத்தரவிட்டார்” என்று சரபோஜியின் கடிதம் குறிப்பிடுகிறது (தஞ்சை மராட்டிய மன்னர் கால அரசியலும் சமுதாய வாழ்க்கையும், கே.எம். வேங்கடராமையா, ப.129).

இதே போல் கல்வி முன்னேற்றத்திலும் கவனம் கொண்ட சரபோஜி காசிக்குச் செல்லும் போது கயை முகாமிலிருந்து (25-5.1821) "சிறிய திவான் (இளவரசர்) ரெசிடெண்டுக்கு எழுதும் கடிதங்களில் பிழைகள் காணப்படுகின்றன என்றும், அப்பிழைகளைச் சிறிய திவானுக்கு எடுத்துக்காட்டித் திருத்த வேண்டும்" என்றும் காணப்படுகிறது.

இவற்றால் ஒரே மகனாகிய சிவாஜியின் கல்வி முன்னேற்றம், ஒழுக்கம், உடல்நலம் ஆகியவைகளில் பயண காலத்திலும் சரபோஜி மன்னர் கவனம் செலுத்தினார் என்பது அறியவருகிறது.

சிவாஜி II - பன்முகம் கொண்ட எழுத்தாளர்

மன்னர் சிவாஜி மராத்தி, சமஸ்கிருதம், தமிழ் போன்ற மொழிகளை அறிந்தவர். 'நடேச விலாசம்' எனும் நாடகத்தை மராத்தியில் எழுதியுள்ளார். இது பண்டைய சமஸ்கிருத நாடகத்தை ஒட்டி எழுதப் பட்ட மிகச் சிறந்த மராட்டிய நாடக நூல் எனப் போற்றப்படுகிறது. சரபோஜியைப் போலவே இவர் காலத்திலும் பரதநாட்டியம் போற்றி வளர்க்கப்பட்டது. சிவாஜியே பல பக்திப் பாடல்களை டாக்டி திவான் (இளைய திவான்) எனும் புனைப் பெயரில் எழுதியுள்ளார். மேலும் தமிழ்மொழி இவருடைய ஆட்சியில் மிகவும் ஆதரிக்கப்பட்டு, பல நாடகங்கள் எழுதப்பட்டன. இவர் காலத்திலேயே மராத்திய இலக்கியமும், பண்பாடும் தமிழுடன் இணைந்தன. இவர் தன் தந்தையைப் போலவே பல நூல்களைத் தன் நண்பர்கள் மூலம் லண்டன் போன்ற வெளிநாட்டு நகரங்களிலிருந்து பெற்றார். இவர் காலத்திலே தான் பெரிய சிரேஸ் சத்திரம் தஞ்சையில் கட்டப்பட்டது. இது இன்றும் நடைபெற்று வருகிறது.

மராட்டிய அரசின் சிவாஜி II
கடைசி மன்னன்

நூல்கள் வழங்கும் பணி தொடர்ந்தது

சரபோஜி காலத்தைப் போலவே மன்னர் சிவாஜி ஆட்சிக் காலத்திலும் சரஸ்வதி நூலகம் அரண்மனை நூலகமாக இருந்தால் அரச குடும்பத்திற்கும் மடாதிபதிகளுக்கும் நூல்கள் வழங்கப்பட்டுத் திரும்ப பெறப்பட்டதற்குச் சான்றுகள் உள்ளன.

"1834 சரஸ்வதி பண்டாரிலிருந்து புது பஞ்சாங்கமொன்றை ஸ்ர்கேலின் வேலை பார்க்கும் நியாயாதீச ராத்ஹிரோஜி காளேராவுக்குக் கொடுக்கிறது" நியாயாதீச தஞ்சையிலிருந்த 4 நீதிமன்றங்களில் நான்காவது, அதே போல் காஞ்சி காமகோடி பீடாதிபதிக்குக் "காஞ்சி காமகோடி பீடாதிபதிகளிடத்தில் மன்னர்கட்கு மிகுந்த மரியாதையுண்டு. கி.பி.1841இல் ஸ்ரீ சங்கராச்சாரியாருக்குத் தருமாமிருத மகோநதி என்ற நூல் வேண்டி வந்தது. ஆகவே சங்கராச்சாரியரின் அலுவலர் கணபதி சாஸ்திரிகள் அந்நூல் இரண்டு மாதங்களுக்குள் படித்துத் திருப்பி விடுவதாகக் கூறிப் பெற்றுச் சென்றார்" என்ற குறிப்புகளால் நூல்கள் வழங்கப் பெற்று மீளப் பெறப்பட்டமையை அறியலாம். இதே போல் முத்தாம்பாள் கல்வி நிலையத்தில் பாடம் சொல்வதற்கு அங்கு இல்லாத நூல்களைத் தஞ்சை சரஸ்வதி மகாலிலிருந்து எடுத்துச் சென்று திருப்புவதும் வழக்கமாயிருந்தது (தஞ்சை சரசுவதி மகால் நூலக வளர்ச்சி வரலாறு, ஆ.குணசேகரன், ப.161).

இசை, நாட்டியம், நாடகம் போற்றப்பட்டது

தன் தந்தையைப் போலவே சிவாஜியும் நாட்டிய வல்லவர்களான நால்வர் பொன்னையா, சின்னையா, வடிவேலு, சிவானந்தம் ஆகியோர்களை ஆதரித்தார். இவர்களால் பல நாட்டியங்கள் அரங்கேற்றப் பட்டன. சிவாஜி ஆட்சியில் தமிழ் நாடகங்களான பாண்டிகிலி விலாச நாடகம் நாராயண கவியாலும், மதன சுந்தர பிரசதான சந்தான விலாசம் அருணாசலக் கவியாலும், பரத அம்மாய் கிருஷ்ணனாலும் இயற்றப் பட்டன. தஞ்சாவூர் நால்வரில் ஒருவரான சிவானந்தம் நாட்டிய இசைப் பாட்டு உருப்படிகள் இன்றளவும் பரதநாட்டியத்தில் ஆடப்பட்டு வருகிறது. இவர் சிவாஜியுடன் இணைந்து "கீர்த்தி நாயகா" எனும் இசைப்பாட்டு உருப்படியை இயற்றியுள்ளார்.

சிவாஜியின் பெருமைகளைக் குறிக்கும் வண்ணம், "சிவாஜி சிசமுலு எனும் சுவடி சரஸ்வதி நூலகத்தில் காணப்படுகிறது. சிவாஜி அரசவையில் இசைக் கலைஞர்கள் ஊதியத்திற்கு அமர்த்தப்பட்டனர். இந்துஸ்தானி இசைக்கு ரஹ்மானும், மிருதங்கத்திற்குக் காமாட்சி, சோமாஜி கோபால் ராவ் சிந்தியும் பணிபுரிந்தனர். மன்னர் சிவாஜி காலத்தில்

வயலினுக்கு வேண்டிய இசைக்கருவி நரம்புகள் (String) வாங்கப் பட்டன. (Guide to the records of Tanjore, Vol V) இசைக் கருவிகளும் பழுது பார்க்கப்பட்டன. இத்துடன் புதிய இசைக் கருவிகளும் தயாரிக்கப்பட்டன. இதற்காகச் சங்கீத அட்யக்சா என்ற ஓர் தனித்துறை அமைச்சரால் நிர்வகிக்கப்பட்டு வந்தது. ஓர் ஆவணத்தின்படிப் பலாமரம் ஒரு அடி முக்கால் சக்ராவிற்கு வாங்கப்பட்டுள்ளது *(1850-149*C-B-1) *(இம்மரம் பொதுவாக வீணை செய்வதற்குப் பயன்படுகிறது).*

இசைக் கலைஞர்களுக்கு ஊதியம் ஒரே மாதிரியாக இல்லை

தந்தையைப் போலவே சிவாஜியும் ஐரோப்பிய இசை, ஹிந்துஸ்தானி இசை மற்றும் நாட்டியத்தையும் அரசவையில் சிறப்புற நிகழ்த்த இசைக் கலைஞர்கள் ஊதியத்திற்கு அமர்த்தப்பட்டனர். ஐரோப்பிய இசைக் கலைஞர்களின் ஊதியம்.

1. லார்ட் கமிஸ் - பாடகர்	*ரூ.9-4-4*
2. மட்ரா பையின் - பாடகர்	*ரூ.3-4-10*
3. ஜோசப் பிரான்சிஸ் ஹகோபார்- பாடகர்	*ரூ.1-12-4*
4. ஆர்ச்சிபால்ட் பிரான்சிஸ்	*ரூ.1-12-4*

இந்திய ஹிந்துஸ்தானி இசைக்கலைஞர் ஊதியம்

1. சையட் ஹசன் (கவிஞர் 10 நாட்கள்)	*ரூ.100*
2. கிஷ்ண ராமசாமி (பாடகர் 10 நாட்கள்)	*ரூ.0-8-0*
3. ஹராஜ் கோபால்ராவ் (மிருதங்கம்)	*ரூ.0-6-5*

இக்குறிப்புகள் 1856ஆம் ஆண்டு ஆவணத்தில் காணப்படுகிறது.

இதே போலவே கி.பி1855ஆம் ஆண்டு ஆவணத்தின்படி பல இந்திய இசைக் கலைஞர்களுக்கு அளிக்கப்பட்ட ஊதியமும் அறிய வருகிறது. ஐசக் சான்ஜன் வயலின் (1841) ரூ.15, மான்மியுள் ஜெபிராஸ் வயலின் *(1841.)* ரூ.7, காமிஸ் யாத *(1803.)* ரூ.15, லேடி காதரின் நாட்டியம்.ரூ.5, எட்வேட் (ஐரோப்பியர்) இசை ஆசிரியர் *(1848.)* ரூ15, ஜோசப் ஒயிட் டியூனர் *(1848.)* ரூ.15 (Tanjore as a seat of Music, S.Seetha, 1981. P.118).

அபராதம் விதிக்கப்பட்டது

இது தவிர கி.பி.1819 மோடி ஆவணப்படி, 12 பிராமண இசை ஆசிரியர்கள் அரசவை தஞ்சை நாடக சாலையில் மாணவர்களுக்கு இசைப் பயிற்சியளிக்க பணி அமர்த்தப்பட்ட போது அவர்கள் அதைச் சரிவர நிறைவேற்றாததினால் 120 சக்கரம் நீதிமன்றத்தால் அபராதம்

விதிக்கப்பட்டது. இவர்களைக் கண்காணிக்க தம்மையா ராமசாமையா என்பவர் நியமிக்கப்பட்டிருந்தார் (Vide PlateNo.11-a) (B.503. Modi records.T.G.S.M.L).

1. இரண்டாம் சிவாஜிக்கு ஏற்பட்ட தடைகள்

சிவாஜி II சுவீகாரம் எடுத்துக் கொண்டது ஏற்றுக் கொள்ளப்படவில்லை சுதேசி மன்னர்கள் தனித்து இயங்கக்கூடாது

1850இல் பிரிட்டிஷ் அரசு சக்தி வாய்ந்ததாக மாறியது. இதனால் சுதேச மன்னர்களின் பலம் குறைந்தது. ஆங்கில ஆட்சியிடமிருந்து சுதேச மன்னர்கள் உதவித் தொகை பெற்றதன் காரணமாகப் போர் புரியும் காலங்களில் பிரிட்டிஷ்சாரின் உதவியை நாடினர். எல்லா சுதேசி மன்னர்களும் அவசியமாக அண்டை அயலாருடன் போர் செய்யும் காலங்களில் அவசியமாகக் கும்பினி உதவி பெற கட்டாயமாக்கப் பட்டனர். மேலும் பக்கத்து நாட்டினருடன் இணைந்து செயல்பட ஆங்கில அரசு அனுமதிக்கவில்லை. இதனால் சுதேசி ராணுவம் பிரிட்டிஷ் இராணுவத்திற்குக் கீழ் உதவியாளராகச் சக்தியற்று இருந்தது. சுருங்கக் கூறின் சுதேச மன்னர்களின் பலத்தினைக் குறைத்தனர். தகுந்த வாரிசு இல்லாத நிலையில் பிரிட்டிஷ்சார் தங்கள் திட்டத்தின் மூலம் அவர்கள் நாட்டைக் கைப்பற்றிக் கொண்டனர்.

(எ.கா.) இக்காலகட்டத்தில் ஆங்கிலேயருடைய ஆட்சி 1799ஆம் ஆண்டின் ஒப்பந்தப்படி விட்டுக் கொடுக்கப்பட்ட எல்லைகளோடு பிரதாப சிம்மன் அளித்த தேவிகோட்டையோடு பல பிரிட்டிஷ் மாவட்டங்கள் முந்தைய தஞ்சாவூர் நாட்டோடு இணைந்திருந்தது. 1660 ஆம் ஆண்டு போர்ச்சுகீசியரிடமிருந்து டச்சுக்காரர்களால் எடுக்கப்பட்ட நாகப்பட்டினம் பிரிட்டிஷ் அரசாங்கத்தோடு 1781ஆம் ஆண்டு இணைக்கப்பட்டது. டேனிஷ்காரர்கள் வாங்கி தங்கள் வசம் வைத்திருந்த தரங்கம்பாடியை அவர்கள் பிரிட்டிஷ்சார் வசம் 1845ஆம் ஆண்டு ஒப்படைத்தனர். பிரஞ்சுக்காரர்களில் குடியேற்றம் பெற்ற காரைக்கால் 1739ஆம் ஆண்டு தஞ்சாவூர் மன்னரிடமிருந்து பெறப்பட்டது.

இந்து தர்மத்தின்படிச் சுவீகாரம் எடுத்துக் கொள்வதையும் அவர்கள் ஏற்றுக்கொள்ளவில்லை. இக்கொள்கையைத் தெரிவிக்க 30 சுற்றறிக்கைகளைத் தயாரித்து அரசு சுதேசி மன்னர்களுக்கு அனுப்பியது. காலனி அரசின் இக்கொடுமையான சுற்றறிக்கையால் சுதேச மன்னர்கள் கலக்கமடைந்தனர். இதில் முக்கியமாகச் சந்ததியற்ற மன்னர்கள் தங்களுக்குப் பாதிப்பு நேர்வதைத் தடுக்க பல திருமணங்களைச் செய்து கொண்டு ஓர் ஆண் பிள்ளையை வாரிசாகப் பெற முயன்றனர்.

சிவாஜிக்கு ஒரே நாளில் 17 திருமணங்கள்

இம்மாதிரியான சிந்தனைக்கு இரண்டாம் சிவாஜி மன்னரும் விதிவிலக்காக இருக்கவில்லை. இவரும் பல திருமணங்களைச் செய்து கொள்ள முனைந்து அவருடைய ஆட்கள் கோலாப்பூர், சதாரர், கோங்கணம் போன்ற இடங்களுக்குச் சென்று மிக அதிகமாகச் செலவு செய்து பதினேழு மணப் பெண்களைத் தேர்ந்தெடுத்தனர். இவர்கள் அனைவரும் தஞ்சைக்கு வரவழைக்கப்பட்டு 1853இல் மன்னருக்கு ஒரே நாளில் திருமணம் நடைபெற்றது. ஆனால் ஒருவருக்கும் ஆண் குழந்தை பிறக்கவில்லை. மாறாக முதல் மனைவிக்கு இரண்டு பெண் மகவுகள் பிறந்தனர். ஆனால் 4 ஆசை நாயகிகளின் வழியாக குழந்தைகள் இருந்தாலும் பிரிட்டிஷ்சாரின் கொள்கையின்படி அவர்கள் சட்டப்படி நேரடியான (Legal) வாரிசாக ஏற்றுக் கொள்ளப்படவில்லை.

துளஜா மன்னர் சரபோஜியைச் சுவீகாரம் எடுத்துக் கொள்வதில் தாமதப்பட்டுப் பிறகு அவசரப்பட்டதனால் மிகையான அளவு தஞ்சை அரசு அதிகாரங்களை இழக்க வேண்டியதாக இருந்தது. இது போல சரபோஜி தனது மகனான சிவாஜியைத் தன் வாரிசாகக் கொண்டுவர கிழக்கிந்திய கம்பெனியின் இலண்டன் வாழ் இயக்குநர்களுடன் பல காரியங்களை முன்னெச்சரிக்கையுடன் செய்ய வேண்டியதிருந்தது. ஏனெனில் தன் முன்னே நாக்பூர் மற்றும் சில அரசுகளும் சரியான வாரிசு இல்லாத காரணத்தால் காலனி அரசு தன்னுடைமை ஆக்கிக் கொண்டது.

மன்னர் சிவாஜி தனக்கான வாரிசை நியமிக்க வேண்டிய நடவடிக்கைகளை 1845 வரை எடுக்கவில்லை. ஆனால் கும்பினி சென்னை அரசு ஏற்கனவே ஒரு பொதுவான எச்சரிக்கையை விடுத்திருந்தது. அதாவது சுவீகாரம் எடுக்க வேண்டுமெனில் சுவீகாரம் எடுத்துக் கொள்பவர் இறப்பதற்கு முன் 6 மாதங்களுக்கு முன்பு அதை அரசுக்குத் தெரிவிக்க வேண்டும் என்பதே ஆகும். இது பழைய நடவடிக்கைகளுக்குப் புதியது.

மன்னர் சிவாஜி அச்சுற்றறிக்கையை ஆட்சேபித்து அப்போது ரெசிடெண்டாக இருந்த மாண்ட்கோமரி மூலமாய் தன்னுடைய 20ஆம் தேதி ஜூலை 1846 மறுப்பைத் தெரிவித்தார். “மனுஷன் வாழ்க்கை அறிந்ததும் மரணம் எந்த சமயத்திலும் நேரும். காலரா போன்ற கொடிய நோய் திடீரென்று உண்டாகும். வாழ்வு நிச்சயமில்லை. ஆகையால் சுவீகார பாத்தியத்தை இப்படிக் கட்டுப்படுத்துவது அநீதி, சட்டவிரோதம் ஒருவன் மனைவிக்குச் சுவீகாரம் எடுக்க உரிமை உண்டு, சாஸ்திரமும் இடம் கொடுக்கிறது. ஆகையால் கவர்மெண்டார் சுற்றறிக்கை மிகவும் கொடுமையானது. அதை வாபஸ் பெறுதல் யாவருக்கும் நலம்” என தன் கண்டனத்தைத் தெரிவித்தார்.

ராஜாராம் - சுவீகார புத்திரன்

கும்பினியாரின் எண்ணத்தை அறிந்த மன்னர் சிவாஜி தன் சகோதரி சக்குவார் பாயின் பேரனான ராஜாராம் என்பவரைச் சுவீகாரம் எடுத்துக் கொள்ளத் தீர்மானித்தார்.

கி.பி.1854ஆம் ஆண்டு சிவாஜி தான் சுவீகாரம் எடுத்துக் கொள்ள உத்தேசித்திருப்பதாக ரெசிடெண்டுக்கு அறிவித்து சென்னை அரசின் அனுமதி வேண்டி லோகண்டராவைச் சென்னைக்கு அனுப்பினார் (Rajaram Rajah Sahib Chattrapathy, Educational Activities of H.H.Rajah Serfoji Chattrapathy of Tanjore. The Rajah Serfoji college magazine, P.vi).

கி.பி.1855 அக்டோபர் 16ஆம் தேதியன்று கவர்னர் ஹாரிஸ் தஞ்சைக்கு வருகை தந்தார். அச்சமயம் கவர்னர் ஹாரீசிடம் மன்னர் சிறுவன் ராஜாராமுடன் சென்று சுவீகாரம் எடுத்துக் கொள்ள விரும்பும் சிறுவன் இவனே என்று அறிமுகப்படுத்தினார் (ஹாரிஸ் மினிட் 1 செயிண்ட் ஜார்ஜ் கோட்டை 16.10.1855). இதன்பிறகு சுவீகாரம் எடுக்க அனுமதி வேண்டி கவர்னருடன் மன்னர் கடிதப் போக்குவரத்து செய்து கொண்டிருந்தார். கவர்னர் தஞ்சை வருகைக்கு 8 நாட்களுக்குப் பின் விஜயதசமி அன்று மாலை மன்னர் வழக்கம் போல் யானை மீது ஊர்வலம் வரும்போது திடீரென்று அவருக்கு இரத்த வாந்தி ஏற்பட்டது. உடனே மன்னர் அரண்மனைக்குக் கொண்டுவரப்பட்டார் (தஞ்சை சரசுவதி மகால் நூலக வளர்ச்சி வரலாறு, ஆ.குணசேகரன், ப.158).

25.10.1855 ஆங்கில மருத்துவர் சர்ஜன் பெல் வரவழைக்கப் பட்டார். மன்னர் மரணமடைந்ததை அறிந்த அவர் "முந்திய நாள் மாலை மன்னரை அரண்மனையில் சந்தித்த போது உடல்நலத்துடன் இருந்தார் என்றும் ஆனால் இன்று நேர்ந்த இப்படிப்பட்ட மரணம் இயற்கையானதாக இருக்காது என்று அரசுக்குக் கடிதம் எழுதினார்.

மரணமடைந்த மன்னருக்கு ராஜாராமினாலேயே அரசிகளின் ஒப்புதலுடன் இறுதிச் சடங்குகள் நிறைவேற்றப்பட்டன. இந்தச் சடங்கு களுக்குப் பிறகு எவரும் உடன்கட்டை ஏறவில்லை என்று தெரிகிறது. ஏனெனில் கும்பினி அரசு இது மனிதப் பண்புக்கு ஒவ்வாத வன்முறைச் செயல் எனக் கருதி 1830இல் சட்டத்தின்படி தடை செய்திருந்தது. இந்த சமயத்தில் அரண்மனையில் மறைவான சூழ்ச்சி ஒன்று நடைபெற்றது. மன்னரின் மருமகன் ராஜசேகரன் அரண்மனையில் உள்ள நபர்கள் துணையுடனும் சில பிரிட்டிஷ் அலுவலர்கள் வழியாகவும் பட்டத்திற்கு வர ஆசைப்பட்டார். ஆனால் இவ்வாசை நிறைவேறவில்லை.

இந்நிலையில் மன்னர் சிவாஜிக்கு மகப்பேறு இல்லாததால் அவர் மனைவி காமாட்சிபாய் தஞ்சை ஆட்சிப் பொறுப்பை ஏற்றார்.

மன்னரின் பட்டத்து ராணி காமாட்சி பாய் சாகேப் சாஸ்திர முறைப்படி 22.11.1855 ராஜாராமை சுவீகாரம் எடுத்துக் கொண்டு கும்பினி அரசிற்குத் தெரிவித்தார். ஆனால் கும்பினி அரசு அதற்கு ஒப்புதல் அளிக்கவில்லை. சுவீகாரத்தினை அங்கீகரிக்காத ஆங்கில அரசு தஞ்சை அரசை ஆங்கிலேயரின் வசமுள்ள பகுதிகளோடு இணைத்துக் கொண்டது. இவரோடு தஞ்சையில் மராட்டியர் ஆட்சி முடிவுக்கு வந்தது.

இந்தக் காலகட்டத்தில் சிவாஜியின் வைப்பு மகளிர் நிலை பற்றிய புரிதல்கள்

மங்கள விலாசம்

சிவாஜி மன்னர்க்கு (1832-1855) 20 மனைவியர். தஞ்சை அரண்மனையில் அரசியராக விளங்கி இவ்விருபது மனைவியரைத் தவிரத் தனக்குரிய வைப்பு மகளிர் பலரைத் தனியாக சிவாஜி மன்னர் வைத்திருந்தார். அந்தப்புர மகளிராகிய அவர்களுக்கு ‘மங்கள விலாச மகளிர்’, ‘மங்கள வாச மகளிர்’, ‘ஸ்ரீமன் மங்கள விலாச மகளிர்’ எனப் பெயர்கள் வழங்கின.

28.7.1858 அன்று ‘ஆக்டிங் ரெசிடென்ட்’ அவர்கள் மங்கள விலாசத்திற்கு வந்து விசாரிக்கும் போது மங்கள விலாச மாதர் 42 பேர் என்று கணக்கிட்டுள்ளார். சிவாஜி உயிருடன் இருந்த போது 48 மங்கள விலாச மகளிர் இருந்துள்ளனர். சிவாஜி இறந்த பின்னர் மங்கள விலாச மகளிர் ஹுஜுர் மகாலில் பாதிப் பேரும் அசல் மகாலில் பாதிப் பேருமாக இரு பிரிவாகத் தங்கியிருந்தனர்.

மங்கள விலாச மகளிர் தாசிகள் அல்ல

மங்கள விலாச மகளிர் ‘தாசிகளா?’ என்ற கேள்விக்கு அரண்மனை அதிகாரியான சிரேஸ்தார் வெங்கட்டராவ் அவர்கள் ரெசிடெண்டுக்குக் கீழ்வருமாறு பதில் அளித்தார்.

> “தாசிகளும் தோழிகளும் அநேக புருஷர்களுடன் சகவாசஞ் செய்வார்கள். அவர்களுக்கு மானமோ வெட்கமோ கிடையாது. விபசாரம்தான் அவர்களுடைய தொழில். மங்கள விலாசப் பெண்கள் அப்படி அல்ல. மானத்துடன் ஒரே புருஷனிடத்தில் இருந்து வருபவர்கள். அந்தப் புருஷனுக்குப் பின்னர் பிழைத்திருக்கும் வரையில் வெளியே போகாமல் புருஷன் இறந்து போன பின்பு ஸ்திரி புழங்க வேண்டிய முறைப்படி இருப்பார்கள்”

மனைவியர் போலவே இவர்களும் இருந்தனர் என்பது இதன் மூலம் தெரிகிறது.

இம்மங்கள விலாசத்தார்கள் 'சத்மம்' என்று அழைக்கப் பெற்றனர். 'மங்கள விலாச சத்மத்தின் மாதோஸ்ரீ கிஷ்ணா பாயி பெரிய அம்மா' என்று ஒருவர் குறிக்கப்பட்டுள்ளார். மங்கள விலாசத்தைக் கவனித்துக் கொள்ளக் காரியஸ்தர்கள் என்ற தனி அலுவலர் இருந்தனர். பாபா ராவ் அப்பா, அப்பா சுபேதார், ஜம்லை ராவ் அப்பா ஆகியோர் பெயர்கள் காரியஸ்தர்களாகக் குறிக்கப்பட்டுள்ளனர்.

மங்கள விலாச மகளிர்கட்குக் குழந்தைகள் பிறந்துள்ளன. 1855இல் 10 பெண் குழந்தைகளும் 15ஆண் குழந்தைகளும் இருந்தனர். இக்குழந்தைகள் அனைவரும் 'விஜய' என்ற அடைமொழி கொடுக்கப் பட்டது.

'விஜ வரதானந்தஜி' என்ற ஆண் குழந்தையும் 'விஜய வரதாம்பா பாயி' என்ற பெண் குழந்தையும் பெயர் பூண்டிருந்தனர். இக்குழந்தைகட்கு அரண்மனை அரசியரின் குழந்தைகளைப் போலவே ஜாதகர்மம், நாமகரணம், ஆர்யாவலோகனம், அன்னப் பிராசனம் முதலிய குழவிச் சடங்குகள் பலவும் முறைப்படி நடைபெற்றன. மங்கள விலாச மாதரின் பையன்களின் திருமணம் அரண்மனைத் திருமணங்கள் நடைபெறும் சந்திரமௌலீசுவரர் சந்நிதியிலேயே நடைபெற்றன.

மங்கள விலாச மாதர் இறந்தால் அரசர் இறந்த இடத்துக்கு வருவார். ஆனால் அந்திம ஊர்வலத்திலோ அல்லது இறுதிச் சடங்குகளிலோ அரசர் நேரில் கலந்து கொள்ள மாட்டார். குழந்தைகள் இறந்தால் அரண்மனை அலுவலர்களே சடங்குகளை முன்னின்று நடத்துவர்.

மங்களவிலாச மாதர்கட்குத் தனிச் சமையல் கீழவீதியில் செய்யப் பட்டது. அவர்கள் செலவுகட்கென்று மாதச் சம்பளம் அளிக்கப் பட்டது. சிவாஜி மறைவுக்குப் பின்னர்கூடச் சம்பளம் எனப்படும் 'மொயின்' அவர்கட்குத் தொடர்ந்து அளிக்கப்பட்டது. இவையன்றி மிகுதியான நகைகளும் அளிக்கப்பட்டன.

மங்கள விலாச மாதர்களுக்கு ஒதுக்கப்பட்ட சொத்துக்கள்

மங்களவிலாச மாதர்களுக்குப் பொதுவாகக் கும்பகோணம் வட்டம் மணவாளப்பேட்டை எனப்படும் கொந்தகை என்னும் ஊரில் 241ஏக்கர் 32 சென்டு நிலமும் நன்னிலம் வட்டம் பூங்குடியில் 218 ஏக்கர் 23 சென்டு நிலமும், வடமட்டத்தில் 268 ஏக்கர் 73 சென்டும் விடப் பெற்றிருந்தன. அரசருக்குச் சொந்தமான சூரக்கேட்டை நில வருவாயும் கீழ வீதியில் வீடுகளும் மங்கள விலாச மாதர்களுக்கு

ஒதுக்கப்பட்டிருந்தன. தெற்கு வீதியில் சதாசிவ ராவ் அவர்களிடமிருந்து விலைக்கு வாங்கிய பெரிய மாளிகை 'மங்கள விலாச அரண்மனை' எனப்பட்டது.

மங்களவிலாச மாதரில் மராட்டிய மரபைச் சேர்ந்தவர்கள் மட்டுமில்லாமல் பிராமணர், கவராநாயுடு, கிறித்தவப் பெண்களும் பிற தமிழ்ப் பெண்களும் இருந்தனர்.

மங்களவிலாசப் பெண்கள் 'பாய்' என்றும் 'அம்மா' என்றும் அழைக்கப்பட்டனர். இப்பெண்கள் தங்களைக் குறிக்கும் போது மங்கள விலாச மகளிர் என்றே குறித்துக் கொண்டனர். இது தவிர 'கத்திகட்டி விவாகம் செய்து கொண்ட' 'வாள்மணம் புரிந்து கொண்ட' 'கட்க மணம் செய்த' என்றும் குறித்துக் கொண்டனர். அரசர் இறந்த பின்னர் சுமங்கலிக் கோலம் நீங்கி விதவைகளாகவே மங்கள விலாச மகளிர் இருந்தனர்.

X. மராட்டிய அரசு முடிவுக்கு வந்தது

சிவாஜிக்கு பின் அரச குடும்பம்

இராஜா சிவாஜி மரணமடைந்த போது, மூத்த கைம்பெண்ணான காமாட்சி பாயும் இரண்டு மகள்களும் இருந்தனர். இந்த இரண்டு பெண் பிள்ளைகளும், சிவாஜி ராஜாவின் முதல் மனைவிக்குப் பிறந்தவர்கள். அடுத்த மனைவி ராஜா மரணமடைவதற்கு முன்பே இறந்துவிடுகின்றார். அவருடைய முதல் மகளான, ராஜஸ போஜே அம்மணி ராஜ ஸ்ரீ பாய் தன் தகப்பனார் உயிருடன் இருந்தபோது, கோலாப்பூர் அரசகுடும்பத்தைச் சேர்ந்த ராஜாவுக்குத் திருமணம் செய்து கொடுக்கப்பட்டது. குழந்தையில்லாமலேயே அவள் இறந்து போனாள். "தஞ்சாவூர் ராஜாவின் இரண்டாவது இளைய மகள் வெஜாஜி மொஹர மூகூட்ட பாய் அம்மணி ராஜய் என்பவராவார். 1855ஆம் ஆண்டு சிவாஜி மரணமடைந்த போது, இந்த மகளுக்குப் பத்து வயதுதான் ஆகியிருந்தது. அவளுக்குப் பதினான்கு வயது ஆனபோது, தஞ்சாவூர் ராஜாவின் அரச எல்லையை அவர் ஏற்றுக் கொண்டதால், சென்னை அரசாங்கத்தால் திருமண ஏற்பாடுகள் செய்யப்பட்டு, அதே அரச வம்சத்தைச் சார்ந்த ராஜா சகரம் சாஹிப் என்பவருக்குத் திருமணம் செய்து வைக்கப்பட்டது. தஞ்சாவூர் மராட்டிய அரசின் ஒரே உயிர் வாழும் பிரதிநிதியாக அவர் இருந்தார். அவர், சிவாஜியின் மகள் மற்றும் சரபோஜியின் பேத்தியாவார். அவள் இளைய பெண்மணி, அவரிடம் எல்லாவிதமான வசீகரத் தன்மையும் உள்ளது. உயர்ந்த அறிவும், அவளுடைய தாத்தாவான சரபோஜியைப் போன்று ஒழுக்கமும் இருக்கிறது. உடல் நலத்துடன், அறிவாளியாக இருப்பதோடு கல்வி கற்றும் உள்ளார்". தஞ்சாவூரின் ரெஸிடெண்டாக இருந்த 'போர்பஸ்' அந்தப் பெண் அரியணைக்கு உரிமை கோருவதை, சென்னை அரசாங்கத்தின் கவனத்திற்கு எடுத்துச் செல்லும்போது, இவ்வாறு மனதைத் தொடும் வகையில் கூறுகிறார்.

"மன்னரின் மகள் உரிமை கோருவதில் உள்ள நியாயத்தின் அடிப்படையில் அரசாங்கம் தீர்மானம் செய்ய வேண்டும் என்பதுடன் இந்த பிரிட்டிஷ் ராஜ்ஜியம் தான் கொண்டுள்ள கொள்கையின் படியும் தீர்மானிக்க வேண்டும். இந்தக் கேள்வியை ஆராய்ந்து பார்க்கும் போது, தஞ்சாவூரை நாம் எந்த வழியில் பெற்றோம் என்பதைக் கவனத்தில் கொள்ள வேண்டும். இது போரிட்டு வெற்றி பெற்று

சேர்த்துக் கொண்ட நாடல்ல. இந்த நாட்டை அடைவதற்குப் பிரிட்டிஷ் அரசாங்கம் எந்த ஒரு இராணுவ வீரனின் உயிரையும் அர்ப்பணிக்க வில்லை. ஒரு ரூபாய் கூடச் செலவு செய்யவில்லை. அநாதையின் குரல் எங்கும் கேட்பதில்லை. விதவையின் கண்களிலிருந்து என்றும் கண்ணீர் கொட்டியதில்லை. ராஜாவின் கைகளிலிருந்து இந்நாட்டின் ஆட்சி பிரிட்டிஷ் அரசாங்கத்துக்கு மாறியபோது, இவ்வாறு எதுவும் நடக்கவில்லை. சென்ற ஐம்பது ஆண்டுகளாக நம் கைகளில் இந்த நாடு இருந்தபோது, நாம் ஏறக்குறைய மொத்த வருவாயாக இருபது கோடி ரூபாய் பெற்றிருக்கிறோம். அதாவது அதற்கு ஈடான மில்லியன் ஸ்டெர்லிங்குகளைப் பெற்றிருக்கிறோம். சரபோஜியோ அல்லது சிவாஜியோ அமைதியான முறையில் நாட்டை நம் பக்கம் எடுத்துக் கொண்ட போது எந்தவித தடையையும் உண்டாக்கவில்லை. மேலும் செய்து கொண்ட ஒப்பந்தங்களிலிருந்து அவர்கள் இம்மியளவும் மாறவில்லை. நிச்சயமாக, கடைசியாக உள்ள வழித் தோன்றல்களுக்கு அதாவது எவருடைய உதவி நமக்குத் தேவைப்பட்டதோ அவர்கள் உறுதியான கூட்டாளிகளாக இருந்ததால், அந்த அரசியல் வாரிசின் உரிமையை நாம் கட்டாயம் கவனிக்க வேண்டும்."

போர்பஸ் அரசுக்கு எடுத்துரைத்தது

காலஞ்சென்ற ராஜாவைத் தொடர்ந்து அரச பதவிக்கு உரிமை கோரும் பெண்ணின் கோரிக்கையை அரசாங்கம் ஏற்றால், மஹாராஜாவின் இளைய மகள்தான் தேர்ந்தெடுப்பதற்குரிய சரியான நபர் என நான் முழுமையாகக் கருதுகிறேன். மற்றவர்களைத் தவிர்த்து, ராஜாவின் பதினாறு கைம்பெண்களில் எவரையாவது ஒருவரை அதிகாரத்தில் உட்கார வைத்தால், அமைதி ஏற்படும் என்று நான் நம்பவில்லை. சூழ்ச்சியும் ஓயாது; மேலும் திருப்திகரமான முடிவும் இந்த விவகாரங்களில் ஏற்படாது. மன்னரின் மூத்த மகளின் உடல்நலத்தைப் பார்த்தால் பொது வாழ்க்கையில் ஈடுபடுவதற்குரிய தகுதி இல்லை என்றே தோன்றுகிறது.

தற்போது நம் முன் வைக்கப்பட்டுள்ள இளைய மகளின் உரிமை கோரும் விண்ணப்பத்திற்கு, ஒரு விதவையின் உரிமையைவிட எதிர்ப்பே கிடையாது. இந்தப் பெண்ணின் உரிமை மேலானது. மூத்த சகோதரியும் அதை ஆதரிக்கிறார். தன் தந்தையாரின் தகுதி பெற்ற வம்சாவழி என்ற அளவில், இயற்கையாகவே அவரின் வாரிசாக இருப்பார். அவருக்குத் தற்போது ஒன்பது வயதாகிறது. உடல் நலத்துடன் உள்ளார். புத்திசாலி; ஒரு தருணத்தில், அவருடைய தந்தையாரோடு அவரை நான் பார்த்தபோது, நல்ல முத்திரையை என் மனதில் பதித்தார்.

தஞ்சாவூரிலுள்ள ரெசிடெண்ட் அலுவலகத்தை மூடிவிட வேண்டும் என்று நாம் நினைத்தபோது 1827ஆம் ஆண்டு ராஜா சரபோஜி முழுமனதுடன் அதை எதிர்த்தார். அதனால் நாம் நம்முடைய முயற்சியைக் கைவிட்டோம். அச்சமயம் கவர்னராக இருந்த லூஷிங்டன் 1829ஆம் ஆண்டு ஆகஸ்டு மாதம் 25ஆம் தேதியன்று ஒரு குறிப்பை எழுதினார். "தஞ்சாவூர் போன்ற செழிப்பான நாட்டிலுள்ள மக்களோடு சிறந்த தொடர்புகளை நாம் வைத்துக் கொண்டிருக்கும் போது, அதைப்பாதிக்கும் எந்த முயற்சியையும் நாம் எடுக்கக்கூடாது என்ற கடமை உள்ளது" என்று அவர் குறிப்பிட்டிருந்தார்.

இது தவிர போர்பஸ் அரசுக்கு எடுத்துரைத்தது

காலஞ்சென்ற மன்னரின் மகளின் சார்பாகக் குடும்பத்தினர் முன் வைக்கும் உரிமைக்கான கோரிக்கையை அரசாங்கம் ஏற்றுக் கொள்ளும் பட்சத்தில் அவர் பதினெட்டு வயது அடையும்வரை 'மைனர்' (Minor) என்று கருத வேண்டுமெனக் கேட்டுக் கொள்ளுகிறேன். இந்த இடைப்பட்ட காலத்தில், 'ரெஸிடெண்ட்' ஆனவர் பாதுகாவலராக இருக்க வேண்டும். மேலும் அரசு நிர்வாகத்தைச் 'சர்க்கீல்' (அமைச்சர்) அவரது உதவியாளருடன் கவனித்துக் கொள்ளவேண்டும். இதில் எந்த சிரமமும் ஏற்படும் என்று நான் எதிர்பார்க்கவில்லை. 'மைனர்' என்ற தகுதி முடிந்தவுடன் நாட்டு விவகாரத்தை ரெஸிடெண்ட் மேற்பார்வையில் ராணியிடம் ஒப்படைத்து விடுவதால், அவருக்கு நிர்வாகத்தை நடத்துவதில் எந்த சிரமமும் ஏற்படப் போவதில்லை" என்று எழுதினார் போர்பஸ்.

அரசை அரசிகள் அலங்கரித்துள்ளனர்

இராஜாவின் மகள் அரசாள தகுதியுள்ளவர் என்பதற்கு மேலும் போர்பஸ் கூறியதாவது "ஆண் வாரிசு இல்லாமல், ராஜா மரணமடைந்ததால், அரசாங்கம் முடிவடைந்து விட்டதாகக் கருதக்கூடாது" என்று சென்னை கும்பினி அரசிற்கு எடுத்துரைத்தார். அரச பதவியில் பல பெண்கள் இருந்தார்கள் என்ற எடுத்துக் காட்டுகளை அவர் முன்வைத்தார். மராட்டிய அரச பரம்பரை வரலாற்றில், தஞ்சாவூர் அரச பரம்பரை யிலேயே ஆறாவது தலைமை உரிமை பெற்ற அரசியாக, 'கஜான் பாய்' என்பவர் இருந்தார் என்பதைக் கவனத்திற்குக் கொண்டு வந்தார். அவர், தன்னுடைய கணவராகிய பாபா சாஹிப்புக்கு அடுத்து பதவியில் அமர்ந்தார். ஆண் வாரிசு இல்லாததால், தர்பாரின் ஏகோபித்த ஆதரவாலும், நாட்டு மக்களின் அங்கீகாரத்தோடும் அவர் கைம் பெண்ணாக அரியணை ஏறினார்.

கைம்பெண் அரசாண்டதற்கு வரலாறு உண்டு

இந்திய வரலாற்றில் இதற்காகப் பல எடுத்துக்காட்டுகள் உள்ளன. ஆண் வாரிசு இல்லாமல் மரணமடைந்த கணவருக்குப் பின், இந்து மதத்தைச் சார்ந்த பெண்கள் அரசின் தலைமை உரிமையோடு, அரசிகளாகப் பதவியிலிருந்திருக்கிறார்கள். தத்து எடுக்காமலேயே மன்னர் மரணமடைந்தால், ஒருவரைத் தத்தெடுத்துக் கொள்வதன்பது பொதுவாகவே பின்பற்றப்பட்டு வரும் வழக்கமாகும். மேலும் அரசுக்குரியவன் சிறுவனாக இருந்தால், அவன் தகுந்த வயதை அடையும் வரை பாதுகாவலராக இருந்து ஆட்சி செய்திருக்கிறார்கள். இதற்கு இந்திய வரலாற்றில் பல எடுத்துக்காட்டுகள் உள்ளன. ஆனால், ஒரு கைம்பெண்ணானவள் அவளுக்கே உரிய உரிமையுடன் அரசியாக ஆனதற்குப் பல எடுத்துக்காட்டுகள் இருப்பதனால், அதற்குரிய சட்டத்தையும் வழக்கத்தையும் நிரூபிக்க முடியும். வரலாற்று ஆசிரியர் ஆர்மே (Orme) இந்த அருமையான கதையைக் குறிப்பிடுகிறார். தஞ்சாவூருக்கு அடுத்துள்ள திருச்சிராப்பள்ளி நாட்டின் அரசி, தன் கணவர் இறந்தபிறகு, கைம்பெண்ணாக இருந்து கொண்டே ஆட்சி செய்து, சந்தா சாஹிப்பை எதிர்த்து தன் கோட்டையைப் பாதுகாத்தாள். அவளைச் சந்தா சாஹிப் சூழ்ச்சியால் சிறையிலிட்டிருந்தார். 'கிரான்ட் டப்' (grant Duff) தாரா பாய் என்னும் பெயருடைய இளவரசி, சதாராவின் மன்னராக இருந்த ராஜாராம் என்ற பெயருடைய தன் கணவர் இறந்த பிறகு, தன் மகன் சிவாஜி இளவலாக இருந்ததால், அரசாங்கப் பொறுப்பை ஏற்றுக் கொண்டாள். அந்த அரச பரம்பரையின் ஒரு பிரிவுதான் தஞ்சாவூருமாகும். குர்ராவின் ராணியான துர்க்காமதி (Durgamatte, The Ranee of Gurra), அழகின் பிறப்பிடம், அறிவுள்ளவள் என்று 'பிரிக்ஸ்' (Briggs) விவரிக்கிறார். அவள் அசாப் கானை எதிர்த்தார். அசாப் கானிடம் 1500 யானைகள் 8000 குதிரைகள் என போர்ப்படையில் இருந்தன. எதிரியிடம் சரணடைய விரும்பாத காரணத்தால் தன் யானைப் பாகனிடமிருந்து பிச்சுவா கத்தியைப் பிடுங்கி தன்னைத்தானே குத்திக் கொண்டு அவள் மரணமடைந்தாள். விறுவிறுப்பான போரில், அவருடைய கண்ணில் ஓர் அம்பு தைத்துக் கொண்டது. அத்தருணத்தில்தான் இவ்வாறு அவள் நடந்து கொண்டாள். இந்த நூற்றாண்டில்தான் திருவாங்கூரில் இரண்டு பெண்கள், ஒருவருக்கு அடுத்து மற்றொருவர் என அரசிகளாக ஆட்சி செய்தார்கள். மைசூரில் முன்பிருந்த ராஜா ஒருவர், தன் விருப்பமான ராணி அரசியாக இருக்க வேண்டுமென்று கருதி, தத்தெடுத்துக் கொள்ள மறுத்துவிட்டார். போர்பஸ், இது தவிர மேலும் இரண்டு இளவரசிகளைப் பற்றி குறிப்பிடுகிறார். கோலாப்பூர், அரியணையை இரண்டு பெண் அரசிகள் அலங்கரித்தார்கள். இவர்கள் கோலாப்பூர் மன்னரின் கைம்பெண்ணான

துர்காபாய் சாஹிபாவும், ஜுகா பாய் சாஹிபாவும் ஆகும். இதுவும் தஞ்சாவூர், அரச பரம்பரைக்குத் தொடர்புடையதுதான்.

மராட்டிய குடும்பத்தைச் சார்ந்த சிறப்பான எடுத்துக்காட்டாக விளங்கிய அகல்யா பாய் போன்ற பண்பாளர்களை வரலாறு அடையாளம் காட்டும். தஞ்சாவூர் ராஜாக்களும் அதிலிருந்து பிரிந்தவர்கள்தான். இப்படிப்பட்ட வரலாற்று உண்மைகள் வெளிப்படையாகவே தெரிவதால் உயிரோடிருக்கும் விதவையோ அல்லது அரசகுமாரியோ மராட்டிய அரச பரம்பரையில் ஆட்சிக்கு வரலாம் என்பது சட்டப் படியும் வழக்கத்தின் அடிப்படையிலும் ஆட்சிக் கட்டிலில் ஏறலாம்" என்று தெரிவித்தார். (தஞ்சாவூர் கடிதங்கள், துரை.சுந்தரேசன், ப.212) எனினும் ஆங்கில ஆட்சியாளர்கள் சிவாஜி மகளை அரசியாக ஏற்றுக் கொள்ளவில்லை.

கவர்னர் ஜெனரலின் கருத்து

போர்பஸ் பரிந்துரையை ஆராய்ந்த கவர்னர் ஜெனரல் தன் அலுவலர் மூலம் தெரிவித்ததாவது.

1799ஆம் ஆண்டில் இயற்றப்பட்ட உடன்படிக்கையானது தனிச்சிறப்பு வாய்ந்த தனிப்பட்டவருக்கான ஒன்றாகும் என்பதுடன், 1832ஆம் ஆண்டில் வம்சாவழியில் பதவியேற்றுக் கொண்ட சிவாஜிக்குக் காண்பித்தது பிரிட்டிஷ் அரசாங்கமானது கருணை அடிப்படையில் செய்த உபகாரம் என்றும், அதை ராஜா உரிமையோடு பெறவில்லை என்றும் கம்பெனியின் பிரசிடெண்ட் மற்றும் தலைமை தளபதி (Commander in chief) சுட்டிக் காட்டியுள்ளார்.

சர் ஹென்றி மான்ட்கோமரி இவ்வாறு கருத்து தெரிவித்தார். 1792ஆம் ஆண்டின் உடன்படிக்கைக்கு மாறுதலாக 1799ஆம் ஆண்டின் உடன்படிக்கை இருந்தாலும், அது தனிப்பட்ட முறையில் சில நிபந்தனைகளைக் கொண்டுள்ளது. அது, வாரிசுகளையும், பின்னால் வருபவர்களையும் அங்கீகரிக்கிறது. மேலும் ராஜா சரபோஜியின் மகனுக்கு வாரிசாகும் உரிமையைத் தருவதோடு, அதை அரசாங்கம் மறுக்க முடியாது. தற்போது தஞ்சாவூர் மன்னர், சிவாஜி மரணடைந்து விட்டாலும், சட்டப்படியான மகனையோ சகோதரனையோ விட்டுச் சென்றிருந்தால், இவர்கள் இருவரில் ஒருவர் அரியணை ஏறுவதைச் சரியான முறையில் நிராகரித்துவிட முடியாது.

1799ஆம் ஆண்டில் இயற்றப்பட்ட உடன்படிக்கையின் வலிமை பற்றி இவ்வாறு நம்முடைய மனோபாவம் வேறுபட்டாலும், சட்டப் படியான ஆண் வாரிசு ஒருவர் இருந்திருப்பாரேயானால், அவருடைய

வாரிசுக்கான உரிமையின் செல்லத்தகும் தன்மையைப் பார்க்கும் போது, தற்போதுள்ள சூழ்நிலையில் பின்பற்றக்கூடிய கொள்கையோடு அதை நாம் ஒத்துக் கொள்ள வேண்டியுள்ளது.

ராஜ்ஜியம் முடிவுக்கு வந்தது

ஆண்வாரிசு இல்லையென்பதால், ராஜ்ஜியத்திற்கு சட்டப்படியான உரிமை கோர எவரும் இல்லை என்று நாங்கள் தீர்மானமாகவும், ஏகமனதாகவும் கருத்து கொண்டுள்ளோம். அதனால், ராஜ்ஜியமானது முடிவுக்கு (Extinct) வந்துவிட்டது. அவ்வாறே அதைப் பிரகடனப் படுத்தலாம். ரெஜிடெண்ட் பரிந்துரைத்துள்ள நடைமுறையானது நீதியின் அடிப்படையில் தேவையில்லையென்றும், அது வலுவான ஒவ்வொரு கொள்கைக்கும் மாறுபட்டது என்றும் கருதப்படுகிறது. மன்னர் அரசாங்கத்தைத் தொடர வேண்டுமென்று நாங்கள் அறிவுரை வழங்கவில்லையென்றாலும், அந்த குடும்பத்தைப் பெருந்தன்மையுடனும், பரிவுடனும் நடத்த வேண்டும் என்று பரிந்துரை செய்கிறோம். தஞ்சாவூர் கோட்டையை வீடாகப் பயன்படுத்த விட்டு விடலாம் என்பதுடன் கணிசமான பணத்தை ஒவ்வொரு கைம்பெண்ணுக்கும், மகள்களுக்கும் வழங்க வேண்டுமென்று நாங்கள் முன்மொழிகிறோம். பிரிட்டிஷ் நீதிமன்றங்களின் சட்ட அதிகாரம் எல்லா கோட்டைகளுக்கும் விரிவாக்கலாம் என்று தெரிவித்தார். (தஞ்சாவூர் கடிதங்கள், துரை.சுந்தரேசன், ப.217)

ஒட்டுமொத்தமாக கவர்னர் ஜெனரல் தெரிவித்தது

"சட்டப்படியும், வழக்கத்தின்படியும், இந்து ராஜாவின் மகள் ராஜ்ஜியத்தின் வாரிசாக ஆகும் உரிமை பெற்றதில்லை. அப்படிப்பட்ட உரிமையை நாம் உருவாக்குவதென்ற கேள்வியே எழவில்லை.

உங்கள் அரசாங்கம் மற்றும் சென்னை கும்பினி அரசாங்கத்தின் ஏகோபித்த கருத்தாகச் சொல்லப்பட்டுள்ள, தஞ்சாவூர் ராஜாவின் உயர்பதவி முடிவுக்கு வந்துவிட்டது என்பது "எங்களுக்கும் உடன் பாடாகும்" என்று 16.04.1856 தெரிவித்தார். இதன்படி தஞ்சை நகர அளவிலும் மராட்டிய அரசுக்கு முற்றுப்புள்ளி கும்பினி அரசு வைத்து விட்டனர்.

1855க்குப் பின் சரஸ்வதி மகால் நூலகம்

கி.பி.1855 முதல் 1863 வரையில் மராட்டிய அரச குடும்பத்தினர் எந்தவித உரிமையும், ஆதரவும் இல்லாமல் விடப்பட்டனர். இந்நிலையில் நூலகமானது நாராயண ராவ் சிந்தே என்ற அதிகாரியின் கீழ் இருந்தது. 1856இல் அப்போதைய இந்திய அரசும், கிழக்கிந்திய

கம்பெனியும் சரஸ்வதி மகால் நூலகத்தினையும், மதிப்புமிக்க கலைப் பொருட்களையும் தஞ்சையிலிருந்து அப்புறப்படுத்தப் போவதாக அறிவித்தது.

நூலகத்தை ஆங்கில அரசிடமிருந்து காமாட்சிபாய் காப்பாற்றினார்

25.09.1856இல் சரஸ்வதி மகால் நூலகம் ஆங்கில அரசுக்குச் சொந்தமானது என்று அறிவிக்கப்பட்டது. (Saraswathy Mahal - A Short History and Guide, R.Jayaraman, P.86). தஞ்சை அரசு முழுமையும் தன்வசமாக்கிய ஆங்கில அரசு கி.பி.1862 ஜனவரியில் காமாட்சிபாய் ராஜாராமை சுவீகாரம் ஏற்றதை ஒப்புக்கொண்டு அரண்மனைப் பெண்களுக்கு 110 கிராமங்கள் 'மொகஷா' சொந்தமாக்கப் பட்டது.

காமாட்சி பாய் பட்டம் பெற்ற பொழுது

ஆங்கில அரசு தமது (26.09.1862, 29.09.1862) கடிதங்களின்படி சரஸ்வதி மகால் நூலகத்தினைச் சென்னைக் கீழ்திசைச் சுவடியகத்தில் (Madras Oriental Manuscripts Library) இணைக்கும் எண்ணத்துடன் தமக்கு விலைக்குக் கொடுக்குமாறு வேண்டினர். இம்முடிவை இராணி நிராகரித்தார். அக்கால கட்டம் அரண்மனைச் சொத்துக்கள் கொள்ளை யடிக்கப்பட்ட காலம். ஆட்சி முழுமையும் அபகரிக்கப்பட்ட நிலை, இருப்பினும் இராணி காமாட்சிபாய், சரஸ்வதி மகால் நூலகத்தைப் பொருளாசையால் விற்கவில்லை. இவராலும் இவருடைய சுவீகார புத்திரனாலும் கி.பி.1867 வரையில் சரஸ்வதி மகால் நூலகம் நன்கு நிர்வகிக்கப்பட்டு வந்தது.

அரசரின் சொத்துக்களைப் பராமரிக்கும் விஷயமாய் ராணிகளுக் கிடையே சச்சரவுகள் தோன்றியதால் இளைய ராணிகள் ராஜாராம் சுவீகாரம் குறித்து கேள்வி எழுப்பி, நிரந்தர ரிசீவரை அமர்த்தக் கோரினார். கி.பி.1867 இல் தஞ்சை நீதிமன்றத்தில் தவா ஏற்பட்டது. ஆதலால் நீதிபதி அரசரின் சொத்துக்களை நிர்வகிக்கும் பொறுப்பை உத்தியோக முறையில் தான் ஏற்று மாவட்ட கலெக்டரை, ரிசீவராக நியமித்தார்.

இக்காலகட்டத்தில் நூல் பட்டியல் தயாரிக்கப்பட்டது. 1868இல் சமஸ்கிருத பேராசிரியர் பிக்போர்ட் அவ்வேலையைத் தொடங்கினார். அது முற்றுப் பெறாத நிலையில் 1871இல் மாவட்ட நீதிபதி டாக்டர் பர்னல் அத்தறி, வேலையைத் தொடங்கி முடித்தார். சில காலத்துக்குப் பின்னர் சீனியர் ராணியாக இருந்த உமாம்பாயி சாகேப் தங்கள் சொத்துக்களைக் கலெக்டர் சரியாக நிர்வகிப்பதில்லை எனவும் பல ஊழல்கள் வருவதாகவும் தஞ்சை நீதிமன்றத்தில் தவா கொடுத்துதான் ரிசீவர் அதிகாரம் நீக்கப்பட்டது. அப்போது வக்கீலாக இருந்த ஐரோப்பியர் ஜி.யு. ஆலன் என்பவரை நீதிமன்றம் ரிசீவராக நியமித்தது.

சரஸ்வதி மகால் நூலகத்தை மீட்ட காமாட்சி பாய் வழி கொள்கைகள்

ஹென்றி சல்லிவன் தாமசு அவர்கள் 1876ஆம் ஆண்டு தஞ்சை மாவட்ட ஆட்சித் தலைவராக இருந்தபோது பெரிதும் முயன்று தஞ்சையில் மருத்துவமனை ஒன்று பெரிய அளவில் கட்டவேண்டு மென்று விரும்பினார்.

காமாட்சிபாய் நன்கொடை - மருத்துவமனை கட்ட 40 ஏக்கர்

காமாட்சி பாய்

அப்போது தஞ்சை மராட்டிய அரசு குடும்பத்தின் தலைவியாக விளங்கிய சிவாஜி மன்னரின் மனைவி காமாட்சி பாய் தனக்குச் சொந்தமாக இருந்த 'இராணி பூங்கா' என வழங்கிய இடத்தில் இருந்த சுமார் 40 ஏக்கர் நிலத்தை அன்பளிப்பாக வழங்கி, பெரும் பொருளையும் கொடையாக வழங்கினார்.

அரசின் சார்பாக மாவட்ட ஆட்சித் தலைவர் ஹென்றி சல்லியன் தாமஸ் முயற்சி செய்தமையாலும், மராட்டிய அரசு குடும்பத்தினர் நிலம் அளித்தமையாலும், தஞ்சை மாவட்டப் பெரு மக்களான மிராசுதாரர்கள் பலர் பற்பல கட்டடங்களைக் கட்டப் பெரும் பொருளை வழங்கியமையாலும் இத்தஞ்சை மருத்துவமனைக்கு 'அரசினர் இராசா மிராசுதார் மருத்துவமனை' என்று பெயர் எற்பட்டது. அப்பெயர் நூறாண்டுகளுக்கு மேலாகியும் இன்னும் மாறாமல் அப்படியே வழங்கி வருகிறது.

இம்மருத்துவமனை தஞ்சை நகரின் மையப் பகுதியில் பேருந்து நிலையம் அருகில் பல கோடி ரூபாய்கள் மதிப்புள்ளதாக அமைந்துள்ளது குறிப்பிடத்தக்கது. இம்மருத்துவ மனைக்கு மராட்டிய அரசி காமாட்சியம்பா பாயின் நிலக் கொடையை அறிவிக்கும் ஆங்கில மொழிக் கல்வெட்டு, அவசர நோயாளிகள் பகுதியாக விளங்கும் 'தாமஸ் ஹால்' எனப்படும் பகுதியின் முன் அறையில் தென்கீழ் மூலையின் அடிப்பகுதி காணப்படுகிறது.

கல்வெட்டு (This Hospital was built on the Site presented by Her Highness the princess of Tanjore IOCI by the Voluntary contributions of the inhabitants of the District.A.D.1879).

சரஸ்வதி மகால் பொது நூலகமாக மாற்றம்

கடைசி பட்டத்து ராணி ஜிஜாம்பா பாய் (Jijamba Boi) *3.5.1912*இல் காலமானார். அவரது வாரிசுகளுக்கு இடையே சொத்து சம்பந்தமாகத் தகராறு ஏற்பட்டு, நீதிமன்றத்திற்குச் சென்றனர். இதில் சரஸ்வதி மகால் நூலகமும் அடங்கும். இவ்வழக்குப் பல ஆண்டுகள் நடைபெற்றது.

மன்னர் சரபோஜியால் பாதுகாக்கப்பட்ட நூலகத்தினை மன்னர் குடும்பத்தினர் தங்களது சொத்தாக எண்ணாமல் பொதுமக்கள் அனைவருக்கும் பயன்படும் வண்ணம் அன்பளிப்பாக அளிக்க வேண்டும் என்று எண்ணிய பெரியவர்கள், வழக்கில் தொடர்புடையவர்களைச் சந்தித்துப் பேசினர். வழக்கிலிருந்து சரஸ்வதி மகால் நூலகத்தின் பாத்தியதை எல்லாரும் விட்டுவிட ஒப்புக் கொண்டனர். (Saraswathy Mahal A Short History and Guide, R.Jayaraman, 1981. P.90)

மாவட்ட நீதிபதி வாலசும் இதைப் பற்றி முக்கிய வாரிசுகளான சிவாஜி ராஜாவிடமும், அவரது இளைய சகோதரர் பிரதாப சிம்ம ராஜாவிடமும் கூற அவர்களுடைய ஏற்பிற்கு மற்றைய வாரிசுகளையும்

இணங்கச் செய்தனர். இரண்டாம் சிவாஜியின் பெயரர்களான இவர்களும் ஏனைய வாரிசுகளும் ஒன்றுபட்டு இந்நூலகத்தினைப் பொது மக்களுக்கு நன்கொடையாக அளிக்க 25.03.1918இல் கூட்டு ஒப்பந்தம் செய்து கொண்டார்கள். மேலும் இந்நூலகம் மேம்பாட்டுக்காக ரூபாய் ஒரு லட்சத்துக்கு அறக்கட்டளை, ஏற்படுத்தவும் ஒப்புக் கொள்ளப்பட்டது.

அனைத்து வாரிசுகளும் எழுதித் தந்த கூட்டு ஒப்பந்தப்படி, நூலகத்தை மன்னர் சரபோஜி பெயருடன் சேர்ந்து 'தஞ்சாவூர் மகாராசா சரபோஜி, சரஸ்வதி மகால் நூலகம் எனப் பெயரிடப்பட்டது (1918) (Go.1306 of Govt of Madras Home(Edu) dated 5th Oct.1918).

அதன்படி, 1) இந்நூலகம் அரசின் அனுமதியுடன் தஞ்சாவூர் அரண்மனையிலேயே அமைந்திருக்க வேண்டும். 2) எக்காரணம் கொண்டும் நூலகம் அரண்மனையிலிருந்து இடமாற்றம் செய்யக்கூடாது. 3)அறக்கட்டளை நிறுவனமாக (Charitable Endoment act VI of 1890) அறிவிக்கப்பட்டதால் அரசின் ஆணைப்படி ஐந்து பேர் கொண்ட ஒரு நிர்வாகக் குழுவும் அமைக்கப்பட்டது. அதன்படி 1. மாவட்ட நீதிபதி, 2. மாவட்ட ஆட்சியர், 3. வழக்கு எண் 26/192இல் இடம் பெற்ற அரச குடும்பத்தில் மூத்த ஆண் வாரிசு. இவர் அரசரால் நியமிக்கப்பட வேண்டும். இதன்படி சிவாஜி-II மூத்த பேரன் சிவாஜி ராஜ சாகேப் ஆயுள் உறுப்பினராக நியமிக்கப்பட்டார். இவர் ஒன்பது ஆண்டுகள் பணியாற்றி 1927இல் காலமானார். பின்னர் இவரது இளைய சகோதரர் பிரதாபசிம்மராஜ வாழ்நாள் உறுப்பினராக நியமிக்கப்பட்டார். மற்ற இரண்டு உறுப்பினர்கள் சரபோஜி அரச குடும்பத்தினரைச் சேராதவராக, அரசு அலுவலராக இல்லாத, இந்து சமயத்தைச் சேர்ந்த, தஞ்சை மாவட்டத்திற்குள் இருக்க வேண்டும். இவர்களில் ஒருவரை அரசு நியமனம் செய்யும். மற்றொருவரைக் குடும்பத்தினர் நியமனம் செய்வர். இந்நூலகம் 1918ஆம் ஆண்டில் ஒரு இலட்ச ரூபாய் வைப்பு நிதியோடு இந்நூலகக் காப்புக் குழு அமைக்கப்பட்ட பிறகு தமிழக அரசாலும், இந்திய அரசாலும் அளிக்கப்படும் மானியங்களையும் பயன்படுத்தி அறிஞர்களுக்குப் பயன்படும் வகையில் சுவடிகளைப் பாதுகாத்தும், அரிய சுவடிகளை நூல்களாகப் பதிப்பித்தும் பொது நூலகம் என்பதை விட ஒரு ஆய்வு நூலகமாகத் திகழ்கிறது.

1. காமாட்சி பாய்க்குக் காலனி அரசின் இடையூறுகள்

அரண்மனையை கும்பினி அரசு கொள்ளை அடித்தது

காமாட்சிபாய்

காமாட்சிபாய் தஞ்சை ஆட்சிப் பொறுப்பை ஏற்ற பிறகு சீனியர் ராணி என்று அழைக்கப்பட்டார். இவரை Her-Higness" என்று அடை

மொழியுடன் அழைத்தனர். டல்ஹௌசி அவகாசியிலிக் கொள்கை அல்லது லாப்ஸ் கொள்கையின்படி சுதேச மன்னர்கள் வாரிசு இன்று இறக்க நேரிடின் அவர்களின் அரசுகள் ஆங்கில அரசுடன் இணைக்கப்படும் வாரிசு அற்ற மன்னர்கள் சுவீகாரம் எடுத்துக் கொள்வது தடை செய்யப் பட்டது. இதன்படி பல சுதேச ராஜ்ஜியங்கள் கும்பினி அரசுடன் சேர்க்கப்பட்டன. இது போலவே தஞ்சையும் கும்பினி அரசுடன் இணைக்கப்பட்டது.

இரண்டாம் சிவாஜி மரணத்திற்குப் பிறகு அரச குடும்பத்தினர்

இந்த நிலையில் தஞ்சை அரண்மனை நிலை குறித்து சென்னை தலைமைச் செயலர் இந்திய அரசு செயலருக்குத் தெரிவித்ததாவது 'காலஞ்சென்ற ராஜாவின் குடும்ப உறுப்பினர்கள் 22 நபர்கள் ஆவர்.

அரச குடும்பத்திற்கு உதவித்தொகை

உறவினர்கள் பற்றிய தகவல் பட்டியலில் சேர்க்கப்பட்டுள்ளது. அவர்களுடைய ஒட்டுமொத்த மாத உதவித் தொகை 4664-8-0 ரூபாய் ஆகும் (தஞ்சாவூர் கடிதங்கள், துரை.சுந்தரேசன், ப.221).

போர்பஸ் தன் அறிக்கையில் கூறியிருப்பதாவது: "அரண்மனையின் (மெயின் ஜாபிதா) பட்டியலில் வேலையாள், ஓய்வூதியதாரர் என 9800 நபர்களுக்கு மேல் உள்ளனர். அவர்களின் சம்பளம் 10 அணாவிலிருந்து 700 ரூபாய்வரை ஆகும். ராஜாவின் உறவினர்கள் 170 பேருக்கு மேல் தர்பாரில் உதவித்தொகை பெறுகிறார்கள். மாதச் சம்பளமாகவும் ஓய்வூதியமாகவும், கூலி என மொத்தம் 50,000 ரூபாய் செலவாகிறது. மன்னர் இறந்த பிறகு 1855அம் ஆண்டு நவம்பர் 22ஆம் தேதியன்று இருந்து வந்த வழக்கத்தையே தொடர வேண்டுமென்று ராணிக்கு அறிவுறுத்தப்பட்டது. சமீபகால உத்தரவில், கோர்ட் மேலே சொன்னதை அங்கீகாரம் செய்துள்ளது. ஆனால் பலவிதமான உரிமை கோரல்கள் எழுகின்றன. இது சாதாரணமான விஷயமாக இல்லை. இருந்த போதிலும் மேலும் சத்திரம், கோயில், சொத்துக்கள் மன்னர் வாங்கிய கடன்கள் அரசுக்கான தொகைகள் மீது விசாரணை நடத்த வேண்டியுள்ளது.

கமிஷனராக ஹென்றி போர்பஸ் நியமனம்

மேலே கூறப்பட்ட பல விஷயங்களைப் பற்றியும் சரியான முறையில் விசாரிக்க வேண்டுமென்றால், இதற்காகவென்றே ஒரு அலுவலரைத் தனியாக நியமிக்க வேண்டுமென்று கும்பினி அரசாங்கம் கருதியது. அந்தப் பணிக்குத் தகுதி வாய்ந்தவராக எச்.போர்பஸ் என்று கருதி கமிஷனராக அவரை அரசாங்கம் நியமித்தது.

அதன்பின் போர்பஸ் தஞ்சாவூருக்கு வந்தபிறகு எழுதியதாவது 'நான் 13ஆம் தேதி தஞ்சாவூரை அடைந்தேன். 1856ல் 'தர்பாரின்'

உறுப்பினர்களையும், காலஞ்சென்ற ராஜாவின் மருமகன்களான ராமச்சந்திர ராவ் சூரய் (Ramachandra Row Sooray) பிரீதால் ருத்ரா மன்னாரு ஜக்லே (Pretal Roodra Mannaroo Jugley) மனப்ப மொகிதே (Manappa Mohiay) ஆகிய மூவரையும், அதாவது குடும்பத்தின் ஆண் பிரதிநிதிகளாக இந்த மூவரையும் என்னுடைய ரெஜிடென்சியில் சந்திக்கச் சொல்லியிருந்தேன். எண் 311 இல் உள்ள 25ஆம் தேதி கடிதத்தில் 13ஆம் பத்தியில் காணப்பட்டிருந்த அறிவுரையின்படி பொதுவாக இந்திய அரசு ஆணையின் நோக்கம் பற்றி நான் அவர்களுக்குத் தகவல் தந்தேன்.

தஞ்சாவூர் அரசாங்கம் முடிந்துவிட்டது என்ற தகவல் முன்கூட்டியே தர்பாருக்குத் தெரிந்திருக்கிறது என்பது தெளிவாகத் தெரிந்தது. இருந்தபோதிலும், வாரிசு ஒருவர் நியமிக்கப்படுவார் என்ற நம்பிக்கை அவர்களிடம் இருந்திருக்க வேண்டும். அலுவல் ரீதியாக நான் அறிவிப்பு செய்த பிறகு அவர்கள் நம்பிக்கையிழந்து விட்டனர்.

இந்த அறிவிப்பைப் பொதுவாகப் பரப்புவதற்கு நான் எந்தவித முயற்சியும் எடுக்கவில்லை. ஆனால் அது தானாகப் பரவிவிட்டது. பொதுமக்களிடையே எந்தவித உணர்ச்சிகரமான ஆர்ப்பாட்டமும் நடக்கவில்லை. அதனால், நகரத்தின் காவலரின் உதவியை நாட வேண்டிய அவசியம் எனக்கு எழவில்லை.

சொத்துக்களைப் பட்டியல் போடு

29ஆம் தேதியன்று, ரெஸிடெண்ட் ஆகப் பணியாற்றுபவரிடம் ஒரு சில பட்டியல்களைத் தயாரிக்கும்படி சொன்னேன். குடும்பம் ராஜாவின் சேவகர்கள் பற்றிய பட்டியல் நிலம் அரசாங்கத்தின் சொத்து முதலிய விவரம் என இவைகள் பற்றிய தகவல்கள் என் முன்னால் இருந்தால்தான் நான் என் பணியைத் தொடங்க முடியும் என்று தெரிவித்தேன். செர்ரி (Cherry) அதற்குண்டான ஆணையை வெளியிட்ட தோடு, சர்க்கீலிடம் வற்புறுத்தி விரைந்து செயல்பட வைத்தார். இருந்த போதிலும், நான் வந்தபோது, எந்தத் தகவலும் தயார் செய்யப்பட வில்லை. இதுவரையில் அந்த வேலை தொடங்கப்படவும் இல்லை. எந்த விஷயத்தையும் அவர்கள் தாமதப்படுத்துவார்கள். அதனால் தான் இவ்வாறு நேர்கிறது. எல்லா காலங்களிலும் அரண்மனையிலிருந்து கணக்குகளைப் பெறுவது மிகவும் கடினம். ஏனெனில் காலஞ் சென்ற ராஜாவின் வேலையாட்களின் பிடிவாதமும், தங்களுடைய எஜமானரின் குடும்பம் வீழ்ந்துவிட்டது என்பதைப் பொறுத்துக் கொள்ளமுடியாததாலும் ஆகும்.

நான் 'சர்க்கீலுக்கு' எழுதிய கடிதத்தின் நகலை ரெஸிடெண்டாகப் பணிபுரிபவருக்கு அனுப்பி, அரண்மனைக்கு என்னோடு வரும்படி

அழைத்தேன். அங்குள்ள அரசாங்க சொத்துக்களைப் பாதுகாக்கும் விதமாகப் பாதுகாவலரை நியமித்தேன். 25வது ரெஜிமண்ட் இராணுவம் அப்போது தஞ்சாவூரில் இருந்தது. அவர்களுடைய உதவியையும் கேட்டுப் பெற்றேன். இன்று காலையில் எந்த பயமுறுத்தலுமின்றிக் குழப்பமும், எழுச்சியும் இல்லாமல், நகைகள் இருந்த வீடு, துணிமணிகள் இருந்த இடம், ஆயுதங்கள், வெள்ளியிலான வாகனங்கள் அம்பாரிகள் வைக்கப் பட்டிருந்த இடம், ஆயுதக் கிடங்கு அடைக்கப்பட்டிருந்த பகுதி என இங்கெல்லாம் பாதுகாப்பு வீரர்களை நிறுத்தி வைத்தேன். அரண்மனையி லிருந்து சற்றுத் தொலைவில் இராணுவத்தின் ஆயுதக் கிடங்கு இருந்தது. அங்கு இருந்த வெடி மருந்தை உடனே அழித்துவிட ஆணையிட்டேன். அங்கிருந்த பாதுகாவலரையும் நீக்கி இராணுவ வீரர்களின் பிரிவை அரண்மனைக்கு வெளியே நிறுத்தினேன். அத்துடன் அவர்களை விடுவிப்பவரையும் வெளியே நிறுத்தினேன். இதன் பின்னர் வாயிலை மட்டும் காக்கும்படி அவர்களுக்கு ஆணையிட்டேன். உள்ளே செல்லவும், வெளியே வரவும் என வழக்கம் போல இருக்கும் ஏற்பாட்டைச் செய்தேன்.

'சர்க்கீலிடமிருந்து' பெறமுடியாத பட்டியலைத் தற்போது நானே தயாரித்துக் கொள்ளமுடியும் என்பதால், நான் வேலையைத் துரிதமாகத் தொடர்ந்தேன்.

போர்பஸ் சர்க்கீலுக்குத் தெரிவித்தது (1856 அக்டோபர் 17)

"15ஆம் தேதியன்று, தஞ்சாவூர் அரசாங்கத்தைத் திரும்ப எடுத்துக் கொள்ளும்படி எனக்கிடப்பட்ட கட்டளைப்படி, நான் உங்களுக்கு அளித்த தகவலில், தனிப்பட்ட சொத்துக்கள் எல்லாம் கவனத்துடன் மதிக்கப்படும் என்பதோடு, பொதுச் சொத்துக்கள் பிரிட்டீஷ் அரசாங்கத்தின் பொறுப்பில் சேர்ந்துவிடும் அப்படிப்பட்ட சொத்துக்களைப் பாதுகாப்புடன் வைக்கும்படி அரசாங்கம் எனக்குக் கட்டளையிட்டுள்ளது.

உண்மையுடனும், விசுவாசத்துடனும் தன்னுடைய பொறுப்பில் உள்ளதை எல்லார் முன்னிலையிலும் எல்லாவற்றையும் என்னிடம் ஒப்படைக்கும்படி அவர்களை நீங்கள் அறிவுறுத்த வேண்டும். இதை ஏற்காமல் ஏமாற்ற நினைத்தால், பிரிட்டீஷ் அரசாங்கத்தின் கோபத்திற்கு அவர்கள் ஆளாவார்கள் என்பதைத் தெளிவுபடுத்துங்கள் என்று தெரிவித்தார்.

சொத்துக்கள் ஏலமிடப்பட்டது

1856ஆம் ஆண்டு ஏப்ரல் மாதம் 16ஆம் தேதி அரசின் கோர்ட் ஆப் டைரக்டர்கள், "தஞ்சாவூர் அரசாங்கம் முடிவுக்கு வந்துவிட்டது" என்று தெரிவித்தார்கள். பரம்பரை ஆண்வாரிசு இல்லை என்பதை

அதற்குக் காரணமாகத் தெரிவிக்கப்பட்டது. விதவை இராணி பதவியேற்பது குறித்துச் சுட்டிக் காட்டப்படவேயில்லை. மன்னர் சிவாஜி இறந்த உடனேயே சிறப்பு வழக்கறிஞராகப் போர்ப்ஸ் தன்னை ஆக்கிக் கொண்டதோடு, கிழக்கிந்திய கம்பெனி அரசு ஏலக்காரராகவும் மாறிக் கொண்டார். அவ்வாறு தன்னை நியமித்துக் கொண்ட பிறகு, போர்ப்ஸின் முதல் நடவடிக்கையாக, ராஜாவின் குதிரைகள், யானைகள் வாகனங்கள் என பலவற்றையும் சென்னைக்கு அனுப்பி வைத்தார். அவைப் பொது ஏலத்தில் அங்கு விற்கப்பட்டன. அடுத்ததாக, நிலங்களின் ஒவ்வொரு அங்குலத்தையும் பிடுங்கிக் கொண்டார். ராஜாவுக்குச் சொந்தமானது மட்டுமல்லாமல், ராஜா மரணமடைந்த போது அரச குடும்பத்துப் பெண்கள் வைத்திருந்த நிலங்கள் அல்லது அந்நிலங்கள் தற்போது வேறு ஒருவரிடம் இருந்தாலும், ஒரு காலத்தில் ராஜாவுக்கு உரியதாக இருந்த நிலங்களானாலும் நிலங்களின் துண்டு, துணுக்கு களையும் கூட அவர் விட்டு வைக்கவில்லை.

இவ்வாறு நிலமாக இருந்த சொத்துக்களைப் பிடுங்கிக் கொண்ட பிறகு, அடுத்ததாக, அரச குடும்பத்தினரின் மேல் தன் கவனத்தைத் திருப்பினார். அதன்படி, தஞ்சாவூர் வழியாகச் சென்ற சிப்பாய்களின் பிரிவைத் தனக்குச் சாதகமாகப் பயன்படுத்திக் கொண்டார். அதற்கு முன்பாகவே, ராஜாவினுடைய இராணுவப் பிரிவிடமிருந்த ஆயுதங் களைப் பறித்துக் கொண்டதோடு, இராணுவத்தையும் கலைத்து விட்டார். பாதுகாப்பற்ற நிலையில் இதன்மூலம் அரண்மனையிலிருந்த விலையுயர்ந்த பொருட்களை அள்ளிக் கொள்ள முடிந்தது. இத்துடன் ஒரு இராணுவக் கம்பெனியை அரண்மனைக்குள்ளே அழைத்துச் சென்றார். விலையுயர்ந்த பொருட்கள் வைக்கப்பட்டிருந்த பல அறைகள் பூட்டப்பட்டு அரச முத்திரை வைக்கப்பட்டிருந்தது. அந்த முத்திரைகளை உடைத்து, அதன் உள்ளே இருந்தவைகளைப் பார்வையிட்டார். அங்கிருந்த நகைகள், விலையுயர்ந்த துணிகள், அரசரின் தனிப்பட்ட ஆயுதங்கள், நூலகம், மேஜை, நாற்காலி போன்ற மரச்சாமான்கள் என அவற்றையெல்லாம் தன் வசமாக்கிக் கொண்டு, அக்கதவுகளின் மீது தன் முத்திரையையிட்டதோடு, ஓர் ஆயுதந்தாங்கிய பாதுகாவலரையும் அங்கு நியமித்தார்.

பூட்டுகள் உடைக்கப்பட்டு சொத்துகள் சூறையாடப்பட்டன

ஏலக்காரராக மாறிவிட்ட ‘போர்ப்ஸ்’ அவர்களைத் தொடர்ந்து விற்பனையாளரான ‘பிலிப்ஸ்’ அரண்மனையிலிருந்த தட்டுமுட்டு மற்றும் பிற சாமான்களை அரண்மனையிலேயே ஏலம்விட்டார். தனிப்பட்ட முறையில் ராஜா வைத்திருந்த ஆயுதங்களை விற்பனைக்காகச் சென்னைக்கு அனுப்பி வைத்தார்.

தங்களுடைய அறைகளின் சாவிகளை அரண்மனையிலிருந்த பெண்கள் கொடுக்க மறுத்ததால், 'பிலிப்ஸ்' 'தச்சர்களையும், கருமான் களையும் அழைத்து வந்து மாற்றுச் சாவிகளைக் கொண்டு அறைகளைத் திறந்து அங்கிருந்த பொருட்களை எடுத்துச் சென்றுவிட்டார்.

இதன் பின்னர், போர்ப்ஸ் 1856ஆம் ஆண்டு அக்டோபர் 17ஆம் தேதி தான் பொதுச் சொத்தைக் கைப்பற்ற உத்தேசித்துள்ள நோக்கத்தைச் சர்க்கீலுக்குக் கடிதம் மூலம் தெரிவித்தார். அதற்கடுத்த நாள், 25வது ரெஜிமெண்டின் உதவியோடு அரண்மனைக்குச் சென்று அங்கிருந்த சொத்துக்களைக் கைப்பற்றினார். போர்ப்ஸ் அனுப்பிய அறிக்கையிலிருந்து தெரியவருவது என்னவென்றால், "அந்த சமயத்தில் ராஜாவின் குடும்ப உறுப்பினர்களிடமிருந்தும், கோட்டையில் குடியிருந்தவர்களிட மிருந்தும் அரசாங்கத்தைக் கைப்பற்றும் போது, எந்தவித எதிர்ப்பும் வரவில்லை. அது, எதிர்ப்பில்லாத அதிகாரத்தின் செயல்பாடு என்றே இரு தரப்பினரும் கருதினார்கள். ஏனென்றால், எதிர்ப்பு என்பது வீணான ஒன்றாகும். ஆனால் "அதிக அளவு துக்கமும் துயரமும் வெளிப்பட்டன; பிறகு அரசாங்கத்தின் அதிகாரத்திற்கு எல்லாரும் அடிபணிந்தார்கள்" என்று அவர் தன் கடிதத்தில் குறிப்பிட்டார்.

2. அரசகுடும்பத்தைக் காப்பாற்ற நார்டனின் செயல்பாடுகள்

உச்சநீதிமன்ற வழக்கறிஞர் நார்டன் தடை வாங்கினார்

எஞ்சியவை நார்டனால் காப்பாற்றப்பட்டது

விலையுயர்ந்த நகைகள், ஆயுதங்கள், சிம்மாசனம் முதலியவைகள் சென்னை, லண்டன் முதலிய இடங்களுக்கு அனுப்பப்பட்டன. அதைக் கண்டித்து ராணிகள் கும்பினி அரசிற்குப் பல விண்ணப்பங்கள் செய்தும் அரசாங்கம் செவி சாய்க்கவில்லை. ஆகையால் ஆங்கிலேயரின் பேரில் தாவா தொடருவதற்கான ஏற்பாடுகளை ராணிகள் செய்யலாயினர். கவர்னர் ஜெனரலுக்கும், சென்னை கவர்னருக்கும் அவசியமான கடிதப்போக்குவரத்து செய்து தஞ்சை ராணிகளின் நியாயத்தை எடுத்துரைக்க, பிரபல பாரிஸ்டரான ஜான் புரூஸ் நார்டன் என்பவரை நியமித்து ஈடுபடச் செய்தனர். அவர் மூலமாகக் கும்பினி அரசின் பேரில் 18-11-1856இல் சென்னை உச்ச நீதிமன்றத்தில் சுப்ரீம் கோர்ட்டில் தாவா தாக்கல் செய்யப்பட்டது. இதில் கும்பினியாரையும் மற்ற பாயிமார்களையும் பிரதிவாதிகளாக்கி ஒரு வழக்குத் தொடுத்தார்.

இச்சமயத்தில் வழக்கறிஞர் நார்டன் ரெசிடெண்ட்சியுடன் அரண்மனைக்கு வந்து *(22.11.1856)* வக்காலத்து வாங்கிச் சென்னை உச்சநீதி மன்றத்தில் (Supreme Court) பிராது செய்தார். பிரமாணம்

செய்யும் பொழுது துளசியும் உப்பும் கையில் கொடுத்து மூத்த இராணி காமாட்சி பாயிசாகேப் இடத்தில் பிரமாணம் வாங்கப் பெற்றது. (மாமன்னர் சரபோஜி ஆய்வுக்கோவை தொகுதி-III, கே.நாகராஜன், ப.160)

இத்தாவாவின் மூலம் நார்டன் அரண்மனையைச் சேர்ந்த எந்த சொத்தையும் அப்புறப்படுத்தவோ, பாராதீனம் செய்யவோ கூடாது என தற்காலிக தடை உத்திரவைப் பெற்றார். இதனால் எஞ்சிய அரண்மனைச் சொத்துக்கள் தஞ்சையை விட்டு வெளியேறவில்லை. இத்துடன் சரஸ்வதி மகால் நூலகமும் தப்பித்தது.

சென்னை உச்சநீதிமன்றத் தீர்ப்பு

தஞ்சை ராணிகளின் தாவாவை விசாரித்த சென்னை உச்சநீதிமன்ற நீதிபதிகள் 11.2.1857இல் இராஜ்யத்தை அபகரித்தது அநீதம், பட்டத்து ராணிதான் அரசின் வாரிசு, கும்பினி அரசு செய்தது படுமோசம் என்று தீர்ப்பளித்தனர். பின்னர் இந்தத் தீர்ப்பின் பேரில், கும்பினி அரசு இங்கிலாந்தில் மகாராணியின் உச்சநீதிமன்றத்தில் (Privy Council) மேல் முறையீடு செய்தது.

லண்டன் பிரிவு கவுன்சில் அரசிற்கு எதிராகத் தீர்ப்பளித்தது

தஞ்சை இராணியை ஆதரித்து அட்டானி ஜெனரலாக இருந்த ரிச்சர்ட் பெத்தல் வழக்கை நடத்தினார். கம்பெனிக்காக சர் ஹூக் கைடஸ் (Sir Hugh Caidus) வாதாடினார். போர்பஸ்சால் கைப்பற்றப் பட்டவைகள் அவருக்கு அளித்த அறிவுரையின்படியே நடந்துள்ளதால் அது அரசாங்கத்தின் செயலாகும் என்று அவர்கள் இருவரும் ஆமோதித்தார்கள்.

“கையிலிருக்கும் ஆவணங்களிலிருந்து, கிழக்கிந்திய கம்பெனிக்கோ கிரேட் பிரிட்டன் அரசருக்கோ, இந்த அரசை எடுத்துக் கொள்ளவோ, ராஜாவின் சொத்துக்களில் சிலவற்றைக் கைப்பற்றவோ எந்தவிதமான சட்ட உரிமை இருக்கிறது என்பதற்கான ஆதாரத்தை என்னால் காண முடியவில்லை. உண்மையில் சொத்துக்கள் அபகரிக்கப்பட்டது மிகவும் கொடுமையானதும் நியாயமற்றதுமாகும்” என்று அட்டார்னி ஜெனரல் குறிப்பிட்டார் (தஞ்சாவூர் கடிதங்கள், துரை.சந்திரசேகரன், ப.17).

உள்நாட்டு நீதிமன்றத்திற்கு அதிகாரம் இல்லை

இருப்பினும் தீர்ப்பு ராஜரீக முறையில் நடத்திய செய்கைகளைக் குறித்து விவாதிக்கவோ தீர்மானிக்கவோ எந்த உள்நாட்டு நீதிமன்றத்திற்கும் அதிகாரமில்லையாதலால் சென்னை நீதிமன்றத் தீர்ப்பு செல்லத்தக்க தல்லவென்று Privy council தீர்ப்பளித்தனர். அந்தத் தீர்ப்பின்படி கும்பினி அரசு மன்னரின் சொத்துக்களைச் சென்னை அரசிற்குச் சேர்த்து

விடும்படியும், ஜங்கம் சொத்துக்களாகிய நகைகள், புத்தகாலயம், ஆயுதசாலை முதலியவைகளையும் வெள்ளி, தங்க ஆசனங்கள், வாகனங்கள் முதலியவற்றை உடைத்தும் உடைக்கக் கூடாதவைகளை அப்படியே சென்னைக்கு அனுப்பி வைக்கும்படியும் உத்தரவிட்டனர்.

பிறகு ராணிகள் தங்கள் அறைகளைத் திறக்க மறுத்ததால் கதவு களையும் பூட்டுகளையும் உடைத்தார்கள். இப்படி அகற்றப்பட்ட சாமான்களில் தஞ்சையிலிருந்து வெகுமதியாக விக்டோரியா மகாராணிக்கு லண்டனுக்கு எடுத்துச் சென்றவைகளில், அரசின் விலையுயர்ந்த நகைகள், கற்கள் பதித்த ஆயுதங்கள், சிம்மாசனம், தங்கத்திலான அம்பாரி, அரச சின்னமுடைய தங்க வெள்ளி விருதுகள் முக்கியமானவைகளாகும்.

சரஸ்வதி மகால் நூல்களைச் சென்னையிலுள்ள லிட்ரரி சொசைட்டிக்கு மாற்ற வேண்டுமெனவும், அங்கிருந்து முக்கியமான நூல்களை இங்கிலாந்திற்கு எடுத்துச் செல்ல வேண்டுமெனவும் அவ்வுத்தரவில் கண்டிருந்தது.

இத்துடன் அரண்மனையில் இருந்த மிருகக் காட்சி சாலையில் (Zoo) மிருகங்களை வைத்துக் கொள்ள குடும்பத்தினருக்கு வாய்ப்பு அளிக்கப்பட்டிருந்தன. அவைகளை வைத்துக் கொள்ள விருப்பம் இல்லாத நிலையில் மதிப்புள்ளவைகளை மட்டும் பியூபிள்ஸ் பார்க்கிற்கு (Peoples Park) அனுப்பி வைக்கவும் மற்றவைகளை அழிக்கவும் எனவும் உத்தரவு பிறப்பிக்கப்பட்டிருந்தது.

தஞ்சையில் கமிஷனராகப் பொறுப்பேற்றிருந்த போர்ப்ஸ் மேற்கண்ட உத்திரவுகளை வெகுவிரைவாக அமுலுக்குக் கொண்டுவந்தார். மன்னரின் ஆயுத சாலையிலிருந்த ஆயுதங்கள் திருச்சி ஆர்டினன்ஸ் ஆயுத சாலைக்கு எடுத்துச் சென்றனர்.

இதற்கிடையில் சொத்துக்களின் காவலுக்காக வைக்கப்பட்டிருந்த துருப்புக்கள் அறையின் பூட்டுகளை உடைத்து அநேக சாமான்களைக் கொள்ளையடித்து விட்டனர். இச்சம்பவத்தை ராணியார் புகார் செய்து பிற்காலத்தில் அதற்கான நஷ்டயீட்டைப் பெற்றார். அரண்மனையில் அரசருடைய சொந்த ரிகார்டுகளில் ராஜாராமின் வாரிசு பாத்தியதைக்குச் சாதகமானவைகளை எரித்துவிட்டு உபயோக மற்றவைகளை ராணியிடம் அனுப்பினர். இந்த சம்பவங்களைக் குறித்து ராணி நார்டன் மூலமாய் புகார் செய்யவே சென்னை அரசு விற்பனையாளர் பிலிப்பை வேலையிலிருந்து நீக்கியது.

இங்கிலாந்து நாடாளுமன்றம் காப்பாற்றியது

இங்கிலாந்து லண்டன் பிரிவி கவுன்சில் தீர்ப்புக்குப் பிறகு நார்டன் விடாமுயற்சி செய்து பாராளுமன்ற அங்கத்தினர்களின் ஆதரவைப் பெற்று தஞ்சை அரசு விஷயங்களைப் பாராளுமன்றத்தில் மறுபடியும் விவாதிக்கச் செய்து ஆங்கில அரசின் மனதை ஒருவாறு இளகவைத்தார். இது தவிர ராணியும், ராஜாராமும் (சரபோஜிIII) தஞ்சையிலிருந்து பலரை அனுப்பி நார்டனுக்குப் பக்கபலமாக ஆங்கிலேயச் சீமான்களுடன் தங்கள் சார்பில் வாதாடச் செய்தனர். அதன் பயனாய் ஆங்கில அரசு தஞ்சைப் பட்டத்து ராணி காமாட்சி பாய் சாகேபுக்கு மன்னருடைய சொத்துக்களைத் திருப்பிக் கொடுத்தனர். 21st ஆகஸ்ட் 1862இல் இச்சொத்துக்கள் பட்டத்து ராணியின் நிர்வாகத்தில் இருக்க வேண்டும் என்றும் அவற்றினின்று கிடைக்கும் வருமானங்களில் அரசரின் மற்ற மனைவியருக்கும், சரபோஜியின் மகள் முக்தாம்பாள் பாய் சாகேப்புக்கும் பாத்தியமுண்டு என்றும் நிபந்தனை விதிக்கப்பட்டது.

இதன்படி ஆங்கில அரசு தனது தீர்மானத்தில் அரச பரம்பரைக்கு உரிய எஸ்டேட், கிராமங்கள், சொத்துக்கள், சரஸ்வதி மகால் நூலகம் அரண்மனை தர்பார் மண்டபம் ஆகியவைகளை விதவை ராணியான காமாட்சி பாய் சந்ததிக்கு உடமை என்று கூறியது. காமாட்சி பாய் சரபோஜியின் மகள் சக்வரா பாயிக் மகனான மூன்றாம் சரபோஜியை (ராஜாராம்) தத்தெடுத்துக் கொண்டார். சிவாஜிக்குப் பின் அரசரான மூன்றாம் சரபோஜியும் தங்களது பாரம்பரியத்தைக் காத்தனர். திருமண உறவுகளை முன்போலவே மகாராஷ்டிரா பரம்பரையிலே செய்து கொண்டனர்.

எனது எண்ணம்

மராட்டிய அரசு முடிவுற்றாலும் தஞ்சை நினைவுக்கு வரும்போது அக்கணமே அடிமனத்திலிருந்து எழுவது மனதில் பெரும் சிறப்பு வாய்ந்த புகழ் பெற்ற பெரிய கோயில் என்ற பெருவுடையார் கோயில். இதற்கடுத்தது வியப்பூட்டும் நிறை வளமுடைய சரஸ்வதி மகால் நூலகமாகும். முதலில் கூறப்பட்டது சோழர்களின் பாராட்டுதலுக்குரிய நினைவுச் சின்னம் அடுத்தது மராட்டியர்களுடைய கொடை ஆகும்.

வரலாற்றுச் சிறப்பு மிக்க
சரஸ்வதி மகால் நூலகம்

உலகின் பழைமை வாய்ந்த நூலகங்களில் இரண்டாவது இடம்

இந்நூலகம் சரபோஜி காலத்தில் பெரிய அளவில் விரிவுபடுத்தப் பட்டது. வரலாற்றுப் பெருமை கொண்ட சரஸ்வதி மகால் நூலகம்

சரஸ்வதி மகாலின் முந்தைய முகப்பின் தோற்றம்

உலகில் பழமை வாய்ந்த நூலகங்களில் முதன்மையான வாடிக்கன் நூலகத்திற்கு அடுத்தபடியாக இரண்டாவது இடத்தைப் பெற்றுள்ளது. இந்நூலகம் 13, 14ஆம் நூற்றாண்டிலேயே இருந்துள்ளது என்று டாக்டர் பர்னல், வ.வேணுகோபாலன் பி.பி.எஸ்.சாஸ்திரி போன்ற சரித்திர ஆய்வாளர்கள் கருதுகின்றனர்.

நூலகத்தில் உள்ள நூல்களின் எண்ணிக்கை

இந்நூலகத்தில் உள்நாட்டு மொழிகள் மட்டுமின்றி வெளிநாட்டு மொழிகளான ஆங்கிலம், பிரெஞ்சு, ஜெர்மன் போன்ற மொழிகளில்

சரஸ்வதி மஹால் நூலகம் இன்றைய முகப்புத் தோற்றம்

சரஸ்வதி மகால் நூலகத்தில் மேற்கூறையில் உள்ள படம்

சுமார் 4500 நூல்களை மன்னர் சரபோஜி சேகரித்துள்ளார். பல நூல்களில் இவர் கையொப்பங்களுடன் அந்நூல்களில் வாங்கிய குறிப்புகள்

உள்ளன. இவர் படிக்கும் போது காணப்படும் சிறப்புச் செய்திகளின் பக்கத்தில் கோடிட்டக் குறிப்புகளும் எழுதப்பட்டுள்ளன. இம்மன்னர் அரசாண்ட காலத்தில் எழுதப்பட்ட ஆவணங்களில் தஞ்சாவூர் பற்றியும் இங்குள்ள சமூகப் பொருளாதார சூழ்நிலைகளைப் பற்றியும் தெளிவாக அறிந்து கொள்ளமுடிகிறது. சரஸ்வதி மகால் நூலகத்தில் ஓலையிலும், காகிதத்திலும் எழுதப்பட்ட சுவடிகள் சுமார் 49,000த்திற்கு மேல் உள்ளன. அதில் வடமொழிச் சுவடிகள் 39,000, தமிழ்ச் சுவடிகள் 6,000, மராத்தி ஓலைச் சுவடிகள் 3000, தெலுங்குச் சுவடிகள் 800 போன்றவைகள் குறிப்பிடத்தக்கன. பல மொழிகளில் உள்ள இச்சுவடிகளை இடையீடின்றி படியெடுக்கும் பணி மேற்கொள்ளப்பட்டும், தொகுக்கப்பட்ட சுவடிகளை எளிதாகக் கையாள அனைத்துச் சுவடிகளுக்கும் உரிய அட்டவணை சரபோஜி காலத்தில் தான் முதன் முதலாகத் தயாரிக்கப்பட்டுள்ளது.

சுவடிகள் விலைக்கு வாங்கப்பட்டது

நூலகச் சுவடிகளில் சித்த மருத்துவம், யுனானி, ஆயுர்வேதம், அலோபதி போன்ற மருத்துவமுறைகளைக் கூறும் சுவடிகளும் அடங்கும். இந்தச் சுவடிகளைச் சேகரித்த விதம் நம்மை வியப்பில் ஆழ்த்துகிறது. வடஇந்தியாவிலுள்ள காசி புனிதப் பயணத்தின் போது விலைக்கு வாங்க திருப்பனந்தாளில் காசிமடத்துத் தம்பிரான் வாயிலாக ரூ.1000 கொடுத்ததாக மோடி ஆவணச் செய்திகள் தெரிவிக்கின்றன. காசியிலிருந்து வரவழைந்த சுவடிகளின் அட்டைகளில் இதுபற்றிய குறிப்பும் எழுதப்பட்டுள்ளது. விலைக்குக் கொடுக்க மறுத்த புலவர்களின் வீடுகளிலிருந்து சுவடிகளைப் படியெடுத்தும்

எழுத்தாணியும் ஓலைச் சுவடியும்

மிகச் சிறிய ஓலைச் சுவடி

காணக் கிடைக்காத சுவடிகள்

சரஸ்வதி மஹாலில் சரபோஜி தொகுத்தார். இத்தகைய அரிய பணியை நிறைவேற்றும் பொறுப்பு அரண்மனைப் புரோகிதரும், வடமொழி அறிஞருமான மானம்பட்டர் என்பவருக்கு அளிக்கப்பட்டது.

இச்சுவடிகளைப் பாதுகாத்து வரும் இந்நூலகம் சரபேந்திர வைத்திய முறைகளையும், பிற இலக்கியச் சுவடிகளையும் 1949ஆம் ஆண்டு முதல் சென்னை அரசின் நிதி உதவியால் வெளியிடத் தொடங்கியது. இதற்கென 21 வல்லுநர்களை அரசு நியமித்தது. அன்று முதல் வெளியீட்டுப் பணி தொடர்ந்து நடைபெற்று வருகிறது. இந்நூலகம், நீரிழிவுச் சிகிச்சை, சிரோரோகச் சிகிச்சை, குன்மரோகச் சிகிச்சை, வாதரோகச்

சிகிச்சை, சித்த வைத்திய முறைகள் ஆகியவைகளைச் சரபேந்திர வைத்திய ரத்னாவளி என 30க்கும் மேற்பட்ட மருத்துவ நூல்களை வெளியிட்டு விற்பனை செய்து வருகின்றது.

இந்நூலகம் ஊரின் மையத்தில் தஞ்சை அரண்மனை உள்ளே உள்ள பெரிய கட்டடத்தில் உள்ளது. இதில் சரபோஜி இருபத்திரெண்டாயிரத்திற்கும் அதிகமான பல பொருள்களைப் பற்றிய கையெழுத்துப் பிரதிகளையும் சேகரித்து வைத்துள்ளார். இதன் காரணமாக உலகிலேயே கையெழுத்துப் பிரதிகள் அதிகம் உள்ள நூலகங்களில் இதுவும் ஒன்றாகத் திகழ்கின்றது. இவைகளில் பெரும்பாலும் சமஸ்கிருத நூல்களே மிகுதி ஆகும். சரபோஜிக்கு முன்னர் இது போன்று பெரிய அளவில் நூல்களையும் ஓலைச் சுவடிகளையும் சேகரித்து வைத்தவர் மாமன்னர் அக்பர். இவர் நூலகத்தில் இருபத்தி நான்காயிரம் தொகுப்புகள் இருந்தன. இதைப் போலவே மன்னர் சரபோஜி சேகரித்தவைகளும் அதற்கு இணையாக உள்ளது என்பது குறிப்பிடத்தக்கது.

சரபோஜி நூலகத்தில் உள்ள அரிய நூல்கள்

சரஸ்வதி மகால் நூலகச் சுவடிகள் ஓர் அரிய கருவூலம் என்றால் மிகையில்லை 1719ஆம் ஆண்டு எழுதப்பட்ட கம்பராமாயணத்தின் ஏழு காண்டங்கள் அடங்கிய ஓலைச்சுவடியையும், பஞ்சபட்சி சாஸ்திரம் மிகச்சிறிய ஓலைச்சுவடியில் எழுதப்பட்டுள்ளதையும், பர்மிய எழுத்தில் உள்ள சமஸ்கிருதச் சுவடியையும், வங்க எழுத்தில் எழுதப்பட்ட தத்துவ சிந்தாமணி என்ற சமஸ்கிருதச் சுவடியையும், ஏகாம்பர புராணம் என்ற சமஸ்கிருத சுவடி ஒரிய எழுத்தில் உள்ளதையும் இங்குக் காணமுடிகின்றன.

பழமையான அட்லாஸ்

இந்நூலகத்திலுள்ள பழமையான அட்லாஸ் 1662, 1663, 1696ஆம் ஆண்டுகளில் அச்சிடப்பட்டவையாகும். இதில் 78 படங்கள் பிரஞ்சு மொழியில் விளக்கம் தரப்பட்டுள்ளது. மேலும் இதில் ஒவ்வொரு நாட்டினைப் பற்றிய விளக்கமும் கடல் வழியும் குறிப்பிடப்பட்டுள்ளன. 1692இல் அச்சிடப்பட்ட இந்திய வரைபடமும் இந்நூலகத்தில் இடம் பெற்றுள்ளது.

இத்தொகுப்பில் உள்ள “A Map of Hindustan or the Mohal empire” எனும் இந்திய நில வரைபடம் 1718இல் தயாரிக்கப்பட்டதாகும். இப் படத்தில் தமிழ்நாட்டின் கடற்கரை ஆந்திர பிரதேசம் ஓங்கோல் வரை உள்ள பகுதியை கர்நாடக மண்டலமாகக் குறிப்பிடப்பட்டுள்ளது. இப்படத்தில் இந்தியாவையும் இலங்கையையும் இணைக்கும்

ஆடம்பாலம் (Adams Bridge) குறிப்பிடப்பட்டுள்ளது. Glossary of Madras Presidency Vol-III என்னும் நூலில் மேக்லீன் என்பவர் கி.பி.1480 வரை இப்பாலம் நடைபாலமாகப் பயன்படுத்தப்பட்டதாகக் குறிப்பிடுகின்றார். பின்னாளில் கடல் அரிப்புகளால் இப்பாலம் அழிவுக்குள்ளானது என்பது வரலாறு. (இப்பாலமே இராமர் பாலம் எனக் குறிப்பிடப்படுகிறது)

உலக வரைபடத்தில் கேப்டன் குக் பயணம் செய்தபாதை அவரது கண்டுபிடிப்புகள் குறிப்பிடப்பட்டுள்ளன. இதுபோன்ற பல நிலவரைப் படங்கள் இங்கு உள்ளன. நாட்டு நடப்பையும் ஆட்சி முறையையும் அறிந்து கொள்வதற்காக 78 ஆண்டேடுகள் நெறிகாட்டிகள் உள்ளன. அவற்றுள் 1807 ஆம் ஆண்டு முதல் சென்னை மாகாணத்தின் ஆட்சி முறையைக் கூறும் "மெட்ராசு அல்மனக்" 42 நூல்கள் உள்ளன.

வண்ண ஓவியங்கள்

பெர்தோஷி எழுதிய பாரசீக இலக்கியம் ஷாஹநாமாவும், முகமதிய கவி அம்பர் ஹுசேன் ஸ்ரீபகவத் கீதைக்கு எழுதிய மராத்திய விரிவுரையும், கி.பி.1784இல் வெளிவந்த ஆங்கில அறிஞர் சாமுவேல் ஜான்சன் அவர்களுடைய ஆங்கில அகராதியின் ஐந்தாம் பதிப்பும், பிரபோத சந்திரோதயம் நாடக விளக்கமும், ரிக்வேதச் சுவடிகளின் தலைப்புப் பக்கங்களில் தீட்டப்பட்ட திருவிளையாடல் சிவபுராணக் கதைகள் 64 படங்கள் மூலம் விவரிக்கப்பட்டு உள்ளதையும் காணமுடிகின்றன. சீன நாட்டின் தண்டனை முறைகள் ஆங்கில படங்களில் விளக்கத்துடனும், கஜினி முகமதுவின் வாழ்க்கைப் படமாகச் சித்தரிக்கப்பட்ட நூலும் இங்கு உள்ளது. இந்நூலகத்தில் உள்ள வண்ண ஓவியங்கள் ஒவ்வொன்றும் காணக் கிடைக்காதவைகள். சரபோஜி காலத்தில் இருந்து சிப்பாய்களின் உடைகள் பலவிதமான வண்ணச் சீருடைகளாக உள்ளன. இச்சீருடைகள் பதினெழு வகையான வண்ண ஓவியங்களில் உள்ளன. காசியில் உள்ள 64 குளிக்கும் கட்டங்களும், கி.பி.1796ஆம் ஆண்டு இந்தியாவின் வரலாற்றுத் தலங்களும் சித்திரமாகத் தீட்டப்பட்டுள்ளன. சரபோஜி வளர்த்த ராஜாளி பறவை முதல் பலதரப்பட்ட பறவைகள் அரசு ஓவியர்களால் கி.பி.1800இல் வரையப்பட்ட படங்களும், சார்லஸ்-லி-புரூஸ் என்ற பிரெஞ்சு ஓவியரால் 18ஆம் நூற்றாண்டில் தீட்டப்பட்ட முக ஒற்றுமைப் படங்களும் பலரையும் கவரும் வண்ணம் உள்ளன. ஒட்டகம், சிங்கம், குதிரை, பூனை, குரங்கு, மாடு, கழுகு, நரி, கிளி இவைகளின் முகத்தை வரைந்து அதற்கு ஏற்ப உள்ள மனித முகத்தை பிரெஞ்சு ஓவியர் மிக அழகாக வரைந்துள்ளார். இதில் மனிதனுடைய கண்கள், மூக்கு, தாடை வடிவம் மற்றும் நெற்றி இவைகளின் தோற்றம் பறவை மற்றும்

சார்லஸ் - லி - புரூவின் ஓவியம்

மிருகங்களின் உறுப்புகளோடு மிகவும் தெளிவாக ஒப்பிட்டு வரையப் பட்டுள்ளன. இது அறிவியல் அடிப்படையிலும் கலைநுட்ப அடிப்படையிலும் இது நூலகத்திற்கு வருபவர்களை மிகவும் கவர்கிறது. இங்குள்ள ஓவியத்தில் புனித வேதாகமம், பலவித மீன்கள், தாவரங்கள் ஆகியவற்றின் படங்களும் உள்ளன (சரஸ்வதி மகால் வழிகாட்டி நூல், அ.பஞ்சநதம், ப.21).

சரஸ்வதி மகால் நூலகத்தில் சேகரிக்கப் பெற்றிருந்த பல ஆயிரக் கணக்கான ஓலைச் சுவடிகளைக் காகிதச் சுவடிகளில் படி எடுத்துக் காப்பாற்றும் பெரும் பணியின் போது சரபோஜி தனது அரண்மனை ஓவியர்களைக் கொண்டு புராண, இதிகாசக் காட்சிகளையும், புலவர் களையும் மன்னர்களின் உருவங்களையும் அத்தகைய காகிதச் சுவடி களில் வண்ண ஓவியங்களாகத் தீட்டச் செய்துள்ளதும்; கஜசாத்திரம், அசுவசாத்திரம் போன்றவைகளையும் வண்ண ஓவியங்களோடு இணைத்து ஏற்றமுறு நூல்களாகச் செய்துள்ளதும் பிரமிப்பை ஊட்டுகின்றன.

டேனியல் வரைபடங்கள்

இந்தியாவில் உள்ள முக்கிய இடங்களான திருச்சி மலைக்கோட்டை, மதுரை அரண்மனை, டில்லி ஜும்மா மசூதி, தஞ்சாவூர் பெரிய கோவில் போன்ற இடங்கள், லண்டன் மாநகரின் காட்சிகள், வில்லியம், தாமஸ்

சரஸ்வதி மகாலை திருமதி இந்திரா காந்தி பார்வையிடுகிறார்

மற்றும் டேனியல் சகோதரர்களால் வரையப்பட்ட வரைபடங்களின் அச்சுப் பிரதிகள், பிரேசர் என்னும் ஓவியர் வரைந்த இமயமலைப் பகுதிகளின் படங்களின் பிரதிகள் காட்சிக்கு வைக்கப்பட்டுள்ளன.

சரபோஜி மன்னரின் அச்சுக் கூடத்தில் அச்சிடப்பட்ட (கல் அச்சு) நூல்கள், மோடி காகிதச் சுவடி, புராண ஓவியங்கள், இசை வரைவு நூல்கள் (Book of Musical Notation) முதலியனவும் மற்றும் 1779இல் வெளியிடப்பட்ட மலபார் ஆங்கில அகராதியும், உலக வரைபடத் தொகுப்பும், தஞ்சை மராட்டிய மன்னர்களுடைய பட ஓவியங்களும் நம் கவனத்தைக் கவரும்படியாக உள்ளன. 18ஆம் நூற்றாண்டில் உருவான யசோதை பாலகிருஷ்ணன், சமர்ந்த ராமதாசர், சரஸ்வதி, ஆதிசங்கரர் ஆகியோரின் படங்களும் தஞ்சை மரபுப் படங்களாக இங்குக் காட்சி அளிக்கின்றன.

கண்நோய் அறுவை ஆவணம்

தன்வந்திரி மகாலில் நடைபெற்ற கண்நோய் அறுவை சிகிச்சை பற்றிய ஆவணங்களுடன் அங்கு தயாரிக்கப்பட்ட மருந்துகள் பற்றிய விபரமும் உள்ளன. கண்நோய் குறித்த ஆவணத்தில் நோயுற்றவர் கண் வண்ணத்தால் வரையப்பட்டு ஆவணப்படுத்தப்பட்டுள்ளது. இவற்றுடன்

மன்னரின் மேற்பார்வையில் எழுதப்பட்ட ஓவியங்களும், சுவடிகளில் எழுதி வைக்கப்பட்ட வைத்தியக் குறிப்புகளும், நூலகத்தில் இன்றும் காணமுடிகிறது. மருத்துவச் சுவடிகள் மட்டுமின்றி 500க்கும் மேற்பட்ட வைத்திய நூல்களையும் மிகுந்த பொருட்செலவு செய்து சரபோஜி மன்னர் திரட்டி வைத்துள்ளார். இந்நூல்கள் 18, 19ஆம் நூற்றாண்டுகளில் லண்டன், எடின்பரோ, நியூயார்க் முதலிய இடங்களில் அச்சானவைகள். இவைகளைத் தவிர பிரதாப்சிங், இரண்டாம் சரபோஜி ஆகியோருடைய செப்புப் பட்டயங்களும் இங்குக் காட்சியில் உள்ளன. சில ஆய்வாளர்கள் காலனி அரசிடமிருந்து எப்படி இந்நூலகம் காப்பாற்றப்பட்டது என்பதைப் பற்றி கூறும் போது.

"1799 ஆம் ஆண்டு ஆங்கில அரசு தம்மை எதிர்த்த அரசர்களை வென்று அவர்களின் உடமைகளை எடுத்துச் சென்றுள்ளனர். மன்னர் திப்பு சுல்தான் சரபோஜியைப் போன்று கல்வியாளர். அவர் பல சுவடிகள் மற்றும் நூல்களைத் தொகுத்து வைத்திருந்தார். அவர் போரில் தோல்வி அடைந்ததையடுத்து அனைத்துச் சுவடிகளையும் ஆங்கிலேயர் எடுத்துச் சென்றுள்ளனர். ஆனால் சரபோஜி மன்னன் ஆங்கிலேயரிடம் செய்து கொண்ட உடன்படுக்கையினால் சரசுவதி மகால் நூலகம் ஆங்கிலேயரிடமிருந்து தப்பியது" என்று கருத்து தெரிவிக்கின்றனர்.

நூலகப் பதிப்புகள்

இந்நூலகம் அரிய சுவடிகளை இதுவரையில் 585 நூல்களாக பதிப்பித்துள்ளது. இந்நூற்களில் பெரும்பான்மையானவைத் தற்பொழுது நூலக வாயிலில் விற்பனைக்கு உள்ளன.

பொறிஞர் பிரதாப் சிங் பான்ஸ்லே

இந்நூலக ஆயுள்கால ஆட்சிக்குழு உறுப்பினர் இளவரசர் சிவாஜி ராஜா பான்ஸ்லே நூலகம் சிறப்புற நடைபெற வழிகாட்டியாக இருந்து வருகிறார்.

இது போல இவருடைய சகோதரர் மகன் பொறிஞர் பிரதாப் சிங் பான்ஸ்லே. சரபோஜி II குறித்து ஆய்வு செய்து 2 ஆங்கில நூல்களை இயற்றி ஒரு கண்காட்சியையும் நடத்தி வருகிறார்.

சிவாஜி ராஜா

தஞ்சாவூர் அரண்மனை வரலாறு

முத்தரையர் (கி.பி. 7-9ஆம் நூற்றாண்டு), சோழர் (கி.பி.850-1256), பாண்டியர் (கி.பி.13-14ஆம் நூற்றாண்டு), தஞ்சை மராட்டியர் (கி.பி.1674-1855) ஆகிய அரசுகளின்கீழ் சிறந்து விளங்கிய நகரம் தஞ்சாவூர். தற்பொழுது இந்நகரத்தில் சின்னக் கோட்டை, பெரிய கோட்டை என்று இரண்டு வரலாற்றுச் சிறப்பு மிக்க பகுதிகள் உள்ளன.

சின்னக்கோட்டை எனப்படும் சிவகங்கைக் கோட்டை, தஞ்சை நாயக்க மன்னன் சேவப்ப நாயக்கனால் (கி.பி.1541-1580) அமைக்கப் பட்டதாகும். இதனுள் பெரியகோயில், சிவகங்கைக் குளம், சிவகங்கைப் பூங்கா, சுவார்ட்சு பாதிரியார் கிறித்தவ மதில்களும், ஆழ்ந்த அகழியும் இக்கோட்டைக்கு வனப்பூட்டுகின்றன.

பெரிய கோட்டையில் தஞ்சை அரண்மனை வளாகம் அமைந்துள்ளது. இக்கோட்டை தஞ்சை நாயக்கர் வம்சத்துக் கடைசி மன்னர் விஜயராகவ நாயக்கரால் (கி.பி.1633-74) அமைக்கப்பட்டது. இது 530 ஏக்கர் பரப்பினை உள்ளடக்கியதாகவும் 15 அடி உயர மதிலையும் 15 அடி ஆழ அகழியையும் கொண்டதாக இருந்தது. பின்னாளில் நகரக் குடியிருப்பு விரிந்து பரவியதன் காரணமாக அகழி தூர்க்கப்பட்டும், மதில் பல இடங்கல் இடிக்கப்பட்டும் சிதைந்து போயின. கோட்டைச் சுவரில் அமைந்த ஒரு கொத்தளம் மட்டும் இன்றும் 21 அடி நீளமுடைய "இராஜகோபால" என்னும் பெயர் பொறிக்கப்பட்ட பீரங்கியுடன் கிழக்குப் பகுதியில் பாதுகாக்கப்பட்டு வருகின்றது.

இவ்வரண்மனை வளாகத்தின் வரலாற்றுச் சிறப்பும் கலையழகம் பொருந்திய கட்டடங்களை மட்டும் தமிழ்நாடு அரசு தொல்லியல் துறை பாதுகாக்கப்பட்ட சின்னங்களாக அறிவித்துப் பாதுகாத்து வருகிறது.

ஆயுதக் கோபுரம்

தஞ்சை வருகை தருபவர்களின் கருத்தைக் கவருவதில் தஞ்சைப் பெரிய கோயிலின் விமானத்திற்கு இணையாகத் திகழ்வது அரண்மனை வளாகத்தில் உள்ள ஆயுதக் கோபுர மாகும். இது 190 அடி உயரத்தில் 8 அடுக்குகளைக் கொண்டதாக எடுப்பாகக் காட்சி தருகிறது. "இத்தாலிய கட்டடப் பாணியுடன் இந்தியக் கட்டடப் பாணியை இணைத்து திட்டமிடாத அணி வேலைப்பாடுகளுடன்

மணிக்கோபுரம்

கட்டப்பட்டுள்ளது. இதன் உச்சியை அடைய உட்பகுதியில் படிகள் அமைக்கப்பட்டிருக்கின்றன. தஞ்சை மராட்டியர் காலத்தில் எழுப்பப்பட்ட இக்கோபுரம் கி.பி. 1855 வரை மராட்டிய அரசர்கள் காலத்தில் எதிரிப் படைகளைக் கண்காணிக்கும் கோபுரமாகவும், ஆயுதங்களைச் சேரிகத்து வைக்குமிடமாகவும் பயன்படுத்தப்பட்டது. இங்கு பலவிதமான போர்க்கலன்கள் இருந்தன. ஐரோப்பிய நாடுகளிலிருந்து வரவழைக்கப்பட்ட ஆயுதங்களும் இவற்றில் அடங்கும். இவ்வரண்மனை 1855இல் ஆங்கிலேயர் வசம் சென்றதும் இவ்வாயுதங்கள் அனைத்தும் திருச்சிராப்பள்ளிக்கு 1863இல் கொண்டு செல்லப்பட்டு அங்கு அதிகாரிகளால் 'பழைய ஆயுதங்கள் - புதிய போர்முறைக்குத் தேவையற்றவை' என்று சான்றிதழ் வழங்கப்பட்டு, சிலவற்றை மட்டும் அருங்காட்சியகங்களுக்கு அளிக்கப்பட்டும், எஞ்சிய பெரும்பகுதி உடைத்தும், உருக்கியும் விற்கப்பட்டன என்ற குறிப்புகள் உள்ளன."

மணிக்கோபுரம்

ஆய்தக் கோபுரத்திற்குச் சற்று வடமேற்கில் அமைந்துள்ள இக்கோபுரம் 'மணிமாடம்', 'தொள்ளைக்காது மண்டபம்' என்று பொதுமக்களால் அழைக்கப்படுகின்றது. தஞ்சை நாயக்க மன்னர் விஜயராகவ நாயக்கர் இதன் உச்சிக்குச் சென்று திருவரங்கம் நோக்கி வழிபடுவார் என்று செவிவழிச் செய்தி கூறுகிறது.

ஆயுத கோபுரம்

இன்று ஏழு தளங்களுடன் உள்ள இக்கோபுரம் மேலும் சில தளங்களை உடையதாகக் காட்சியளித்தது என்றும், இடி, மழை, மின்னல் காரணமாக அவை சிதைந்துவிட்டன என்றும் கூறுவர். மராட்டியர் காலத்தில் ஒரு புதுமையான காலம் காட்டி (கடிகாரம்) இங்கு இருந்தது என்றும், அதில் ஒரு குரங்கு பொம்மை மணி ஆய்வாளரின் குறிப்பு கூறுகிறது. இக்கோபுரம் செஞ்சி நாயக்கர் கலைப் பாணியில் உள்ளது. இதன் உச்சியை அடைய நூற்றுக்கும் மேற்பட்ட படிகள் உட்பகுதியில் அமைக்கப்பட்டிருக்கின்றன.

சார்ஜா மாடி

மராட்டியர்கால அரண்மனையில் சார்ஜா மாடி என்று அழைக்கப் படும் பகுதியும் ஒன்றாகும். இது ஏழடுக்குக் கட்டடம் என்று வழங்கப் படுகிறது. ஆறு அடுக்குகள் மட்டுமே தற்போது காணப்படுகின்றன. சாலையில் செல்லும் அனைவருடைய கவனத்தையும் ஈர்க்கக்கூடிய தாகும். இதனுள் பல அரசு அலுவலகங்கள் முன்பு இயங்கி வந்தன. தற்பொழுது தொல்லியல் துறையின் பாதுகாக்கப்பட்ட சின்னமாக அறிவிக்கப்பட்டுள்ளது.

இக்கட்டடத்தின் கீழ்த்தளம் நாயக்கர் காலத்தில் கட்டப்பட்டது. இதில் அவர்கள் காலத்து ஓவியங்கள் காணப்படுகின்றன. மேலும், பல தெய்வங்களின் கதை உருவங்களும் அமைக்கப்பட்டுள்ளன.

சார்ஜா மஹால்

பாதுகாப்புப் பணி மேற்கொண்டபோது நான்கு கல்வெட்டுகள் புதிதாகக் கண்டறியப்பட்டுள்ளன.

மராட்டியர் தர்பார் மண்டபம்

இது அரண்மனை வளாகத்தில் நாயக்கர் மற்றும் மராட்டியர் கால மிகச் சிறந்த ஓவியங்கள் மற்றும் கதையுருவங்கள் நிறைந்த பகுதியாகும். சரஸ்வதி மகால் நூல் நிலையத்தின் கிழக்குப் பகுதியில் ஒரு, திறந்தவெளி முற்றத்துடன் அமைந்துள்ளது. மண்டபத்தின் முன் பகுதியில் மரத்தூண்களுடன் கூடிய தாழ்வாரம் உள்ளது. சில படிகள் மீது ஏறிச் சென்றால் தர்பார் மண்டபத்தை அடையலாம். இதனுள் மராட்டிய மன்னர் சகாஜி முதல் பல மன்னர்களின் உருவ ஓவியங்கள் வரையப்பட்டுள்ளன. மண்டபத்தில் அமைந்துள்ள எண்பட்டை வடிவத் தூண்கள் மற்றும் வளைவுகள், சுவர்கள் ஆகியவை விடையூர்தியில் சிவபெருமான், கருடன் மீது திருமால், இந்திரன், இந்திராணி போன்ற கதை உருவங்களைக் கொண்டு விளங்குகின்றன. மல்யுத்தக் காட்சிகளும் கதையுருவங்களாக உள்ளன. தர்பார் மண்டபத்தின் மையப் பகுதியில்

அரண்மனை மராத்திய தர்பாரின் மேற்கூரை

மராட்டிய மன்னர் சிவாஜியின் ஓவியமும் அருகில் அமைச்சர், தளவாய் ஆகியோர் ஓவியங்களும் தீட்டப்பட்டுள்ளன. இந்த தர்பார் மண்டபத்தின் எதிரில் அமைந்த திறந்தவெளி முற்றத்தில் மல்யுத்தம், கிடாய்ச்சண்டை போன்ற வீர விளையாட்டுகள் நிகழ்ந்தன என்றும் சொல்வர்.

அரண்மனை நாயக்க தர்பார் ஹால் முகப்பு

சில ஆண்டுகளுக்கு முன்பு தொல்லியல் துறையால் இங்குள்ள ஓவியங்களைப் பாதுகாக்க நடவடிக்கை மேற்கொண்டபோது தற்போது காணப்பெறும் ஓவியத்துக்குக் கீழ் நாயக்கர் கால ஓவியங்கள் வரையப்பட்டிருப்பது தெரிய வந்தது.

மராட்டியர் அகழ்வைப்பகம்

சார்ஜா மாடியில் மராட்டியர் காலத்தின் பொருட்கள் இங்கு காட்சிக்கு வைக்கப்பட்டுள்ளன.

துணைநூல் பட்டியல்

தமிழ் நூல்கள்

1. தஞ்சை மராட்டிய அரசர் மோடி ஆவணக் கருத்தரங்கு, தமிழ்ப் பல்கலைக்கழகம், தஞ்சாவூர், 1983.
2. சரஸ்வதி மகால் வழிகாட்டி நூல், அ.பஞ்சநாதன், சரஸ்வதி மகால் நூலகம், தஞ்சாவூர், 1985.
3. சரபேந்திர வைத்திய ரத்னாவளி, கிருஷ்ணசாமி மாடிக் ராவ் (ப.ஆ), சரஸ்வதி மகால் நூல் நிலையம், தஞ்சாவூர், 1974.
4. சரஸ்வதி மகால் நூலகம் மற்றும் ஆய்வு மையம் பொது நூலகமாக்கப்பட்டதன் நூற்றாண்டு விழா சிறப்பு மலர், 2019.
5. தஞ்சாவூர் கடிதங்கள், துரை சுந்தரேசன், (தொகு) ஜோதி லட்சுமி பப்ளிஷர்ஸ், சென்னை, 2011.
6. போன்ஸ்லே வம்ச சரித்திரம், வி.சீனிவாச சாஸ்திரி மற்றும் எஸ்.கோபாலன் (ப.ஆ.), சரஸ்வதி மகால் நூல் நிலையம், தஞ்சாவூர், 2009.
7. இந்திய பண்பாட்டுத் தூதுவர்கள், தமிழ் நாட்டிய ஆசிரியர்கள், சண்முக.செல்வ கணபதி, அய்யாநிலையம், தஞ்சாவூர், 2014.
8. தஞ்சை வளர்த்த பரதக்கலை, ரா.கலாராணி, ஜெ.ஜெ.பப்ளிகேஷன், மதுரை, 2004.
9. தஞ்சை தந்த ஆடற்கலை, சண்முக. செல்வகணபதி, செ.கற்பகம், தஞ்சை பெரிய கோயில் வார வழிபாட்டு மன்றம், தஞ்சாவூர், 2011
10. தஞ்சை மராட்டியர் கல்வெட்டுக்கள், செ.இராசு, தமிழ்ப் பல்கலைக்கழகம், தஞ்சாவூர், 1987
11. தஞ்சை சரசுவதி மகால் நூலக வளர்ச்சி வரலாறு, முனைவர்.ஆ.குணசேகரன், மன்னர் இரண்டாம் சரபோஜி நினைவக அறக்கட்டளை, தஞ்சாவூர், 2019.
12. தமிழக மராட்டிய வரலாறு, தஞ்சை நா.எத்திராஜ், தேவி வெளியீடு, சென்னை, 2013.
13. தஞ்சை மாமன்னர் சரபோஜி, தஞ்சை நா.எத்திராஜ், நவமூகாம்பிகை பதிப்பகம், தஞ்சாவூர், 2005.
14. தஞ்சை மராட்டிய மன்னர் கால அரசியலும் சமுதாய வாழ்க்கையும், கே.எம்.வேங்கட ராமையா (ப.ஆ), தமிழ்ப் பல்கலைக்கழகம், தஞ்சாவூர், 1984.
15. தஞ்சாவூர், குடவாயில் பாலசுப்ரமணியன், அன்னம் பதிப்பகம், தஞ்சாவூர், 1995.
16. இரண்டாம் சரபோஜி காலத்து இசைப்புலவர்கள், என்.விஸ்வநாதன், சரஸ்வதி மகால் நூலக வெளியீடு, தஞ்சாவூர், 1980.
17. வரலாற்றுப் பார்வையில் கண்ணந்தங்குடி, எல்.கணேசன், தஞ்சை அண்ணா பதிப்பகம், 2010.
18. சரஸ்வதி மஹாலும் தஞ்சை வரலாறும், O.A.நாராயணசாமி உக்கடை ஸ்ரீ அம்பாள் பிரஸ், தஞ்சாவூர், 1964.
19. தஞ்சாவூர் வரலாறு, பிரபா பதிப்பகம், தருமபுரி, 1996.

20. மராட்டியர் ஆட்சியில் தமிழகமும் தமிழும், மு.இளங்கோவன், வயல்வெளிப் பதிப்பகம், 1994.
21. மனோரா, மு.இராசாராம், இராசு.பவுன் துரை (ப.ஆ), சரஸ்வதி மகால் நூலகம், தஞ்சாவூர், 2014.
22. ஒரத்தநாடு முத்தாம்பாள்சத்திரம்-வரலாறு, மா.தவசு, அரங்கநாதன் பதிப்பகம், கண்ணந்தங்குடி, 2015.
23. தஞ்சை மராட்டிய மன்னர் வரலாறு, வரலாற்றாராய்ச்சிக் குறிப்புக்களுடன், கே.எம்.வேங்கடராமையா (ப.ஆ), தமிழ்ப் பல்கலைக்கழகம், தஞ்சாவூர், (1987).
24. புதிய வானம் புதிய பூமி, பட்டுக்கோட்டை ராஜா, சிக்ஸ்த் சென்ஸ் பப்ளிகேஷன், சென்னை.
25. தஞ்சை மராட்டிய மன்னர் மோடி ஆவணத் தமிழாக்கமும் குறிப்புரையும் (முதல் தொகுதி), பா.சுப்பிரமணியன் (ப.ஆ), தமிழ்ப் பல்கலைக்கழகம், தஞ்சாவூர், 1989.
26. தஞ்சை மராட்டிய மன்னர் மோடி ஆவணத் தமிழாக்கமும் குறிப்புரையும் (இரண்டாம் தொகுதி), பா.சுப்பிரமணியம் (ப.ஆ), தமிழ்ப் பல்கலைக்கழகம், தஞ்சாவூர், 1989.
27. தஞ்சை மராட்டிய மன்னர் மோடி ஆவணத் தமிழாக்கமும் குறிப்புரையும் (மூன்றாம் தொகுதி) பா.சுப்பிரமணியம் (ப.ஆ), தமிழ்ப் பல்கலைக்கழகம், தஞ்சாவூர், 1989.
28. தஞ்சை மராட்டிய மன்னர் வரலாறு (மெகன்சி சுவடி 3180) கே.எம்.வெங்கடராமையா (ப.ஆ), தமிழ்ப் பல்கலைக்கழகம், தஞ்சாவூர், 1987.
29. ஸ்ரீ பங்காரு காமாக்ஷி அம்மன் ஸ்தல வரலாறும் தோத்திரப் பாடல்களும், ஸ்ரீ பங்காரு காமாக்ஷி அம்மன் தேவஸ்தானம், தஞ்சாவூர், 1980.
30. இலக்கியக்கேணி, கே.எம்.வேங்கடராமையா, தமிழ்ப் பல்கலைக்கழகம் தஞ்சாவூர், 1990.

ஆங்கில நூல்கள்

1. Contributions of Thanjavur Marathi Kings **Nation prem.com.** Pratab Singh Serfoji Raja Bhosle, Chennai, 2017.
2. Raja Serfoji II, Tulajendra Rajah P.Bhosle, Thanjavur.
3. Tanjore As a Seat of Music, S.Seetha, University of Madras, Madras, 1981.
4. The Maratha Rajas of Tanjore, K.R.Subramanian, Madras, 1928.
5. Diseases of the Eye, Medical Pluralism at the Tanjore Court in the nineteenth Century, Savithri Preetha Nair, Social Library of Medicine Advance Access Oxford University Press, 2012.
6. Native collecting and Natural Knowledge (1798-1832) Raja Serfoji II of Tanjore as a Centre of Calculation Savithri Preetha Nair, V.K.Jr RAS, 2005, P.279-302.
7. Nature History crawing in the Indian Office Library, Mildred Archer Her Majesty Stationery office, London, 1902.
8. Elements of western Music for Indian students, P.Sambamoorthy, 1991.
9. Maharaja Serfoji II, The Famous Thanjavur Maratha King, S.Vanajakumari, Vol-3, Jan2016.
10. The Cabinet of King Serfoji of Tanjore, Indra Viswanathan, Peterson, Journal of the History of collection, 1999.
11. Saraswathi Mahal, A Short History and Guide, R.Jayaraman Thanjavur, Maharaja Serfoji's Sarasvathi Mahal Library, Thanjavur, 1981.

12. Seminar on Dance, Kartik Fine Arts, Chennai, 2002.
13. Modi Documents in the T.M.S.S.M Library, Vivekananda gopal(ed), Thanjavur Maharajah Serfoji's Sarasvathi Mahal Library, 1999.
14. History of Tamilnadu (AD1565-1956) N.Subramanian, Koodal publishers Madurai, 1982.
15. History of South India, K.A.Neelakanda Sastri, Oxford University press, London, 1955.
16. History of British Diplomacy in Tanjore, K.Rajayyan, and Rhagavan, Mysore, 1969.
17. Last days of Bishop Heber, Thomas Robinson, Vepery Mission press, Madras, 1829.
18. General History of Pudukkottai State, S.Radhakrishna Aiyar, Pudukkottai Durbar, Pudukkottai, 1916.

Gazetteen

19. Madras District Gazetteers, Tanjore Vol-I Hemingway, Government Press, Madras, 1906.

Journal

20. King serfoji II Tanjore European Music Journal of the Music Academy, 2013.
21. Indian Journal of History of Science, Madhu Sudan Gupta,29(1) 31-39), 1980
22. International Journal of Arts, Science and Humanities Vol-3, Shanlay, Jan.2016.
23. The Journal of the Sarasvati Mahal Library, T.J.RamaRao and N.B.Gadre, 1960.
24. Journal of the Music Academy of Madras Vol-84, Indra Viswanathan Peterson.
25. Education activities of H.H.Rajah Serfoji chattrapathy Tanjore RajaRam Rajah sahib chattrapathy, The Rajah serfoji College Magzine.

கட்டுரைகள்

1. இரண்டாம் சரபோஜி மன்னர் காலத்து விலங்கின ஓவியங்கள், இராசு.பவுன்துரை, மாமன்னர் சரபோஜி ஆய்வுக்கோவை, தொகுதி-2, சரஸ்வதி மகால் நூலகம், தஞ்சாவூர், 1990, பக்.133-142.

2. ஓவியம் வளர்த்த நாயகன் ச.திலகம், மன்னர் சரபோஜி பிறந்த நாள் விழா மலர், சரஸ்வதி மகால் நூலகம், தஞ்சாவூர், 1989, பக்.40-42.

3. சரபோஜி காலத் தமிழ் இலக்கியங்கள், ம.சா.அறிவுடை நம்பி, மாமன்னன் சரபோஜியின் 221ஆம் பிறந்தநாள் விழாக் கருத்தரங்கம், தமிழ்ப் பல்கலைக்கழகம், தஞ்சாவூர், 1997, பக்.1.

4. சரபோஜியின் காசி யாத்திரை, கே.இராமதிலகம், மாமன்னன் சரபோஜியின் 221ஆம் பிறந்தநாள் கருத்தரங்கம், தமிழ்ப் பல்கலைக்கழகம், 1997, பக்.1-5.

5. சரபோஜியின் மருத்துவத் தொண்டு வே.இரா.மாதவன், மாமன்னன் சரபோஜியின் 221ஆம் பிறந்தநாள் விழாக் கருத்தரங்கம், தமிழ்ப் பல்கலைக்கழகம், தஞ்சாவூர், 1997, பக்.1-5.

6. சரபோஜி வளர்த்த கலைகள், மா.சா.அறிவுடைநம்பி, மாமன்னன் சரபோஜி (ஆய்வுக்கோவை) தொகுதி-2, சரஸ்வதி மகால் நூலகம், 1990, பக்.81-94.

7. சரபோஜி சிறந்த கலைவேந்தன், த.ரா.பீமாராவ் மாமன்னர் சரபோஜி ஆய்வுக் கோவை, தொகுதி-2, சரஸ்வதி மகால் நூலகம், தஞ்சாவூர், 1990, பக்.17-26.

8. சரபோஜி கால வடமொழி இலக்கியங்கள், ந.சீனிவாசன் மாமன்னன் சரபோஜியின் 221ஆம் பிறந்த நாள் விழாக் கருத்தரங்கம், தமிழ்ப் பல்கலைக்கழகம், தஞ்சாவூர், 1997, பக்.1-4.

9. சரபோஜி மன்னரும் மராத்தி இலக்கியமும் பீமராவ், மாமன்னர் சரபோஜி ஆய்வுக் கோவை, தொகுதி-3, சரஸ்வதி மகால் நூலகம், தஞ்சாவூர், 1990, பக்.6-10.

10. மன்னர் போற்றிய மருத்துவக் கலை, எஸ்.ராஜலட்சுமி, மன்னர் சரபோஜி பிறந்தநாள் மலர், சரஸ்வதி மகால் நூலகம், தஞ்சாவூர், 1989, பக்.74-77.

11. மாமன்னர் சரபோஜியின் அரிய சேகரிப்புகள், அ.பஞ்சநாதன், மாமன்னர் சரபோஜி ஆய்வுக் கோவை, தொகுதி-2, சரஸ்வதி மகால் நூலகம், தஞ்சாவூர், 1990, பக்.127-132.

12. தஞ்சை மராத்திய அரசர்களும் கிறித்துவமும் ஈ.ஏ.செல்லத்துரை, மாமன்னர் சரபோஜி ஆய்வுக்கோவை தொகுதி -3, சரஸ்வதி மகால் நூலகம் மற்றும் ஆய்வு மன்றம், தஞ்சாவூர், 2016, பக்.23-27.

13. Side lights on the Annexation of the Tanjore kingdom T.K.Nagaraja Rao, மாமன்னர் சரபோஜி ஆய்வுக் கோவை தொகுதி III தஞ்சாவூர் மகாராஜா சரபோஜியின் சரஸ்வதி மகால் நூலகம் மற்றும் ஆய்வு மையம், தஞ்சாவூர், 2016, பக்.153-160.

14. சரபோஜியின் பன்முகமாட்சி, மாமன்னர் சரபோஜியின் 221ஆம் பிறந்தநாள் விழாக்கருத்தரங்கம், தமிழ்ப் பல்கலைக்கழகம், தஞ்சாவூர், உருளை அச்சு, 1997.

15. சரபோஜியும் சத்திரமும், பா.ஜெயகுமார், மாமன்னன் சரபோஜியின் 221ஆம் பிறந்த நாள் விழாக் கருத்தரங்கம், தமிழ்ப் பல்கலைக்கழகம், தஞ்சாவூர், 1997, பக்.1-7 (உருளச்சு).

16. சரபோஜி காலக் கட்டடக்கலை, இராசு.பவுன்துரை மாமன்னர் சரபோஜியின் 221ஆம் பிறந்த நாள் விழாக் கருத்தரங்கம், தமிழ்ப் பல்கலைக்கழகம், தஞ்சாவூர், 1997, பக்.1-7.

17. சரபோஜியின் மருத்துவத்தொண்டு, வே.இரா மாதவன், மாமன்னர் சரபோஜியின் 221ஆம் பிறந்தநாள் விழாக் கருத்தரங்கம், தமிழ்ப் பல்கலைக்கழகம், தஞ்சாவூர், பக்.1-7.

18. மாமன்னர் சரபோஜியும் கவிராயர் வேதநாயக சாஸ்திரியாரும், ஆ.ஜாக்துரை, 221ஆம் பிறந்தநாள் விழாக் கருத்தரங்கம், தமிழ்ப் பல்கலைக்கழகம், பக். 1-5.

19. மாமன்னர் சரபோஜியின் 221ஆம் பிறந்த நாள் விழாக் கருத்தரங்கம், தமிழ்ப் பல்கலைக்கழகம், தஞ்சாவூர், 1977, பக்.1-1.

20. தஞ்சாவூர் மன்னர் சரபோஜி, ராஜாராம் ராஜா சத்ரபதி. கல்கி, தீபாவளி மலர், 1962, பக்.1-2.

21. Glimpes into our Modi Raj Records Dhanvantari Mahal, S.Ganapathy Rao. மாமன்னர் சரபோஜி ஆய்வுக்கோவை தொகுதி III சரஸ்வதி மகால் நூலகம் மற்றும் ஆய்வு மையம், தஞ்சாவூர், பக்.60-66.

22. Raja serfoji's Contribution to Technology-K.Manamalar.

மாமன்னர் சரபோஜி ஆய்வுக்கோவை தொகுதி III சரஸ்வதி மகால் நூலகம் மற்றும் ஆய்வு மையம், தஞ்சாவூர், பக்.123-127.

23. தஞ்சாவூர் ஆய்வுக்கூடம், எம்.சீராளன், மாமன்னர் சரபோஜி ஆய்வுத் தொகுதி-2, சரஸ்வதி மகால் நூலகம், 1990, தஞ்சாவூர், பக்.9-16.

24. The Maratha Rajas of Thanjavur, B.Nagarajan, மாமன்னர் சரபோஜி ஆய்வுக் கோவை, சரஸ்வதி மகால் நூலகம், 1990, பக்.35-39.

25. Raja Serfoji. R.Jayaraman மாமன்னர் சரபோஜி ஆய்வுக் கோவை II சரஸ்வதி மகால் நூலகம், 1990, பக்-60-70.
26. மன்னர் சரபோஜியின் மருத்துவப் பணிகள், வே.இரா.மாதவன், மாமன்னர் சரபோஜி ஆயவுக்கோவை 2, சரஸ்வதி மகால் நூலகம், (பக்.95-108).
27. British Admirer's of Maharaja Serfoji, T.R.Rama Rao, மாமன்னர் சரபோஜி தொகுதி-II சரஸ்வதி மகால் நூலகம், தஞ்சாவூர், 1990, பக்.113-116.
28. The Maratha Rajas of Thanjavur,T.B.Nagarajan, மாமன்னர் சரபோஜி ஆய்வுக்கோவை2, சரஸ்வதி மகால் நூலகம், தஞ்சாவூர், 2014, ,36-40.
29. Serfoji Maharaja, M.Seeralan, மாமன்னர் சரபோஜி ஆய்வுக்கோவை-II, சரஸ்வதி மகால் நூலகம், தஞ்சாவூர், 2014, பக்.121.
30. Raja Serfoji's Contribution to Technology, K.Manamalar, மாமன்னர் சரபோஜி ஆய்வுக்கோவை-3, சரஸ்வதி மகால் நூலகம், தஞ்சாவூர், 2016, பக்.123-127.
31. Serfoji Maharaja M.Seeralan மாமன்னன் சரபோஜி ஆய்வுக்கோவை தொகுதி II, சரஸ்வதி மகால் நூலகம், தஞ்சாவூர், 1990, பக்.117-121.
32. மன்னர் சரபோஜியின் அரிய சேகரிப்புகள், அ.பஞ்சநாதன், மாமன்னன் சரபோஜி ஆய்வுக் கோவை தொகுதி II. சரஸ்வதி மகால் நூலகம், தஞ்சாவூர், 1990, பக்.127-132.
33. இரண்டாம் சரபோஜி மன்னரின் கல்வெட்டுக்கள், செ.இராசு, மாமன்னர் சரபோஜி ஆய்வுக்கோவை தொகுதிII சரஸ்வதி மகால் நூலகம், தஞ்சாவூர், 1990, பக்.143-152.
34. Charity the soal of serfoji, மாமன்னர் சரபோஜி ஆய்வுக்கோவை தொகுதி II சரஸ்வதி மகால் நூலகம், தஞ்சாவூர், 1990, பக்.153-158.
35. சரபோஜியும் வேதநாயக சாஸ்திரியாரும், மாமன்னர் சரபோஜி ஆய்வுக்கோவை தொகுதி II, சரஸ்வதி மகால் நூலகம், தஞ்சாவூர், 1990, பக்.183-189.
36. இரண்டாம் சரபோஜி மன்னரின் வாழ்க்கை வரலாறும் நிகழ்ச்சிகளும், சி.கோவிந்தராசனார் மன்னர் சரபோஜி ஆய்வுக்கோவை தொகுதிII, தஞ்சாவூர், 1990, பக்.191-202.

ஆய்வறிஞர் ஆய்வேடு

1. தமிழ் இலக்கியம் காட்டும் தஞ்சை மராட்டிய மன்னர் கால அரசியலும் சமுதாயமும், சே.சுந்தரி, அரிய கையெழுத்துச் சுவடித்துறை, தமிழ்ப் பல்கலைக் கழகம், தஞ்சாவூர், 1992.
2. தஞ்சை மராட்டியர் ஆட்சியில் மேலைநாட்டினரின் தாக்கம், ஆ.மீனாட்சி, அரிய கையெழுத்துச் சுவடித்துறை, தமிழ்ப் பல்கலைக்கழகம், தஞ்சாவூர், 1998.
3. தஞ்சை மராட்டிய கால அரசியர், க.தனலெட்சுமி, அரிய கையெழுத்துச் சுவடித் துறை, தமிழ்ப் பல்கலைக்கழகம் 1998 தஞ்சாவூர்.

News Paper
1. The Hindu Jan 4, 1987.

•••